Ngôn Ngữ
Tạp Chí Văn Học Nghệ Thuật

ẤN BẢN ĐẶC BIỆT
NGUYỄN THỊ KHÁNH MINH

Ngôn Ngữ
Tạp Chí Văn Học Nghệ Thuật

ẤN BẢN ĐẶC BIỆT
NGUYỄN THỊ KHÁNH MINH
Tháng 1 Năm 2025

Nhóm chủ trương
LUÂN HOÁN. SONG THAO. NGUYỄN VY KHANH.
HỒ ĐÌNH NGHIÊM. LÊ HÂN
TRẦN THỊ NGUYỆT MAI. UYÊN NGUYÊN TRẦN TRIẾT

Thiết kế bìa:
UYÊN NGUYÊN TRẦN TRIẾT

Thiết kế sách:
LÊ GIANG TRẦN

ISBN: 9798348176082

Liên lạc:
Luân Hoán: lebao_hoang@yahoo.com
Song Thao: tatrungson@hotmail.com

Tòa soạn &Trị sự:
Lê Hân (408) 722 5626, han.le3359@gmail.com

NGÔN NGỮ

Tạp Chí Văn Học Nghệ Thuật

ẤN BẢN ĐẶC BIỆT
NGUYỄN THỊ KHÁNH MINH

THÁNG 1 NĂM 2025

MỤC LỤC

PHẦN I • thơ tuyển

PHẦN II • tản văn

PHẦN III-a • nhận định của các tác giả về thơ, văn của nguyễn thị khánh minh

PHẦN III-b • những bài thơ tặng

PHẦN IV • hàn huyên
phỏng vấn nguyễn thị khánh minh

thư đầu sách

Luân Hoán

Thưa quý bạn đọc,

Có thể không chính xác, nhưng tôi cũng xin đưa nhận xét: Nhiều người cầm viết sau thời tiền chiến, thường sáng tác với nhiều thể loại, thường thường chúng ta vịn vào sở trường của họ để gọi tên nghề nghiệp đi kèm với bút danh. Riêng tôi thấy điều này hơi không được nghiêm chỉnh với một người tài năng rất đồng đều nhau. Bên cạnh đó những nhạc sĩ, họa sĩ cũng sáng tác thơ văn không thiếu mượt mà giá trị. Trước đây vẫn gọi chung chung bằng hai chữ "tác giả". Dĩ nhiên rõ ràng không ổn lắm. Vì thế với phái nữ, tôi thường"đạo" lại hai chữ "nữ sĩ" để dùng.

Trong những dòng đưa đường tiếp theo dưới đây, về một tài hoa Nguyễn Thị Khánh Minh, tôi cũng xin được gọi như vậy, đồng thời xin phép tác giả cho được gọi bằng chị, thay vì một tiếng "bà" vốn trân trọng và chính xác hơn, bởi tôi chưa từng được gặp mặt nữ sĩ, hay xã giao qua chữ viết.

Tạp chí Ngôn Ngữ, trong thời gian qua đã hân hạnh thực hiện được chín tuyển tập, tương đối đầy đủ về chín tác giả nhưng toàn là phái nam. Lần này là lần đầu tiên, một bàn tay hoa trong văn học nghệ thuật Việt Nam, dành cho Ngôn Ngữ vinh hạnh này: nữ sĩ Nguyễn Thị Khánh Minh.

Chân dung văn học của nữ sĩ không xa lạ, không bất ngờ với bạn văn, bạn đọc. Với đời thường, chị được sinh ra năm 1951 trên vùng đất "nghìn năm văn vật" Hà Nội, sau đó được trưởng thành tại một thủ đô có nền văn minh tiến bộ nhất Việt Nam: Sài Gòn. Chưa hết, chị tiếp tục hấp thụ những tinh hoa tại một vùng đất cực kỳ tự do, giàu màu sắc văn minh, từng được gọi "thủ đô người tị nạn" hồn vía của VNCH nối dài. Trong những vùng địa linh kể trên, Nguyễn Thị Khánh Minh khởi hành văn nghiệp khá sớm (so với tuổi đời) từ năm 1966, và chỉ trong một thời gian ngắn, nữ sĩ đã gầy dựng cho mình môt gia tài văn học có giá trị vững mạnh. Cụ thể: 15 đầu sách gồm các thể loại thơ, văn, nhận định, giới thiệu, biên khảo cả đến soạn tự điển. Để phổ biến, chị chỉ chọn những nguyệt san, tạp chí ưu tú nhất. Song song với tác phẩm, một kho thân tình bè bạn giao hảo cũng được chọn lọc gồm toàn những nhân vật lừng lẫy trong văn giới Việt Nam, giàu tuổi đời, tuổi nghề như học giả Giản Chi, nhà văn Doãn Quốc Sỹ, hòa thượng Tuệ Sĩ, nhà thơ Bùi Giáng, Trụ Vũ, Du Tử Lê, Tuệ Mai, Phạm Thiên Thư, Nguyễn Xuân Thiệp, Đỗ Hồng Ngọc, họa sĩ Đinh Cường.

Ngôn Ngữ tạp chí khá bất ngờ được nữ sĩ đồng tình cho phép đứng tên thực hiện tuyển tập này. Chúng tôi rất vui vẻ và thực hành nghiêm túc như những tuyển tập "tác giả tác phẩm" trước đây, Sách sẽ có số trang theo sự chọn sẵn của nữ sĩ Nguyễn Thị Khánh Minh, cùng sự góp ý của một số bạn thân thiết của chị như các nhà văn, nhà thơ: Trịnh Y Thư, Trần Thị Nguyệt Mai, Nguyễn Thị Thanh Lương, Nguyễn Đức Cường.

Mục lục tuần tự như sau:

• Tác giả và tác phẩm.

• Chân dung tác giả qua các phác họa và hình chụp của những họa sĩ tên tuổi như Đinh Cường, Trịnh Cung, Lê Thánh Thư, Trương Đình Uyên, Duyên, Lệ Dung Bùi, Phan Tấn Hải, Nguyễn Tiến Đức, Lương

Lệ Huyền Chiêu, Doãn Cẩm Liên, Trần Quang Châu, Lữ Kiều, Lê Quý Sơn, Chương Chương, Nguyễn Khiết Minh, SueCong, Michael My, Bảo Huân.

• Phần thơ trích từ những thi phẩm đã xuất bản.

• Phần văn trích từ những sách đã bày bán rộng rãi.

• Phần nhận định, giới thiệu, phê bình, cảm nhận, tặng phẩm thi ca… viết bởi những nhà văn lẫy lừng danh xưng, cùng thân tình quý mến, xin liệt kê không thứ tự: Giản Chi, Du Tử Lê, Cung Tích Biền, Phạm Thiên Thư, Trụ Vũ, Mịch La Phong, Đặng Nguyệt Anh, Thích Nhật Minh, Cao Kim Quy, Khuất Đẩu, Phạm Văn Nhàn, Nguyễn Lương Vỵ, Võ Công Liêm, Phan Tấn Hải, Đỗ Xuân Tê, Trịnh Y Thư, Hồ Đình Nghiêm, Tô Đăng Khoa, Vũ Hoàng Thư, Đỗ Hồng Ngọc, Lê Lạc Giao, Tô Thẩm Huy, Nguyễn Xuân Thiệp, Lê Giang Trần, Duyên, Thu Vàng, Trần Thị Nguyệt Mai, TrangĐài Glassey Tranguyen, Nguyên Khuê, Văn Giá LTT, Vương Tân, Diên Nghị, Ninh Giang Thu Cúc, Đào Mộng Nam, Triệu Từ Truyền, Đặng Ngọc Nữ, Nguyễn Âu Hồng, Trần Quí Phiệt, Một Người Bạn, Tôn Nữ Thu Thủy, Thanh Vân, Như Hiên, Hoàng Xuân Sơn, Nguyễn Đức Cường, Nguyễn thị Thanh Lương.

• Phần hàn huyên, phỏng vấn, được thực hiện bởi: Lê Thị Huệ, Hồ Đình Nghiêm, Triều Hoa Đại, Việt Báo.

Một tuyển tập thuần túy văn học nghệ thuật dành riêng về một tác giả là một gói gọn văn nghiệp công trình suy tư sáng tác của cả một đời người, chúng tôi hy vọng nữ sĩ Nguyễn Thị Khánh Minh sẽ vừa ý. Và kính mong quý bạn đọc đã từng hoặc sắp quý mến văn tài của nữ sĩ, mang về tủ sách cho gia đình mình.

Chúng tôi vẫn tin tưởng chữ Việt tại hải ngoại, vẫn còn lâu dài được nằm trên những trang sách một cách trang trọng ấm áp tình quê hương.

Kính quý.

LUÂN HOÁN

Nguyễn Thị Khánh Minh
chụp bởi Lê Quý Sơn, 2023

tác giả và tác phẩm

Nguyễn Thị Khánh Minh, sinh tháng 12 năm 1951 tại Hà Nội, quê ngoại. Tháng 3.1952 vào quê nội Nha Trang. 1967 sống tại Sài Gòn. 2006 Định cư tại California, Mỹ.

- Tốt nghiệp Cử Nhân Luật tháng 12.1974, khóa cuối cùng của Luật Khoa Đại Học Đường Sài Gòn.
- Thơ, truyện đăng báo Tuổi Hoa từ 1966, Văn, Văn Hóa Phật Giáo... (Sài Gòn) Người Việt, Việt Báo, Quán Văn, Sống (California), Tuần báo Trẻ (Dallas)

Hiện sống tại California, Hoa Kỳ. email: khanhnguyenm@yahoo.com

Thơ đã xuất bản:

- ***Tặng Phẩm***, 1991 Nhà XB Khánh Hòa, Nha Trang, Việt Nam
- ***Trăm Năm***, 1991, NXB Khánh Hòa, Nha Trang, Việt Nam
- ***Tơ Tóc Cũng Buồn***, 1997, NXB Văn Học, Việt Nam

- *Đêm Hoa*, 1999, NXB Văn Học, Việt Nam
- *Những Buổi Sáng*, 2002, NXB Trẻ, Việt Nam
- *Bùa Hương*, 2009, NXB Ý Thức, Việt Nam
- *Hoa Mùa Cổ Tích*, 2012. tác giả tự xuất bản, lưu hành trong vòng thân hữu.
- *Ký Ức Của Bóng*, 2013, NXB Phố Văn và NXB Sống, Hoa Kỳ
- *Tản Văn Thi*, 2018, NXB Văn Học Press, Hoa Kỳ
- *Ngôn Ngữ Xanh*, 2019. NXB Văn Học Press, Hoa Kỳ
- *Đêm*, 2021, NXB Văn Học Press, Hoa Kỳ
- *Tháng Năm Là Mộng Đang Đi*, 2023. NXB Văn Học Press, Hoa Kỳ

Văn đã xuất bản:

- *Bóng Bay Gió Ơi*, Tản Văn, 2015, NXB Sống & Chương Chương, Hoa Kỳ. Tái bản năm 2019, NXB Lotus, Hoa Kỳ
- *Lang Thang Nghìn Dặm*, Văn, viết về 26 tác giả, 2017, NXB Sống, Hoa Kỳ
- *Còn Chút Để Dành*, Văn, viết về tác giả Đỗ Hồng Ngọc, 2021, in tại Việt Nam

Sách khác:

- *Danh Ngôn Đông Tây*, song ngữ Việt-Anh, Việt-Pháp, 6 tập dạng bỏ túi, 1999, NXB Văn Học, Việt Nam
- *Tự Điển Việt -Anh-Hoa*, hợp soạn cùng TV Nguyễn Duy Nhường, 2001, NXB Văn Hóa Thông Tin Việt Nam

PHẦN I

thơ tuyển

Những bài thơ trong các tác phẩm
đã xuất bản từ năm 1992-2024

NTKM- Lệ Dung Bùi Vẽ

(Nhà Xuất Bản Khánh Hòa, VN.
In lần đầu 500 cuốn, Tranh bìa
và trình bày: Họa Sĩ Vũ Hối)

1. thơ tuyển từ tập Tặng Phẩm 1991

cha

Đêm khuya đèn hắt bóng rầu rầu
Lệ chữ theo hoài trang sách sâu
Cha buông nét bút sầu ẩn sĩ
Một dải sơn hà một nỗi đau

1976

mẹ

Đầy tay mẹ dậy thơ thơm ngát
Đời hồng trong những áng văn chương
Mẹ cười nhân ái bừng xuân sắc
Bao nỗi đau kia cũng nhẹ thường

1986

mười thương anh em ta

Mình được gọi nhau anh em
Cùng cha mẹ, cùng ruột mềm máu rơi*
Duyên lành lại có xa xôi
Lại cùng nhau, lại ngọt bùi, anh em…

***tục ngữ: Anh em máu chảy ruột mềm**

mơ trong ngày

Có phải sáng nay nắng vàng rực rỡ
Bước em về khua động lối vườn anh
Đời đang im bỗng bừng lên nỗi nhớ
Trong hồn anh muôn lộc mới lên cành

Có phải em về bình yên ngồi hát
Nên bây giờ hoa cỏ ngóng trông theo
Nên lòng anh cũng rộn ràng tiếng nhạc
Dư âm nào chắt từng giọng nâng niu

Có phải em về chải đầu bên cửa
Sợi tóc bay theo ngày tháng yên bình
Loạn lạc xa rồi như không còn nhớ
Vạt áo em mừng nong gió bình minh

Có phải em về dọn ăn bữa sáng
Nên cà phê còn đọng tiếng em cười
Nên bỗng dưng anh quên đời khốn khó
Ngày rộn ràng, em đâu đó xinh tươi

Có phải em về bước chân rất nhẹ
Nên anh vẫn say trong giấc ngủ vùi
Trong cơn mơ anh vô cùng thèm sống
Ngày nhân từ chở thù hận ra khơi…

1972

**Nhân lần in lại này xin kính tặng bài thơ trên cho Cố Nữ Sĩ Tuệ Mai và Thi Sĩ Phạm Thiên Thư, là hai người xem bài thơ khi tôi vừa viết xong. Lúc đó cô Tuệ Mai dặn tôi, "Khánh Minh nhớ giữ mãi cái hồn thơ – ngày nhân từ chở thù hận ra khơi – thế nhé…"*

nỗi nhớ im lìm

Cùng N.

1.
Em nhặt chiếc lá vàng
Cúi hôn mùa thu tới
Phòng anh ở một mình
Có nghe lòng bão nổi

Về mau đi anh ơi
Sài Gòn buồn, rất buồn
Nắng mưa về bất chợt
Em sống mù như sương

Ngày hai buổi một mình
Trên những lối buồn tênh
Gió bay hàng tóc rối
Sầu trên cây lặng thinh

Buồn riêng, ai biết tới
Nỗi nhớ, dấu im lìm
Sống, như không chờ đợi
Cười, như đang rất vui
1972

mưa xưa

Trời mưa nho nhỏ
Vạt áo em xưa
Anh giữ trong tay
Lời tình chợt ngỏ
Em khóc bất ngờ
Đêm run bóng lá
Nho nhỏ trời mưa…
1989

ở lại

Còn mình em ở lại thôi
Cầm dăm yêu dấu, cầm đôi hẹn thề
Ngày qua níu bước ngày về
Buồn dưng khép cửa bên lề xôn xao

Mấy mùa gió thổi hanh hao
Lòng đôi mươi có phai màu lãng quên
Cầm nhan sắc ấy làm tin
Nữa mai còn nhận ra mình thuở xưa

Từ con trăng hẹn lửng lơ
Một giấc mơ, một hững hờ đêm sâu
Từ ngày nắng vội mưa mau
Cầm không gian chật đời nhau ngùi ngùi

Cầm buồn tênh một niềm vui
Đem năm tháng rộng chôn vùi phút giây
Cầm cho hết biệt ly này
Giật mình đêm mộng thấy ngày chia xa

1978

bài thơ ngắn

Mang hai bàn tay trắng
Tôi vào đời rưng rưng
Chân đi chưa hết nắng
Ngày đã úa sau lưng

Tôi viết bài thơ ngắn
Nói về những sớm mai
Đời viết bài thơ tôi
Đầy những tiếng thở dài

Tôi hát một điệp khúc
Lời buồn sâu như đêm
Gối chăn cuộn mình khóc
Bàn ghế im lặng nhìn

Tôi bước đi quanh quẩn
Đời chật như căn phòng
Bốn bức tường u ẩn
Biết gì về tôi không
1990

chân dung

Những gì tôi mang trên mặt mình hôm nay
Đều là tặng phẩm của thời gian
Mắt môi tôi đã chín mầu thiếu phụ
Nhưng tôi vẫn đi trên đời
Bằng trái tim thiếu nữ
Tôi có vòng tay
Nồng nàn thơ chảy
Tôi ôm trong lòng
Giấc mộng thanh xuân
Tôi nuôi trong tim
Lửa đời rực cháy
Tôi yêu người. Yêu cuộc sống thanh tân
Tôi chan hạnh phúc
Trong tràn trề hơi thở
Tôi đựng khổ đau
Trong mỗi lời thơ
Có khi tôi bước đi. Nôn nao. Hối hả
Lại sợ mình sống hết ngày mai
Nên dè xẻn từng ngập ngừng rung động
Tôi xin
Thời gian chừng mực
Không gian rộng dài
Để thơ tôi vang mãi
Lời tụng ca tặng phẩm của cuộc đời

1991

Nhà văn Doãn Quốc Sỹ tại nhà NTKM - Santa Ana - Chụp bởi Doãn Cẩm Liên. Hình dưới: Lá thư tay của nhà văn DQS.

Xin tìm đọc 2 thi phẩm: ***TẶNG PHẨM*** và ***TRĂM NĂM*** của nhà thơ trẻ Nguyễn Thị Khánh Minh. Lời thơ không một chút cầu kỳ lập dị, trái lại ngọt ngào thấm đượm tình thiên nhiên, tình nhân bản như hương sen tỏa ngát dưới ánh bình minh vừa thức giấc!
Saigon ngày 1-9-1992
(ký tên)
Doãn Quốc Sỹ

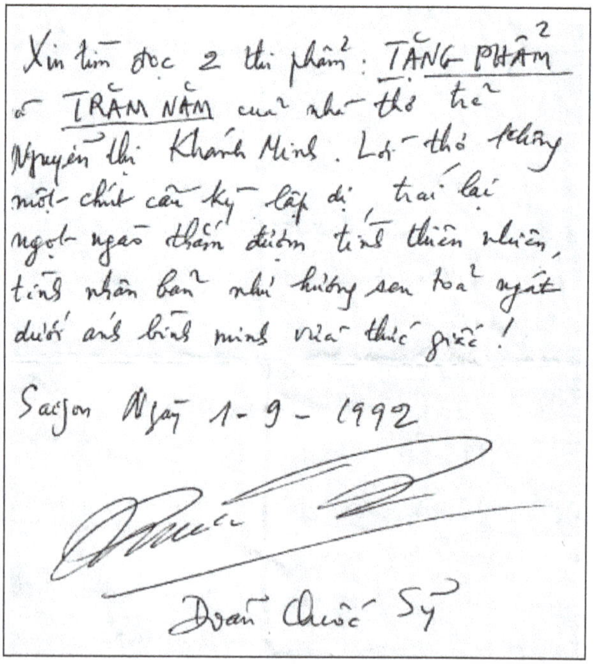
Xin tìm đọc 2 thi phẩm: TẶNG PHẨM & TRĂM NĂM của nhà thơ trẻ Nguyễn Thị Khánh Minh. Lời thơ không một chút cầu kỳ lập dị, trái lại ngọt ngào thấm đượm tình thiên nhiên, tình nhân bản như hương sen tỏa ngát dưới ánh bình minh vừa thức giấc!

Saigon Ngày 1-9-1992

Doãn Quốc Sỹ

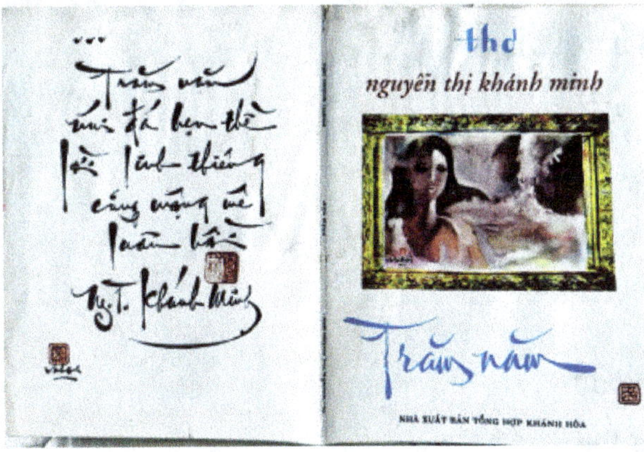

(NXB Khánh Hòa, VN. In lần đầu 500 cuốn. Tranh bìa và trình bày & thư pháp: Họa Sĩ Vũ Hối.)

2. thơ tuyển từ tập Trăm Năm 1991

kiếp người

Một bóng cây trầm mặc
Một trời đêm xuống thấp
Đôi mắt nhìn đăm đăm
Kiếp người soi vằng vặc

Tiếng cười vụt mất tăm
Trong mù mờ trí nhớ
Vòng tay buông xa xăm
Ôm đời trong mộng vỡ

Những bước chân cuồng quay
Gầm lên đòi đất hứa
Một trái tim trên tay
Bỗng đòng đòng máu nhỏ*

1976

**Khi in năm 1991, đoạn 3 đã bị kiểm duyệt cắt bỏ.*

theo mãi bên đời

Vẫn theo mãi bên đời
Chiều hạ vàng rực rỡ
Rất thầm trong hơi thở
Lời thơ buồn không nguôi

Vẫn vang mãi bên đời
Lời ca thơm sông núi
Vẫn về trong đêm tối
Nắng ngày xưa yên vui

Vẫn đi theo nụ cười
Lệ đời rơi khốn khó
Tình như con sóng nhỏ
Đau tràn lòng biển khơi

Vẫn theo mãi bên tôi
Một bóng buồn u uẩn
Vẫn sừng sững trong đời
Một cõi riêng thầm lặng

Vẫn về theo giấc ngủ
Nắng ngày xưa chơi vơi...

*(Bài thơ này đã được nhà thơ
Nguyễn Đức Cường phổ nhạc,
ca sĩ Diễm Liên hát)*

Sài Gòn không có mùa thu

Sài Gòn không có mùa thu
Hai đầu nắng mưa bập bênh con phố
Mặt trời trưa những con đường hóa lửa

Những con đường nuốt bóng khát khô
Thơ dại nụ cười thổi vàng hanh nắng
Mùa thu mơ hồ ở giữa cơn mưa

Cơn mưa vội như bàn tay thả
Lao xao bóng ngày rơi
Lừa phỉnh chút mùa thu nơi sắc lá

Khoảnh khắc ấy vừa đủ một bài thơ
Mùa thu mộng về trên trang giấy
Con chữ nằm bóng lá giộp mưa

Sài Gòn ôi Sài Gòn nắng sớm mưa trưa…
1980

mãi mãi

Hãy giữ em,
Như mầu trắng cất giữ bao la trầm lặng
Như xanh lục ẩn giấu mầu vàng
Như hồng cánh sen cất nồng nàn sắc tím
Như ký ức chắt chiu từng kỷ niệm
Như lòng tay ôm bí ẩn nhân gian
Hãy giữ em,
Như con tim không nguôi dòng máu đỏ
Như giấc ngủ vùi giữ những cơn mơ
Như cảm xúc nuôi lời thơ ấm lửa
Như khúc nhạc tình gian díu đường tơ
Hãy giữ em,
Như đêm khuya giữ muôn lời tình tự
Như đất âm thầm giữ cội rễ khai sinh
Như con đường giữ bước chân hò hẹn
Như thời gian giữ mãi vô tình
Ta giữ nhau
Như rừng bao năm cất sâu niềm sợ hãi
Như mây nặng nề cất giữ cơn mưa
Như trái đất ôm bốn mùa thay đổi
Như thời gian giữ mãi tháng năm xưa
Như đêm tuyệt vọng nuôi ngày hy vọng
Như ngàn năm giữ mãi bóng hư vô…
1980

nửa đêm nghe hát

Nửa đêm, tiếng hát
Như gió thổi tràn
Hương hoa hương cỏ
Thơm lừng gối chăn

Nửa đêm, ánh trăng
Soi tình vạn cổ
Run rẩy trăm năm
Về trong quỳnh nở

Nửa đêm, tiền kiếp
Hóa thân lời ca
Lá nằm thiêm thiếp
Đổ lệ tài hoa

Nửa đêm, chiêm bao
Mênh mang trần thế
Lời nào xôn xao
Buộc lòng dâu bể
1990

người xưa

Lệ thời gian mãi đổ
Nhạc không gian vô cùng
Thoáng về trang giấy cổ
Cơn sầu ai mông lung
Thoáng đôi lời than thở
Chuyện đau lòng hậu sinh
Mới hay người xưa chở
Ngàn năm, một nỗi tình
1990

Hai tập thơ Tặng Phẩm - Trăm Năm đã được thực hiện thành hai CD năm 1992, do Nhà Thơ Nguyễn Đức Cường biên tập, với sự góp mặt của: Tiếng Sáo Tô Kiều Ngân, Đàn Tranh Thạch Cầm và giọng ngâm của hai nghệ sĩ: Mai Hiên-Thúy Vinh. Thu tại studio Nhạc Sĩ Quốc Dũng.

(NXB Văn Học, VN. In lần đầu 1997, 1000 bản. Bìa và trình bày: Thi sĩ Trụ Vũ và Đỗ thị Hồng Cúc. Dàn trang: Thiên Anh)

3. thơ tuyển từ tập Tơ Tóc Cũng Buồn 1997

ngại ngần

Cười anh lời hỏi ngại ngần
Nên con nắng cũng phân vân cửa ngoài
Cười em xuân muộn trên vai
Theo trăm sợi nhỏ bay dài hợp tan
Theo về năm tháng ngỡ ngàng
Thương em thơ dại bàng hoàng lời thưa:
Bây giờ thôi chẳng bao giờ
Yêu nhau cho thấu bến bờ tử sinh.

con đường xa người

Thế là điều muốn nói
Dấu lặng trong lòng nhau
Biết đâu là lần cuối
Biết đâu còn mai sau

Đàn chim tha nắng vàng
Đem mùa hè đi biệt
Con đường chưa nắng hết
Vội chi trời mưa ngang

Ai chờ ai dưới phố
Ngày đi mấy ngả dài
Con đường chong mắt gió
Phố so buồn đôi vai

Con đường anh để lại
Mênh mông một chiều tàn
Em về, ngày tháng bệnh
Làm sao chờ, thời gian…

tìm nhau

Tìm người, ru khúc kinh sâu
Lay con phố dậy qua cầu chiêm bao
Nghìn muôn giọt đá lệ trào
Mộng rong rêu có xôn xao bước này

Thăng trầm lối cũ chiều nay
Chạnh màu hoang phế ai hay ta về
Khói sương từ độ cách chia
Lần theo bước cũ mộ bia thì thầm

Ta về trong bóng tiền thân
Quẩn quanh lời hẹn bên vầng trăng xưa
Ruổi rong bao cuộc tình cờ
Lời kinh vang vọng bến bờ tịch nhiên

Nghìn thu dấu hỏi còn im
Mang mang trời đất có tìm được nhau
Chập chùng người lại về đâu
Một đường hoang lạnh. Trắng màu thời gian

1991

phân vân

Tiếng lá rơi bên thềm
Như chân người cô độc
Ai đang bước vào đêm
Bóng ngày phai trên tóc

1995

tiễn bạn

Mủi lòng mặt lạ chân xa
Một vuông khăn vẫy đã già đớn đau
Một lời đã kịp nói đâu
Nhìn nhau ngơ ngác. Nhìn nhau buồn buồn
Chưa xa con mắt đã mòn
Ngày chưa đợi đã thấm đòn thời gian…

1996

có niềm đau

Như chiếc dằm
Buốt đau thân thời gian
Làm sao có được con tim đá tảng
Để khơi nó ra

Như chiếc bóng
Lặng lẽ theo mình
Một nửa an nhiên dưới nắng trời đen sẫm

Như đôi mắt nghi vấn
Đêm đêm khắc khoải ngạc nhiên
Ôi, niềm đau, cứ thế, sừng sững trong kỷ niệm

1996

hồ nghi

Khi hỗn mang trời biển
Yêu tinh khoác áo thiên thần
Là lúc hào quang nguỵ tín
Đi tìm sự thật nương thân

Nơi trú ẩn cũng dần quen thuộc
Đôi bờ chữ nghĩa loanh quanh
Nỗi ơ hờ hồn nhiên đến lạ
Phố mầu áo giấy* long lanh…

Khi nơi anh nghèo nàn giọt lệ
Khi nơi tôi túng quẫn tiếng cười
Từng nỗi đau lặng lẽ
Trong hoang vu ốc đảo mắt người

Khi đêm vô vàn bẫy tối
Mộng trừng tay với bơ vơ
Khi hồ nghi bủa vây như lưới
Đến tình yêu kia. Anh cũng đâm ngờ

1996

** tục ngữ, đi với bụt mặc áo cà sa, đi với ma mặc áo giấy*

tiếng thở dài

Kính tặng cố nhà thơ
Mịch La Phong (Ngô Nguyên Phi)

Biển gọi giang hồ từ giã núi
Nghiêng trời lận đận bước mưa pha
Nghe ai trở lại cùng đêm vắng
Bình vỡ trăng loang, nước mắt nhòa

Ngang trời một thuở đau lòng gió
Sương lạnh mù căm áo biếc tơi
Đèn sách bùi ngùi đêm thức giấc
Đời đi lần lữa gác trăng phơi

Thơ dang dở xé nhầu năm tháng
Chí mọn buồn nghe núi xẻ trời
Cơm áo vấn vương lòng giấy thẳm
Tìm đâu xứ mộng. Người tăm hơi

Dâu biển nằm mơ chuyện vĩnh hằng
Ai còn hệ lụy với mông lung
Đằm đằm vuốt mặt bên cay đắng
Soi đáy ly hỏi chuyện vô cùng

Hỏi với trăng xưa đầu núi cũ
Về đâu ước hẹn những ai ai
Đêm cong lưng mẹ tay còn níu
Muôn dặm đường quê tiếng thở dài

1996

đêm mưa

Mịt mù mưa đổ
Trên mái nhà buồn
Trên đường hiu quạnh
Trên tàn cây buông

Đèn xa bên đường
Hắt khuya bóng vỡ
Ma trơi lọt tròng
Lập loè đêm đỏ

Ai về mù sương
Chân sầu mưa lũ
Rao lời yêu thương
Bốn bề gió hú

1996

giao thừa

Đêm đen hơn. Trời cũng cao hơn
Phố cuối năm se se thổi buồn
Đốm thuốc người khơi vì sao nhỏ
Sáng lập loè bên tôi yêu thương

Con đường cũ. Những hàng cây cũ
Bỗng nhìn nhau ngượng ngập áo mầu
Nhấp nháy đèn đi. Phố long lanh nổi
Dòng người xô sóng tan theo

Đêm lộng mở. Phố huyền mắt biển
Đêm thì thầm. Phố ngọt trên môi
Rơi xuống lòng tôi đăm đắm quá
Mắt người thăm thẳm đêm ba mươi

Đêm dặt dìu một vòng trời đất
Nhịp âm dương quấn quít giao thừa
Tổ trần gian rót lòng nhau mật
Mừng thêm từng phút cõi đong đưa

Đường thời gian xin hãy thật dài
Cho ta đừng vội đến ngày mai
Ở lại nhé đêm ơi vời vợi
Có vì sao vừa sáng trong tôi…

1996

ngày đi tìm giấc ngủ

Trên từng ngọn gió
Ngày đi im lìm
Tìm đâu giấc ngủ
Tay đêm đuổi mù

Lan man đường lá
Lá khép mi sương
Một đàn dơi ma
Mộng mơ treo ngược

Gõ nhịp buồn xa
Trơ hàng cây lắng
Biết đâu là nhà
Dừng chân hiu quạnh

Chênh vênh quán phố
Khuya ngọn đèn gầy
Bơ vơ thân Ngày
Chìm hơi khói nhớ

Rùng mình Ngày đi
Co ro đêm lạnh
Đốm lửa nhóm khuya
Bập bùng ảo ảnh
1996

(NXB Văn Học, VN. In lần đầu 1999, 500 bản. Bìa và trình bày: Thiên Anh - thư pháp Trụ Vũ. Phụ bản tranh của các họa sĩ Trương Thìn, Đông Nguyên, Huỳnh Ngọc Điệp. Giá bán: 20.000 VNĐ)

4. thơ tuyển từ tập Đêm Hoa 1999

Cánh diều xanh xanh kia ơi
Quê hương yêu dấu là trời đất đây

đêm hoa

Bên đời hội trẩy xôn xao
Bụt ơi, áo mới, em vào đêm hoa
Vâng. Nửa đêm em sẽ về nhà,
Thôi xe, thôi áo, em lại là tấm tâm
Ơn sao đã bỏ dấu thầm
Chiếc hài thơ, để chàng tầm xuân em
Bụt ơi, kết cỏ em đền…
1997

lục bát thiên thanh

1.
Rất mơ, mộng đã một lần
Thương ơi, sợi tóc xa gần trong tay
Một lần cúi xuống ô hay
Để trông lên để chiều đầy gió lên

2.
Xanh hơn, những lá trong vườn
Mộng hơn, những mộng vẫn thường mơ kia
Reo hơn, những bước chân về
Thương hơn, cái chỗ thềm khuya anh ngồi
Chỉ vì anh ở đấy thôi…

3.
Ngày sang khép nép dạ thưa
Mùa xuân tơ ngó cũng vừa nụ xanh
Áo ai xanh ngát thiên thanh
Hội xem trời đất cây cành lên hoa
Vòng tay mở rất quê nhà
Trông lên đôi mắt đã là quê hương

1997

con trăng sáng ở trên trời

Con trăng sáng ở trên trời
Cái sáng trăng để cho người thức khuya
Nỗi gì mà đóa hoa kia…

Con trăng sáng chỉ để vì
Chứng bao nhiêu những thề nghì tóc tơ
Có câu thề rất lửng lơ…

Tình yêu, có khi để ngờ
Đôi thề thốt, họa để khờ. Dại tin
Trên trời trăng vẫn như in

Chắc gì một kiếp, làm tin
Buộc làm sao nổi cái nghìn muôn sau
Cầm bằng nước chảy qua cầu

Anh thưa lục bát đôi câu
Anh xin anh bỏ trầu cau em, và…
Trăm năm. Xa dặm dằm xa

Vầng trăng tưởng đã ruột rà
Dài đêm lắm mộng đâm ra đôi bờ
Bóng chim tăm cá giấc mơ…

chiều hương

Chiều xuống xanh theo cỏ trong vườn
Cánh mây nhỏ phập phồng nỗi gió
Một chút nắng trong lời sen ngó
Và chiều như gói giữa hoa hương

Hình như đã rất chờ anh ạ
Nên chiều dường quen quá nơi đây
Mùi hương ấy từ lâu trong lá
Lại nghe chừng lạ quá hôm nay

Thánh thót điều gì em không biết
Chỉ hay sương khói ở miền xa
Đang đọng lại trong lời thân thiết
Em đi. Như trở lại quê nhà...

1998

trưa xanh

Đã đến giữa thời gian rực rỡ
Thời gian hồng quá một trưa xanh
Long lanh bàn tay năm ngón mở
Bàn tay năm ngón đợi long lanh

Trời buổi đó một lần đứng lại
Về xao giấc mộng giữa hai tay
Nhé giùm ta chút lòng ngần ngại
Đôi bàn tay nói nhỏ nhau hay

Từ buổi đó biết rằng trong trẻo
Là dòng khơi lắng hết niềm đau
Từ buổi đó niềm vui nắm lại
Là vô vàn ở mãi trong nhau

miên man hồng

Hồng không hết. Miên man hồng đến thế
Gió bung reo. Trời tung cửa vỡ oà
Con tim nhỏ, mùa xuân về thốt khẽ
Hái đi em. Ngày đã nụ giêng hoa

Phương đông hẹn nên chân trời rất khác
Hồng ban mai khe khẽ bước tinh khôi
Hoa lên em. Nắng đang giòn rất nhạc
Mỗi trang ngày ta lại mở xanh nôi

Hồng không hết. Miên man hồng đến thế
Dường như vui, đất rộng mãi vòng tay
Ta đi nhé. Anh ơi mình đi nhé
Thao thao con đường kể chuyện hôm nay

Trong trẻo quá để đời như mãi nụ
Mỗi niềm vui như mỗi hé hừng đông
Xuân lên em. Mật của ngày đang vụ
Phút giây ơi, năm tháng lại đầy, đong…

1998

đêm gió

Lá bàng vừa đốt đỏ
Ấm một góc sân nhà
Đêm đông trời se gió
Tội anh về, đường xa
1997

trẩy hội

Quê đưa em về chiều anh trẩy gió
Gió thơ ngây lại dấy tóc đuôi gà
Con mắt rơm ngái thơm vòng ôm rạ
Đuôi cau còn liếc lẫy bóng ngày qua

Cuống chân cỏ vấp lòng anh nắng lúa
Lúa vàng ơi bỏ thóc gọi mùa em
Thắm nắng chiều đi lả cò bước lụa
Ríu bờ xanh, xanh cuống quít tay sen

Vạt quê lơi buộc lòng kim cải vối
Nụ trầu cay têm mắt lá em răm
Đêm về nghe con tim rền trống hội
Ngực áo còn hương mớ ngủ lời xăm*

1998

** có cô gái làng Ngọc Hà đi lễ hội,
xin xăm rồi nhét tờ xăm vào ngực áo.*

cánh nhạc

Đêm nằm nghe cỏ hát
Tưởng như cả không gian
Đang xoè đôi cánh nhạc
Đầy em nỗi tình tang
Tình tang em nghe như tình lang*...

1997

**thơ Bích Khê, trong bài Tỳ Bà*

về nhà

Về nhà cha mẹ
Ăn bát canh tần
Lòng con lá hẹ
Trời mưa lâm râm
Lời cha, chữ tâm
Ngày con nắng hé
Thơm con ngày bé
Lòng mẹ hương trầm
Về nhà cha mẹ
Nghe mùa trâm trâm...

1998

dấu thơ

Niềm vui thơ dại
Đưa tôi đến đây
Thôi lòng ngần ngại
Nhẹ cùng gió bay

Chẳng quay lại nữa
Chẳng ngại đường xa
Cái hồn lá úa
Đã rụng chiều qua

Hôm nay ngồi lại
Với từng phút giây
Ngày mai ngó lại
Cũng ở nơi này

Nghìn lẻ năm sau
Có bước từ đầu
Bài thơ bỏ dấu
Bên đời gọi nhau
1999

(NXB Trẻ, VN. In lần đầu năm 2002, 500 bản.
Tranh bìa: Họa Sĩ Lê Thiết Cương.
Trình bày bìa: Họa Sĩ Lê Ký Thương.
Phụ bản: Họa Sĩ Lữ Kiều.
Giá bán: 20.000 VNĐ.

5 -thơ tuyển từ tập Những Buổi Sáng 2002

Tập Những Buổi Sáng được viết từ tháng 4 đến tháng 10.2000, là thời gian tôi dưỡng bệnh tại ngôi vườn trong Mái Ấm, đường Sư Vạn Hạnh, Sài Gòn.

Bạn cảm thấy sao khi vừa mở cửa
đã rơi ngay trước mình tiếng chim hót
Và bạn sẽ làm gì với những nốt nhạc ấy?

**

từng bậc buổi sớm

1.
Tôi đang bước lên
Từng bậc cấp buổi sớm. Từ ấm áp của đất
Bóng đêm đang trở thành kỷ niệm
Tôi đang ở vào thời gian nào thật nhất của mờ sương

Vẫn còn hơi gió đêm từ phương Nam
Có thể tôi đang ở trong bóng mà nắng đang trú ẩn
Bằng cái vời tay dịu dàng. Tôi sẽ chạm vào nó

Sự lạnh lùng của đêm đã ở rất xa
Hình như tôi đã bước thêm bậc nữa
Giờ thì đã nghe được hương của những loài hoa

Hơi ấm của vòm cây, của tổ chim, của gối chăn giấc ngủ
Của những sắc mầu còn lẩn quất
Trong hồi hộp của chờ đợi
Tôi không biết mình đang bay lên. Đang tới
Hay đang rơi…

2.
Tôi yêu âm thanh. Nghe được
Ở tiếng cười. Tiếng hót của chim
Tiếng chuông đồng hồ đánh thức mỗi sớm

Tôi thích nhìn mầu ly cà phê sữa mỗi sáng
Nó làm tôi nhớ con mương đục ở quê nhà
Vẫn cùng tôi bầu bạn

Tôi yêu tiếng gió thổi trong mắt
Mỗi khi anh nhìn
Tôi lại thấy mình như bóng lá

Tôi yêu ban mai
Vì cảm giác sung sướng
Còn một ngày dài trước mặt…

những buổi sáng

1.
Ngày thức dậy bằng bài ca phiêu lãng
Thời gian vừa gõ cửa giục tôi
Ô bước chân sẽ cùng theo ánh sáng

Bóng tối đã chìm trong mầu lá úa
Niềm vui mở ra từ cánh hoa vàng
Quay về phương Đông nương tựa

Gió sẽ thổi lên xanh
Nơi những lời anh nói
Em đang nghe từ phía ấy, bình minh

2.
Đang mở ra những khung cửa sổ
Đang thức dậy. Con đường. Nhà. Phố
Dưới bước chân đang gần lại của ban mai

Đang mở ra những điều tôi thấy
Đang mở ra trang giấy
Dưới bước chân đang gần lại của tôi

Dường như
Đó là những bước chân
Đang đi dần tới hạnh phúc

3.
Nơi ánh sáng những bàn tay vẫy gọi
Bay theo vô cùng tôi, tiếng nói
Nơi những sắc mầu không thể phân chia
Những rung động tưởng chừng không nghe nổi
Một bước thêm. Lại xa thêm tay vói
Gió của ngày và bóng của mây

Chẳng biết mất đi hay vừa đầy

4.
Đâu đó
Khúc nhạc của người da đen
Dậy lên buổi sáng
Nơi giờ khắc thong thả của những giọt cà phê
Bỗng nức nở những hạt lệ mầu đen, khóc nắng
Tiếng kèn run rẩy bóng đêm
Thốc tới một ban mai khác
Cây xương rồng trong bình
Khóc nhớ sa mạc

Đâu đó tiếng dương cầm
Buộc tôi vào gió
Dưới bóng mát những lùm cây. Tôi tan ra khoái cảm
Ban mai cũng thế
Đang là một bài ca trữ tình được viết bằng những nốt nhạc
Mà bao lâu nay
Nó cứ ngỡ mình chỉ được vẽ bằng ánh sáng
Như thời gian
Cũng tin rằng mình đã được viết bằng chờ đợi

Dè xẻn với, ban mai ơi
Đừng bung ra hết nắng
Đừng vội vã pha hết mầu trời
Một chấm tôi. Dù nhỏ…

5.
Hãy chậm lại. Đừng soi hết long lanh
Còn vô cùng những bước đi trên đất
Đừng mở hết những con đường buổi sớm
Những bước tôi. Dù chậm…

Bằng niềm vui riêng của mình
Mở những ban mai bất chợt
Xin đừng nói gì với tôi về con đường phía trước

Cũng đừng nói gì về ngày mai
Xa hơn nữa, tương lai
Sao cứ nói hoài về những điều chưa tới

Cũng đừng nói về ngày cũ
Nó đã ở ngoài những phút giây
Nó đã thuộc về giấc ngủ

Ngay nơi dấu chấm này. Tôi chỉ muốn nói về chữ viết hoa sau nó.

trưa đong đưa

1.

Khi tôi đến
Nắng đã bắt đầu mệt mỏi
Như mặt biển đang doãi ra
Không sóng dội
Không âm thanh bay cao của những bọt hoa

Dưới bóng nặng trĩu của lười biếng
Những chiếc bóng thu mình rất nhỏ
Không còn gì có thể đầy
Có thể sóng sánh. Có thể đổ tràn
Buổi trưa đặc lại. Và câm tiếng
Tôi như đứa trẻ tiu nghỉu
Mang về nhà. Chiếc túi rỗng buổi trưa

2.

Trên chiếc võng giữa hai cây tràm hoa vàng
Tôi thiếp ngủ
Bắt gặp con bướm nhỏ
Bay ra từ giấc mơ Trang Chu
Đàn kiến mối
Đùn những ụ đất chỗ một người đang ngồi
Mùi cháo kê trong giấc mộng ông ấy bay tới tôi
Không… Hình như mùi hương tràm
Tôi kịp nghe. Trước cái giật mình thức giấc

Chỉ có vết ngứa kiến cắn, là thật
Chỉ tôi vừa thiếp ngủ ở một nơi lạ, là thật
Và mùi hương tràm. Thật như mơ

nước mắt chiều

Tôi đến với chiều. Trong hạt lệ
Những hạt lệ cũ mầu rêu
Phủ lên tôi nỗi buồn mới

Tôi đến với chiều
Bằng con đường đất nâu kỷ niệm
Bằng ánh nắng ngũ sắc trâm trâm thời bé xíu

Tôi đến với chiều
Tia nắng cuối. Mang nụ cười mỏng manh
Kêu mưa. Cánh chuồn kim trong suốt

Chiều. Chiều
Tiếng kêu lên
Rất dịu. Rất trầm. Rất trễ
Khi đến với chiều
Bước tôi rất khẽ
Như thể đang cầm trên tay ly nước rất đầy

tiếng nói của đêm

1.
Trên lối quen
Ban đêm còn ấm con đường nắng
Nhỏ nhoi tôi, một bóng đen

Ánh đêm im lặng
Dường như không trôi
Và tôi. Trong thời gian đọng lại

Chỉ có hương của hoa khuya
Là thời gian đang trôi
Qua khu vườn tối

2.
Tôi biết nơi đó, tôi về
Mặt trời vắng bóng
Đêm nay tôi sẽ đem theo ánh sáng những vì sao
Để soi đường giấc mộng

Và sáng mai. Khi ra đi
Tôi sẽ đem theo đôi cánh của giấc mơ
Để cất trong ngày những đường bay
Bay bổng

3.
Thầm lặng đêm
Đêm xa dần trên bóng những hạt mưa
Tí tách thềm
Thềm loang dần ra rồi vỡ
Chìm xuống nữa
Chìm xuống vô cùng giấc ngủ
Khuất dần tôi
Lấp dần tôi. Bóng nặng cơn mơ

phía mùa xuân

Đừng điểm danh tôi. Giấc ngủ ơi
Đã mở ra con đường đi vào giấc mộng
Thì làm sao tôi có thể chối từ

Đừng điểm danh tôi. Nắng chiều ơi
Dưới tàng cây kia có tiếng ru của bầy chim
Gọi tôi vòm lá xanh xum vầy mơ mộng

Đừng điểm danh tôi. Tấm gương soi
Nơi thời gian dừng lại
Mở tôi con đường phía của mùa xuân

Đừng điểm danh tôi. Đèn hoa xôn xao phố hội
Bình minh chân trời đang tới
Vụ mùa đã thơm, lúa chín ngoài đồng

thói quen

1.
Tôi đã hát. Đã hát rất lớn
Một bài hát từ lâu
Tôi vẫn thích (và theo thói quen, tôi vẫn hát thầm)
Điều kinh ngạc. Là tôi đã hát lên trước một đám đông
Chắc có gì đã làm tôi kích động
Khi thức giấc
Tôi thở phào nhẹ nhõm
Ôi, tôi lại được. Hát thầm

2.
Nỗi nhớ
Sau nhiều lần đôi co
Sau nhiều lần phủ nhận
Tôi đinh ninh Nó không còn hiện hữu
Thật ra
Chỉ khác trước. Bây giờ Nó im lặng
Quen rồi. Nên thôi cùng tôi cãi cọ

3.
Khuôn mặt hề giấy
Hai hố mắt rỗng
Cái miệng cười như đang há hốc
Tôi úp lên mặt
Nó đã có cái nhìn của tôi
Nụ cười của tôi
Chỉ khác một điều, những hạt lệ

4.
Như ban đêm
Có những tiếng đập cửa
Nỗi giật mình ấy thường xuyên vẫn về trong giấc ngủ
Như bóng đen
Luôn chực chờ in xuống sau lưng
Nỗi canh chừng ấy làm tôi bước hụt
Như hầm hố
Trên đường đi không biết trước
Nỗi rụt rè ấy làm tôi luôn vấp ngã
Lâu dần. Thành thói quen
Tôi như con thỏ
Thấy sau lùm cây nào cũng có bóng*
*(*ý một câu danh ngôn)*

5.
Tôi nhìn đuổi
Dòng nước đang chảy tới
Đám lục bình đang trôi về phía trước

Tôi quay lưng
Dòng nước đang chảy qua
Đám lục bình cũng vội vàng mất hút

Tôi nhìn xuống. Dòng nước như đứng lại
Trên chiếc cầu lênh đênh. Tôi nhìn trời
Tôi thấy mình đang trôi

Chắc trong giấc ngủ loài dơi
Chúng thấy tôi đứng ngược

vì tôi đã quên

Cùng anh Khôi

Chở tôi về buổi sáng
chiếc xe đạp thời nhỏ
tôi tập đi bỡ ngỡ
con đường đất lởm chởm
cát và đá, làm tôi
-con bé tập đi xe-
chỉ chăm chăm nhìn xuống
tránh được đá trên đường
nhưng tôi lại đâm vào
cái hàng rào đầy gai
ông anh tập cho tôi
bảo, em muốn khỏi ngã
em phải tập cách nhìn
nhiều phía. Lời dặn dò
ấy tôi đã quên. Quên
suốt một thời gian dài
cho đến khi bị ngã
cho đến khi bị rơi
tôi mới chợt nhớ ra
rằng tôi đã quên tôi
đã không chịu nhớ tôi
đã để mất thói quen
canh chừng từ nhiều phía

trong tập bản thảo giấy

1.
Những vòng tròn mực đỏ
Khoảng không gian
Nơi mỗi câu thơ đã là từng nhịp thở
Những dấu ngôi sao đỏ
Là khoảnh khắc tôi nhớ
Điều tôi nhỏ lệ
Những gạch xoá
Phút giây tôi dấu mình im lặng
Những dấu hỏi
Treo mình lời u tối

Và khi chữ không thể nói
Cảm xúc tôi theo cây bút chì
bung ra theo đường xoắn ốc
như những cục bùi nhùi đen, trên giấy

2.

Trên trang giấy viết mỗi ngày
Có chiếc cầu bắc qua. Chiếc cầu khỉ
Tôi phải đi rất chậm
Và cứ phải kìm mình cho khỏi ngã
Trên ấy là những dốc
Đầy những đá
Trong lặng lẽ dắt mình lên
Tôi mơ bước chân của loài nai nhỏ
Trên ấy là những cột mốc
Chỉ đánh dấu nơi dừng lại
Không được báo trước gì về nơi có thể đến

Trên ấy sáng nay đầy những chữ viết
Tôi bỗng dừng lại nơi vệt máu
Của một con muỗi chết

xin lửa

Chỉ mong ngọn lửa ấy lại sáng lên
Để khuôn mặt tôi lại hiện ra lần nữa với vẻ ngạc nhiên hứng khởi
Để ánh sáng diệu kỳ lại đánh thức trong tôi niềm tinh khôi

… Tưởng nhịp đất trời rung chuyển cũng chỉ bằng ngần ấy nhịp đập nơi trái tim tôi. Tưởng nắng hay những vì sao đêm cũng chỉ lấp lánh đến thế, ngọn lửa nuôi tôi. Tưởng vòng cung bầu trời cũng chỉ vừa vặn đến thế, vòng tay đã đầy tôi, và giấc mơ ở cùng tôi một phía…

Chỉ mong ngọn lửa ấy lại sáng lên, bằng tất cả ánh sáng nơi tôi
Và tôi. Xin hết sức mình giữ lửa

(NXB Ý Thức Bản Thảo, VN. Bìa: Họa Sĩ Lê Ký Thương. Trình bày và in: Nhà Văn Nguyên Minh, Được viết từ 1980-2009)

6. thơ tuyển từ tập Bùa Hương 2009

Cô không chỉ cảm nhận được mùi hương của thân phận, tình yêu, kỷ niệm, tử, sinh, (mà) cô còn cảm nhận được cả mùi phấn hoa của từng con chữ nữa.

Mùi hương, do đấy, trong chừng mực nào đó, đã thành ngải, quay lại bỏ bùa thi sĩ (hay thi sĩ tự biến thành con tin của "bùa hương" chính mình?) Để bùa hương thành linh hồn mỗi con chữ?

Tôi không biết, tôi cũng không thấy một ai, có thể trả lời rốt ráo câu hỏi này.

Nhưng ở đây, hôm nay, tôi biết, tôi muốn nói với người bạn nhỏ của tôi, Nguyễn Thị Khánh Minh rằng, tôi rất mong, tôi ước mơ cô sẽ ở với "bùa hương" của cô, đến cạn, cuối, đời mình.

(DU TỬ LÊ, nguyễn thị khánh minh, con tin của bùa hương; hay mùi hương, linh hồn mỗi con chữ - Cali, July 09)

**

bùa hương

Có phải khởi đi từ hương thơm hương ấm hương no nơi bầu vú mẹ quấn vào tiếng khóc ban sơ, rồi vấn vít theo từng hơi thở, từng cái nhìn, từng nước mắt, từng tiếng cười, từng con chữ? Bùa hương? Thứ hương gì một lần cảm nhận, đến ngỡ ngàng để rồi mỗi lần cảm xúc dấy lên là Nó lại ùa về sống động, rủ rê mình tan theo?

… và, phổ độ hơn hết trên đời, "ba ơi mẹ ơi!" tiếng gọi đánh thức từng tế bào nhỏ trong thân thể ta, xao xuyến những dòng sông li ti màu đỏ đang chở nhịp sống. Mỗi bước ta đi là say mê theo mùi hương núm ruột đã một lần cắt lìa khỏi ta trong giây phút nhiệm mầu của khai sinh "con ơi!" tiếng oa oa cột ta một kiếp người, lặn lội trôi theo…

… có phải hương một lời gọi ủ từ đóa hoa tiền kiếp, tới giờ long lanh nở đá vàng, cùng nhau nắng sớm mưa khuya, "mình ơi"?

...Vâng. Hương ấy đã bỏ bùa tâm hồn tôi. Là mấu chốt cho cảm xúc thăng hoa, là sợi dây cho tôi lần về kỷ niệm, là đôi cánh giúp tôi còn có thể bay lên, là cái kén cho tôi náu mình, là liều thuốc cho tôi quên đi những nỗi sợ, những nỗi đau cùng những bất an trong cuộc sống.

Sài Gòn, 2009

bếp lửa

Muốn củng cố gia đình, hãy nổi lửa bếp lò.
(Kiến trúc sư Hoàng Đạo Kính)

Xanh ấm no đồng lúa
Cho tôi lòng tơ lụa. Tôi đi
Đá vàng một nương tựa
Cho tôi một bếp lửa. Tôi về

trăng mật

Anh bắc cầu câu thơ lụa đỏ
Bỏ trầu cau ánh mắt cơi mang
Luống cuống bờ kim chân cải nọ
Nhịp trống đình tim hội xênh xang

Anh gọi mùa tháng ba gạo đỏ
Chân pháo hoa em thắp nhịp cùng
Áo kia bay còn vin cớ gió
Dối gì, thưa, nỗi bước sang sông

Câu thơ hương lời xăm mật tỏ
Xúc xắc niềm tin quẻ chứng hồng
Nếu có một điều, xin nói nhỏ
Ơn đời. Đã có. Lá trầu không

22.3.1980

đưa nhau về

1.
Nụ cau thấm nụ vôi hồng
Bước anh thắm lá trầu không, em về
Vườn xanh bóng nắng phu thê
Xưa hẹn trăng sáng. Nay thề, sáng trăng

2.
Hóa vàng nước mắt ta ơi
Mà xinh lễ hội nụ cười cùng anh
Buộc ràng tơ tóc long lanh
Nghe trăm hạt lệ chuỗi thành pháo hoa
Em cô dâu mới, về nhà

3.
Bên anh đi giữa hàng cau
Buổi sớm bỏ thóc đàn chim câu bay về
Em nghe trong hạt thóc kia
Có hạt nắng ủ lời thề lúa xanh
Thề rằng. Em với Anh.

3.1980

sáng sáng chiều chiều

1.
Vì hôm có bước anh về
Nên con đường mỗi lắng nghe nhau gần
Anh về, bóng nắng nghiêng sân
Cho ngày rơi xuống ân cần những hoa
… Và tại vì bước anh xa
Nên tháng sáu đọng hiên nhà, những mưa…

2.
Sáng trời con nắng rưng rưng
Trên từng bước đã ngập ngừng chia ly
Dường như em đã nói gì
Và anh chẳng một câu gì, anh đi

3.
Tàn hoe vạt nắng, hết chiều
Mới đây mà đã thiu thiu cuối ngày
Buồn buồn lời nói chia tay:
Hút thêm một điếu thuốc này, anh đi

4.
Mở cửa em đón một ngày
Bình minhh rực rỡ rót đầy bếp vui
Cà phê sóng sánh môi cười
Đã lâu mới một sáng ngồi bên nhau

nhịp xuân

1.
Xanh núi anh
Xanh lúa em
Gọi đồng xuân thức dậy
Màu xanh non mẩy chân trời
Hò anh lơi
Bổng em nhịp với
Nhạc mùa nghe
Xuân tới
Điệu hoa

2.
Ngày mùa hoa kết trái
Nguyên tiêu ngày gió trẩy nụ em xanh
Tháng Giêng ăn chơi đấy (ca dao)
Em lẩy điệu mùa dậy nhịp xuân anh

1980

bóng đôi

Chập choạng mầu xanh chiều
Chìm nhau trong bóng phố
Đường nhóm cỏ riu riu

Phấp phỏng xa, bóng tối
Lời anh gió thổi bay
Tiếng cười em bắt đuổi

Vẫy tay chiều, thơm rơi
Đậu ánh nhìn rất lạ
Trên bóng mình -bóng đôi-

1982

mẹ và con

- cùng Chương Chương

1.
Chưa bao giờ
Tôi nhẹ như lúc tôi nghe tiếng khóc
Của đứa con tôi vừa sinh ra
Chưa bao giờ
Tôi mạnh như khi nghĩ mình đang là mẹ
Mỗi khi nặng trĩu
Những điều trên làm tôi thấy nhẹ

2.
Con là tiếng gọi không ngơi nghỉ
Giữa đời chập chùng mộng mị
Con trong veo lòng suối
Bao lời đá cuội bình yên
Con trẻ thơ bền bỉ
Cho kiên trì nơi mẹ nở hoa
Con hải đăng sáng gọi
Tay thuyền mẹ vững trong đêm
Nụ cười con reo tiếng biển
Sóng mẹ về êm đềm nương tựa
Con hương nồng bếp lửa
Mùa đông mẹ ấm đêm thâu
Con nung nấu đợi chờ
Cho mẹ biết đâu là bến bờ phải đến
Trong muôn vàn lỗi hẹn của nhân sinh

3.
Tận cùng nụ cười mẹ
Là tiếng khóc con chào đời
Tận cùng hạt lệ mẹ
Là nước mắt con rơi
Tận cùng con đường mẹ
Là mỗi bước con đi tới
Và con ơi
Có thể tận cùng hư vô mẹ
Sẽ vẫn một ánh nhìn theo con. trở lại

1982-1989

con đi học về

Cái nách con chua chua
Như chai dấm mẹ mua
Mẹ bảo con đi tắm
Con ừ à mãi chưa

con quét nhà

Chổi cao hơn con đấy
Nắng theo con nhún nhẩy
Chổi và bụi cùng bay
Thềm nhà nằm hoa mắt

con vẽ

Con hí hoáy vẽ
Xe hơi, hoa lá và mặt trời
Vẽ cả trên đôi má
Những râu ria biết cười

cái mông con

Cái mông con don don
Trắng như củ đậu dòn
Mẹ thương cho mẹ nựng
Mông tròn đôi vết son

cái bụng con

Bụng con (ôi) trông thật ưa
Như của chú Bờm xưa
Mẹ về xin cổ tích
Quạt mo cho con đùa

cây ớt nhà

Cả nhà tôi ai cũng thích ăn ớt
Khi tôi đề nghị trồng ớt
Ai cũng cười. Bảo tôi lẩn thẩn

Chỉ một kẻ không biết ăn ớt. Là tôi
Phơi hạt. Gieo hạt
Chăm nom. Vun xới
Khi cây ớt ra hoa
Ai cũng nhạo tôi. Trồng ớt kiểng

Khi cây ớt bói những trái đầu tiên
Đứa con trai nhỏ hái với nụ cười hăm hở
Mắt nó làm lòng tôi sáng rỡ
Trong bữa cơm
Ai cũng bảo
Ớt trồng ở nhà. Ăn ngon hơn ớt mua ngoài chợ

2000

từng ở ngôi nhà đó

Chúng ta đặt tên nó là Mái Ấm
Từng ở đó
Chúng ta đã nhóm lên bếp lửa sưởi những ngày mưa...

Tiếng đập của những cánh cửa sổ mở ra mỗi sáng. Tiếng ríu rít của bầy se sẻ. Tiếng gió thơm từ con đường gạch. Tiếng đi về trễ muộn những buổi chiều. Tiếng trẻ thơ học bài. Tiếng xì xèo trên bếp. Ràng bình yên tổ ấm sáng trưa chiều tối đêm khuya...

Chúng ta vẽ mỗi ngày. Bức tranh sống động
Chiếc võng đong đưa trời xanh mơ thanh bình. Trời lâm râm tím. Hoa khế bay. Một vuông hồ mênh mang mây. Tròn sum họp tiếng cười. Lung linh vòng nước. Những viên bi cụng nhau trên thềm gạch đỏ. Thủy tinh ánh mắt trẻ thơ đưa tôi vào bài thơ hạnh phúc...
...
Lướt qua tôi bóng nắng
Những chiếc đinh trống trên tường. Vết hằn chiếc tủ áo. Ánh mắt tôi lang thang trong căn nhà đã rỗng ruột. Sóng kỷ niệm trì níu bước chân. Dường như tôi đang nghe tiếng cười trong những bữa cơm. Vọng lại. Ngày đó tôi tưởng mình sẽ ở đây mãi...

7.2005

bùa quê

1.
Đưa em về mái ấm
Buổi chiều non ngậm nắng xanh cau
Em son bước Tấm
Lòng quê Bụt Bống
Trời cau thơm lựng miếng trầu
Đưa em về mái ấm
Hạt cơm hồng tấm mẳn bát canh rau

2.
Nắng hồng thơm hội trẩy
Ruộng áo xanh lay láy hạt mùa hoa
Cỏ rơm đồng ngai ngái
Bỏ bùa hương cho dại bước em qua

về quê

1.
Đi về đường cũ, gòn bay
Lại nghe bước đấy lòng đây thơ đào
Bổng tay gió để mình cao
Reo xanh bước, để trời nao nao gần

Say mùi chân thóc thơm sân
Lòng no những nắng quê lâm tâm nhà
Chiều đơm thiên lý xanh hoa
Lại cơi bếp lửa, lại và thêm hương

Trao nhau đêm nụ tinh sương
Nhà ta ấm quá. Ngoài vườn. Hoa khuya

2.
Chân hoa chân lúa
Bước rạ bước rơm
Theo hương nắng thơm
Tôi về quê cũ

Có con diều giấy
Vướng dây điện đường
Chiều khói lam bay?
Không, mình tưởng tượng

Bên cô kể chuyện
(Nhớ ngọn đèn cầy
Nhớ xưa tắm giếng
Trong đêm trăng đầy)

Mùi hoa tắc thơm
Mùi tro trấu ủ
Tiếng con ễnh ương
Nao nao ngày cũ

Ngồi xuống bên hè
Ánh điện vàng hoe
Cái hơi phố thị
Cái hương thiên lý
Buồn buồn so le

(Nhớ Cô Mười, Ninh Hòa)

vườn xanh

Anh dắt em ra vườn
Đố em một mùi hương
Em nói hoài vẫn trật
Anh cười, tóc em thơm

Nhìn xa anh lại hỏi
Đâu cái mầu quê hương
Cầm tay em, anh chỉ
Đóa bằng lăng tinh sương

Đất trời sao lạ thế
Mang mang tím lạ thường…

nghìn năm reo nụ cười mừng

Có phải đã nghìn năm rồi
Và nghìn năm nữa lại bồi hồi chia
Đã từng hạt lệ canh khuya

Trên trời vẫn bóng trăng kia
Cho đêm còn có người về soi chung
Nghìn năm reo nụ cười mừng

Mừng sao còn nỗi rưng rưng
Để chia mà sẻ, mà đùm bọc nhau
Niềm vui bồng bế nỗi đau

Nghìn năm xưa bóng cờ lau
Từ đi giữ nước mà sau trên đồi
Ngàn lau xanh mãi nụ cười

Một nghìn năm Thăng Long ơi
Một vòng nôi mẹ. Một bầu trời xanh
Có nghe hạt sương long lanh

Hạt sương nhỏ dẫu mong manh
Mỗi sớm mai vẫn cho mình soi gương
Để nhìn nhau một gần hơn

Nhìn nhau trong trẻo yêu thương

2000
(Kỷ niệm Nghìn Năm Thăng Long)

(NXB Phố Văn & Sống, Hoa Kỳ. Ấn phí: 18 Mỹ Kim. In lần thứ nhất 2013, 200 bản. Tranh bìa: Paul Klee. Trình bày bìa: Lê Giang Trần. Tác giả dàn trang. Phụ bản: Họa sĩ Đinh Cường, Nhiếp ảnh gia Sue Cong. Ảnh chụp tác giả: Bảo Chương. Tập thơ gồm 108 bài, được viết từ 2010 - 04.2013)

7- thơ tuyển từ tập Ký Ức Của Bóng 2013

Có thể nói Ký Ức Của Bóng là một bản giao hưởng với những biến tấu của Hình và Bóng. Những trầm lắng của Hình và, réo rắt của Bóng. Là bảng palette màu chập chùng bôi xóa lẫn nhau của Hình và Bóng. Phải chăng Bóng – cái âm bản của Hình kia – mãi vọng âm những "tang thương" của Hình?

(NGUYỄN LƯƠNG VỴ, trích bài bạt KUCB)

**

kho đêm

Kho đêm đầy quá, mộng
Ô chiêm bao được mùa
Đừng mong tôi về nữa

Ở lại cùng giấc ngủ
Sống thực một kiếp mơ
Nhớ chi đời huyễn ảo

Ảo thực hai mặt soi
Một phiến đời lá mỏng
Chông chênh mãi hẹn hò

Một giấc mơ. Tôi sống
Một giấc mơ ăn đời
Một giấc mơ ở kiếp

Đừng mong tôi về nữa

tượng bóng

1.
Gió quái động trời im
Nửa vầng trăng úp mặt
Tượng buồn ai khắc trong đêm

Thành một bóng giữa những bóng câm
Cúi xuống quầng thâm mặt đất
Hạt mầm nào ngày mai mở mắt

Huyễn hoặc giấc mơ ai
Nhặt lên chiếc bóng hoài
Thương nặng đêm đè mộng

Nói gì. Nghe gì. Thấy gì
Tượng buồn trong đêm lạnh
Trở mình hóa bóng. Đi

2.
Thảng thốt chiều đứng lại
Như ai vừa gọi phía bình minh
Ôi thương quá bóng vừa lên thơ dại

Dại con bóng theo người mải miết
Đi về đâu cuối trời biền biệt
Nặng chân ngày hình bóng phôi pha

Mỗi bước qua trở lòng hóa đá
Bóng thương hình mỗi ngày mỗi lạ
Đường rất dài và đến. Rất xa

Bóng cũ theo người già năm tháng
Lòng ai bấc lụn xuống đêm thâu
Khuya bốc mộ chiêm bao còn ảm đạm

Tội con mắt mấy đời lệ hạt
Hai dòng đi kéo nụ đười ươi
Bóng ngửa mặt xót hình nhân dị dạng

Cơn nhớ bao lần đau lột xác
Vết già kham nữa vết thương xanh
Hình vỡ bóng một niềm đau đã khác

Đầu thai tượng mở mắt trời xanh mướt
Biết tìm đâu cái bóng lung lay…
Thôi có khóc cũng xin đừng cúi xuống

dấu hỏi nặng

Tưởng nhớ Lễ Nghi Học Sĩ Nguyễn Thị Lộ,
bị hành quyết ngày 19/9/1442 bởi triều Lê
trong bản án oan khuất Lệ Chi Viên.

Dấu hỏi chập chờn ma trơi
Dồn tôi chân tường nỗi sợ
Bóng tôi, hiu hắt bóng lời

Tiếng khóc nấc trong tiếng gió
Mở đêm thăm thẳm vực sâu
Hồn ai lân tinh bay đỏ

Đỏ thẫm bản án tru di
Ngậm oan nghìn năm mây trắng
Ngậm đau nghìn thu sử thi

Vọng về ngàn xưa âm âm
Nghe buốt trong đầu tiếng búa
Trang sử máu chảy quầng thâm

Gió kêu những lời cầu kinh
Ai ngồi mênh mông bóng tối
Thôi đừng mơ nữa, trời xanh

Mà sao đất cũng ngậm tăm
Dây trời buộc hoài không mở
Dao trời cứa buốt ngàn năm

Người đâu tìm đâu để nói
Dập đầu tứa máu nỗi đau
Nghìn sau còn oằn dấu hỏi

Dấu hỏi nặng, dấu hỏi nặng
Nghìn cân ai treo trong đầu
Thương nỗi độc hành lẳng lặng

Dấu hỏi cong trời nối đất
Sống chết ngó nhau bằn bặt
Thôi đừng mong nữa, trời xanh
Tháng 9.2010

dỗ ngọt

Thôi trái tim cỏ non
Nắng đã già trên đầu
Sương đã tàn trên ngọn
Đập chi hoài nhịp đau

Thôi trái tim thủy tinh
Đựng chi buồn quá lửa
Cứ vỡ đi, cứ vỡ...

Thôi trái tim thịt xương
Cứ đập đi mà quên
Cứ đập đi, mà tin...

đêm không ngủ

1.
Tôi nằm xuống ngủ
Bóng nằm xuống ngủ
Hai kẻ bên nhau ánh nhìn đen lọ
Bỗng ánh trăng soi, cùng kêu lên,
Chỉ trỏ
Ô, vết nhọ
Mặt
Mày …

2.
Sợ xao động những điều tôi nghĩ
Bóng không tan
Bóng không rời
Bóng dịu dàng ôm những giấc mơ
Âm thầm nằm cạnh tôi
Cũng không ngủ

tiếng vỡ

Rơi xuống
Rơi xuống
Những hạt nước mắt mầu trời
Vỡ tôi đám mây tan

Tung lên
Vỡ tan
Những hạt nước mắt mầu biển
Ném tôi con sóng tuột bờ

Rơi xuống
Rơi xuống mãi
Hạt nước mắt mầu mưa
Thềm tôi đau ran tiếng vỡ

Chậm chậm
Vỡ rất chậm
Hạt nước mắt mầu đêm
Nhuộm đen tôi chiếc bóng
Gọi khan phận người
Lọt tròng đêm
Tiếng quạ

bóng chúng ta

Và, em đã ngồi bên anh
Bất ngờ
Như trong một bức tranh
Ông họa sĩ vẽ thêm nhân vật nữ vào phút cuối

Thành ra, em đã ngồi đó, bên anh
Ông họa sĩ vẫn còn nhìn vào chúng ta
Hình như suy nghĩ
Làm thế nào để hoàn chỉnh sự ấm áp giữa hai nhân vật
Buổi chiều lạnh và xa thẳm

Cuối cùng
Ông họa sĩ vẫn để giữa chúng ta một khoảng cách
Có điều ông vẽ thêm một ngọn nến
Để hai chiếc bóng chồng lên nhau…

ký ức gió

Gió đưa về những đám mây xám
Mang ký ức của biển khơi
Gió vi vu biển mặn
Mang ký ức vực sâu
Gió trầm u uất

Gió thổi về những đám mây xanh
Mang ký ức của núi đồi
Gió dại hoang vó ngựa

Dạt về những cơn mưa
Gió cuồng phong bão lệ
Ký ức của biết bao chuyện buồn trên trái đất
Rầm rập lời oan

Gió thổi về bóng tối
Mang ký ức của đợi chờ
Gió u hoài liếp cửa
Đêm đêm canh bước về
Giấc mộng

Chập choạng những con bóng
Mang ký ức phận người
Tiếng xích oằn chân gió
Đêm đêm hú đòi
Trí nhớ

kia ai gõ bóng

Ngồi đây ta gõ ván thuyền, ta ca…
(Văn Cao)

Bóng người chồn chân bóng đêm
Trời đi suốt canh thâu
Chờ ai đá dựng
Người không về đâu
Non lặn biển sâu
Nổi bóng ru hời
Lung linh tử biệt
Nhạc gõ đưa thuyền trong gió

Ơi hời
Tìm ai mà hú gọi
Hồn tím ngắt vực sâu
Biển đến. Một biển xa
Biển đến. Một biển mộ
Gọi ai sóng bơ vơ
Đập cát tìm quê nhà
Ai hồn trôi giạt
Nước trôi về đâu tiếng nước
Lục bình tím lá xanh
Chân rễ phiêu bồng nước cuốn
Quê nhà hai bờ sinh ly
Biển rừng từ sinh ra đã tử biệt

Một ngàn con bóng đi
Một ngàn con bóng đợi
Một ngàn con bóng bay
Một ngàn con bóng trôi
Một ngàn con bóng vỡ

Kia bóng ai ngồi
Thuyền cong trăng. Tiếng gõ
Quá giang một nỗi. Phận người

ánh nhìn cỏ non

Nắng hay lửa làm ngày bốc khói
Ta mấy hơi mà chẳng tàn tro
Trời không thấp
Cho ta nói nhỏ
Đất sao không cao
Cho ta tựa một lời

Hay nằm xuống
Như cọng cỏ
Thấy được cả trời
Ôi nó bao la vừa bằng một hạt lệ

nói nhỏ

Hãy ngồi gần cho em nói nhỏ
Vì em sợ
Tiếng ồn ào sẽ làm nên khoảng cách

Hãy ngồi sát hơn cho em nghe nhịp sống
Vì em sợ
Khoảng cách xa dần của hơi thở

Hãy giữ em đừng để em trôi đi
Vì em sợ
Mùa chạm vào khắc nghiệt của thời gian

Hãy đọc cho em nghe lời thơ cuộn chảy dòng sông
Vì em sợ
Cây tháng ngày mình không còn xanh thảo mộc

Hãy nhìn em cho em thấy ánh nắng
Vì em sợ
Bóng tối sẽ nuốt chửng những giấc mơ

Hãy mở cho em giấc mơ bình an
Vì em sợ
Cơn bão của mộng dữ sẽ làm đau lời tình tự

Hãy bay cùng em vào mầu xanh bầu trời
Vì em sợ
Bóng cột em vào u hoài nỗi đợi

Hãy nắm bàn tay cho em nghe hơi ấm
Vì em sợ
Nỗi hoang vắng của tấm lòng không ánh lửa

Hãy giữ ánh sáng
Soi gần lại bóng chúng ta
Vì em sợ. Đêm trong em...

dấu chân đêm

Đêm hôm qua dường như chưa tan
Bóng ẩm ướt trên đường sâu cắn lá
Những lời dang dở nói không ra

Bướm thoát ra từ một loài sâu tối
Là ai. Động cỏ dấu chân đêm
Trong bóng tối ngập ngừng bóng sáng

Dấu chân đêm mọc lên hình nhân
Tim vừa đập. Bàn tay vừa ấm
Vừa bên người, phút giây của mộng

Dấu chân đêm im lìm bóng đứng
Ăn vào khuya bén rễ châu thân
Mới sớm mai đã rêu lên mầu tượng

Tượng may ra còn nhịp tim phấp phỏng
Dợm chân đi hình nhân của bóng
Nơi xum xuê hình ảnh một ban mai

bầu trời của tôi

Chiếc kén bé nhỏ
Bầu trời của riêng tôi
Bầu trời võng ru
Bầu trời khung cửa nắng
Bầu trời một vòng ôm
Bầu trời nhịp mở đôi con mắt
Bầu trời của hai người yêu nhau
Tôi cảm nhận rõ ràng về hạnh phúc, hơn nhiều lần những định nghĩa

Trong ánh nhìn rất gần
Tiếng chạm vào
Của hai chiếc lá. Hai hạt sương. Hai cánh gió. Hai đường biên.
Bầu trời của riêng tôi
Không trôi ra ngoài tiếng chạm mong manh ấy

Trên tiếng reo viền mi khép
Bầu trời tôi đang bay. Không cao hơn đỉnh âm thanh ấy
Và, điều gì đổi thay dưới sức nóng kỳ diệu của lời thầm thì?
Bầu trời của tôi. Tan ra.

Quên hết dưới kia
Nơi người ta đang đốt thời gian bằng nỗi bất an
Nơi người ta đang tô bầu trời bằng mầu lửa
Nơi người ta vẽ bầu trời hình cánh cung
Đang bung những mũi tên

là tôi

đôi mắt mèo
xanh ánh lên rình mò
là tôi, con mèo lười
ngủ nướng bên bàn bếp

cũng là tôi là tôi
những chiếc lá trường sinh
mỗi ngày mỗi thèm nắng
mỗi ngày mỗi thèm nước

mỗi ngày mỗi ngày tôi
uống hoài những viên thuốc
mỗi ngày mỗi ngày tôi
đổ bóng đen chờ đợi

cũng là tôi là tôi
con cá trong bể nước
đập đầu vào thành kiếng
cá tôi ơi cá tôi

không nhận được mặt mình
ăn hoài thức ăn quen
chơi hoài đồ chơi quen
những cành rong biển nhựa

mai kia cho ra sông
ra biển với mênh mông
cá tôi phận cá hồ
cũng đòi về đòi về
ăn những thứ ăn quen
chơi cành rong biển nhựa

quen quen bể nước nhỏ
ánh đèn điện xanh xanh
đỏ đỏ… bơi quanh quanh
Về với anh với em
cũng như tôi, như tôi
Ơi cá chậu chim lồng
Vỗ béo

âm bản tôi

Đêm dầy đêm
Con bóng đi đâu
Hun hút chiêm bao
Đòi hình nhân thế mạng

Cõi mộng du
Mù mịt đường về
Hình nhân thất lạc

Thảng thốt giấc mộng
Con bóng khóc
Một đời âm bản

lập thể tôi

Những thứ gọi là thân thể
Đang bị bứt lìa
Như một con búp bê
Sau cuộc chơi của đứa bé
Tôi không biết tự nối mình lại làm sao
Từ đâu trước
Đôi chân?
Cánh tay?
Cái đầu ngó xuống
Chỉ e vô ích - Khi bên ngực trái đã trống hoác
Một trái tim

Những thứ làm nên khuôn mặt
Lạc quẻ
Con mắt không còn trên khuôn mặt
Nó đang ở trên trái tim
Như thể sợ trái tim không biết nhìn
Nó đang ở trên tai
Như thể sợ tai chỉ biết nghe
Nó đang ở dưới chân
Dè chừng, những bước đi bóng tối
Nó đang mọc trên tay
Sợ mù quáng những tầm với

Tôi chợt thấy mình. Lập thể
Như nhân vật trong tranh Picasso
Với những lệch-lạc-đúng

âm thanh tôi

1.
Tiếng đập mạnh khỏe
Trong lồng ngực
Trao tôi từng phút trẻ trung
Tôi hiến dâng cuộc sống

Tiếng bước chân đi tới
Giục giã nắng ngày
Đun tôi hạt nước muốn sôi

Tiếng im lặng
Cung bậc của rung cảm. Cùng tận
Thấm tôi từng hạt nhỏ thời gian

Tiếng thì thầm
Đặt tôi trên một dòng suối
Tôi tan

2.
Trong thời gian đứng lại
Níu một đợi chờ
Tôi đôi khi. Có tấm lòng xanh của đá
Tôi đôi khi. Úa mầu rêu phủ

Treo ngược tôi
Cây đàn cũ câm tiếng
Trong vô vọng âm thanh
Những nốt nhạc gảy lên từ ký ức

Tôi đang phai dần bóng
Như chiếc lá hình đêm
Những điệu múa mù trong tối

3.
Dưới dòng chảy mạnh mẽ của ánh nhìn
Tôi bờ dốc
Âm thanh trượt dài của nắng

Trong nét vẽ dịu dàng của vòng ôm
Tôi chiếc lá cong
Âm thanh mềm của vũ khúc

Phủ lên quyến rũ mầu đêm
Tôi bờ đất ấm
Nghe từng hạt cát hòa âm…

Âm thanh của đi tới
Âm thanh của hòa tan…

4.

Nhạc gọi tôi
Nơi tôi bắt đầu
Đưa mình vào nỗi đợi chờ, dài hơn thời gian
Nơi tôi bắt đầu
Đem mình ra trói buộc vào niềm tin mãnh liệt
Từ đó
Đập trên hơi thở tôi nhịp chẩy một dòng sông
Dường như dòng sông
Đắm say trao mình cho biển cả
Nên sông đã trao tôi tấm lòng cho tôi nương tựa
Có phải dòng sông
Vẫn cất trong mình tiếng reo của suối nguồn
Nên sông trao tôi khắc khoải về giấc mơ
Có phải dòng sông
Muốn biết sự thực của giấc mơ
Nên sông ủy thác vào tôi
Nỗi tìm...?

kẻ may mắn

Tôi gói ghém
Tất cả những gì tôi có được
Từ trái tim bé nhỏ này. Tôi đi

Vẫn y hệt
Gói hành lý ấy. Khi tôi đến

Ôi may mắn
Cái khoảng giữa Đến và Đi ấy không ảnh hưởng gì
Lên hai đầu tiếng khóc

Xin đừng hỏi tôi mang theo cái gì?
Tôi ra đi với hai bàn tay không
Và với trái tim đầy mong đợi *

(*Thơ R. Tagore - Đỗ Khánh Hoan dịch)

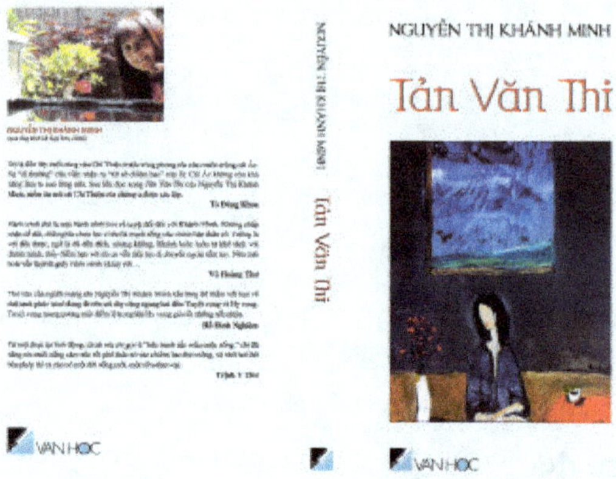

(Văn Học Press xuất bản, 5.2018. Tựa: Tô Đăng Khoa. Nhận Định: Đỗ Hồng Ngọc - Vũ Hoàng Thư - Trịnh Y Thư - Hồ Đình Nghiêm. Tranh bìa "Chiều mưa dông tới" @ Trình bày bìa: Đinh Trường Chinh. Giá bán $15.00)

8. thơ tuyển từ tập Tản Văn Thi 2018

yêu thương ơi

Cùng sinh nhật S.

Yêu thương nhé, nghe nắng vừa lên, nói cùng hoa đang nở trắng trên cành, nói cùng lá cứ sống hết mình xanh, cho hừng đông tuôn trào sức sống. Trong ban mai những ước mơ trổ nụ, yêu thương ơi xin thức dậy cùng người…
Trong tiếng nhạc ngày về óng ả, mắt chim non vừa bỡ ngỡ bao la, cất tiếng gọi đầu tiên thơ dại, lá xôn xao quấn quýt những bàn tay, yêu thương ơi khoảnh khắc xum vầy đơn sơ thế xin một lần được cất cánh bay.

Những hạt nắng trẻ con mắt ngó, lấp lánh trên trang giấy đợi chờ, lời tự tình phút giây sẽ viết, ngập ngừng ý nghĩ tươi vươn dài tay thả, yêu thương ơi cùng nắng vàng quyến luyến bầu trời kia mãi điểm hẹn đi về.

Có tiếng hát dịu dàng trong mùa xuân đang đến, phiêu mơ lòng ta không xiết, đâu phải ngẫu nhiên cả không gian xanh ngát, bởi cỏ kia chan chứa phổ bao la, yêu thương ơi, xin về gần thêm nữa, để cùng thời gian mãi tóc xanh, xanh…

Cho dẫu chiều rồi phai nắng cất bao lâu hương kỷ niệm ngọt bùi bất chợt về nên nồng nàn đến thế, yêu thương ơi chút lòng riêng xin chắt chiu nghe…

Xin thắp trong mỗi mái nhà ngọn lửa no bếp ấm, yêu thương ơi nuôi đầy nhau cuộc sống…

Vẫn nhỏ nhoi nơi ô cửa sổ ánh mắt sáng sáng chiều chiều hay khi đêm tới những sắc mầu trong trẻo diệu thường. Trong hơn nữa, yêu thương…

1. 2000

bóng tối

1.

Nhớ một bài thơ nói về bóng tối. Nơi đó ánh trăng đã tàn lụi. Có lẽ không từ trăng từ sao từ ánh sáng chân phương của sâu thẳm lời nên những lời nói về đêm như những lời nói dối.

Bóng tối trong bài thơ. Một tấm phông làm nền. Và trong xưng tụng nỗi cô đơn dường như phản bội tất cả ký ức về ánh sáng…

Mầu trắng của ngày. Mầu đen của đêm. Đôi khi ranh giới giữa trắng và đen nhập nhòa. Ánh Sáng và Bóng Tối. Ở lời tôi. Ở lời anh. Ở những lời không ở cùng sự thật.

2001

2.

Nếu. Bảo tôi vẽ bóng tối. Tôi sẽ vẽ

Đôi cánh chiêm bao mọc ra từ nước mắt. Vầng trăng trên gối ngủ bài thơ. Ngọn đèn cô đơn bên trang bản thảo. Những bóng đôi trong cuộc khiêu vũ diệu kỳ của hạnh phúc trong veo hoan lạc. Những hạt lệ đang lau khô nỗi buồn trả lại tiếng cười ban sơ. Những hạt máu đang hoài thai cội nguồn trong ngần hơi thở. Những giấc mơ êm đềm trôi vào thực tại.

Tôi sẽ vẽ cả tôi đang vượt qua đêm dài. Tôi sẽ vẽ làm sao để người xem tranh thấy được. Bóng tối chỉ là ảo ảnh.

2012

ai đang nói gì thế

Để hành hương đến bình an tha thứ. Họ đã bước xuống những bước chân hận thù. Để trở về khu vườn cho cây trái đơm bông. Lửa đã thui tro những cánh đồng cỏ mọc. Con sông nằm khát khao dòng chảy. Trái đất cỏn con nằm nghe gió thổi…

Mơ màng nước mắt trên thân thể lạnh bé thơ, trên đôi má lạnh người phụ nữ, những đôi má từ lâu chỉ là đồng sâu nước mặn. Mơ màng tiếng cười hồn nhiên của bé trai trên vai cha đang huơ huơ chiếc cờ trắng. Mơ màng trái đất trong vòng quay hớt hải của mình mong manh gió thổi…

Mơ màng lời cầu kinh trong tiếng nổ. Mơ màng lời kêu gọi chống-chiến-tranh-tới-giọt-máu-cuối-cùng… bảo-vệ-quê-hương-đến-giọt-máu-cuối-cùng… Ôi máu không ngừng chảy… Ai cũng có quyền được sống. Ai cũng có quyền có một mảnh đất để sống. Và. Giết nhau khắp nơi…

Những bản tin thời sự mỗi ngày như những đòn tra tấn treo trên phút giây bình yên hiếm hoi của chúng ta cái thòng lọng. Đừng nói đến thứ ánh sáng mơ hồ của giấc mơ. Đừng nói đến thiên đường tư tưởng. Đừng nói đến sự cứu rỗi của bình an. Đừng thả những cánh diều bay trong khung trời ảo. Đừng tô những bước đi mầu sắc cầu vồng gạt gẫm.

Chỉ xin một vòng tay nối ấm nỗi đau. Chỉ xin nói về một hạnh phúc có thực mà người ta có thể chia sẻ cùng nhau…

nhịp xanh giấc mơ

Trong mơ tưởng của tôi
Âm thanh những sợi mỏng nhịp nhàng. Neo trên cùng một nhịp.
Ngày và Đêm. Giấc mơ và thành tựu. Anh và em.

Trong mơ tưởng của tôi
Ánh sáng rực rỡ sóng, run trong ngực viên đá bổn mạng đại dương xanh. Nhốt vào sâu thẳm tiếng đập sóng gió. Tôi trôi. Phập phồng điểm hẹn. Nhịp vui trái tim đẩy dòng chảy thời gian rộn ràng trong mạch máu.

Trong mơ tưởng của em. Thương khó một mùa gặp gỡ. Dẫu bước chân em giờ như chiếc lá khô lăn theo năm tháng. Mộng mơ là cuống mỏng manh. Nuối nhìn mắt gió.

Trôi về phía giấc mơ
Ngừng lại ở con đường. Nơi cuộc sống chia ly chưa có tên. Chúng ta được bắt đầu thời gian không có bất cứ kinh nghiệm nào của chờ đợi. Và, một hò hẹn giữa trời xanh Sài Gòn tuổi trẻ.

Em sẽ nói với anh điều có nghĩa nhất trong cuộc đời, một điều nghĩa lý ngây thơ,
Là tình yêu vĩnh cửu,
Là thời gian không trôi,
Là hẹn hò, không bao giờ trễ.

22.3.2011

gió mùa đông

Chẳng làm sao quên được. Mỗi khi cơn gió se sắt thổi. Mỗi khi ánh sáng sum vầy trên hàng cây lễ hội. Mỗi khi ngọn lửa trong lò sưởi được bật lên tí tách hơi ấm của đoàn tụ. Con nhớ cha…

… Trong căn phòng mùa đông. Những con búp bê trên bàn học. Những ước mơ bay. Chiếc đũa rau muống thổi bọt xà phòng sắc mầu lanh lánh ước. Thổi ánh mắt cô ra ngoài đêm.
Đom đóm ngày ấy. Bập bùng váy trắng. Chiếc khăn quàng dòng sông sáng ngát. Đường mòn khuya. Mái nhà cong cong bờ rêu im. Đón cha về cây gạo cao rất cao ngó xuống. Những viên gạch tối trên thềm theo cha lốm đốm ngọn đèn dầu len vào khung cửa.
Ánh đèn đêm ngày ấy. Đẹp như sao chi chít trời đêm bé thơ ngồi đếm. Cánh tay cha dài với những vì sao. Bàn tay con bé bỏng xoè ra trông đợi. Chuyện thần tiên theo lời cha trên trời bay bay xuống…
Cô ôm một con búp bê mặc áo đính những ngôi sao bạc. Dưới mái nhà thần thoại xem điệu múa đỏ ngọt của lửa. Theo Bụt Bống vẽ cuộc đời hạnh phúc. Chiếc áo rách hóa thành áo lễ mùa đông rạo rực. Chiếc giày chắc chắn phải được đánh rơi trước nửa đêm. Và ai đó sẽ đi tìm.
Ơi giấc mơ cô gái nhỏ. Tan rồi những mảnh ngũ sắc. Cô bật những ngọn đèn. Mang rất nhiều ánh sáng đi vào giấc ngủ. Mang âm thanh trầm trầm của cha đi vào giấc ngủ. Trong túi áo ngày ấy cha đã để vào ba hạt dẻ khô cho mơ ước theo về…

Những bước chân xao buồn hàng cây phong trụi lá. Tiếng hát Mùa Giáng Sinh Xưa bay từ khung cửa ngỏ nhà ai. Giấc mơ ấu thời thì thầm trong căn phòng tối. Không thắp một ánh đèn. Không một ánh sao trên trời. Không một lời kể chuyện. Cô ngồi trong đêm. Nhớ cha. Nghe gió mùa đông đập cửa.

12.2014

nói với các con chiều nay

Vào lúc mà những trận mưa mùa xuân đổ xuống
Gió như đang thổi tới những bất thường
Trái tim mẹ mềm như vạt nắng trên thềm nhà sắp vào tối
Mẹ nhớ các con
Ngày các con tới tặng cho mẹ một giấc mơ thành tựu

Sẽ nói với các con điều gì khi lòng mẹ chiều nay như một mảnh nhỏ đang bay…

Mùa hè xông mưa. Cô bé ôm một con búp bê. Trời mưa biến cô thành hạt lệ. Rơi hoài trong giấc ngủ. Cô bé như cái bóng, dấu hết sức mình, để lớn.
Bóng đổ rất nhỏ mỗi chiều bên cửa

Các con đã lớn lên
Như mặt trời vươn lên đỉnh cao của mình dưới nắng
Trời đâu che, Đất đâu chở, riêng ai. Ông ngoại đã đọc cho mẹ nghe câu thơ ấy và đã cấy nơi mẹ bước đi vững chãi. Mẹ đã là cô gái ngoan. Mỗi ngày đi học. Mỗi đêm khuya thức học bài. Mỗi tháng đem bảng danh dự về cho ông bà. Mẹ nghe tiếng cuộc đời vi vu qua vỏ ốc.
Bóng vươn dài đôi tay chồi biếc

Điều gì đã làm mẹ khóc mẹ cười lúc ấy?
Không đúng đâu, Những câu thơ trong hộc bàn thì thầm với mẹ, một đêm, như vậy. Biết khóc và biết cười đôi khi là điều không dễ. Lắm khi mẹ như anh hề dấu nỗi buồn dưới cái mũi cà chua đỏ.
Bóng nhu mì bên lối đi dành cho người đi bộ

Cám ơn các con
Tiếng cười ban sơ, khi các con no, khi các con mạnh khỏe, khi các con làm được việc gì đó như ý muốn. Tiếng khóc hồn nhiên, khi các con đói, khi các con bị mất một món đồ chơi.
Những lời. Làm ta mụ mẫm. Bé sợ lời dọa bé. Lớn sợ lời dọa lớn.
Mẹ vẫn thường sợ những con ma da kéo chân trong giấc ngủ. Những vô hình dội tiếng sau lưng. Gai xương rồng tua tủa con đường trước mặt.
Riết rồi mẹ sống mình như bóng

Mẹ tin các con. Biết nghe trái tim mình, một trái tim biết thấy.
Với những bước đi vững vàng trên đất. Không lấy của ai bất cứ gì.
Nhưng phải biết giữ cho mình cái, mà lẽ Đất Trời trao tặng. Đó là giá trị của Tình Yêu.

Điều gì đưa mẹ trôi qua?
Những trang thơ lấp kín thời gian. Cuộc chơi duy nhất, mẹ đem cuộc sống mình tham dự. Bản nháp đẹp đẽ trong đời cho tới nay mẹ chưa từng xóa.
Đó là giấc mơ. Mẹ đang đi đến bằng trái tim quyết liệt
Đó là giấc mơ. Cho mẹ sống. Cho mẹ đối diện với cuộc đời
Đó là giấc mơ bay trên ánh nhìn của các con. Đường bay duy nhất mẹ thênh thang

Có phải đấy là những điều mẹ nói cùng các con
Lúc mẹ nhìn vào chiếc bóng thu mình rất nhỏ
Ngày đi dần xuống đồi
Mùa xuân tan trong mưa bụi
Một mảnh nhẹ tênh
Chiều nay
Bay

16.2.2013

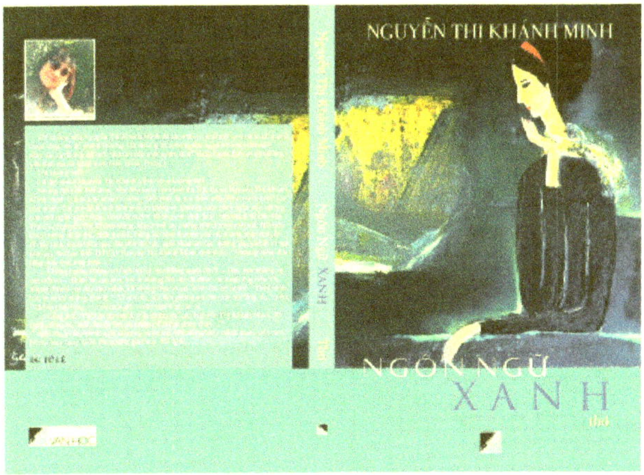

(Văn Học Press xuất bản, 9/2019. Giá bán $18.00. Tranh bìa, trình bày bìa: Đinh Trường Chinh. Phụ bản @ Du Tử Lê. Tựa: Tô Đăng Khoa. Phụ lục, thơ văn của: • Hồ Đình Nghiêm • Nguyễn Xuân Thiệp • Đinh Cường • Vũ Hoàng Thư • Đỗ Hồng Ngọc • Hoàng Xuân Sơn • Lê Giang Trần • Nguyễn Lương Vỵ • Đỗ Xuân Tê • Phan Tấn Hải • Trịnh Y Thư • Nguyễn Thị Thanh Lương.

9. thơ tuyển từ tập Ngôn Ngữ Xanh 2019

phút mong manh giữa những từ

1.
Khó mà thoát khỏi sự cám dỗ
Tôi mải miết
Điều gì khi tôi đặt dấu chấm hết một bài thơ?

Sau một vụ mùa
Tôi chỉ đem về nhà được đôi ba hạt lúa chín
Chút mầu vàng của nó lấp lánh trên tay
Làm tôi đã vô cùng sung sướng
Tôi đã tắm đã hưởng
Tất cả những ngọt ngào mát mẻ của con sông
Và dẫu tôi không mang về một hạt nước nào của nó
Nhưng làn da tôi thì mãi còn dư âm cái trườn mình của dòng chảy

Bài thơ hoàn tất. Là một điểm hẹn quyến rũ
Nhưng phút mong manh giữa những từ
Lại là lúc đóa hoa đang nở. Đang tỏa hương
Tôi có gì đâu phải vội

2.
Khi viết xong bài thơ
Đôi khi. Tôi khóc
Có phải vì lời đã nói về hạt nước mắt chưa rơi
Bị giam giữ
Trong lòng đêm ma mị

Lạc giữa bài thơ
Ngu ngơ. Như vừa bị cắp đi. Những chữ
Mộng giữa bài thơ
Nghe mình lam nham nói mớ
Thức giấc cùng bài thơ
Tôi và chữ giật mình
Bóng bay bay. Cao cao. Rồi vỡ

Khi viết xong bài thơ
Tôi thường hay xóa
Dường như tôi sợ bóng tôi
Giãy chết giữa những con chữ đói
Bầy ý nghĩ tử thi
Làm tôi buồn như vừa đưa ai về huyệt mộ

Khi chấm hết bài thơ
Tôi hụt hẫng. Như chưa thể xong lời

Hình 1 được chụp hai ngày trước khi thi sĩ Du Tử Lê mất, trong buổi RMS Ngôn Ngữ Xanh của NTKM và Chỉ Là Đồ Chơi của Trịnh Y Thư, oct 5. 2019. Ông mất ngày Oct 7. 2019. Đấy là buổi tham dự cuối cùng của ông trong sinh hoạt văn chương.

Hình tranh DU TỬ LÊ - Phút Mong Manh Giữa Những Từ, 22"x28" sơn dầu trên bố, 2019. Đây là bức tranh khi còn sinh tiền Thi Sĩ Du Tử Lê đã vẽ để tặng riêng cho tập thơ Ngôn Ngữ Xanh, nên hân hạnh được Thi Sĩ lấy tựa một bài trong tập thơ này để đặt tên cho bức tranh (căn cứ vào những tin nhắn giữa tôi và cố Thi sĩ, bức tranh được cố thi sĩ hoàn tất vào ngày Aug 30 2019.)

giấc mơ của chữ

Những con chữ khi được nối vào nhau
Trong âm sắc tình tự
Chúng làm ta bay bổng
Chúng làm ta ngủ
Chúng làm ta mềm như một điệu uốn cong

Những con chữ khi được nối vào nhau
Tự do. Mạnh mẽ. Thách thức
Như hạt cát vướng trong giày
Như hạt bụi xốn mắt
Như viên đá cắt xuống mặt hồ phẳng lặng
Như miểng vỡ
Mà khi cầm lên ta phải sợ. Cạnh sắc

Người ta đập trên ngôn ngữ
Âm thanh của tiếng búa
Giống như âm thanh
Người ta phá ngôi nhà
Người ta đóng quan tài
Cũng chừng ấy nhát búa
Trên nhịp điệu thẳm sâu của những lời tình tự
Không biết bằng âm thanh nào
Người ta dẫn tôi vào giấc mơ. Của chữ

tấm lòng

Thương điều tôi viết
Hồn thơ nhập xác chữ
Thương điều tôi tìm
Hạt muối trao lòng biển
Thương điều tôi hỏi
Đêm khuya cúi đầu không nói
Thương điều tôi quên
Con trăng để bóng bên thềm
Thương điều tôi đợi
Hạt mầm đâu đó nhú lên…
2009

chữ thơ

Nỗi đau
Phản xạ thành con chữ
Những con chữ. Cứ thế
Bóc dần từ tôi những hạt lệ

Chẳng phải như con ruồi giả - người ta câu được cá
Thơ - nằm gai nếm mật -
Nên lời

sợi tơ mong manh

1.
Cảm xúc sóng dội
Trôi tôi trên biển của lời
Cảm xúc dao sắc
Cắt tôi nơi trần trụi của lời
Cảm xúc lửa bỏng
Đốt tôi nơi rực cháy của lời
Cảm xúc gió bay
Thổi tôi thành lời của bài thơ hy vọng

2.
Lửa cảm xúc bập bùng
Chữ hoài theo bắt bóng
Hai con bóng mung lung
Đổ ngờ nhau ảo ảnh

3.
Hạt lệ nụ cười
Xâu thành một chuỗi
Chữ buồn chữ vui
Dắt nhau trôi nổi
Kéo một xe tôi

vô nghĩa

Nói gì
Nói bậy
Nhìn gì
Nhìn sai
Nghe gì
Nghe tạp
Hứa gì
Hứa hão

Nói gì
Nói láo
Nhìn gì
Nhìn gian
Nghe gì
Nghe xuôi
Hứa gì
Hứa cuội

Nói gì
Nói thầm
Nhìn gì
Nhìn lặng
Nghe gì
Nghe lắng
Hứa gì
Hứa. Sẽ…

Nói gì
Nói thật
Nhìn gì
Nhìn thẳng
Nghe gì
Nghe đúng
Hứa gì
Hứa chắc

Nói gì
Nói chậm
Nhìn gì
Nhìn xa
Nghe gì
Nghe gần
Hứa gì
Hứa. Hứa

Chắc ăn
Không nói
Không nhìn
Không nghe
Như ba con khỉ gỗ
Che mắt bịt tai giấu mồm
Đứng hoài trên kệ sách

2014

VỠ. VỠ

Là những tinh cầu bay. Mất tăm. Vỡ vụn
Nghìn mảnh đau nhuộm tái mặt chiều
Trời cũng sợ không một lần ngó xuống

Là trần gian vết thương toác mãi
Thổ máu trời máu đất máu sinh linh
Không thể nữa một ngày da non lại

Trên thi thể. Ác mộng còn run rẩy
Trên hồn người. Tang thương bầy thú vấy
Dựng cõi này cơn hồng thủy thịt xương

Là vô số cách người ta tắt thở
Là chập chùng con mắt mở to và sợ
Trốn vào đâu mảnh lưới thủng tả tơi

Là tiếng thở dài. Cúi đầu. Vo hạt lệ
Xâu chuỗi dài. Xâu chuỗi những đêm sâu
Xích nguyện cầu kéo rền âm dương thế

Là tiếng kêu không còn thất thanh
Chìm xuống đáy nghìn thâu dấu hỏi
Rồi lặng im. Lặng im. Và câm.

7. 2014

một linh hồn trong suốt đang bay*

Tưởng niệm họa sĩ Đinh Cường, ra đi ngày 7.1.2016

Thử gạch một đường xem tới đâu**
Xa như cuối trời vừa đóng lại
Vắng như mơ vừa mở giấc đêm sâu

Bay cuối dòng gặp bạn ngồi trông
Tiếng đàn rung gợn lòng chín suối
Những mảng mầu thơ dại trổ bông

Bông vỡ tiếng cười rền rền sương khói
Người nghe chút nhớ tuyết mùa xưa
Con đường ấy đã một lần đứng lại

Cột dây giày, ngó mông trời ly viễn
Thở hơi ra ngụm khói tàn mau**
Con chim hót giọng khan ngày nhuốm bệnh

Ngó lên trời hạt nước mắt ai bay
Hương cố xứ thơm mùi cọ mới
Có mùa đông khóc tiễn trong mây

Ngó xuống ngày vàng xao xác lạnh
Mơ ai cào lá ngoài sân đêm**
Bay bay lên những linh hồn lá mỏng

Con chim đỏ hót mầu tuyết bỏng
Tôi bưng mặt. Mùa đông qua lồng lộng
Nghe đất trời vừa gần lại, hôm nay…

Ngày 9.1.2016

**Linh hồn Trong Suốt, chữ của nhà văn Khuất Đẩu*
***Thơ cố họa sĩ Đinh Cường*

giấc mơ đóa sen xanh

Nốt nhạc vừa reo bàn tay vừa nắm
Là mùa xuân vừa đặt bước chân
Tung tóe trên đường tia những nắng

Bỏ lại xác ngày hồn đêm ma mị
Tiếng xích buồn. Cười khóc nhân gian
Về lại chiêm bao mùi hương cố lý

Bỏ lại bóng ma cuối cùng trong kẹt cửa
Địa ngục không bao giờ mở nữa
Đường trẻ thơ tập bước tập đi

Chiếc lá non trong ngực vút bay
Từng nhịp đỏ ngất ngây những gió
Phía chân trời đang mọc nghìn tay

Nở bát ngát hào quang tin cậy
Ngày nắng lạ như lần đầu mới thấy
Lá từng đàn reo biếc câu kinh

Gọi rất khẽ mà trong veo tiếng cuội
Bầy cỏ xanh nao nức rủ nhau đi
Lòng đất ấm ngọt bùi bao dong ruổi

Xin về cùng. Và nắm tay nhau
Trái tim non là mầm hoa. Kết trái
Nhịp tâm kinh lồng lộng. Xưa sau

Một chấm vô cùng nở đóa sen xanh
Thấm chút nữa mầu hoa diệu mẫn
Thêm chan hòa cội rễ khai sinh

3.2019

(NXB Văn Học Press ấn hành lần thứ nhất tại Hoa Kỳ, tháng 10-2021. Tranh bìa: Cố họa sĩ Phạm Cung. Trình bày bìa & dàn trang: Lê Giang Trần. Phụ bản chân dung: Đinh Cường - Trương Thìn - Lê Thánh Thư - Bảo Huân - Trương Đình Uyên - Phan Tấn Hải - Lê Quý Sơn. Tựa: Tô Thẩm Huy. Nhận định: Nguyễn Xuân Thiệp - Lê Lạc Giao - Tô Đăng Khoa - Trịnh Y Thư - Phan Tấn Hải - Lê Giang Trần - Trần Thị Nguyệt Mai.)

10. thơ tuyển từ tập Đêm 2021

hai điệu cong

Cùng sương và đêm
Nằm xuống với cỏ thơm
Cái khoái cảm dễ chịu của con mèo
Đang cong mình lại
Trăng trên kia
Một đường cong sáng
Nếu xóa đi không gian
Sẽ có được một vòng tròn đâu lại
Tôi và trăng
Hai nửa điệu cong
Mềm mại

hai nửa

Đêm qua anh cùng em
Dặm đường nghe gió biếc
Đêm nay em nhìn lên
Thấy một vầng trăng khuyết

Tại nửa vầng trăng khuyết
Nên bài thơ đi tìm
Tại bài thơ tứ tuyệt
Nửa vầng trăng như nguyên

hai bóng

1.
Ai vẽ được bóng khuya đi
Cho tôi đọ với bóng về. Của tôi

2009

bóng sáng

Tôi hút vào bóng tối
Đôi mắt mù không hay
Ánh sáng trong tôi nói
Cái sáng từ tôi đây

Hãy dùng nó làm khiên
Hãy dùng nó làm đèn
Hãy dùng nó để tỏ
Với lòng ngươi đêm đen

cha ơi
buổi mai ngày ấy trôi đi đâu

Giữa hai bờ thời gian
Ngực cha và nải chuối xanh
Vạt nắng khô u hoài cột mốc
Buổi mai ngày ấy trôi đi đâu

Mầu áo mỡ gà chập chờn
Cầu thang gỗ im bặt
Chiếc gậy treo lửng lơ tiếng mõ
Ai đã mở cánh cửa khói sương
Mùa thu về trước ngõ

Con đường ấy về đâu
Đêm qua rụng cánh hoa sứ đầu cổng
Mầu hoa trắng về đâu
Mưa rung huyệt mộ

Gió âm âm tiếng cửa
Nắng buổi sáng tối dưới hàng mi
Tháng 10 trĩu nặng
Buổi mai ngày ấy trôi đi đâu

Cha im lặng. Hơn tất cả những im lặng
Nải chuối xanh trên ngực cha ngưng đọng thời gian không chín
Buổi mai ngày ấy. Tiếng xé buồn những dải khăn
Trắng xô áo mẹ
Trắng xô áo em. Áo anh. Áo chị
Trắng lạnh phương trời con xa
Lạnh nắp quan còn để mở…

Cha ơi
Buổi mai ngày ấy trôi đi đâu…

10.2014

(Ngày giỗ cha lần thứ 4, xem lại hình ngày cha mất)

giấc mơ Larung Gar*

Larung Gar trời khô hết lệ
Đất đằm đằm rung
Đàn hoa cải khóc mùa khổ nạn
Màu vàng xôn xao báo bão
Thung lũng đỏ. Gió ngất đau mùi gỗ

Đêm nay. Có giấc mơ ra đi không về nữa
Ôi giấc mơ Larung Gar lung linh từng đêm tuyết trắng
Ôi giấc mơ Larung Gar bi hùng trầm mặc
Bầy sao đêm. Hành hương
Những bước đi. Thầm thì nốt lặng

Đêm nay. Mảnh thời gian xô lệch
Bóng tối ăn mòn ánh sáng
Thềm gạch hốt hoảng dấu chân
Đau lòng tiếng vỡ
Từng lóng gỗ xương khô thiêm thiếp
Nhớ sớm hôm tắm lời kinh kệ
Nhớ áo vàng bay

Đêm nay. Ôi giấc mơ Larung Gar. Nhẫn nhịn rách
Đỉnh núi lời kinh mắt ngước
Huyền bí sững sững tang thương
Bi mẫn dưới trời trang huyết sử. Larung Gar

Đêm nay. Tro tàn sẽ cất cao tiếng hát
Đêm nay. Người đi người đi
Trái tim Larung Gar trên tay nhỏ máu
Nối dài đường sáng
Giấc mơ Larung Gar tỏa thơm
Từng hạt tràng rơi là từng hạt gieo mầm
Đồng cải hoa vàng thức dậy
Lời kinh bay

Đêm nay. Nức rung trên bàn phím. Nốt gõ. Larung Gar.
Tiếp nối bước người
Thắp cùng bình minh
Viên ngọc đỏ giữa trời Tây Tạng
Như trang kinh mở thắm
Larung Gar. Huyền ảo tuyết xa
Nguồn sáng Himalaya
Ngưng đọng thời gian. Phút bất tuyệt của niềm tin

7.2016

**Sự kiện tàn phá Larung Gar, tu viện Tây Tạng, vào tháng 7.2016*

cho trời đêm ngó xuống

Ngó lên trời rưng lệ
Đêm lu mầu trăng xa
Ngó xuống một thân thể
Chiếc bóng vừa bứt ra

Một thân rỗng như gió
Chạm vào khắp nơi đêm
Nằm xuống nằm với cỏ
May ra còn trông lên

Lấy ánh nhìn cỏ non
Cho nước mắt thành sương
Lấy trong trẻo hạt sương
Cho trời đêm ngó xuống

một vì sao mới mọc

Người đem theo nụ cười
Đi vào giấc mộng
Những vì sao chưa mọc
Những vì sao đã chết
Bỗng nhận ra mình
Mất tích bao năm

Người đem theo nụ cười
Đi vào bóng tối
Những hạt lệ lặng lẽ
Những hạt lệ vô hình
Bỗng nhận ra mình
Bật khóc

Người đem theo nụ cười
Đi vào những biên giới
Những biên giới đôi co
Những biên giới gào thét
Bỗng nhận ra mình
Những phân chia hổ thẹn

Người đem theo nụ cười
Đi vào đêm sâu
Đêm nổi ốc giấc mơ
Đêm trừng huyệt lộ
Bỗng nhận ra mình
Đầm đìa mộng dữ

Người đem theo nụ cười
Đốt phong long quỷ tối
Đêm nở nụ cười hoa
Ô. một vì sao xa
Vừa mở trời. Dẫn lối…

12.2020

ném buồn

Ném buồn lên thinh không
Nghe trời xanh chật lại

Ném dặm đường xa ngái
Buồn cổ thụ xanh um

Ném ngọng nghịu yêu thương
Câu thơ buồn chín tới

Ném buồn theo gió thổi
Trĩu nặng những vai chiều

Ném con mắt đìu hiu
Ngày long đong chìm nổi

Ném buồn vào bóng tối
Nghe đêm dày mênh mông

Ném buồn vào phố đông
Nhìn người ta bỗng thấy
Mình đi giữa đồng không

Ném buồn vào tôi vậy
Trăm gai cây xương rồng

đêm

Phương đông im như ai vừa sập cửa
Ngày oằn vai cõng tối. Nắng theo đi
Để lại một trời đêm chết đứng

Sao tắt hồn rơi không lưới đựng
Từng bầy gió nhỏ khóc đưa tang
Vành môi khô trăng buồn neo lưng ốm

Đường mờ sương hút từng con bóng chạy
Khuya nằm ngất lịm mớ chiêm bao
Nghe xa lắm tiếng ngày đi run rẩy

Đàn cỏ ồn mầm xanh khua bóng tối
Rưng rức những bàn chân mọc đuổi
Nhìn treo lên lúc lỉu những phương trời

Trời xa đuối. Lòng đêm sâu thẳm miết
Cây mỏi mệt bứt ra hoài lá bệnh
Thở dài gió lạnh trổ mình gai

Gai đêm nhọn giấc mơ đi không trót
Mắc cạn lòng nhau giấc ngủ đìu hiu
Họa chăng mai. Có một niềm vui sót…

đêm tàn

Đêm vừa rụng xuống thềm đen
Bước ngang vướng phải nỗi quen một mình
Chiêm bao nhóm lửa đỏ xanh
Lân la một cõi gập ghềnh mộng du

Ngàn cây nhặt lá âm u
Mở ra hai mắt thiên thu cõi nào
Giật mình thót một bóng sao
Dựng trăm sợi nhỏ âm gào gió đêm

Đêm vừa tắt hết nhớ quên
Phù sinh chiếc lá bên thềm rớt vai
Nhớ nhau. Kia nắng một vài
Tìm nhau. Tiếng hót ở ngoài bình minh

6.2017

một thế giới

Một thế giới đang thở
Âm thanh của nồi nước đang sôi
Một thế giới đang co
Cái run rẩy của loài thỏ
Một thế giới đang rơi
Trước con mắt hầm hè của chiếc bẫy
Một thế giới đang chìm
Máu lệ không ngừng chảy
Một thế giới đang nổ
Đất khóc mầu máu đỏ…
Người sống và tử thi
Một thế giới đêm đen
Niềm tin không còn phương để mọc
Một thế giới vô tình
Gió đang thổi trên vô vàn hiểm nguy của chiếc bùi nhùi
Đang chực chờ bắt lửa
Vô vọng những bàn tay đang khum lại
Che những ngọn nến
Ngọn nến chảy dài dòng lệ
Một thế giới đơn côi
Phía không có gì tự vệ

Người ta luôn nói
Quả địa cầu vô cùng bé nhỏ
Nhưng để nối một vòng ôm
Sao hai đầu vô tận…

ký ức phố

Bỗng rất đỏ một mùa hoa
Bỗng rất trắng rác trên đường phố
Bỗng rất nhiều màu rác bay trên đường phố
Bỗng rất khác. Âm thanh vang trên đường phố
Rất ồn. Và rất lặng.
Nghìn mảnh vỡ trong mưa

Phố thẳng thốt
Phố tới lui. Sấp. Ngửa
Phố vẫy tay. Đưa. Đón
Người đến, phố-là
Người đi, phố-lạ

Phố hội họp
Phố đàn ca
Phố hớn hở ngày cửa mở
Phố len lén đêm cài then
Phố tung hê nụ cười
Phố che nhau nước mắt
Phố rộng chân người tới
Phố co cụm vòng ôm
Phố bay mắt nắng hồng
Phố vùi lòng lụa bạch
Phố ngửng đầu lên. Phố tung hô
Phố cúi mặt đằm. Phố co ro lệ

Ôi lòng phố ơi
Phố hát phố hỏng
Phố cờ phố xí
Phố mang người đi
Dặm lòng thương hải
Ôi tình phố ơi
Phố ngùi phố ngậm
Phố tang phố thương
Một lòng nhau luống...

Tháng 4

chữ s cong cong

Sáng lóa lên chữ đêm
Sắc nhọn đi chữ mềm
Vía ma quỷ. Ám cong hoài chữ S
Bướu tôi đòi trĩu mãi lưng cong

Cháy lên hạt chữ
Ngọn gió rồng xua bóng tà ma
Chảy đi hạt chữ
Mặn cho bằng hạt máu
Tan cùng nỗi đau

Mọc cánh đi chữ tù
Mở mắt đi chữ mù
Ải Bắc vọng phu
Mũi Cà Mau cắm sào mòn đợi
Chiều đã chiều rồi
Mẹ về chợ

Quang gánh S cong
Đầu đuôi. Cắm cúi
Chữ S nằm dài
Dòng sông khốn khó
Đầu đuôi ngóng ngược ngóng xuôi
Chữ S đau
Ai bẻ mà cong
Chữ S ngã
Vặn mình hoài không thay được lốt

Mẹ nằm chiếu lạnh
Nghe đàn con chơi đùa ngoài ngõ
Rồng rồng rắn rắn
Chữ S cong cong
… Những xương cùng xẩu
… Những máu cùng me
... Một khúc đuôi… (dôi xa khơi)
… Tha hồ bọn chúng đuổi…

Mẹ nằm ngủ gió tre rào
Mơ mơ S cong báo mộng
Một chốn dung thân
Câu thơ chiếc võng
Duy ngã Đại Việt chi quốc*

Mẹ nằm thức mơ gió biển
S cong ác mộng
... Sơn hà cương vực đã chia*
Mà non không thể lên, biển chẳng mở về
Trăm trứng kia thà rằng đừng nở
Xăm mình muôn hình muôn sắc mà đi
Cho giống con cá dưới nước
Cho giống con chim trên trời
Cho giống con ma trên đất
Cho giống cái chi không phải con người

S cong đêm
Mẹ nằm lạnh thềm trăng úp mặt
... Tiệt nhiên định phận tại thiên thư**...

4.2014

---

* Câu trong bài *Bình Ngô Đại Cáo*, một thiên cổ hùng văn, Nguyễn Trãi viết vào năm 1427, được xem là Bản Tuyên Ngôn Độc Lập thứ hai của nước ta: *Duy ngã Đại Việt chi quốc. Thực vi văn hiến chi bang. Sơn xuyên chi phong vực kỳ thù...*, Trần Trọng Kim dịch: *Như nước Việt từ trước. Vốn xưng văn-hiến đã lâu. Sơn-hà cương-vực đã chia...* (Wikipedia)

** Câu trong *Nam Quốc Sơn Hà*, bài thơ được cho là Bản Tuyên Ngôn Độc Lập đầu tiên của nước ta, Lê Hoàn đã dùng bài thơ này trong cuộc chiến với quân Tống năm 981, sau đó cũng được Lý Thường Kiệt dùng trong cuộc chiến chống quân Tống năm 1077, với mục đích uy hiếp tinh thần giặc cùng kích thích hào khí quân sĩ.

hy vọng

1.
Có khi tôi nối hai điểm bằng đường thẳng
Có khi bằng đường cong
Có khi bằng con đường dích-dắc
Có khi lại là những dấu chấm
Tưởng rất gần
Mà nối hoài
Hụt hơi
Không đến
Riết rồi, tôi đặt tên
Điểm ở đầu kia
Là Giấc Mơ

2.
Khi tôi nắm vào trong tay Ít nắng
Thì cùng lúc tôi nắm vào chút nhỏ nhoi của bóng tối
Khi tôi ôm vào lòng Ít gió
Cũng là lúc tôi đầy trống không, im lặng
Khi tôi bắt đầu một giấc mơ
Cũng là lúc tôi đã chìm sâu Giấc ngủ
Và để biết có giữ được gì không
Tôi bắt đầu hy vọng

3.
Tôi nhóm lên một ngọn lửa
Gió thổi tắt đi

Tôi nhóm lên một ngọn lửa nữa
Gió lại thổi tắt đi

Khi tôi không còn hy vọng
Thì gió
Lại làm những que tàn kia bắt lửa

(Văn Học Press xuất bản, 2023. Tranh Bìa: cố họa sĩ Phạm Cung. Trình bày bìa: Lê Giang Trần. Thiết kế sách: Trịnh Y Thư. Tựa: Trịnh Y Thư. Bạt: Vũ Hoàng Thư. Nhận định: Cung Tích Biền. Ảnh chân dung: Chương-Chương)

11. thơ tuyển từ tập Tháng Năm Là Mộng Đang Đi 2023

ơn nụ cười

Hôm qua hạt lệ thâu canh
Sáng nay đọng lại trên cành, hạt sương
Mắc cỡ vì sao đã buồn…

Hôm qua, lắm mộng đêm trường
Hôm nay ngơ ngác bên đường, bình minh
Hóa ra còn mặt đất xinh…

Hôm qua ngó lên trời xanh
Sợ cái mênh mông làm thành cỏ mộ
Hôm nay nhìn lên lần nữa
Mầu xanh ơi lộng gió lòng tôi

Ăn thua là ở nụ cười…

2009

ơn quê hương

Sơn hà cương vực đã chia*
Sao máu lệ mãi đầm đìa bao phen
Tiệt nhiên định phận…
Phận hèn
Sách trời** mưa khóc ướt nhèm sử xanh

Ơn quê hương. Một giống nòi
Từ sinh ra đã chia đôi con đường

Ơn thân cò lội. Đêm sương
Ơn tàu lá chuối rách bươm. Gió mùa

Gói xôi mẹ ủ. Nắng mưa
Thảo thơm hơi ấm gắp lùa đắng cay

Ơn từng vuông lúa ruộng gầy
Câu hò cô gái múc đầy đêm trăng

Ơn khuya mưa móc ánh rằm
Chan chan hạt lệ. Đằm đằm nước non

Ơn câu lục bát chon von
Ngọt bùi ngọn trúc. Khuya còn gió lay…

11.2020

**Trong Bình Ngô Đại Cáo,1427, Nguyễn Trãi:*
*** trong bài thơ Nam Quốc Sơn Hà*

về thôi

Về thôi em
Về thôi em
Về nghe bóng cũ trên thềm nằm đau
Gió già cỏ ríu chân nhau
Thương con nắng đã bạc đầu chiều hôm

Về riêng với tịch liêu buồn
Ngày đi như lá trong vườn phôi pha
Dung nhan biền biệt mầu hoa
Đóa hồng trắng của chiều qua không về

Thôi về, riêng một em nghe
Cây sầu đông đứng sắt se gọi mùa
Nắng ngày xưa, nắng ngày xưa…
Con chuồn cánh mỏng kêu mưa phận buồn

Đêm nằm mưa vọng tiếng chuông
Nghìn xanh con suối ngọn nguồn reo đây
Mơ lên hay nhánh khuya đầy
Bạc cơn đồng thiếp, mộng lầy chiêm bao

Ra đi từ giấc mơ nào
Sơ sinh tiếng khóc lại chào bước em
Về thôi em. Về thôi em
Về nghe bóng cũ bên thềm lai sinh

thềm nhà

Vẽ trên thềm một bóng cây
Màu xanh nắng vẫn mỗi ngày phủ lên
Như chẳng nơi nào bình yên
Bằng nơi em đợi anh, thềm ban mai
Nơi ngoài em chẳng còn ai…

Không có ai ở ngoài thềm
Chỉ nghe bóng lá đi tìm bóng khuya
Nhịp của ngày đi, tôi về
Những bước chân như rủ rê tôi rằng
Về đi, đêm có ánh trăng…

Không có ai ở ngoài thềm
Chỉ nghe bóng lá đi tìm bóng tôi
Chia nhau hai nỗi đơn côi
Xin dành riêng lại nụ cười, làm duyên
Đêm nay có cuộc thề nguyền…

Không có ai ở ngoài thềm
Chỉ nghe đêm động im lìm bóng khuya
Khuya sâu thăm thẳm cơn mê
Đánh đồng giấc mộng. Chia lìa xác thân
Người xa. Níu bóng trăng gần…

Lạ nhau một cõi thềm trông
Hạt sương vỡ. Hạt đêm không. Tròn đầy
Dài hơi ngọn gió lung lay
Bốn phương rụng xuống đất dày âm vang
Hẹn hò. Mấy cuộc chia tan
Tôi nào đứng đó. Một vàng võ khuya

Thềm quen là những bước đi
Là chân bóng sáng. Nhu mì thời gian
Là lời nói nhỏ. Mây ngàn
Rủ nhau tề tựu vô vàn cỏ xanh
Nở ra đêm. Mộng trĩu cành
Hạt sương ngủ nướng. Không đành. Ban mai

hẹn

1.
Vơi thôi. Lệ đã rót đầy
Rượu nhân sinh. Hiu hắt bày cuộc vui
Chút thôi, nhưng đủ ngậm ngùi
Thả bay trong gió một nùi. Nhớ, quên
Chút thôi, cho có nỗi niềm…

2.
Cầm tay giây phút. Kiếp mai
Xin quay lại cũng nơi này. Giấc mơ
Giấc mơ gùi một bài thơ
Đi bao nhiêu bước lọt vừa bức tranh
Trần Gian Kỳ Ngộ, thưa anh

phố

1.
Phố đi
Phố lại
Người ta
Người ta đi lại đi qua
Chào
Cười
Chào buông hạt nắng câu lơi
Cười rơi bẵng hạt mưa hời hợt bay
Một vòm xanh trời. Xanh cây
Chia với ai
Để ai hay
Ai nhìn
Hàng cây cúi xuống lặng im
Chỉ đôi bóng lá còn tìm đến nhau
Phố đông người ta đi đâu…

2.
Phố đêm
Trời đêm
Tôi đêm
Tìm đâu ra nắng tôi chiêm bao ngày
Phố đây
Trời đây
Tôi đây
Sao đêm đổ xuống một đầy bóng tôi
Trời đâu và phố đâu rồi
Nghe tôi chiếc bóng đôi hồi với đêm
Ừ, thì mai ta đi tìm…

nói thầm

1.
Trời buồn
Trời gọi
Trời mưa
Tôi buồn
Tôi gọi
Tôi thưa
Một mình
Nỗi buồn cứ thế làm thinh
Mà đi mà đến. Rồi hình như tôi

2.
Nói tôi
Nói bóng
Nói người
Nói thơ
Nói thẩn
Chi ngồi
Nín thinh
Quê xa. Đất lạ bóng mình
Trông lên. Ngó xuống. Một hình nhân đi
Ngày qua. Vọng lại. Nỗi gì...
Nghe nằng nặng những thề nghì nhân gian...

3.
Nói thầm
Gọi thầm
Hát thầm
Luôn luôn như thế
Lặng câm
Một mình
Như cơn sốt nặng làm kinh
Bật lên tiếng gọi thình lình. Giữa đêm
Thì ra vì quá lặng im
Sợ quên. Nên gọi. Để tìm mình thôi

tĩnh vật chiều

Tôi ngồi lại. Một nốt nhạc
tím. Và chiều, một khúc hát bay xa
Rưng rưng mầu lá trên hoa
Một vệt sáng ngày vàng. Pha tĩnh vật
Rót đầy ly chiều ong mật
Hứa hẹn tôi về một giấc nắng mai

nhịp hoa

Ngày mùa anh nắng dậy
Nhịp đồng hoa em mẩy hạt xuân thơm
Ô tháng Giêng nào vậy
Hát thệ chiều em lẫy thắm tà buông
Đêm anh câu mái đẩy
Dịu dòng quê sông láy hội em hương

hỏi thầm

Hỏi cận kề. Hỏi xa xôi
Vòng vo trăng biếc nụ cười chờ ai
Đụng hoài ngõ cụt thiên nhai

Hỏi người một câu nợ dài
Hạt duyên gieo ở phận ngoài cải kim
Mù khơi góc biển đâu tìm

Chiều rồi có con chuồn kim
Bay trong gió thấp kêu nghìn mưa sa
Hạt rơi mỏng hạt phôi pha

Hạt rơi thêm một lần xa
Cõng hai phương nhớ cái tà huy cong
Chiều đi nặng một về không

Hỏi hoài thành câu thuộc lòng
Hạt muối sẻ mặn sao đong biển cùng
Cái duyên trời nhả. Mông lung

Sẩy tay va phải mịt mùng
Thưa người, lệ chẳng đặng đừng, nên rơi

2013

tiếng thét của edvard munch

Màu lên dồn dập. Sắc tràn
Âm thanh cuồn cuộn lửa hồng hoang bay
Chiều đi đỏ một sông đầy
Rừng khô xác bóng nghe dầy tiếng chân
Inh tai con gió hồng trần
Ngõ vàng tiếng vọng âm âm cựa mình

Gào trong xương tủy u minh
Con sông đồng thiếp một hình nhân trôi
Ma đi đánh động bóng người
Châu thân nghe lạnh chỗ ngồi nhân gian
Dội bi thương tiếng hú vàng
Tròn vo hốc mắt. Rỡ ràng tử sinh

2016

phía bên kia

Soi đêm bóng hút hình sâu
Mắt kia nhìn nọ, lạ nhau mặt người
Bật lên thành tiếng đười ươi
Tàn hơi giễu một âm cười bon chen

Soi đêm bóng tối ngòm đen
Vực lên con mắt mà lèn xanh cao
Chút kia cười rất ngọt ngào
Thốt ta tiếng nói xin chào phôi pha

Đêm tròn nở một bông hoa
Đứt lìa cuống rún khóc òa sơ sinh
Lần theo tiếng hót bình minh
Nghe trong nắng vỡ một hình như. Quen

Mặt mừng tay bắt gọi tên
Ánh đêm sắc lẻm. Nhớ quên. Chia lìa
Thì rồi mai nọ mốt kia
Đem hình vá bóng sợ gì một-hai

trò chơi con trẻ

1.
Một chút thôi, cho hẹn thề
Không ghim đâu, giữa bốn bề gió bay
Chớp mi thôi, một cầm tay
Ngẩn ngơ nắm lại cái đầy như không
Trời buồn con sáo sang sông…

Gió buồn lay ngọn tầm vông
Mơ rằng có, thực rằng không. Rằng bù
Trò chơi con trẻ thực hư
Loay hoay con rối cộng trừ nhân sinh
Ơ kìa trời đất bập bênh…

Vỗ tay tàn cuộc mông mênh
Nghe dâu xanh thở nổi nênh phận người
Sinh khóc tử khóc. Nụ cười
Vút cao trái bóng, cõi đời mây bay
Thưa người, ngọn gió ngất ngây…

2.

Thưa rằng ngọn gió trót vay
Thì xin trả sợi tóc này về theo
Mưa đi nguồn đó chắt chiu
Biển xa hạt muối cũng liều. Giấc mơ
Trái tim từ bấy đến giờ…

Thực hư cút bắt tóc tơ
Trò chơi con trẻ đâu ngờ. Xưa sau
Sông trôi nước chảy qua cầu
Bao nhiêu sương khói. Để mầu trời xanh?
Trời xanh đất cũng thiên thanh…

Giật mình đêm trôi quá nhanh
Tỉnh cơn mộng đã ngọn ngành tai nghe
Thơm mùi cổ tích cháo kê
Ô, trần gian.
Một hẹn thề chưa xong…

2022

đồng dao ta

Đồng dao ta, tập tầm vông
Ỡm ờ có có không không. Hẹn hò
Xòe hai tay… một tẽn tò
Đồng dao ta, tập tầm vó
Tìm chi không không có có. Đùa chơi
Xòe hai tay… một ngậm ngùi

Mỏi cổ ngẩng theo tầm với
Trời trên cao mây cứ nổi trêu ngươi
Xin cùng con gió, dài hơi…
Ú tim đất trời hú gọi
Bóng nhân gian chắn một cõi u sầu
Mây xa vực thẳm ngang đầu…

Hóa ra mình đã lạc nhau
Bao năm tìm bóng mà đâu với hình
Cho ta giờ lại có mình…
Ngồi xuống với nhau tình tự
Cõi buồn xưa nhập cõi chữ âm thầm
Tạ nhau, hai cõi tình thâm

Nông nỗi lệ dài lệ ngắn
Xóa làm sao cái bóng đậm đêm thâu
Để dài bước tới mai sau
Năm mươi… ta trốn đi đâu
Mở con mắt hát ví dầu ầu ơ
Buông đi mà mộng bất ngờ

Chiêm bao Nhân Gian Kỳ Ngộ
Dải lụa xanh bay duyên nợ bềnh bông
Bước ra với ngọn cỏ hồng
Thôi nhân gian, thôi có không. Thôi, hòa…
Tầm vông, chờ bông nở hoa
Dài hơi tiếng gọi nhau. Và gió bay

2018

rơi

1.
Có phải là mình đã rơi
Lơ mơ như mộng giữa trời rất xanh
Giật mình, nên rơi quá nhanh

Ô hay là rơi bóng mình
Chân dung xúng xính một hình nhân đi
Nhớ xưa. Tại một chữ Vì

Ngặt là chỉ một chớp mi
Buộc sao cho kịp thề nghì tóc tơ
Bập bênh hai cõi dạ thưa

2.
Rơi vào vô tận ta xưa
Dắt dây thêm một hạt mưa ở đời
Nghìn phương mộng ấy chơi vơi

Duyên lành đẩy một nhịp rơi
Đúng trong mộng mị, cõi đời không sai
Rơi vào bụng mẹ đầu thai

Vi vu ngọn nắng ban mai
Mặn nồng thêm một tiếng ai hữu tình
Đi cho hết cõi lung linh

3.
Chơi vơi là lửng lơ mình
Nghe đâu ai gọi thình lình kiếp mai
Hóa ra ký ức một vài

Thề xưa tóc đã quá vai
Quay lưng thăm thẳm đường dài hụt hơi
Sông về biển. Vội trùng khơi

Vực sâu tay níu tay rời
Chẻ đôi sợi tóc nên lời thề non
Hẹn nhau trời đất chon von

4.
Dường như là rất mỏi mòn
Đường rơi thẳm đất bon bon tuyệt mù
Trời xa rơi ngát thiên thu

Vô tận cõi lời thâm u
Tìm nhau. Con chữ biệt mù âm xưa
Có khi vấp một chữ Ngờ

Mới hay một kiếp đong đưa
Chẳng qua giấc mộng đã lừa chân đi
Ví dầu mưa nắng đôi khi…

5.

Mênh mông là cọng cỏ thi
Lời đi cũng vướng, nói gì. Câu thơ
Dừng chân. Ấy mộng tình cờ

Tan sương bao kiếp giấc mơ
Trôi đi bao nỗi ngẩn ngơ kiếp lời
Dường như là tôi đang rơi…

Quay cuồng một trận trời ơi
Hóa thân sương hạt chơi vơi cõi ngoài
Gió xanh nguồn cội không hai

2014-2023

tơ tóc cũng buồn

Mai về
Một cõi riêng em
Gửi năm tháng lại
Bên thềm thời gian
Ngày xanh
Nếp nếp từng trang
Lời thơ chưa cạn
Đôi hàng chữ khô
Tàn hơi một cuộc mong chờ
Hoang mang con nước nằm mơ cội nguồn
Dăm lời thề thốt trôi suông
Nghe ra tơ tóc cũng buồn biển dâu…

1996

Bốn chân dung Nguyễn Thị Khánh Minh qua nét vẽ của:
1. Họa Sĩ Trương Đình Uyên   2. Nhà Văn Phan Tấn Hải
3. Nhà Thơ Nguyễn Tiến Đức   4. Nhà Thơ Duyên

PHẦN II

tản văn

1- Tập *Bóng Bay Gió Ơi*, NXB Sống 2015- Tranh bìa: Andrew Gillette- Trình bày bìa & dàn trang: Lê Giang Trần. Phụ bản: Họa sĩ Đinh Cường - Nhà văn Đỗ Hồng Ngọc Hình tác giả: Son Le.

2- Tái bản: NXB Lotus 2017 - Trình bày bìa và dàn trang: Trần Triết.

lần theo mộng ảo mà về

(chọn từ Tập tản văn Bóng Bay Gió Ơi)

Ai đó đã nói, có rất nhiều nơi để đến, nhưng dường như chỉ có một chốn để quay về..., ba dấu chấm này để bạn điền vào nơi chốn của riêng bạn. Để tôi đoán xem, có thể là, gia đình, quê nhà, một nơi ước hẹn..., ngay cả, một giấc mơ, nơi này coi bộ quyến rũ nhất, đối với tôi...

Về, là về lại một nơi mình đã chia xa, một chốn cũ, nơi mình được ngồi yên lặng để bầu thân thuộc chuyền cho mình những dưỡng chất đã tiêu hao theo những dặm dài, để được nhìn thấy mình cùng không khí ấy mới mẻ thế nào, cũ kỹ ra sao. Hẳn sẽ là bước về nôn nao hối hả.

Về, là về cõi thời gian, một dòng chảy mơ không bờ bến, nếu không dành tâm tới lui với nó, khuấy lên hiện tiền một tiếng gọi, vén chút mù sương của ký ức, dợm một bước những phút giây sẽ tới, thì dòng chảy ấy sẽ hư vô. Nên bước về như thước phim quay chậm.

Và sẽ chập chùng trên đó những bước chân của xác phàm lẫn tâm thức. Nơi chốn ấy là Sài Gòn, thời gian ấy là Sài Gòn. Vâng, Sài Gòn.

Dạo tôi còn học lớp ESL tại Santa Ana College, thầy Lewis cho viết một bài văn tự do, tôi đã viết một đoạn ngắn về Sài Gòn, với những quán ăn khuya và mưa đêm, nhân lúc nói chuyện ngoài giờ học, thầy nói một ngày nào ông sẽ đi Sài Gòn để thưởng thức trời mưa trong không khí ăn đêm. Tôi đã phải nói rõ thêm với ông rằng, Sài Gòn đã là tên xưa, và tại sao nó trở thành tên xưa. Điều này làm tôi xót như động phải vết thương, vì cái tên ấy nó đã là một phần của thân-thể-ký-ức tôi, là một dòng chảy cảm xúc trong huyết quản tôi.

Những nốt nhạc ký ức tôi gảy lên hôm nay, ước sao là một tiếng đàn hòa trong bản giao hưởng hồi ức của những tâm hồn đồng điệu, một thời, như tôi, lớn lên từ lòng con phố mang một tên đã thành xưa này. Đó là âm những con chữ cho tôi lần về, và bạn thân ơi, dường như tôi chỉ đang quyến luyến nơi này qua đường tơ kỷ niệm.

Tôi bước lên những bậc thềm mịn rêu, bước chậm, sợ mình sẽ bị trượt ra sau, cái ngã ngửa chẳng khác nào cái rớt xuống trần gian đầy ngỡ ngàng của hai chàng Lưu Nguyễn. Tôi chưa muốn thế, tôi đang muốn sống cõi phi thực kia với từng rung động e dè chậm chậm, để nghe chạm vào cánh cổng tháng năm hoen rỉ, và dù nhẹ nhàng đến thế nào cũng sẽ ghê răng bởi tiếng rít của một cánh cửa lâu ngày không mở. Hồi hộp, nên tim tôi đập khác thường.

Ngôi nhà ba mẹ tôi ngày trước, có hàng tràm bông vàng bên kia vệ đường, tới mùa hoa gieo phấn thì bụi vàng xác hoa li ti đầy trước ngõ, nếu tôi bắt chước thiền sư Cảnh Sầm theo cánh hoa rụng mà về (Hựu trục lạc hoa hồi) thì hẳn không thể nào tới được nhà, vì hàng cây giờ đã không còn. Đây là nơi tôi luôn mong để trở về. Thật ra, tôi đã biết ngôi nhà đã khác hẳn ngày xưa lúc còn là biệt thự nhỏ, tường sần sùi mầu hồng nâu ẩn hiện sau rặng tre tàng mận (dưới gốc mận này là nơi chôn nhau con trai đầu lòng của tôi) và hoa hồng tầm xuân lòa xòa trước cổng, nhưng sao lòng vẫn buồn buồn khi nhìn nó bây giờ, lồ lộ phô những cửa kiếng ra mặt đường, và cũng chỉ còn non một nửa căn.

Tôi đứng yên trước cổng, nếu có bấm chuông thì cũng sẽ không có ai mở cửa, tần ngần cầm chiếc chìa khóa, tôi mở, tiếng lách cách nghe lạ như lâu lắm chưa từng. Từ ngày cha tôi mất, từ ngày mẹ tôi rời khỏi đây, nhà không ai ở, tôi nhìn những đốm sáng chập chờn trên chiếc ghế dài, lòng bỗng như một vạt nắng xa vắng, cũng may là Hương, cô em dâu, đã qua lau chùi trước chứ nếu bây giờ tôi nhìn thấy lớp bụi đóng trên bàn ghế nữa thì chắc tâm hồn tôi sẽ bị niêm phong luôn với nỗi cô quạnh. Tôi đi thẳng lên lầu nơi có bàn thờ, mùi gỗ cầu thang âm ẩm, tôi nhìn hình cha, một chút sợ sợ, không biết vì sao, có lẽ tại âm dương nghìn trùng trong căn phòng thờ im lặng, tôi đặt tay lên khuôn hình, *ba ơi, con về với ba đây*. Anh Khải dặn nhớ thắp nhang, nhưng chắc gì đường đi của khói đến được cha hơn hơi ấm của bàn tay?

Phất phơ mầu áo lụa mỡ gà bộ bà ba xô dạt tôi, *A, tôi đã theo mầu áo này mà về.*

Mầu áo tôi không quên cha tôi mặc tối hôm ấy. Buổi tối, như vậy thôi, đừng nhớ thêm gì nữa về thời gian..., một toán lính xông vào nhà tôi như một trận bão, túa lên những phòng và dồn 8 người gia đình tôi xuống phòng khách. Một tờ giấy được dơ lên, một lời được đọc. Đêm đóng lại theo từng bước chân của mỗi người được gọi lên phòng của mình. Chắc ba mẹ và các em cũng mang tâm trạng như tôi, khi lên phòng mình, có hai người lính, tôi thấy sách vở, cùng những lá thư nháo nhào trên sàn. Rồi Tagore, Mozart, Khánh Ly, Lệ Thutất cả bị tóm lại trong một cái bao lớn, tôi phản xạ giựt lại đĩa nhạc Mozart, vì tôi chợt nghĩ sao Mozart lại là điều có thể bị tịch thu, người lính hất tôi ra, mất thăng bằng tôi ngã đập vào thành giường, cú đau điếng khiến tôi biết rằng phải im lặng, tôi đã lén nhét một lá thư của người yêu vào túi áo, như muốn tìm một sức mạnh, nhưng nó lại làm tôi ứa nước mắt.

Tất cả phòng đều bị niêm phong. Có ai nghe tiếng một chùm chìa khóa quăng mạnh xuống mặt bàn gỗ như thế nào không, có thể không là gì nhưng đêm đó âm thanh ấy đã làm cả nhà tôi giật nẩy người. Đó là chùm khóa nhà. Và sau đó là tiếng loảng xoảng của những chiếc còng tay. Ba tôi đi, hai em trai tôi đi, bước lên một cái xe bít bùng. Họ đang bước vào bóng tối. Cùng đi là tất cả sách vở trong nhà. Tiếng những chiếc xe nhà binh như tiếng rú.

Còn lại mẹ và chị em tôi, 5 người, co cụm nơi phòng khách, nơi có để hai cái chiếu và một cái màn. Ở ngoài cổng có hai người lính gác. Mẹ và tôi nắm tay nhau, tôi còn nhớ rất đậm cái run lẩy bẩy, bần bật của hai bàn tay nắm lại với nhau, vai mẹ rung nhưng mắt mẹ khô lạnh, cô em nhỏ thút thít khóc, cậu em kế thì đanh mặt lại ngồi cúi đầu, cậu bé út thì giương hai con mắt trẻ thơ rất buồn, ngơ ngác, nó không khóc, chỉ nhìn mẹ và chị rồi nằm xuống cong người lại trên chiếu.

Mẹ tôi nói như thầm, *Khánh ạ, mẹ con mình phải chết thôi. Nhà mình còn hai bình gas.* Tôi giật thót mình, *nhưng má ơi, hai bình có đủ chết không hay là chỉ làm mình ngắc ngoải thì có nước chết với họ - Mình sẽ vào bếp đóng kín cửa lại con ạ.* Mẹ bỗng quay sang em gái tôi, 17 tuổi, giọng bà nhỏ, quyết liệt, *Chết không con, Khanh - Chết!* con bé gật phăng cái đầu dập dềnh mái tóc mây. Mẹ lại hỏi cậu em 16 tuổi, giọng có vẻ như bà đã quyết định, *Chết nhé Khiết - Dạ, Chết!* Thằng bé nói với vẻ lì cố hữu của nó. Rồi tới cậu em út, 11 tuổi, giọng mẹ nhẹ nhàng, *Chết không con, Khiêm? - Chết!* Tôi rúng động hồn phách, nó nói chết nhanh như thể mẹ hỏi ăn không con - *Ăn!* Mẹ không hỏi tôi, vì bà biết tôi sẽ là đứa nói không. Tôi kéo mẹ nằm xuống chiếu, thì thầm, *má không nghĩ là sẽ làm vậy, đúng không. Mình phải sống má ạ, anh Khải còn mất tích chưa biết sao, còn Khương làm việc ở xa nữa, mình có những 6 người, còn lo cho 3 người vừa bị bắt nữa, mình dư sức sống mà má.* Chúng tôi đã đủ sức sống để lội qua những tháng ngày nước ngược ấy, có cả những tiễn đưa âm thầm trong tâm trạng một đi là có thể vĩnh viễn không gặp lại.

Cha tôi trở về sau đó 7 năm, gầy guộc, ốm đau, ngày qua ngày, lặng lẽ làm tiếp cuốn tự điển đang làm dở. Lần sau cha lại rời nhà ra đi một lần nữa, lần này thì không có ngày trở lại để làm tiếp cuốn sách vẫn chưa xong. Tôi quên chưa hỏi mẹ lúc mất cha có đang mặc bộ bà ba lụa mầu mỡ gà không. Tôi nhìn những cây viết và sách để trên bàn thờ mà thấy cô liêu quá, cuộc đời, con đường nào bây giờ cây cô độc ấy đang đi. *Có bạn thân chứ, ba ơi.* Hình cha mờ như có hơi nước, dường như vừa sóng sánh trên vô chung thời gian, tôi tin thêm một lần này, dòng chảy buồn ấy sẽ không gợn sóng nữa, nó sẽ yên, chảy tận lòng sâu.

Tấp vào bến nhà ba mẹ tôi chuyến này, có vợ chồng cậu em út ở Úc về, cậu em năm nào gật đầu đồng ý chết một cách vô tư bây giờ đã là một người đàn ông đang mon men tới gần cái tuổi *tri thiên mệnh*, đi cùng vợ. Về cùng là một anh bạn thân của em, Quỳnh, người đã nấu những bữa cơm rất ngon cho 6 người, và mỗi sáng vẫn làm cho tôi một ly cà phê thật đậm tình bè bạn. Còn có vợ chồng con trai lớn của tôi cùng cháu bé gái Khánh Chi.

A, tôi biết rồi, tiếng gọi tôi về chính là âm thanh ban sơ của tiếng khóc, là mùi sữa thơm từ khóe miệng bé, và khanh khách tiếng cười đang rù quyến mọi cảm xúc tôi.

Nếu tôi không về để mà hít hà cái mùi da thịt thơm non này thì hẳn là tôi cứ ngồi đó mà nói về mùi lavender

Buổi sáng, tôi đón ly cà phê từ tay Quỳnh, nắng chiếu ấm trên bàn, ra cổng lại thấy một gói na treo tòn teng, chắc chị Liên đã tạt qua từ sớm, cắn một miếng na nghe tan trong miệng chút lòng chắt chiu.

Tôi đứng trước hiên phòng nhỏ của mẹ, nắng sáng mà nóng ướt da, đang tưới cây, bỗng nghe vọng lên từ cổng dưới "có thư đây!" Trái tim tôi như nhảy ra ngoài, cây sứ như có con gió nào tới khua bầy lá và hương hoa rộn rã, tôi bỗng nhẹ như mây lướt qua những bậc thang gỗ mầu nhiệm *hóa thành cô gái nhỏ, thân quen cổng nhà cũ, người đưa thư năm xưa "con gái có thư con đây," cô vội vàng, thò tay qua cổng, rối rít, "đưa con mau lên!" và khi những lá thư với những sọc xanh đỏ trắng viền quanh phong bì nằm gọn trong tay thì cô lại thưởng cho bác ít tiền, bác đi chiếc xe Honda Dame mầu xanh lá chuối, hằng tuần đem đến cho cô những lá thư thơm mùi biển xa, nỗi nhớ nhung theo nửa vòng trái đất buộc thành lời hò hẹn dài..., cô không biết sẽ dài một đời.*

A, tôi biết rồi, chính sợi tơ hẹn ước lênh đênh trên đường mộng ảo này dẫn tôi về, thành phố mang tên Sài Gòn, nơi tôi đã lớn lên, chỉ nơi này tôi mới lọt được vào nếp gấp xô lệch của thời gian, trở lại mọi thứ, như cũ, thời hai mươi vàng mười, lời tình tự mưa đêm tháng 9 thơm mùi hoa sứ, mùa hạ ướt những cơn mưa mà cho dù bao nhiêu lần được làm người nữa, nếu còn là mình, tôi còn nghe tiếng rất trong của nó rơi trước hiên nhà che chắn cho tôi một giấc mơ. Một nhịp chẩy diễm ảo đang đồng hóa tôi, tôi có đang trôi đi hay mãi mộng mơ đứng bên cổng cổ tích nhìn cánh bồ câu ngậm thư đưa tin yêu về?

Một hôm, tôi gọi taxi lên phố. *Cô đi đâu? - Cho tôi tới trường Luật, đường Duy Tân - Dạ đâu cô?* Tôi mỉm cười thích thú, vậy là mình đã nói ra được câu như lúc nào đó trong quá khứ rồi. - *À xin lỗi, cho tôi tới trường Kinh Tế đường Phạm Ngọc Thạch.* Đấy vật đổi sao dời. Tự hỏi, Duy Tân là tên một vì vua yêu nước, tại sao phải bị đổi tên. Cái tên quen thuộc đến nỗi chỉ cần nói Duy Tân là mặc nhiên động đậy đến kỷ niệm thời sinh viên Luật, và Kiến Trúc của ai nữa chăng, dù trường này có cổng ở đường khác nhưng sát hông trường Luật nên kỷ niệm chắc cũng có chút bà con. Một thời sinh viên chúi đầu vào sách vở, cho đến một ngày, đến trường bỗng ngỡ ngàng, bọn con gái chúng tôi hỏi nhau với giọng thảng thốt, *sao lớp vắng thế này, bọn con trai đâu cả?* ra năm đó nếu tôi nhớ đúng, 1972, vừa có một luật động viên đôn quân, tôi lúc đó như bị va đầu vào tường, cú đập choáng người.

Đã từ bao lâu sinh viên Sài Gòn -như tôi- lúc đó đi bên lề cuộc chiến? Đã bao lâu rồi? Dân Sài Gòn luôn tin rằng Sài Gòn là một ốc đảo mà con sóng của chiến tranh không thể đổ vào bờ. Đã bao nhiêu người tin rằng Sài Gòn là biên giới dừng lại của đường đi súng đạn, chủ nghĩa? Tôi mắc cỡ và cảm thấy như có tội. Dường như một số trong chúng tôi đã không ý thức về một cuộc chiến đang xảy ra trên quê hương. Chúng tôi như những viên gạch lát ngô nghê. Chỉ biết nghêu ngao những điều vô nghĩa trước một thực tế, máu của người dân hai miền đã đổ và thanh niên không ngớt bị tung ra chiến trường.

Bây giờ tôi đang đứng đây, nơi ngày trước là lối cổng nhỏ khiêm cung trầm lắng mầu gỗ hai cánh cửa nhỏ, trên là bảng Luật Khoa Đại Học Đường, như nghe được hơi lạnh tiếng gió thổi vào lớp học khua buồn những hàng ghế trống buổi chiều xưa, có bao nhiêu bạn bè từ chỗ ngồi ấy ra đi không về nữa? Tôi thấy qua nắng muộn ánh mắt của những cô gái hai mươi, Châu Tỷ, Liêm, Liên, Gấm, Hoa, Xuânvà tôi, nhìn nhau, biết rằng, từ hôm ấy, tin chiến sự là vết mực đen phết trên từng trang sách học...

Tôi đi bộ bên vệ đường Duy-Tân, đã mất rồi lối đi đất nhỏ với hàng cây dầu, nơi tôi lộng gió tà áo vàng trong tấm hình gửi người vạn dặm, *thôi hãy dùng ký ức mà đi để lọt vào không khí Saigon thời yêu người thiết tha...*

Hồ Con Rùa, cây đa cổ thụ trước Viện Đại Học Saigon có tôi, Huệ, Thôi "Oanh Oanh" thấp thoáng những tà áo dài trong nắng. Chập chờn những cánh bướm trên con đường rộng thênh thang băng qua ngôi rừng nhỏ trước Dinh Độc Lập, nhà thờ Đức Bà, và kìa một con bướm vàng bay vội vã qua những bậc cấp bưu điện rồi chui vào thùng thư, ngày mai người ta sẽ lấy thư...

A, tôi lần về theo dòng máu đẩy của nhịp đập, hồng hào lại nơi nương náu của kỷ niệm, trái tim Sài Gòn ưng ức hoài nơi ngực trái

Nơi ấy bây giờ, người đông hơn nên đường chật đi, nhà nhiều hơn, cao hơn, nên đất trời trong tầm mắt bị nhỏ lại. Tôi như cái bóng câm đi giữa muôn âm thanh hình ảnh ồn ào của một thế giới khác.

Có phải đã muôn trùng thời gian đi qua nơi này, và tôi thấy mình buồn tẻ, lạc lõng, cũ xưa. Tôi đã nói với bạn Vy như thế, trong một quán cà phê, dưới bóng một cây trứng cá, có một trái nhỏ rụng đúng vào ly cà phê của tôi. Tôi cũng đang rơi một cách lạc điệu, như thế chăng. Bạn đọc cho tôi nghe *những gương mặt lặng lẽ / treo trên hai sợi dây điện song song / vắt ngang cành trứng cá* tôi hỏi, thơ ai mà lọt hẳn vào tàng cây trứng cá này vậy. Vy đưa cho tôi tập thơ, thơ Đoàn Minh Châu. Tôi giở ra ngẫu nhiên, những câu thơ, *kỷ niệm vẹn nguyên mỗi năm / em vẫn là người hoài cổ / sống bằng nhớ nhung ngày sắp tới.*

Tôi đang được sống thực một nỗi nhớ. Nó đang dắt tôi về.

*

Rồi cũng được nghe lại tiếng biển. Ngôi nhà Hoa Sứ của anh chị Khoa-Geneviève, trong một xóm chài, nằm gần góc cong của bờ biển kéo ra Long Hải. Chị nói chị sẽ đổi tên nhà là Sao Biển.

Buổi sáng tôi xuống bãi xem ghe đánh cá về, cá đánh bắt ven bờ chỉ toàn là cá nhỏ. Xóm chài rất nghèo. Chiều chiều trẻ con đi đẩy trên bãi để bắt còng hay cào nghêu. Bờ biển ứ rác và phế thải của người. Nước biển đục ngầu. Nhưng nhạc sóng vẫn trong. Gió biển thổi mặn môi. Cát biển bay xót mắt. Đêm ở đó tôi ngủ trong tiếng mưa, rơi tong tong trước thềm gạch tàu. Tiếng sóng rì rầm xa xa gần gần, không còn là tiếng u u mường tượng trong vỏ ốc, tôi choàng dậy đứng bên của sổ, nhìn và nghe, biển kia, mưa kia, thân thiết lắm với mùi hương ký ứcđưa tôi vào mộng mị giữa những con chữ yêu, thương…

Bao giờ nữa anh em mình lại được quây quần bên một bàn ăn dài, ăn những món hải sản thơm mùi biển của chúng ta kết với rượu vang quê hương chị Geneviève?

Những cánh hoa giấy đỏ buông xuống vẫy tiễn tôi, ánh mắt nâu hạt dẻ của chị nhìn theo, nụ cười hiền của anh Khoa như cánh thuyền nhỏ, bập bềnh trên sóng. Tôi khép mắt để nghe rưng một hạt lệ, tiếng rơi trong trên mặt hồ thời gian để hiện ra những ảnh hình tưởng đã quên dưới dòng phẳng lặng

Lại một buổi cả nhà leo lên xe, lòng ai cũng vui vì nơi tới là Đà Lạt. Ôi Đà Lạt một thời là ước mơ của tôi, đi Đà Lạt hồi đó bao giờ cũng là một phần thưởng khi học hành có kết quả tốt, vì thế ngày đó tôi đi Đà Lạt không quá ba lần. Tôi không về ký ức mà đi đến một nơi giấc mơ chưa thành.

Đến Đà Lạt vào tối, trời mưa. Tôi ngồi co trong chiếc ghế cạnh chỗ Khánh Chương lái xe, nhìn mưa rơi hối hả rồi tan trên mặt kính, tôi thoát ra cơn mỏi mắt buồn ngủ vì nhìn mãi vào chiếc cần gạt nước, quay ra phía cửa sổ. Phố lóa xóa mặt gương, đèn xe xanh đỏ lập lòa như những ánh lân tinh ở một phố âm, cậu em ngồi hàng ghế sau vừa nói, *không biết đêm Đà Lạt còn chợ âm phủ không, tối nay tụi mình đi nhen.* Giọng cậu không có vẻ chi là phấn khởi mà rù rì như nói trong lúc đang ngủ, tôi cười, *nếu hết mưa Khiêm à,* giọng tôi cũng nhỏ, tại không khí dào dạt mưa chăng.

Tôi chợt bấm kính cửa xe xuống, mưa hắt lạnh, và tôi giật mình vì tiếng còi xe quá lớn, vội bấm kính lên. Hình như có cả tiếng nói nữa, không phải âm của Đà Lạt, hồi trước, khi tới đây, tôi gặp rất nhiều tiếng Huế. Cảm giác lúc chạm vào gió vào mưa Đà Lạt thế nào nhỉ, giật mình vì tiếng còi xe, vì âm giọng nói quá lạ, chỉ vậy thôi.

Khi đi ngang khách sạn Anh Đào, tôi mơ màng thấy mình cùng các bạn đang đứng dán những tờ cổ động cho liên danh ứng cử dân biểu của cha tôi năm nào

Lần đầu, vừa xong năm thứ nhất Luật, cha thưởng cho một chuyến đi Đà Lạt, thật đáng nhớ, tới nơi người lớn ngồi nhà đánh bài, để ba con nhỏ là tôi, em Khanh và Bích, con bác Chi, ngồi chèo queo nơi phòng khách có ngọn lửa nhịp nhàng trong lò sưởi, tôi thì không sao (vì có một nỗi nhớ cặp kè, đâu có một mình). Kỳ đó Đà Lạt chỉ là Hồ Xuân Hương và quán cơm Như Ý. Hết. A quên, còn có một con dốc nằm thơ dại đẫm ánh trăng cùng Bích và một chàng sinh viên trường Chính Trị Kinh Doanh nữa.

Lần thứ hai vui hơn vì đông bạn bè, lại được đi chơi thoải mái, nhớ những hạt mưa hắt ngược trên đỉnh LangBiang, có Hà cầm đàn ngồi hát cho một cô gái Đà Lạt, *đưa em về dưới mưa / nói năng chi cũng thừa* (Nguyễn Tất Nhiên, Phạm Duy) trời lạnh giọng chàng run hay tại người đẹp như mơ? có Tiến với giọng Bắc trầm, vừa hát *ta nghe nghìn sợi nhỏ rớt xuống đời* (TCS) vừa bấm máy chụp hình, có Khương điều động việc dán bích chương, kỳ đó liên danh cha tôi thất cử nhưng chúng tôi được no nê Đà Lạt gần một tuần, có Thanh giọng như tiếng gió thổi qua tua lá thông, có Tính đọc thơ giọng Bắc nũng nịu, kéo đêm Đà Lạt nhẹ lơi như khúc nhạc dạo đầu, *trời mưa nho nhỏ, vạt áo em xưa, anh giữ trong tay, lời tình chợt ngỏ, em khóc bất ngờ, đêm run bóng lá, nho nhỏ trời mưa* thơ tôi viết cho ai vậy Thanh?

Có người ở xa nhờ tôi chuyển lời chào đến quỳ vàng, nhưng đi trên đường không thấy một mắt quỳ nào dòm ngó, quỳ ơi, người đã muốn một cây quỳ vàng trên mộ cỏ mốt mai đấy, lãng mạn quá tình yêu dã quỳVà cũng chẳng có một cánh én nào dưới mái lầu Hotel du Parc như người kể, chỉ chênh vênh con gà trên đỉnh nhà thờ có lẽ là chứng nhân chung thủy của thời gian và gìn giữ kỷ niệm của người dân Đà Lạt, của người yêu Đà Lạt nay đã tản mạn những phương trời.

Đến tối, đi dạo Đà Lạt đêm, thì tôi thật sự thất vọng, không còn một Đà Lạt trong trầm lặng rét nữa, những người trẻ đi thành nhóm đông la hét ồn ào, đứng trên bậc thềm cao ngó xuống khu chợ Hòa Bình chỉ thấy người, nườm nượp bát nháo. Bên lề thì la liệt những đống quần áo cũ bán mua tấp nập. Ôi, muốn lãng mạn một chút với Đà Lạt cũng không xong rồi.

Tôi nhớ đến tiếc con đường dốc trong đêm bập bùng ánh lửa của người dân tộc bán ngo và thổ sản của họ. Ánh lửa khơi động một ấm áp thổi Đà Lạt hun hút vào ký ức. Ký ức mùa trăng mật. Đâu rồi, đâu rồi cái khí hiu hắt lạnh thơ mộng ấy? Đà Lạt như cô gái thức dậy, cắt phăng mớ tóc dài mơ, mặc quần jean áo thun nhún nhẩy vào nhịp dồn dập sống còn của khúc ca hiện đại.

Thúy Anh nói, *chắc dưới kia là chợ Âm Phủ.* Khiêm cười, l*úc nhúc ồn như kia chỉ có chợ dương phủ thôi em,* quả thật là tôi cũng không đủ can đảm để bước xuống những bậc thang đi tìm chợ âm phủ trong biển người dương thế kia, cho dù rất nhớ ly sữa đậu phộng bên hông chợ. Quỳnh thì sau đó nhất định phải đến "quán chè khép một bên cửa" không biết nghe ở đâu, cửa quán chỉ mở già nửa, không phải để ngăn ngừa cái huyên náo bên ngoài mà là nhét vào những lộn xộn nhất có thể của một quán chè đêmTôi cùng các em vội vã ăn và vội vã quay về.

Thế là không sữa đậu phộng nóng, không hạt dẻ ấm trong túi áo, và tiếc thay tôi cũng không có kỷ niệm nhiều với Đà Lạt để đưa mình vào Đà Lạt sang trọng trầm lặng ngày cũ. Cứ thế mà phơi mình giữa một không khí Đà Lạt bị cày xới thô bạo bởi những mỹ quan kiểu mới. Muốn nhắn nhủ với những ai yêu Đà Lạt, có về hãy trang bị cho đủ đầy nỗi nhớ và chiếc áo giáp của kỷ niệm để chống đỡ với những bất ngờ của Đà Lạt.

Ngày về lại Sài Gòn, khi đi qua đèo gió Bảo Lộc, tự nhiên nhớ lời dặn dò cột tóc của nhạc sĩ họ Trịnh với hồng nhan tri kỷTrong tôi không có một lời hẹn nào để trở lại Đà Lạt. Coi như vẫn còn đó, một giấc mơ dang dở.

*

Một đêm, tôi nói với Khánh Chương, *mai mẹ về lại Mỹ rồi* (nhớ hôm ở Mỹ, cũng nói với Bảo Chương, *mai mẹ về Sài Gòn rồi*, hai nơi đều là về cả, là sao?) Khánh Chương ôm vai, ngập ngừng, *bây giờ cho mẹ bịnh đi, cũng được, để mẹ ở lại thêm nữa nhen mẹ*. Hạnh nói, *con trai nhớ mẹ rồi đấy mẹ ơi*. Như đêm đang ngừng trôi, phải không, những giọt đêm khẽ khàng ru tôi từng nhịp ấm của hạt lệ.

A, tôi biết rồi tôi đã lần theo nhịp đập trái tim hai đứa con yêu dấu này để về. Về đây, và đang nằm ngủ nơi góc phòng cha đã ngủ năm nào. Nghe dòng sông thế hệ nhịp nhàng từ ba mẹ tôi đến tôi, rồi các con tôi, và kia bùng reo, cô cháu nhỏ. Trôi đi, dịu dàng.

*

Hôm rời Sài Gòn, đang kéo hành lý ra cổng, chị Liên nhắc, *thắp nhang ba chưa?* Tôi vội lên lầu, là để cho chị vui thôi, chứ ngày nào tôi chẳng lên nhìn và nói gì đó với cha. Nhưng cha đâu riêng ở đây, nơi nào mà trái tim các con ông còn đập, thì ông ở đó.

Và Sài Gòn, mãi mãi là một hơi thở, của tôi. Những kỷ niệm thuộc về Sài Gòn như một tấm khiên che chắn cho tôi bớt hụt hẫng về tốc độ những đổi thay, hóa ra tôi chẳng phút giây nào nhìn thành phố này bằng con mắt xác phàm, chẳng thấy gì cả ngoài một Sài Gòn đẫm đìa kỷ niệm.

A, tôi lần theo hoa rụng tuổi thanh xuân mộng ảo mà về đấy thôi.

Tới đây thì bạn biết cái *một nơi* để quay về của tôi rồi, đúng không, những sợi tơ ấy chỉ có một mối bạn ơi.

Có một chỗ ở Sài Gòn bây giờ tôi bước đi không bằng ký ức, đó là con đường bờ kè kênh Nhiêu Lộc. Tôi bước dọc theo con đường mới mẻ, cái nhìn mở ra vui như nắng đang xiên qua những hàng liễu rủ, gió thổi thốc tới từ phía ngôi chùa xa cạnh Viện Đại Học Vạn Hạnh xưa làm tóc tôi bay, tôi không thể tưởng là mình đang đứng bên dòng kênh khẳm đen nhếch nhác khi xưa.

Có lẽ lần sau Khánh về thì nước kênh sẽ trong.

Giọng anh tôi nhỏ nhưng có vẻ như anh đang nói về một công trình của mình. Điều ấy làm tôi vui. Tôi đang nghĩ đến chuyện cổ tích, soi xuống dòng trong để tỏ mặt mày. Tất cả sẽ đổi thay như kênh Nhiêu Lộc này, những vẩn đục sẽ lắng xuống để dòng trong.

nhớ nói cho Khánh biết khi nước kênh Nhiêu Lộc trong nhé, anh Khải.

Vậy là tôi có một lời hẹn với Sài Gòn rồi. Và, nếu có, thì tôi cũng sẽ về vào mùa mưa tháng 9 để tiếng mưa trả lại cho tôi những lời tình tự, thêm một lần nữa, sống với giấc mơ xưa.

Santa Ana,
Tháng 9, ngày 16. 2012

cây cô độc

(chọn từ tập tản văn Bóng Bay Gió Ơi)

Từ "Cha" chỉ là một tên gọi khác của lòng yêu thương
(Fanny Fern)

Đêm khuya đèn hắt bóng rầu rầu
Lệ chữ theo hoài trang sách sâu
Cha buông nét bút sầu ẩn sĩ
Một dải sơn hà một nỗi đau

Cách đây ba mươi mấy năm, tôi đã viết về cha tôi như thế. Cảm xúc từ một đêm rất khuya đi ngoài ban công nhìn vào bàn làm việc cha bên cửa sổ còn ánh đèn, in trên gương mặt xương nét sầu muộn cô độc. Khi đưa cha đọc, ông bảo, sao tứ tuyệt mà con để thất niêm luật thế...

Chẳng bao lâu sau đó, ông bị đem đi, rất xa nhà. Không hiểu sao cuộc đời cha cứ đong đưa tù ngục, của cả hai phía. Tôi nghĩ cha tôi thật sự là người mơ mộng. Tại vậy, mà ông đúng là cây cô độc, như ông viết trong một vở kịch dở dang. Dang dở như sự nghiệp và hoài bão của ông. Cái nỗi đau dải sơn hà trong tâm cha thôi hãy để tan vào bụi tro trong chiếc tĩnh im lặng. Cha ơi. Con chỉ muốn nhắc đến tình cha, yêu thương con gái như thể mình là chỗ cho nó hành tỏi yêu thương. Làm nũng hết biết (giờ mới biết thế) từ cái ngày còn mặc áo đầm xoè trắng cho đến tuổi vòi tiền may một cái áo dài lụa hoàng hoa.

Hôm nay là Ngày Của Cha, 16 tháng 6, 2013. Calif. còn hơi mát của buổi cuối xuân. Ngày Của Cha được nước Mỹ kỷ niệm vào Chủ Nhật thứ ba của tháng 6. Đạo luật công bố Ngày Lễ Cha được Tổng Thống Richard Nixon ký duyệt vào năm 1972, sau 62 năm, kể từ khi bà Sonora Smart Dodd, trong lúc ngồi dự Ngày Lễ Mẹ vào chủ nhật thứ hai của tháng 5, năm 1910, trong thánh đường Spokane, Washington, bà nhớ tới cha của mình, sau đó bà đã phát động một phong trào đề nghị một ngày lễ cha. Bây giờ mỗi năm, theo thống kê, tại Mỹ gần 90 triệu cánh thiệp đã được gửi đi để tri ân, tưởng nhớ người cha. *Hôm nay con cũng viết cánh thiếp này gửi đến cha qua chập chùng mây trắng của thời gian...*

Trong nắng tràn trề, text Happy Father's Day cho vài bạn thân, nhìn người bạn trăm năm đang ngồi ngắm mê hình cô cháu Khánh Chi, tôi nói, có cần Happy Father's Day không, bèn nghe trả lời, không, grandpa, thích hơn. Thế đấy, có nghĩa là tôi phải tỉnh ra, cái thời gian mình bây giờ, bà nội rồi, bao giờ cũng thế, tôi luôn bị kéo ra khỏi cõi mộng mơ, vậy nên, lập tức bỏ chạy, vào cái cõi phi thực của mình. Cũng là một cách bảo vệ mình khá hiệu quả.

Miệng hớp vào một ngụm cà phê starbucks, mắt như đã ướt, cõi vừa lọt vào là vòng tay ấm của cha... Thật ra hạt nước mắt này đã tượng nên hình tướng từ đêm qua kia, sáng nay nó mới vỡ ra để tôi thấy trong gương nắng hình ảnh cha ôm tôi long lanh, và mái tóc khói thời gian của tôi bỗng mềm mại xanh mướt dưới bàn tay cha...

Đêm qua, 15.6, trên TV, tường thuật một phim hoạt hình về cha và con gái, giọng nghẹn nghẹn, với âm thanh biểu cảm nhất của xướng ngôn viên Tuyết Lê tôi đã từng nghe. Phim có tên Will của đạo diễn Eusong Lee, đã đoạt giải tại The Student Academy Award vào ngày 8 tháng 6.2013 (shortoftheweek.com /2012/05/02/will/). Mở đầu và kết phim là lời của người cha được đọc bằng một giọng nam cảm động, *con gái, cha sẽ không sao đâu, cha sẽ trở về*, phim kể, ông là một trong hàng ngàn nạn nhân của thảm họa khủng bố ngày 11 tháng 9.2001 tại World Trade Center, buổi sáng ông chia tay con gái đi làm và rồi không về nữa, cô bé với nỗi nhớ thương cùng ý muốn mãnh liệt đã cố gắng với món đồ chơi yo-yo (mà cha cho cô trước khi đi làm) để quay ngược thời gian về lại thời điểm lúc sáng cha chia tay, và cái chết đã không xảy ra. Phim dài chỉ 4 phút, hình ảnh được thể hiện bằng những nét cắt kim cương như những vết buồn sắc nhọn cứa vào cảm xúc...

*

... Ký ức tôi mãi ấp ưu bãi cát trắng phau của biển Nha Trang, cha đi trước với mẹ, tôi đằng sau cố in bước mình vào dấu chân cha, loi choi theo những bước quá dài so với bước mình, cha quay lại thấy thế, ôm tôi, nói, *ờ, ba sẽ bước ngắn lại cho con theo kịp nhen con gái.* Mỗi lần nhớ tới câu này là nó kéo nước mắt của tôi ra. Cứ mỗi tuổi tôi lại hiểu câu nói này khác đi, dần dà nó như một điểm tựa cho tôi. Tôi mạnh mẽ hơn khi nghĩ rằng những khó khăn của cuộc sống cùng bệnh tật mình gặp cũng sẽ nhân hậu như thế, không dài quá bước chân của mình.

... Hồi rất bé, nhát, người nhỏ con, tính lại hay buồn, thường đứng tựa một mình bên cửa nhà, hay khung cổng đầy rêu ở nhà nội mỗi khi về quê. Chị Hạnh, con bác Tám, nói với mẹ tôi, lúc ngồi cùng nhau trên một chiếc xích lô, chị vuốt tóc tôi, *sao con nhỏ Khánh này nó buồn quá hả thím...* Tôi có cảm giác luôn chờ cha, ông vắng nhà hoài. Mẹ tôi, rất chịu diện cho con gái bé, nhưng nghiêm khắc hơn về những điều phải có, phải làm, của một đứa con gái, bên cạnh đó là kỷ luật của bà ngoại. Nhớ một chiều, tôi quét sân, cái chổi tre tròm trèm tôi, và cái sân thật to, lá hoa rụng thật nhiều, quét miệt mài cho đến lúc giật mình, *Khánh sao con phơi mưa dậy hả, - ba về!* và quăng cái chổi chạy tới nhào vào vòng tay đang mở ra của cha. Bậc thềm chiều ấy ấm lắm.

... Hồi đó, tiễn cha đi dạy học xa, tôi vừa đủ tuổi để biết chia tay là rất buồn. Trong trí nhớ tôi là sân ga đêm, khói toa tầu, tiếng xình xịch rền trên thềm đưa tiễn. Cha ôm mẹ, ôm tôi, và tôi luôn được nghe, lúc cha bước lên mấy bực toa tầu, quay đầu lại, *ba sẽ về sớm thôi mà,* tôi đã là một đứa con hạnh phúc khi luôn được đón bước cha về, không như cô bé trong Will, không như người con gái trong phim hoạt hình Father and Daughter, đã chờ cha mình suốt một đời và chỉ được ở trong vòng tay cha nơi màn sương ảo...

Cha, người đàn ông đầu tiên và gần như duy nhất mà tôi được làm trận làm mạc mà không chút nao núng, vì luôn được nhượng bộ. Thế đấy. Để bây giờ biết rằng những điều mình đã có không bao giờ còn được hưởng nữa. Không là hai mươi tuổi trở lại để nghe, sau một cơn giận dỗi bỏ cơm, cha đứng ở cầu thang ngoài cửa sổ ánh nhìn trễ xuống sau cặp kính, *Khánh, không đói bụng hả?* Chỉ chờ thế, bật dậy chạy xuống bếp, thấy đồ ăn mẹ để dành trên bàn. Nghĩ tiếc và trách mình, lớn lên, lại không ôm cha như hồi bé nữa... Tôi có niềm tin cha là người yêu tin tôi một cách, tôi là như thế. Như bờ cát nhận phù sa từ dòng sông thương yêu ấy. Từng ngày.

... Nhớ hồi ba mẹ dọn về ngôi nhà mới ở đường Lữ Gia Nha Trang, nhà lớn sân rộng, có một cây sầu đâu, mầu hoa tím cấy nét mơ mộng vào ánh nhìn cô gái nhỏ. Và được nuôi niềm hy vọng từ những lời của cha, *ngôi nhà này có thể làm một trường học, và Khánh sẽ là hiệu trưởng...* Lúc tôi 6, 7 tuổi, khi trồng cây thiên lý, cha cũng nói, *để cô khánh hái hoa xào thịt bò,* cha đấy, chắt chiu cho con gái, từ việc nhỏ li ti đến việc lớn...

Không kể chính trị linh tinh, con đường lập nghiệp của cha tôi gắn bó với những ngôi trường. Ở Nha Trang. Theo trí nhớ của tôi còn đậm, chỉ một trường trung học tên Tương Lai, nằm trên con đường ra ga xe lửa, tôi vẫn thường được cha dắt đến mỗi khi trường có liên hoan Tết, phát thưởng, mỗi lần như thế được mẹ chải đầu cột chiếc nơ xanh, mặc áo đầm xoè nhiều từng, được các anh các chị ôm khen rối rít, *con gái thầy Nhường dễ thương quá...*

Cha dạy môn Việt Văn lớp đệ Tứ, đệ Nhị. Tôi học văn từ cha nhiều hơn cả qua những bữa cơm chiều, cha bảo, *con hãy ghi những điều con thích vào sổ tay,* sổ ấy ngày càng nhiều trang. Cha là người đầu tiên đọc thơ Nguyễn Du cho tôi nghe, không phải là Kiều, chữ đẹp nên cha bảo chép vào một cuốn sổ dày, viết một trang chừa một trang bên cạnh để cha viết chữ Hán của bài thơ đó. Cha thích bài Đạo Ý, và đấy là bài thơ chữ Hán đầu tiên mà tôi thuộc bằng âm Hán Việt, đọc thấy thích ngay dù chẳng hiểu gì ý tứ của nó. Có lẽ tại cha hay ngâm nga. *Minh nguyệt chiếu cổ tỉnh / Tỉnh thủy vô ba đào... (Trăng sáng soi giếng xưa / nước giếng không dậy sóng...)*

... Dạo ở tù về, cha lặng lẽ. Mỗi sáng cha qua làm vườn bên sân chùa, bữa cơm nhà có thêm rau cải non, trái khổ qua... Sáng dắt xe đạp ra cổng, tôi nhìn theo dáng áo nâu với cuốc trên vai khấp khểnh trên con đường hai bên không phải là ruộng xanh mà là những căn nhà phố, tôi tự hỏi lúc ấy cha nghĩ gì. Tối thì cha thường xuyên thức khuya, nhìn qua cửa sổ, tôi cảm thấy một nỗi cô quạnh xót xa với cảnh ánh đèn vàng yếu và mái đầu cha cúi trên trang giấy, bóng một người khắc khổ trên một con đường dài. Hình ảnh trong bức tranh ấy cái gì cũng chỉ có một, lẻ loi. Và tôi, cũng một mình, đứng nhìn theo bóng cô độc ấy hút cuối đường gió và bụi. Cha ơi... con lại nhớ giọng cha, *trạm trạm nhất phiến tâm / minh nguyệt cổ tỉnh thủy... (tấm lòng vằng vặc / như ánh trăng soi giếng xưa)*

Tôi biết nỗi buồn bã thất vọng của cha về những hoài bão không thành, nếu cha chỉ đi theo một con đường là dạy học viết sách, làm thơ thôi, thì hẳn con sông tâm hồn ấy đã êm đềm biết bao. Vào tuổi còn trẻ, cha đã nổi máu giang hồ, bỏ nhà ra Huế học. Rồi khi đang yên ả ở quê nhà, lại bỏ đi kháng chiến chống Pháp. Trên bước đường chinh chiến thì, trái tim nghệ sĩ ấy lại thêm một lần nữa, rung động, và thế là lại buộc ràng hệ lụy gia đình, đến khi nhận ra rằng, cái mộng tưởng chính trị không đúng là điều ông đã mơ, thì cuộc sống của cả nhà từ ấy biết đến sóng gió. Mẹ bảo nếu mẹ không mắc chứng sốt rét đến điên loạn, và nếu không có tôi, thì chắc gia đình lúc ấy vẫn còn theo cha lặn lội... Và nếu không có bà nội ở Nha Trang thì, chúng tôi đã không có một bến yên ả ở thành phố biển này.

... Khi cả nhà xum họp lại. Cha cũng không ở yên một chỗ. Dạy học khi thì Nha Trang khi thì Sài Gòn, Biên Hòa, rồi mãi miền Tây. Không bương chải sao khi một đàn con tuổi ăn và học. Và rồi cha làm rất nhiều nghề, ký giả, viết sách giáo khoa, soạn tự điển, dạy học, thầu khoán xây cất, nhà in, coi Tử Vi, bốc dịch, nhà Hán học (chả vậy mà, năm 1975, khi công an vào xét nhà, thấy một xấp những thiếp nhỏ ghi nghề nghiệp của ông trên bàn làm việc, họ đã phán, *là CIA của Mỹ Ngụy).*

Nói đến đây mới chợt thấy một điều là cha tôi bị thất nghiệp hoài. Mà nguyên do chủ quan nơi cha. Ông mau chán, dễ bất bình, không theo đuổi gì lâu dài, ngoại trừ duy nhất việc soạn cuốn từ điển Hán Việt Từ Nguyên cho tới cuối đời. Những lúc ấy gia đình vẫn ổn thỏa được là nhờ vào tiền lương dạy học của mẹ. Nghe mẹ kể, có một người hỗ trợ cha viết và in sách giáo khoa, một loạt về Việt Luận Tú Tài, và Tự Điển, đó là ông chủ nhà sách Khai Trí ở đường Lê Lợi, đã giúp gia đình tôi qua lúc bấp bênh. Ông Khai Trí có nhiều kỷ niệm với gia đình, và với riêng tôi sau này nữa, khi ông nói với tôi về thơ của tôi.

Nói chuyện cha làm báo. Cha tôi có tính châm biếm. Khi vào Sài Gòn, có một dạo cha giữ một mục gọi là Nụ Cười Gừng trên một nhật báo (Điện Tín?) Bài viết của cha làm bị kiểm duyệt hoài, nên sau đó cha không được tiếp tục nữa. Rồi cha ra một tờ báo riêng, Đuốc Việt, nhớ cha nói, *hai năm nữa ra trường con sẽ giữ tờ báo này, tha hồ viết* (hình như tôi cũng có mộng làm báo như cha), nghĩ cha thật lạc quan tếu, cũng chỉ vì cái "tha hồ viết" ấy mà tờ báo của cha chỉ thọ được 4 số.

Dây mơ rễ má đến chuyện báo chí, có một kỷ niệm, hình như vào những năm 60, 63, nhà văn Chu Tử ở Sài Gòn ra Nha Trang, ở chơi nhà ba mẹ tôi khá lâu, bác bị bệnh gì đó, họ cùng bàn đến một tờ báo mà bác đang làm, tên Ngàn Khơi, họ bàn mê say đến nỗi bác ăn thịt bò nhúng dấm mà nếu mẹ tôi không la lên, "*anh Bình, anh chưa nhúng thịt vào dấm,*" (Bình là tên thật của Nhà văn CT) thì chắc bác đã ăn thịt bò sống rồi. Chỉ nhớ về bác và tờ báo có thế. Riêng tôi thì được cô Uyên Chuyên phụ trách mục thơ nhi đồng phong cho danh hiệu, thi sĩ búp bê, lại in hình và giải thưởng một con búp bê mặc áo đầm đỏ rực rỡ, con bé 11 tuổi tỷ khoái.

... Vào những năm 90, lúc này cha đã được về nhà khá lâu, có tuần báo tên Gia Đình Trẻ mời cha làm chủ bút, dĩ nhiên cha kéo tôi vào làm. Trong tòa soạn có người bạn hồi trung học, nhà thơ Nguyễn Đức Cường, và nhà thơ Hồ Nam (Vương Tân). Có một lần khác ý gì đó, chỉ mình cha tôi một ý còn những người khác, giống tôi. Cha tôi la lên, *con phải làm theo ý ba,* tôi cũng nói khá lớn, *dạ con không làm.* Nhà thơ Hồ Nam nói, *tôi không ngờ cô dám nói thẳng với ông cụ như thế. Nhưng cô đúng.* Rồi kết quả cũng giống sau mỗi lần giận dỗi bỏ cơm hồi bé... *con luôn thắng ba ơi...* Tờ báo ấy sống cũng tương đối. Kỷ niệm duy nhất về làm báo với cha, và là một hồi ức đem lại cho tôi phút giây rất êm đềm.

Tôi có ước mơ cho tới giờ vẫn còn nóng, một nhà in và xuất bản, một hiệu bán sách. Ước mơ nhỏ quá hả, nên nó mãi là trái bóng bay bay, cho mình thèm chơi, nhớ lúc thố lộ với cha, cha cười kiểu như tôi là con hề. Không phải cha không tin sức tôi, nhưng cha biết rõ điều không thể. Dạo cha làm nhà in, cha vẫn lấy sách ở nhà xuất bản Hồng Lam, Điện Tín, Nguyễn Trãi, về cho tôi làm thầy Cò chữa lỗi chính tả, Khương, em trai tôi thì tới học sửa máy in và sắp chữ, và cha bảo, *làm gì các con cũng phải khởi đi từ những việc nhỏ.* Cha luôn, đúng là *trên từng cây số* (tên một cuốn phim hồi đó) ước mơ với đứa con gái mơ mộng. Chia sẻ cả với thư riêng của con gái vào tuổi biết yêu...

Có điều, hồi 15,16 tuổi, khi đã có những bài thơ tình đăng báo thì tôi dấu biệt vì cả hai bậc phụ huynh có vẻ không vỗ tay vào cho chuyện thơ của tôi, mẹ không viết văn làm thơ đó sao, cha cũng thơ cũng văn, năm 1968, cha được cử là thành viên trong phái đoàn đại diện Văn Bút Việt Nam Cộng Hòa đi họp Văn Bút Quốc Tế ở Menton, Pháp, cùng đi với cha, tôi chỉ còn nhớ Thi Sĩ Bàng Bá Lân vì ông là bạn thân của cha. Dạo đó bác có chương trình kể chuyện không giờ ở TV, bác thường tới nhà, tập họp mấy anh em tôi lại và kể chuyện ma trong phòng khách tối, thật vô cùng vui, bác có giọng kể chuyện, nhỏ, có lúc thầm thì, rất lôi cuốn, luôn ngắt câu bằng "các con hiểu chửa?" có khi tôi lắc đầu nhại, trả lời "chửa..."

Khi tôi vào tuổi 20, chỉ có hai người là bạn văn chương với ba mẹ, nhà thơ Tuệ Mai và Phạm Thiên Thư là ủng hộ, và khuyến khích tôi bằng những lời khen mà lúc ấy nếu ai hỏi mây xanh như thế nào thì tôi quả quyết rằng tôi đã cảm giác được độ cao và sự mềm mại quyến rũ của nó rồi. Cha bảo, *không nên để lọt tai những lời khen.* Tôi trả lời, *họ đâu có khen con, họ bảo con thừa hưởng nòi thơ văn của ba má*, và, cha cũng có vẻ rất dễ chịu về câu nói ấy.

Rồi khi tôi ra tập thơ đầu tiên, 1991, thì cha thôi không còn nói, *đàn bà con gái thơ văn chỉ có khổ*, nữa.

MÁI LẦU THƠ MINH MINH,

Nhờ những buổi họp thơ ở mái lầu Minh Minh của ba mẹ mà tôi được chiêm ngưỡng những dung nhan văn học có tiếng đương thời, tiếc là lúc ấy tôi không ý thức được đó là những cơ hội hiếm trong đời để ghi hình ảnh với họ, kỷ niệm chút hương lây, và biết đâu lại là một tài liệu quý trong những bài sẽ viết của mình... quả thật tiếc.

Tôi đi ra đi vào châm nước trà, nhớ cái dáng mảnh khảnh cốt cách Vũ Hoàng Chương cúi xuống bàn, viết những dòng chữ như những vết cắt mạnh mẽ trên trang giấy: *Trăng bạc ai treo ở giữa nhà...*, viết như thế nhưng khi quay sang tôi đang ngồi tay chống cằm bên cạnh, ông nói, *không, trăng sáng, con bé này đấy.* Sướng tỉnh người, con bé là tôi ấy.

Nhớ dáng người cao vững chắc như tùng Hà Thượng Nhân, nổi tiếng siêu tốc làm thơ Đường, ông viết ngay tại bữa tiệc chẳng cần giấy tờ gì cả, cứ đọc mỗi câu là ông lại mỉm cười rất có duyên, phòng im phắc bỗng vỡ oà.

Rồi Bùi Khánh Đản, rồi Cao Tiêu người nào cũng phong thái rất mực thi nhân nho nhã, và đâu một hai lần, tôi lại được nhìn dáng cao gầy học giả Nguyễn Đức Quỳnh với đôi mắt nghiêm, sáng, nhìn như hỏi, lúc nói hay giơ bàn tay với ngón trỏ dài thanh tú, bên cạnh là vẻ đẹp như tây phương của cụ bà.

... Lại nhớ, một lần, nhân vở kịch thơ Siêu Thoát của cha diễn góp vui văn nghệ tại nhà của một quan chức Bộ Ngoại Giao thời Đệ Nhị Cộng Hòa, gọi là diễn nhưng chỉ ngồi một chỗ rồi ngâm thơ vai của mình thôi chứ không diễn đi tới đi lui, không có ai vào vai tiểu ni, tôi bèn bị tóm, và tôi có khoảnh khắc đáng nhớ, tôi được dạy ngâm thơ cấp tốc bởi nghệ sĩ Hồ Điệp, tôi đã không phá hỏng vở kịch, còn được cô Hồ Điệp bảo có chất giọng, *cố luyện thêm em nhé*, cô có giọng nói sang cả để chở thật trọn vẹn nét mặt đẹp trầm lắng.

... Có một sáng, trong buổi họp thơ trên gác Minh Minh, bên ngoài cửa sổ lá tre rì rào, Trịnh Công Sơn đã viết tặng cô Hồ Điệp mấy câu thơ: *hỡi hỡi hải âu tới chốn nào / cho ta nhắn gửi bạn tâm giao / quê hương bên ấy phương trời lạnh / có lạnh hơn ta ở chốn này.* Thơ như có một dự cảm về sau đó của cô, cánh hải âu bay đi rồi chẳng bao giờ còn thấy nữa. Không hiểu sao hai câu dưới TCS lại ghi thêm đồng tặng mẹ tôi. Sáng đó, ông hát với cây đàn guitar, *tôi nay ở trọ trần gian...* vừa cất lên thì không khí như chìm xuống cho giọng hát tiếng đàn ấy ngự trị trên mọi ngõ ngách của im lặng, không gian thời gian và những con tim. Nghe ông hát xong, nữ sĩ Tôn Nữ Hỷ Khương bảo, *giờ chỉ muốn nghe Sơn hát, không muốn ngâm thơ nữa.*

Quận Chúa Hỷ Khương có giọng ngâm Huế đặc biệt. Thi đàn Quỳnh Dao, gồm những nữ sĩ tài sắc, chuyên thơ Đường, Mộng Tuyết, Vân Nương, Uyển Hương, Trùng Quang, Quỳ Hương, Thục Oanh (phu nhân thi sĩ Vũ Hoàng Chương), Tuệ Mai, Hỷ Khương..., hai nhà thơ trẻ nhất này ngoài thơ Đường còn nổi tiếng về Thơ hiện đại và đã đoạt giải toàn quốc về Thơ. Họ đại diện một dòng thơ sang trọng (Tuệ Mai đoạt Giải thưởng Văn Chương Toàn Quốc năm 1966 với thi phẩm "Không Bờ Bến")

Đó là những vạt gió văn chương đã thổi vào ngày tuổi trẻ của tôi. Mà hương thơm, tôi tiếc là không tận hưởng để ngất ngây.

*

... Rồi 1975. Rồi một thời gian dài...

Bạn hữu thân thiết của ba mẹ, người vượt biển, người vào tù, người yên hưởng tuổi già, người đi vào cõi xa xăm. Lầu thơ, như dòng sông lặng lẽ trôi theo nắng phai.

... Bỗng một buổi gợn xôn xao bởi tiếng nói và ánh nhìn của nữ sĩ Ngân Giang, Anh Thơ, từ bắc vào thăm mẹ. Nhưng tôi có cảm tưởng không phải là cái xao động rộn ràng mở những trang thơ. Họ chỉ ngồi nhắc đến kỷ niệm xưa rất là xưa.

Chỉ thực sự khuấy động như đêm hội là sự có mặt của một giáo sư âm nhạc nổi tiếng, Trần Văn Khê, ông có giọng nói ấm chân chất phương Nam, lịch lãm và vui vẻ, ân cần hỏi han tất cả những người có mặt, kể chuyện dí dỏm, khiến những người gần bảy, tám mươi cho đến cậu bé con tôi, đều thấy thích, có khi cười bò ra, đến nỗi sau này con trai tôi cứ nhắc, *Ông Cười không tới nữa hả mẹ?* (Có lần tôi được ngâm thơ với tiếng đệm đàn tranh của GS nơi buổi họp thơ ở nhà cô Hỷ Khương, hôm ấy tôi nghĩ, có ngâm dở cũng không có gì phải sợ, khi được tựa nương vào tiếng đàn tranh ấy).

... Và thêm một buổi, sáng lên trong nắng mai dáng vẻ văn gia điềm đạm Doãn Quốc Sĩ, nụ cười hiền giả Giản Chi bên cạnh nghệ sĩ Thúy Hoan và tôi dâng bánh ngày thượng thọ cụ. Cụ là thầy dạy cha tôi. Đó có lẽ, là lần cuối cùng, để mái lầu thơ của ba mẹ được phập phồng nhịp đập hơi thở không khí văn chương, bạn bè.

Rồi trả lại gió cho tàng tre.

Cây tre mà họ thường đùa "cây tre trăm đốt" của mái thơ Minh Minh. Không còn nhớ đã mấy mùa khô rụng. Một mình mái lầu nghe lá tre xao xác ngoài thềm.

Mỗi khi có dịp lên, nhìn cái án thư gỗ để cuốn sổ kỷ niệm thủ bút của bạn bè ba mẹ phủ bụi, tôi thấy ngực mình tưng tức, cái vắng vẻ luôn ở một nốt không gian trầm nhất trên khuông nhạc thời gian. Nó kéo người ta vào hoài niệm, đóng sau lưng người ta một cánh cửa và trước mặt là con đường rất xa rất quạnh. Ba phía cửa sổ đóng im ỉm, tôi mường tượng tiếng cười trong của cô Hỷ Khương vút cao, tiếng cười nhỏ của cô Tuệ Mai trên vai bạn, âm thanh giọng Hà Nội nghìn năm văn hiến của các nữ sĩ, hòa vào tiếng sáo Song Nguyên, làm nên một không khí tao đàn trang nhã, ... Tôi còn thấy bùi ngùi nhớ như thế, huống chi là ba mẹ tôi.

Những hình ảnh, những gương mặt lặng lẽ trồi lên, lớp này lớp khác đi xuyên qua cánh cửa kính, treo cái nhìn nhớ tiếc của tôi trên đầu ngọn tre như một hành hình kỷ niệm. Diện tích mái lầu chỉ còn non nửa, và một góc của gác thơ ngày xưa ấy, là bàn thờ cha. Trên tường treo bốn câu thơ đã ố chữ của tôi viết cho cha mấy chục năm trước...

... Dạo tôi về thấy trên bàn thờ, mẹ để mấy tác phẩm đã in của cha, mấy cây bút cha cầm mỗi ngày, và một bản thảo kịch dang dở, Cây Cô Độc, cha ơi, *lệ chữ theo hoài trang sách sâu...*

Không hiểu sao chiếc cầu thang gỗ dẫn lên gác thơ bay mùi của mưa. Có lẽ nhà vắng người, một buổi chiều nào đó, trời mưa, mẹ không thể đóng được cửa sổ nên mưa đã hắt vào...

... Cha ơi, giờ nghe con kể về một giấc mơ, thêm lần nữa, bí mật giữa con và cha...,

(Viết vào Ngày Lễ Cha, 16 tháng 6. 2013)

*

Lại sắp tới ngày giỗ cha…

Trời đang sắp chuyển vào mùa lãng đãng nhất trong năm, mùa thu. Mùa đôi khi đi trong quên lãng của trời đất, những nhịp chuyển khẽ khàng như sợ mạnh một chút nắng sẽ tan và lá sẽ rơi, ý nghĩ sẽ xao động. Cũng là mùa cha tôi ra đi, như một chiếc lá vàng hút mắt gió.

Nỗi nhớ xếp chồng lên theo bước thu đi thu tới.

Tôi thấy mình cũng lao chao theo cái mầu của chiều hạ bất chợt muốn thu này. Thì nhận được e-mail của bạn xa kèm theo link nghe một bài hát rất rất là xưa, *Oh My Papa*, do The Browns hát, thư viết *"đã đọc Cây Cô Độc, và biết bạn rất nhớ cha, nên chắc sẽ thích bài hát này."*

Vâng, trong nỗi nhớ vắng vẻ, tôi được tình bạn gõ cửa, và cùng tôi hát,

Oh my papa / To me he was so wonderful / Oh my papa / To me he was so good / No one could be / So gentle and so lovable / Oh my papa / He always understood / Gone are the days / When he would take me on his knee /And with a smile / He'd change my tears to laughter / ...

Vâng, bạn ơi, rồi tôi sẽ nghe lại trong căn phòng nhỏ, vào ngày có mùi hương trầm nhẹ như bàn tay cha trên tóc tôi "*Oh my papa / To me he was so wonderful / Deep in my heart / I miss him so today / Oh my papa / Oh my papa."*

Và hẳn bạn cũng thấu được cùng tôi, Tình Cha, như thể bạn đã tắm nắng, nói đến nắng thì tức khắc cảm được ngay cái nóng, ấm của nó, phải không...

Santa Ana, 2023

cười với nắng một ngày sao chóng thế

[câu thơ Tuệ Sỹ]

(Chọn từ Những Bức Tranh trong tản văn Bóng Bay Gió Ơi)

Vâng, chóng đến nỗi tôi nghĩ đó là giấc mộng, giấc mộng thiện hảo quý báu quá khiến tôi tiếc ngẩn ngơ sao chóng đến vậy.

Đó là buổi ra mắt tập thơ của tôi tại quán cà phê Du Miên. - Chỉ với 50 ấn bản Bùa Hương do Ý Thức Bản Thảo ấn hành 2009- với sự có mặt của các anh chị Đỗ Hồng Ngọc-Ngọc Bích, Lê Ký Thương-Kim Quy, anh Nguyên Minh và anh Lữ Kiều, và tôi. Bảy người, đối với riêng tôi, số 7 khiến tôi liên tưởng đến bảy sắc cầu vồng, bảy nốt trong âm nhạc, thất bảo, của một buổi sáng tuyệt vời.

Và bản quý duy nhất, Bùa Hương, được ấn chứng bằng những chữ ký thân tình. Buổi sáng đẫm hương bằng hữu. Nó không chỉ chấm dứt vào buổi trưa khi chia tay. Nó kéo dài cho tới bất cứ lúc nào hồi ức tôi lay động.

Sau buổi sáng, anh Lữ Kiều bảo, - Giờ anh sẽ đưa em đến chùa Già Lam, Thầy Tuệ Sỹ ạ? - Ừ, mình cùng đi với Giai Hoa.

Lòng tôi vừa bồi hồi vừa lâng lâng khó tả. Run run. Vì sắp được gặp một người mà mình nghĩ rằng khó có cơ hội được diện kiến. Chùa Già Lam. Có đóa sala rụng ở sân chùa, cầm trong tay thơm ngát. Ép vào sách, đến giờ giở ra còn nghe thơm. Thơm phút giây nhặt nó ở sân chùa, thơm vì nó cùng tham dự với tôi buổi trưa độc nhất ấy, nơi có vị sư của những lời thơ *Phút vội vã bỗng thấy mình du thủ/ Thắp đèn khuya ngồi kể chuyện trăng tàn...* (Tuệ Sỹ, *Không Đề*) Đã bao trăng tàn bên chiếc lan can này nghe Sư nói chuyện một mình? Hai bóng sáng hòa âm trong đêm, để lại cho đời những lời thơ bất hủ, theo mãi trong lòng người hình bóng một vị chân tu.

Chúng tôi ngồi ở đó, ban công trước phòng Sư, trông xuống một vườn cảnh nhỏ, gió buổi trưa hiu mát, trái tim tôi như chiếc lá bay. Sư và anh Lữ Kiều, Giai Hoa đang bàn về chương trình buổi ra mắt tập thơ Những Điệp Khúc Cho Dương Cầm, tập thơ tôi được Sư tặng sau đó.

Tôi tặng Sư tập thơ Bùa Hương, và tôi có được chữ của Sư trong bản duy nhất kia. Chữ của Sư, chữ Hán lẫn Việt, lấp lánh dưới nắng trưa: *Ngược xuôi nhớ nửa cung đàn/ Ai đem quán trọ mà ngăn nẻo về.* Nét chữ có linh hồn của sự cương nghị bất khuất và u ẩn một điều cưu mang… Mỗi khi giở xem lại nét chữ ấy lòng run run như đang mở xem điều gì đó vô cùng quý báu.

- Giai Hoa là người phụ đạo piano cho thầy. Anh Lữ Kiều nói. Rồi, chúng tôi được nghe và thấy Sư ngồi đàn, một Nhà Thơ gõ trên phím những nốt nhạc của tâm hồn, Sư ngồi đó, Sư đang ở đó, như vừa mới đến, như vừa ra đi trong âm ba tiếng nhạc. Không gian thời gian như nhập lại một dòng trôi vi diệu vô thường…

Năm tháng vẫn như nụ cười trong mộng… ôi, Như Lai đâu có đi có đến…

Thời gian tiếng dương cầm, giờ như đang đọng từng hạt vàng trong nắng Già Lam. Đó Ngày Mộng của tôi. Ngày mộng khởi duyên cho bao thiện lành trong từng bước tu hướng về Người...

ĐỈNH ĐÁ NÀY VÀ HẠT MUỐI ĐÓ CHƯA TAN

(Tuệ Sỹ, Khung Trời Cũ)

Tôi kính ngưỡng nỗi u ẩn trong tình tự hạt muối chưa tan. Ôi biển đời kia xô động...

Cũng vì vậy, đọc thơ Tuệ Sỹ, tôi cứ thấy hình ảnh con đường dài, và muôn dặm bóng cô lữ một khung trời viễn mộng dằng dặc nỗi ưu tư,

Trời viễn mộng đọa đày đi mấy thuở
Mộng kiêu hùng hay muối mặn giữa trùng khơi
(Những Điệp Khúc Cho Dương Cầm)

Bước độc hành như sương hạt rơi khuya, như tiếng mõ trầm trầm hun hút ở rừng thẳm, ở núi cao... nhưng khó làm sao để tường tận cái chấp chới của vạt áo tỳ khưu đẫm ánh trăng đêm, của một *vì sao bên khoé miệng rưng rưng*, thấp thoáng ẩn hiện. Hiện lên Người và ẩn một cõi thơ tịnh tĩnh. Khó làm sao lọt được vào cõi im lặng tủy đá ấy...

Có chăng, tôi lần theo bằng nhịp đập của trái tim thơ khởi đi từ hạt lệ mở đường,

Thắp đèn khuya ngồi kể chuyện trăng tàn...

Cô quạnh và tự tại của hạt lệ đèn hòa thanh ánh trăng, và câu chuyện gì khiến thế gian nhỏ lệ? Đọc thơ Người thấy mình nhỏ bé quá dưới cái huyễn lộng, hay chỗ nào, vì sao hay, hỏi như hỏi mây xanh bay, theo như đuối dòng nước trôi hoài kia. Chuyện trăng tàn là chuyện gì, chưa nghe thấu nỗi đã rúng động. Trăng tàn giật mình sững sờ cái núi lạnh biển im, tấm lòng băng khiết?

Từ núi lạnh đến biển im muôn thuở
Đỉnh đá này và hạt muối đó chưa tan...

Hỏi, tại sao, vì đâu lòng muối kiên định... để bất khuất *chưa tan?*

Tưởng chỉ là *Phút vội vã bỗng thấy mình du thủ,* bỗng vầng trăng vụt sáng mới hay *Lãng du ai ngờ cô liêu bạc đầu!* (Tóc huyền) Cô liêu tóc trắng ấy cũng ngang ngửa với cái cô quạnh nghìn năm viên đá cuội. Nghe quá cảm khái trong câu hỏi *hồn tôi đâu...*

Viên đá cuội mấy nghìn năm cô quạnh
Hồn tôi đâu trong dấu tích hoang đường?
(Dạ Khúc)

Hay đó là mênh mang sầu của cánh mỏng về đâu, là chiếc lá xa mùa đau lòng phận nước?

Con bướm nhỏ đi về trong cánh mỏng
Nhưng về đâu một chiếc lá xa mùa...
(Mưa cao nguyên)

Tôi sứ giả hư vô
Xin gởi trong đôi mắt bà
Một hạt cát
(Hạt cát)

Sứ giả của hư vô, gửi vào đôi mắt một hạt cát, để khơi lệ huyễn mộng rực rỡ không dấu chấm hết? Một hạt cát chứa vô biên không gian thời gian.

Tất cả câu hỏi về thơ Người, chỉ có thể tìm được câu trả lời qua những bước chân cô độc kiên trì trên con đường dài Người đã đi, qua tấm lòng băng khiết Người đã sống với Đạo với Đời, qua nếp sống giản dị thanh bạch của hạt cát tinh tuyền, giờ hạt cát ấy đã lồng lộng hư vô, nhưng âm thanh của cát vẫn vang động. Nếu chúng ta cùng nghe được âm vang của một hạt cát thì sứ giả hư vô ấy là trái tim son sắt của Người.

NHỚ BUỔI NGHE SƯ ĐÀN

Cùng nhà thơ Lữ Kiều và Giai Hoa, 20.9.2009,
tại cốc của sư trong vườn chùa Già Lam

Buổi trưa ngồi nghe sư đàn
Trăm con lá rớt. Tình tang cõi ngoài
Mùa đâu hốt đã thu phai
Một phương viễn mộng. Đọa đày. Bao thu*

Viên đá cuội nghìn năm. Ru*
Niềm cô quạnh. Dấu biệt mù. Âm xưa
Trăng tàn nhỏ lệ đèn khuya
Hắt con bóng dựng đá chờ nước non

Áo tỳ khưu. Dặm mỏi mòn
Trùng khơi. Hạt muối đó còn chưa tan…

9.2020

** Thơ Tuệ Sỹ: Trời viễn mộng đọa đày đi mấy thuở /… Viên đá cuội mấy nghìn năm cô quạnh / Hồn tôi đâu trong dấu tích hoang đường...*

Hòa Thượng Tuệ Sỹ và ntkm tại Chùa Già Lam 2009, chụp bởi Nhà Thơ Lữ Kiều

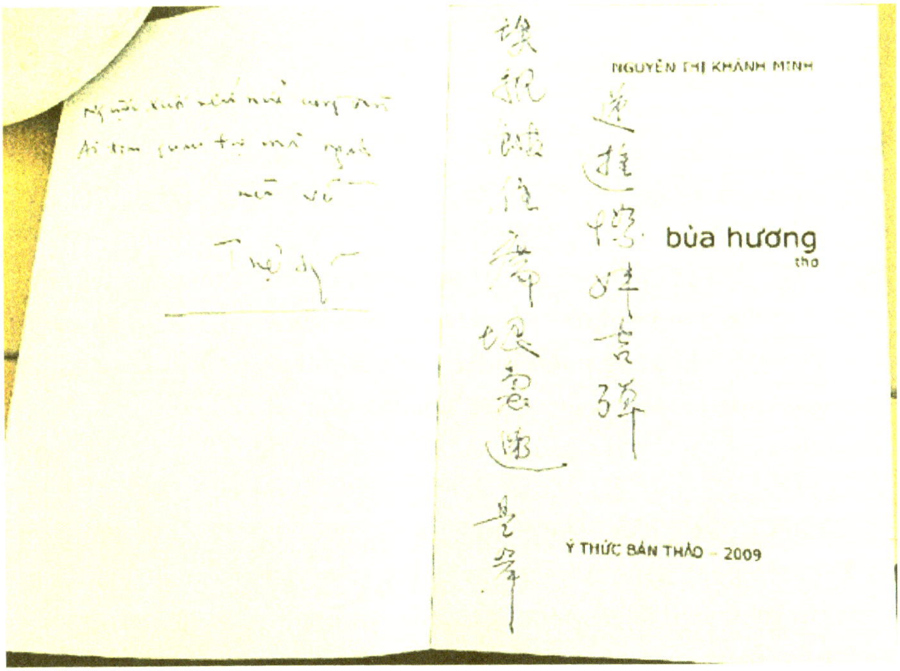

Thủ bút Cố Hòa Thượng Thích Tuệ Sỹ.

bức tranh số 3

(Chọn từ bài Những Bức Tranh trong tản văn Bóng Bay Gió Ơi)

Rong Rêu
Đá thốt nên lời
Mưa Nguồn Giáng xuống
Bùi ngùi trần gian

Đó là cặp lục bát tôi tặng Thi Sĩ Bùi Giáng, in trên tạp chí Thời Văn, hình như lúc ông bịnh nặng, hay lúc ông vừa mất (1998). Nhớ đâu năm 1997, Trần Quang Châu đem đến tờ báo Tuổi Trẻ Chủ Nhật, đăng bài thơ Buồn Vui của Bùi Giáng, trong đó có bài thơ của Thi Sĩ kèm ghi chú: *"(1) tơ tóc cũng buồn, tập thơ nguyễn thị khánh minh.*" Sau này được in lại trong tập thơ của Bùi Giáng, Như Sương, 1998, do thân nhân in khi ông qua đời. Chỉ vậy thôi mà lúc ấy, tôi nhận bao bao nhiêu cú điện thoại của bạn bè. Thiệt là sức mạnh mũi tên bay của một cái tên, là Bùi Giáng. Cho tôi say chút ngất ngây.

Trần Quang Châu (TQC), nhà thơ, hiện còn ở Sài Gòn, cùng làm tờ Thời Văn với nhà thơ Nguyễn Đăng Trình (mà có một lúc tôi giữ mục công tác bạn đọc), nói với tôi, đại ca Bùi Giáng muốn gặp KM, biểu tui đưa tới. Tôi mua một chai rượu tên Nếp Mới. Trời trưa chang chang. Đường thì thiệt xa.

Tới một ngôi biệt thự, thấy ông ngồi nơi góc vườn, trên chiếc võng dưới bóng mát gốc cây to treo đủ thứ lỉnh kỉnh. Mầu áo xám, khăn gì quàng cổ không biết, gầy guộc, khuôn mặt ông, nụ cười móm trẻ con, nhưng ánh mắt cực sáng sau cặp kiếng. Đó là lần đầu tiên tôi nói chuyện với bóng cả của nền thi ca Việt Nam, dù trước đó có gặp ông đôi ba lần ở Viện Y Dược của Bác Sĩ Trương Thìn, và không quên, có lần sau khi BG khen thì Bác Sĩ TT quay lại tôi cười hiền, KM sướng nhé.

Tôi ngồi nửa quỳ bên cạnh võng, đưa ông chén rượu nhỏ. Ông cầm tập thơ TTCB của tôi dứ dứ lên xuống, *qua có tập thơ của cô ở một cái gánh de chai à nhen*. Rồi biết thêm, mới đầu nó có một cái giá còn rẻ hơn bèo, nhưng sau khi ông nói gì đó thì bà ve chai lại cho không. Không giá, nhưng với tôi lúc ấy, tập thơ nhỏ của tôi lại vô giá từ lời khen của ông, TQC tủm tỉm, *KM đã thiệt đó, phải đền ơn tui cái bữa này nghen.*

Hạnh phúc là ở đây. Tôi được ông tặng 3 tập thơ với những đề tặng rất Bùi Giáng, xin bạn thứ cho khi tôi nhắc lại, vì đối với tôi, nó quả là rất châu báu để tôi muốn khoe.

Trong tập Đêm Ngắm Trăng, *Lần đầu tao ngộ khánh minh / Niềm vui vô tận tâm tình lão phu,* với lời bên dưới, *tặng nữ sỹ khánh minh*, tất cả được ông viết hoa.

Trang thứ hai của tập Mưa Nguồn thì, ông viết, *tặng Minh-Khánh-tưng-bừng-tuổi-trẻ. Mưa nguồn từ độ tuôn ra / Tới bây giờ dội mầu hoa minh khành,* cái dấu đánh nửa huyền nửa sắc. Dưới đó là chữ ký bùi giáng với chữ g kéo thẳng về phía trái, và 1997 với hai số 9 có cặp chân dài.

Tập Rong Rêu thì, *Giáng Bùi kính tặng Khánh My*. Tôi ôm tập thơ vào ngực muốn reo lên, ngẫu nhiên mà ông lại gọi tôi là Khánh My, cái tên máu thịt thanh xuân, cái tên lãng đãng trên mấy từng gió, cái tên mộng mơ tan theo mấy chiều *rủ mặt trời đi ngủ sớm* (Xuân Diệu), cái tên treo trên cành trăng non lơ lửng hò hẹn sao đêm, cái tên lay động mỗi lần mưa Sài Gòn khẽ gọi, cái tên ngủ ngọt bao năm trong ký ức sông êm đềm, dòng sông ấy bây giờ đang gợn lên trong nét bút Bùi Giáng cong cong sông núi này.

Cái ngẫu nhiên làm giây phút ấy rộn rịp nắng trưa. Chỉ một buổi trọn sáng, ông gọi tôi bằng 3 tên, minh khánh minh khành khánh my. Cảm ơn thi sĩ, thi sĩ xưng Lão Phu khi nói chuyện với tôi, *lần sau cũng Nếp Mới cho lão phu à, - Dạ.*

Tôi không có lần sau nữa. Tôi nằm bệnh hơn năm trời và cả lúc ông mất 1998.

Tạp Chí Thơ, Hoa Kỳ, 2004 (thời của nhà thơ Khế Iêm), có bài thơ của tôi, đoạn viết tưởng nhớ đến Rong Chơi Thi Sĩ:

> *... Đập vào mắt là tên một tập thơ được in ra để kỷ niệm bảy mươi năm ngày sinh của một Người Làm Thơ vừa mới mất / những vòng đen đậm những vòng đen nhạt những vòng xám cắt đôi chữ "Chớp Biển" sáng làm tôi bỗng nhớ mẩu manh vải nhỏ ông cột trên cổ lúc lang thang...*

Thủ Bút của cố Thi Sĩ Bùi Giáng

Khi nắng chỉ còn là những rỗ hoa qua tàng lá in trên thềm, anh Châu đưa tôi về, tôi quay lại nhìn chiếc võng, chiếc *khăn* cột nơi cổ thõng xuống, hai ống chân ông nâu như hai cành cây khô vừa rơi xuống đó từ bóng cây. Tôi không có lần sau nữa…

Tháng 10 nơi đây chiều gần cuối thu, lạnh, mơ hồ trước mắt như sương câu thơ, và bóng (em), cùng chiếc võng, hôm qua...

Đường lây lất chiều bay sương lổ đổ
Đứng bên trời em ở lại hôm qua
(Bùi Giáng)

Cùng thi sĩ Bùi Giáng, năm 1977
chụp bởi nhà thơ Trần Quang Châu

Tập *Lang Thang Nghìn Dặm. NXB Sống, 2017* - Tập tuyển ghi nhận về 26 tác giả, NXB Sống. Tranh bìa: Họa sĩ Đinh Trường Chinh. Trình bày bìa: Nguyễn Lương Vỵ & Lê Giang Trần. Dàn trang: Lê Giang Trần. Phụ bản: Đinh Cường, Du Tử Lê, Lữ Kiều. Ảnh chân dung tác giả: Nguyễn Lương Vỵ

bất chợt thơ nguyễn xuân thiệp. và gió

(Bài chọn từ tập Lang Thang Nghìn Dặm)

Gió, theo hiện tượng của thiên nhiên, là sự chuyển động của không khí. Chim nhờ gió mà bay lượn. Biển kia nếu không gió sẽ chẳng có sóng. Sóng xanh non làm bờ linh động, dịu mềm, sóng bạc đầu để hạt nước biết cái bé nhỏ của mình trước bao la. Hoa nhờ gió mà biết chỗ đa tình gieo phấn. Diều nương gió mà cao. Và kia, bóng bay trong gió. Nó đã mang theo bao ước mơ thơ dại?

Gió cũng tung ra những cơn bão. Và sự tàn phá của nó thật khủng khiếp. Dường như cho cân xứng với những ích lợi, đẹp đẽ mà nó đã mang lại.

Tôi nói về mặt thiên nhiên của gió một chút chỉ vì tôi muốn chạm đến mặt kia, mặt dội lên tâm linh con người, từ gió. Những tai ương trong đời người được ẩn dụ bằng hình ảnh của sóng và gió: phong ba, phong trần, phong sương... tất cả đều vang âm thanh của gió. Phết lên hình ảnh của gió, của bụi là thấy ngay những trôi dạt, oán khúc kiếp người, những phai phôi thời gian.

Trong văn chương, gió là cung đàn ảo diệu. Tùy theo sự cảm thụ và nhắn gửi của tác giả thế nào thì gió lộng lẫy âm thanh tâm cảnh thế ấy. Thật là vi vu huyễn mộng. Cũng từ ảo hóa gió tôi như được thổi vào, cuốn theo, thơ Nguyễn Xuân Thiệp. Cứ đọc lên những câu thơ, văn của ông, là nghe như có tiếng gió thổi giữa những con chữ, hắt vào lòng nỗi cô liêu. Thổi và thổi, thăm thẳm, cô đơn. Chan hòa nỗi một mình, tôi nhìn ra sắc màu tâm tư phản chiếu từ lăng kính cảm xúc trầm lặng ấy cùng với tiếng thâm u oan khốc của phận người trải qua những mùa gió tang thương của lịch sử. Những con chữ từ sâu thẳm trái tim bi cảm ấy nối vào nhau thành thơ. Tôi gọi thơ Nguyễn Xuân Thiệp là thơ Tình.

> *"Nếu chúng ta không có chữ tình thì ở đời không có việc gì để làm cả. Tình là linh hồn của đời sống, là ánh sáng của tinh tú, là nhịp điệu trong âm nhạc, thi ca, là cái tươi đẹp của hoa, là màu sắc của lông chim, là cái duyên dáng của đàn bà, và là sinh khí trong học vấn. Nhờ có tình mà lòng ta mới ấm áp, mới có đủ sinh lực để vui vẻ đối phó với cuộc đời... Tức cái tình của các tâm hồn nồng nàn, đại lượng và nghệ sĩ."*
>
> *(Lâm Ngữ Đường)

Tình, tôi muốn được hiểu theo nghĩa của Lâm Ngữ Đường khi ông luận về ba đức của đại nhân: theo Mạnh Tử đó là: Nhân, Trí, Dũng, lâm Ngữ Đường đã đổi thành: Tình, Trí, Dũng, và *"Một chữ Tình để duy trì thế giới, một chữ Tài để tô điểm càn khôn"** Và phải chăng Tài, – Thưa, Tài Hoa ấy– Nguyễn Xuân Thiệp – đã phổ được Tình vào văn chương chữ nghĩa của ông để bảng màu của Trời Đất Nhân Gian rực rỡ màu nhân ái, đẹp đẽ, lương thiện, điều mà con người trong thế giới ngày nay dần dần đánh mất nó, coi nhẹ nó?

Thế nên, chúng ta quá cần thiết văn chương nghệ thuật trữ tình để phục sinh Chân Thiện Mỹ, để chói lọi cái đẹp của nhân tính xua tan đi bóng tối quỷ ma. Điều ấy tôi đã tìm được khi đọc thơ Nguyễn Xuân Thiệp. Với cảm nhận riêng, thơ văn của Nguyễn Xuân Thiệp đã toát ra xán lạn một trong ba mỹ đức trên: Tình. Có Tình và, có Trí mới biện biệt được thiện ác nhân gian để sống chan hòa Tình. Có Dũng, mới can đảm bảo vệ, rao giảng Tình, và được sống có Tình. Một Tình mà hội đủ cả Trí Dũng, mới có thể làm thơ, được như thế, trong cõi đời nhiễu nhương vô cảm này.

Thưa Nhà Thơ, vậy là tôi có thể kết luận cho tôi, để gọi ông, Thưa Đại Nhân, (hay đại gia, như nhà nghiên cứu văn học Vương Khải Vận nói "chỉ một thiên tuyệt diệu, đủ xứng gọi là đại gia"**) ông phó thác cảm xúc mình ra sao để hòa âm nhịp đập đa cảm trái tim cùng chữ để có Thơ, thơ lai láng Tình?

Mạch ngầm dòng lặng buồn dội tiếng vực sâu. Sương gieo dưới mái khuya nhẹ nhẹ mà làm đêm dằng dặc. Chậm chậm những hạt cát đong vô lượng thời gian. Tiếng chuông đã miên du sao còn mấp máy mấy tầng ngọn cỏ. Một thở dài ngọn gió tây mà chân mây cuối trời linh cảm. Dưới cái nhìn, nghe, thấy, cảm, chữ bật ra đẫm Tình, Nguyễn Xuân Thiệp đã tượng nên phong cách đẹp nhất của nghệ sĩ, của Thơ, phong cách Trữ Tình. Thơ văn Trữ Tình, tôi lại rất thích hiểu theo Lâm Ngữ Đường, là biểu hiện những quan niệm hoàn toàn cá nhân. Với trữ tình Nguyễn Xuân Thiệp, hình ảnh và chữ mang hồn phách của Đẹp, không, tôi muốn dùng chữ diễm lệ, đẹp, buồn và thơ.

Khí thơ Nguyễn Xuân Thiệp là khí của tịch lặng, thâm viễn u u (chữ ai tự nhiên đến với tôi?) Ý thơ uyên áo, nhịp thơ bổng trầm tứ mới, tất cả, là hấp lực của dòng thơ này, theo tôi. Và để cảm thụ cho hết nỗi tịnh tĩnh trong thơ ấy, cũng phải có lòng và cảnh tương ứng. Muốn đọc thơ Nguyễn Xuân Thiệp dường như phải giống như người xưa chơi đàn cầm, nghe nói muốn gảy đàn cổ này, tâm phải thật lặng tiếng đàn mới tỏ.

TIẾNG MÙA. HỐT GIÓ. RẮC LY TAN…

Gió nghe được giữa chữ thơ ấy là gió mùa thu, tôi cho thế, vì gió mùa thu là gió chuyên chở được tâm khí hiu hắt, nồng nàn nhất của nghệ sĩ. Nó vây phủ quanh ta cõi tự do gọi là cô đơn, yếu tố cần thiết cho bầu không khí sáng tạo. Lại cũng thấy rất hợp với câu nói của Trương Trào *"Thơ và văn được như cái khí mùa thu thì là hay."*

Nghe được hết cái khí mùa thu: *... tiếng mùa. hốt gió. rắc ly tan* trước cơn lốc thời đại, *hốt gió*, một thảng thốt, mà con chữ thì lại nối vào nhau bởi âm điệu lắng buồn như tiếng thở dài. Con người trước biến cố của lịch sử, như bèo bọt, chúng ta dường như chỉ nghe được hết những số phận bé mọn ấy qua thơ văn, tranh ảnh thuần khí trữ tình của những tác giả thời đại đó, chúng có giá trị hiện thực và nhân bản gấp nhiều lần những trang giáo khoa sử. Bạn có thử hỏi, tại sao, nương cày, và mặt đất lại hoang vu?

thời đại xây trên lòng quá khứ
tiếng mùa. hốt gió. rắc ly tan
này em. nhìn lại nương cày cũ
mặt đất. âm u. bặt tiếng đàn
(Nhịp Bước Mùa Thu, 1954)

Tâm tôi đang thu, nhịp tim tôi đang đập theo vọng âm những chấm đèn lay lắt bước chân người tù xa xứ, hút vào tấm màn mưa, trong đêm (thời gian hôn ám?) như thể đang tan vào đường chỉ biên giới của sống chết,

đêm đưa ta lên miền bắc
với những chấm đèn trong mưa
một đi. bóng nhà xa khuất
còn nghe đôi ngọn gió thu

Bạn có bị bối rối trước khí nhạc buồn áo não đẹp thê lương của 4 câu thơ trên? Tôi thì, thúc thủ. Nên tôi, *mệt quá đôi chân này, tìm đến chiếc ghế nghỉ ngơi...* (TCS), thì tình cờ xem được bài viết của tác giả Phan thị Như Ngọc, Tôi Cùng Gió Mùa Đã Về Cố Thổ, trong đó có câu làm tôi giật mình "gió trời là sự chuyển động của không khí," chết, mình bị giống ý rồi, vậy là phải bỏ đoạn vô bài sao, khó cho mình, cái bắt đầu mà nó đúng ý thì viết sẽ như dòng sông chảy. Tôi đắn đo mãi, chưa tìm được cái nhập đề nào thích ý hơn, phần cũng muốn giữ cái tình cảm tức thì lúc đó nên không muốn sửa lại. Nên đành phải đôi lời phân bua với tác giả Phan Thị Như Ngọc. Nếu bạn biết Thơ Văn đối với tôi là đền đài, mỗi con chữ là mỗi hành hương để yết bái nó, thì tôi xin thề trên những con chữ tôi đã viết, rằng thì là, ... dặm dài chữ nghĩa ơi, ngẫm ra cũng vì, tiếng chuông trên núi của ông nhà văn nhà thơ Nguyễn Xuân Thiệp gióng lên kia đã gặp giờ duyên nợ tiếng gió hòa âm, và tiếng gió hai ta va nhau ở một giai điệu tình cờ. Thế nhé. Ở cõi văn chương có thêm, hơn một, tri âm thì đã chẳng diễm phúc hơn Bá Nha Tử Kỳ, thưa Phan Thị Như Ngọc?

GIÓ THỔI CHIỀU XANH TRÔI VỚI NẮNG...

Câu thơ theo tôi suốt mấy chiều, câu thơ đẩy tôi lửng lơ mấy chiều. Mới chợt thấy sức mạnh của chữ thơ, hai động-từ-thơ *thổi* và *trôi* trong 7 chữ mà dựng nên một cõi phiêu diêu trời đất, thổi trôi đi đâu, vô cùng hay đáy con ngươi buồn thẳm của người thơ? Nghe như va chạm, mong manh và vĩnh cửu. Chao ôi, huyết mạch của thiên thu đấy ư?

Nhớ, nhà thơ Joseph Huỳnh Văn có nói đại ý, có rất nhiều chữ, nhưng rất khó để có chữ thành thơ, tôi nói, gần như mỗi chữ trong tập thơ Tôi Cùng Gió Mùa là chữ thơ, chữ tình. Nhạc trong thơ ấy là giao thoa giữa âm thanh tâm tư và nhịp đi bốn mùa trời đất, gió bụi trần gian. Và là châu báu, vì Chữ Thơ ấy được bung ra từ bệ phóng của Cảm Xúc Thực.

Tôi lấy được tinh túy cảm-xúc-thơ từ thơ NXT như thế nào tùy theo cảm xúc, kinh nghiệm chủ quan của tôi, mà thưa thốt cùng người đồng điệu, như thế cũng dễ mà cười xòa cho tấm lòng ngưỡng mộ của tôi với Thơ, phải không, thưa bạn đang đọc những lời này? Cũng với cảm tính ấy, tôi thấy mình là con gió nhỏ mơ màng giữa mùa gió, gió thu, gió thơ, ấy.

NHÀ AI. PHƠI ÁO. NGOÀI HIÊN GIÓ /
NẮNG TẮT TRƯA QUA. LẠNH BẾN CHỜ...

Tiếng ai trên thềm nhà cố xứ? Mọi người thì sao chứ tôi biết chắc ngoài nhà thơ, có tôi, ngọn gió thổi qua tấm áo phơi (của mẹ, của vợ, của chồng, của người yêu) bên hiên nhà hiu nắng là ngọn gió níu hoài bước chân người ly hương. Bảy tiếng nhẹ, chậm, rất cần những dấu chấm này, nó là những dấu chấm của cảm xúc, tôi cũng đồng ý với nhà thơ

Trần Văn Nam khi nói *"thơ của Nguyễn Xuân Thiệp áp dụng nhiều – dấu chấm thêm lượng thời gian – của Âm Nhạc làm cho thơ tự do của Nguyễn Xuân Thiệp huyền ảo mênh mang… "* (Tạp Chí Thơ số 22)

Hiên gió nhà ai áo phơi kia… đẩy tôi về một buổi trưa nào xưa, hồi tôi tuổi 20, nằm võng, dưới gốc cau trong vườn nhà văn Lê Văn Siêu, có một tấm áo nâu bay trên dây phơi và tiếng chim tu hú trong nắng trưa thiu buồn tiếng gió, như tiếng về của người vợ nhà văn nằm dưới nấm mộ trong vườn…

Và đây nữa, *… hương tóc bay sang. chiều vời vợi…* một chấp chới hương thế thôi mà vô hạn chiều của vô biên thời gian, tấm khiên che chắn người qua những cơn dông rền mặt đất? Theo gió u hoài, lọt vào "song the" một mùa sương phụ, chăng?

này em. chưa đan xong chiếc khăn quàng cổ
thì gió mùa đêm nay đã đến đầy phòng
thổi rung liếp cửa...

chữ *rung* nghe đến lao chao. Có gì lay động theo con gió, phải bóng đợi chờ? sao tôi cứ nghĩ sau đó là biệt ly…

giữa khuya. nằm nghe tiếng ếch
trôi về từ một bãi sông
gió thu. thổi bùng liếp cửa
bên tai ngỡ giục trống đồng

bùng, cơn gió thốc của thời cuộc đã chọc thủng những cánh liếp đang khép bình yên? Hai chữ *rung* và *bùng* này thiệt là đắc địa trong cảnh của nó, tôi đã thốt lên như thế, khi con gió Santa Ana đang giật liên hồi những cành cây ngoài cửa sổ. Trời đang đông. Và tôi đang có một chỗ yên ấm đọc những lời thơ đem tôi về một thời quá khứ đầy biến động của tác giả.

GIÓ-TÂM-TƯ NGƯỜI TÙ XA XỨ,

Trong hoài vọng, *… gọi đêm về / cơn gió đêm. nồng mùi đậu phụng rang. và phở nóng…* Nghe muốn thở dài... gió đêm mang mùi đậu phụng rang và phở nóng. Và thương khó một nỗi là hương no ấm ấy người tù đói nhớ cồn cào qua gió, trên chiếc võng mơ, trên cành ảo tưởng,

... chiều nay vác cây củi ướt. đi trong mưa. về qua xóm nhỏ
mơ ngọn lửa bếp nghèo…
... câu chuyện thần tiên bên bếp lửa
đâu ngờ. trở lại. chiều nay. với tôi. người tù xa xứ...
... qua mưa. thấy đời như miếng kẹo gương
qua mưa. thấy đời. như mâm xôi chín ửng...

Giữa bao tử và cái đầu cũng có sự đổi trao gieo cấy nhân quả để chữ nghĩa được mùa, tôi rất thích hình ảnh tỉ dụ trong hai câu thơ này, hiện thực cái nhìn của kẻ tù đói thấy đời là miếng kẹo gương, là mâm xôi chín ửng, gặp gỡ một triết lý xót xa, mưa tan và miếng kẹo gương đời cũng vỡ, mộng tưởng mà thôi, cuộc đời ta, và chín ửng mâm xôi kia có phải là ảo ảnh mặt trời tự do cuối chân trời? Dẫu sao, mộng tưởng, ảo ảnh, đôi khi là chiếc cánh giúp ta đỡ mòn mỏi tuyệt vọng.

Có nơi như vầy trong trần gian. Ai, khúc gỗ mục nằm dưới đất sâu nghe vọng buồn tiếng trời sụp mưa dâng, tiếng đưa tang buồn vó ngựa? Sao tác giả lại có thể hòa âm được chữ, hình ảnh, nhạc và tâm tư thê lương đến vậy,

có đêm. sụp trời. mưa lớn
nghe trăm cỗ ngựa qua cầu
tưởng như những loài nấm đỏ
mọc trên thớ gỗ mục sầu

4 câu, vẽ tận cùng cảnh, kẻ đang *"lưu thân đi trong trời đất / áo quần như gã hề điên / tóc râu dựng bờm cổ thụ / cõi người. chợt lạ. chợt quen."* Hào sảng hình ảnh gã hề điên dựng bờm cổ thụ. Và có phải, nhờ những chiếc cầu này mà người tù đã đi qua cơn lưu đày,

... mai về
tắm mát dưới trận mưa quê nhà
ăn bát canh hoa lý
... nhắm mắt. thấy sông hằng. trải lụa...

... mưa ở đây. như mưa. trong rừng trúc
mưa ở đây. như mưa ở quê nhà...
... sao cái chết vẫn gần bên sự sống
bát canh chiều. thoang thoảng vị chiêm bao...

Nghe hiền nhân nhắm mắt thấy sông hằng trải lụa. Quả là những chiếc cầu tình người. Mỗi hiền giả, nghệ sĩ, nói chung, đều có điểm tựa dịu dàng riêng của mình để vượt qua kiếp nạn, nếu không, hẳn là chúng ta đã không được đọc A. Solzhenitsyn, B. Pasternak ...và Nguyễn Xuân Thiệp đây, những con người đã trải tận cùng số phận lao tù.

Chả vậy mà suốt cánh đồng đời người mỏi mắt mỏi lòng một chân trời bình yên mà theo nhà thơ, đó là cõi tim nhân ái,

... ta đi bao năm không hề gặp
đời quạnh hiu. tiếng gió qua đồng
... đi trong chiều gió ngược
nhìn lại ta
người cùng khổ. kẻ cùng đường.
trên mặt đất mênh mông...
... xin hỏi đất. và hỏi thầm hoa cỏ
hỏi giọt mưa. đã rớt xuống khu vườn
trong gỗ mục. có chồi lên đọt lá
trong tim người. có tiếng nói nào không...

Thấy miết miết đi. Thấy ngác ngơ một cõi đồng không. Bước độc hành ngược gió. Chạm vào nỗi riêng tôi, trên con đường hò hẹn còn tội quá sợi tóc hoài mong... ôi, ai...

Có ngọn đồi nào giữ được cánh mây này đừng trôi đi? *... những ngọn buồn. gió thổi / anh làm mây. trên đồi...* Và Anh làm cuộc hành hương, qua đời mình, qua những con đường quê hương thăng trầm sử lịch.

... hơi gió mùa. đã đến trong cây
đã nói cùng với lá
rằng ta yêu nỗi cùng khổ của kiếp người
cả những điều tuyệt vọng
rằng khắp nơi. trên mặt đất. mùa đông này thiếu lửa...

trong ký ức âm u của đời tôi...
... đã có những cơn gió mùa thổi qua thành quách cũ
thấp thoáng bóng ngọn cờ
đã có cơn gió mùa thổi qua hàng hàng bia mộ
những mặt người thiên thu...

Cái tương ngộ trầm thống của gió đời thổi vào cõi rỗng rang tang thương của số phận con người. Ngậm ngùi là máu đã đổ quá nhiều vì niềm tin bị giành giật, cưỡng đoạt, áp chế.

... thổi qua những biên thùy. rào cản. những ước định của người. những tâm hồn mê sảng. những mầu da. những dòng nước mắt...
... gió mùa. thổi qua
thổi từ lịch sử của từng chủng tộc
tới nỗi riêng của mỗi phận người
trong cơn oan khốc...

Nếu có, xin bạn mở trang 35 đọc cho hết bài *Tôi Cùng Gió Mùa* của tập thơ để có thể cảm nhận hết bằng cảm xúc riêng. Cho tôi được trở về trong chiếc kén của mình và trả lời một cách ngây thơ mơ mộng theo cách của tôi, câu hỏi của nhà thơ… *có không một chỗ dừng chân / cho loài người. suốt cuộc hành trình. về nơi tĩnh lặng…* – Có đấy. Đó là nơi trái tim bao dung của con người. Và, hình như cũng là nơi người thốt lên lời hẹn, sau bao nhiêu tao tát trôi giạt của gió nhân thế,

... và anh. anh mang trái tim em
trong trái tim đau. của mình. trên cành. gió...
... và anh sẽ tìm được bình yên trong bão tố
trong cánh tay em...,

Dường như kim cổ, nơi xum vầy nhất, là nơi trú ngụ thương cảm ấy, cho dù có là đôi chút bình yên trong bão tố của cánh buồm Lermontov cũng đủ để nhà thơ nhìn mọi điều thăng trầm trong cõi gió mình là giấc mộng (Hồ Sơ Một Giấc Mộng - NXT).

Điều gì đưa nhà thơ đi qua đi qua, để cuối cùng, về… *một dốc sương. đỏ / của mầu đá ong / bia mộ khắc đề tên tôi?* Và tôi chắc rằng sẽ có tri kỷ đem đến đấy một cây quỳ đẫm nắng gió quê nhà ngồi nghe thơ ru…

VẦNG TRĂNG NÀO ĐỨNG TRÊN ĐẦU DỐC…

Không có ai dẫn đường, tôi nhờ vầng trăng chỉ lối. Và cứ như thế, đi qua đi qua những dặm trường… (NXT)

A. Vầng trăng. Trương Trào bàn:

*"dưới trăng nghe tiếng tụng kinh (hay chuông chùa) thì cái thú càng sâu xa; dưới trăng mà bàn về kiếm thuật thì can đảm càng tăng; dưới trăng mà bàn về thi thơ thì phong thái càng tĩnh; dưới trăng mà đối diện mĩ nhân thì tình ý càng nồng, … trăng tỏ nên ngửng nhìn trăng mờ nên cúi nhìn…"****

Thương cho cái thời của chúng ta, không còn được dưới ánh trăng thơ mộng của Trương Trào nữa rồi, nàng trăng bây giờ không được phần số bình yên đa tình huyễn ảo cho Lý Bạch đối ẩm hay là một *"đóa hồng trăng / rào rạt nở khắp đồng khuya"* của Joseph Huỳnh Văn nữa, mà đã dọc đường gió bụi cùng, ít ra là với nhà thơ Nguyễn Xuân Thiệp. Trên dặm trường ánh trăng ấy, bỗng rền âm u một vũng nước trời đất lộn nhào, trăng đằm, sấm động bước chân tù,

về đâu. về đâu
ô. những câu thơ
đã đưa anh qua chiến tranh
và tù rạc
để tới đây
đêm nay. ngồi nghe tiếng sấm
vầng trăng. nhúng đầu trong vũng nước

Ngài Trương Trào, xin hãy nghe trăng của nhà thơ thời đại chúng tôi,

băng cánh đồng. trăng chết
tháng ba. về trên thành phố xưa
như lời ngụ ngôn. buồn. của gió

nắng tháng ba. vàng bạt mui xe
hành nhân. tóc râu. chín rộ
…
... ta đi trên đường biệt xứ
mang trong hồn. chút bóng đêm. và lửa nến xanh.
của thành phố quê nhà
qua đây
như vệt trăng. qua miền đồng cỏ…

Người đi mang vạt bóng đêm, hiu lạnh lửa nến xanh quê nhà, chỉ đủ làm nên một vệt trăng áo não trên đồng cỏ lưu đày. Làm sao và hiếm hoi đến tội nghiệp ánh trăng cổ tích của người xưa, đáng lý có, để người thơ đời nay nối dài ánh trăng của nhịp sống thong thả, bình yên. Nhưng, với thiệt thòi ấy, Nguyễn Xuân Thiệp đã làm ánh trăng hiện thực hơn. Vầng trăng thời biệt xứ,

ta thấy trăng soi đầm nước rộng
mùa thu. muà thu. im cành trơ

đêm tù. bạn đọc thơ đầu núi

tưởng chim rừng động ánh trăng xưa
... ta thấy vầng trăng quầng khóe mắt
chiêm khê. mùa thối. cánh đồng thưa
... vầng trăng nào đứng trên đầu dốc
dậy tiếng tù đóng ván giữa khuya
... nhìn qua đất rạn ta còn thấy
mảnh trăng trên đồi Golgotha

Tôi thấy chập chùng những bóng người đang vác thập tự đêm, những bóng ma lùi lũi gùi bóng trăng khổ lụy để tìm một bóng mai. Ánh trăng không phải là một thứ đồ chơi để ngẩng mặt hay cúi đầu ngắm, giờ ánh trăng xé ra lẫn vào cát bụi nghe hồn thi thể nhập vào mình trôi buồn sông thu. Nước mắt tôi đọc những câu thơ khi vệt trăng lạnh này rùng xuyên qua cơ thể:

lều vắng. vệt trăng tìm lửa ấm
chồn hoang lang thang qua mồ gai
bằng hữu đem thân vùi cát bụi
tiếng tù và. động giấc bi ai
này nghe. nếp áo sông thu vỗ
hồn ơi hồn. nhập khúc trăng trôi

Ánh-Trăng-Quê-Nhà là Lá-Cờ mà nhà thơ đã phủ trên những nấm mồ gai ấy để vinh danh Người, ơi Người Tù đang ngủ giấc bi ai. Xa hơn hoang liêu là cảnh gì? Tiếng rờn rợn chồn hoang? Nổi ốc khi liên tưởng vệt trăng lạnh đi tìm hơi ấm trong những thi thể vùi bụi cát, cõi ấm lạnh mồ gai…

... tất cả
đã theo anh
trên những chặng đường oan khốc
qua chiến tranh. máu. pha bùn lầy
qua tù rạc. những đói khổ.
của đồi vác đá. con đường đẩy xe cây
nhưng em ơi. những ngày rách rưới ấy. may thay.
thỉnh thoảng còn vầng trăng mọc sớm. sau đồi cỏ tía...

May thay. Đúng may thay, trời đất đã sinh ra nhà thơ, kẻ sĩ, nghệ sĩ và, trẻ thơ. Để chống đỡ với trục bên kia, trục ác. Có phải bằng trái tim nghệ sĩ, nhà thơ Nguyễn Xuân Thiệp nhìn mọi điều qua tấm gương lọc ánh trăng (hay ngược lại?) để có được phong thái điềm tĩnh như người xưa đã nói? Đấy là chút công dụng của ánh trăng sót lại cho thời mà tất cả cửa địa ngục đều mở này, và nhà thơ của chúng ta nhờ có một trái tim mẫn cảm và cái nhìn của dòng sông im, đã hóa thân nó –dù là mảnh bóng soi đầm nước đi nữa – thành ánh sáng giữa cõi bụi bặm, tiếng của trăng, vừa hiện thực vừa trữ tình.

đời rộng. ta nằm nghe hiu quạnh
tiếng tắc kè. gõ xuống ngói hư
tù trở giấc. đèn chong ngọn đỏ
thuở trăng qua trên nóc nhà mồ

vầng trăng đứng cuối đường ray. gió
những toa tầu. qua. khuất. lau thưa
thức trong cây. trái tim sầu úa
như trăng. người của thuở không nhà

nay dẫu đường đi đôi dặm khuất
trăng treo đầu ngõ. thấy quê nhà

Tôi hiểu ngọn hải đăng này, *vầng trăng đứng cuối đường ray. gió… trăng treo đầu ngõ. thấy quê nhà*. Ánh trăng dẫn đường Người thơ đi qua con đường khổ nạn.

từ trong động ấy. giờ trăng mọc
ánh trăng. chảy vàng trăm cửa sông

Tôi thấy mình chảy dài hoan lạc theo dải ánh sáng vàng trên dòng sông nhân ái này. Đẹp quá, chữ nhạc ảnh hình rung, lay, trì, níu, tâm tư ta. ánh trăng chảy vàng trăm cửa sông, cho tôi mường tưởng một hẹn hò rực rỡ sum vầy biển, ấm lòng mẹ, yên che vòng tay cha, và dịu dàng cánh tay người yêu… Và, ai là người yêu, hãy nghe,

này em. biết không
hiển hiện trong vùng tối
khung cửa sổ nhà em
nơi cư ngụ của một ý thơ trong suốt...

Yêu chi mà đẹp mà thơ mà ân cần lãng mạn mà phó thác đến vậy. Bạn yêu kiều, nếu biết khung cửa sổ nhà bạn là nơi cư ngụ một ý thơ trong suốt của ai, thì bạn sẽ yêu như thế nào? Đây là ánh trăng hồn nhiên mạnh mẽ nhất để bầu bạn người thơ trên những dặm trường. Nạp thêm năng lượng cho người bương chải cõi tồn sinh.

MAI VỀ. DƯỚI TRĂNG. HÁI MỘT BÔNG TRÀ

mai về
tắm mát. dưới trận mưa quê nhà
... hết rồi. thời quỷ mị
đời hân hoan. gió gọi ta

hài cỏ. nón mơ. tay nải biếc
mai về
dưới trăng. hái một bông trà
... trăng cẩm thạch. biển trời chợt hiện
mây lìa đàn. bay đi. mây trôi
hạo ca. biển rạng ngời tan hợp
trăng bỏ neo thôi. hải phận người

Hình ảnh rất lạ rất riêng và khơi gợi cảm xúc vừa đầm ấm vừa lẻ loi. Tôi biết vầng trăng bỏ neo nơi hải phận nồng nàn, nghệ sĩ, đại lượng ấy thì người có thêm sức mạnh đến thế nào để phổ những nỗi khổ đau cùng hạnh phúc con người vào thơ, cho dẫu,

ôi. giả sử mai đây. ta về lại. bên đời
dẫu chẳng còn ai biết đến ta. chẳng còn ai đợi cửa
thì trọn kiếp ta xin làm người nghệ sĩ rong chơi
đi đọc thơ ta. giữa những vùng bụi đỏ

Và phải chăng, cũng còn vì một lời hẹn, đốt ngọn lửa hồng, trong căn nhà gỗ, của giấc mơ thi sĩ? Nên, Thưa Nhà Thơ, xin lỗi, tôi không cho ông … *anh làm thơ. cho ngọn gió điên. cuốn bay đi. bay đi.* đâu, nó phải thổi tới nơi tối tăm nhất của tâm hồn con người để đánh thức những rung động con người. Tôi biết. Tôi tin. Nhờ đó, bên những khủng khiếp mà nhân loại đang gieo ra cho nhau, còn có thể cứu vãn thế giới này thoát khỏi hôi tanh của ác tâm.

Và, vì còn bên đời, vì bụi đỏ trần gian, và trên hết, vì là nghệ sĩ. Nghệ sĩ với tất cả yếu tính Tình Trí Dũng, thì còn phải rao giảng nhiều nhiều lần hơn để cho bóng ma quỷ ở thời đại này phải thối lui trước Nhân Tính, trước Chân Thiện Mỹ, để kiến tạo một Cõi Đẹp. Nghệ Sĩ và Nhà Thơ trên trần gian ơi, hãy để lời của Người bay đi với niềm tin đẹp đẽ ấy.

lệ sẽ khô. trong nắng tàn đông
máu sẽ khô. bên bờ tường cũ
người sẽ vui vì người đã đông
ta làm thơ. thơ đầy nắng sáng...

Và, Làm Thơ, như Nhà Thơ đã nói, *ôi tôi viết. như một thách đố trước định mệnh. và sự lãng quên...*

Santa Ana, 2013

(Nguồn: http://sangtao.org/2013/07/21/
bat-chot-tho-nguyen-xuan-thiep/#more-49738)

Những chữ nghiêng trong bài hầu hết được trích từ thi phẩm
Tôi Cùng Gió Mùa (Nguyễn Xuân Thiệp)

---

*Lâm Ngữ Đường (1895-1976) nhà văn Trung Hoa. Được mệnh danh là U Mặc Đại Vương.

** Nhà nghiên cứu văn học đời Thanh, Vương Khải Vận khi đọc bài thơ trữ tình *Xuân Giang Hoa Nguyệt Dạ* của Trương Nhược Hư đã nói *"cô thiên hoành tuyệt, cánh vi đại gia" - chỉ một thiên tuyệt diệu, đủ xứng đáng là đại gia* (Nguyễn thị Bích Hải dịch)

***Trương Trào (1650-?) nhà văn Trung Hoa, tác giả *U Mộng Ảnh*. Những câu trích

Nguyễn Thị Khánh Minh qua nét phóng họa của 4 họa sĩ, hình theo thứ tự trên và dưới: 1. Đinh Cường 2. Trịnh Cung 3. Lê Thánh Thư 4. Nguyễn Khiết Minh

NTKM qua nét vẽ họa sĩ Bảo Huân

PHẦN III-a

nhận định của các tác giả về thơ, văn của nguyễn thị khánh minh

Nguyễn Thị Khánh Minh và, giác-quan-thi-sĩ. 2015

Thi Sĩ Du Tử Lê (1942- 2019)

Cách đây chưa lâu, một người bạn không thuộc giới làm thơ hay viết văn, nhưng là người nặng lòng với văn chương Việt, ông hỏi tôi, đại ý: Theo tôi thì trong hàng ngũ những người nữ, viết văn, làm thơ sau biến cố tháng 4-1975, ai là người có được cho mình, sự thành tựu ở cả hai phương diện thi ca và văn xuôi? Chừng sợ tôi không nắm được câu hỏi, ông mượn một hình ảnh rất "ấn tượng" trong kho chuyện chưởng của Kim Dung: Hình ảnh "song kiếm hợp bích".

Tôi hỏi lại trí nhớ mình. Trí nhớ tôi, sau đấy, đã cho người hỏi câu trả lời, đại ý:

"Theo cảm nhận riêng của tôi thì một trong những nữ đạt tới mức độ "song kiếm hợp bích" đó là Nguyễn Thị Khánh Minh".

Người bạn tôi lại hỏi:

"Vậy tôi có bao giờ viết về người nữ trẻ có được hai đường kiếm "hợp bích đó?"

Tôi đáp có và, hứa với ông, sẽ lục tìm; gửi lại ông, đôi bài viết về Nguyễn Thị Khánh Minh, ngay khi tìm được.

KHI VĂN CHƯƠNG NGUYỄN THỊ KHÁNH MINH HẮT BÓNG TRÊN DẶM TRƯỜNG NHÂN THẾ

Dưới đây là bài viết, đúng hơn một đoản văn, tôi viết từ tháng 4 năm 2010, sau khi đọc mấy bài thơ mới của Khánh Minh (thời điểm đó):

"Tôi không biết Nguyễn Thị Khánh Minh đã chọn thi ca như con chim cô quạnh, chọn rừng sâu để phủ dụ những vết thương thời thế ngược ngạo sớm tìm đến cô? Hay, thi ca đã tìm đến cô, như tìm đến một người tình? (Một người tình có đủ những yếu tính mà nó hằng mòn mỏi?)

Tôi không biết.

Có thể chính Nguyễn thị Khánh Minh cũng không biết.

"Nhưng điều tôi biết được, cho đến ngày hôm nay thì, Thi Ca và Nguyễn Thị Khánh Minh chính là một hôn phối lý tưởng. Mỗi phía đã tìm được nửa phần trái tim thất lạc của mình.

Tôi gọi đó là một hôn phối lý tưởng vì, khởi tự cuộc phối ngẫu này, những con chữ đằm đằm chân, thiết ra đời.

Những con chữ được sinh thành từ tình yêu Thi Ca / Nguyễn thị Khánh Minh, khoác nơi tay nó những hình tượng mới mẻ, hắt bóng trên dặm trường nhân thế, những chiếc bóng lấp lánh thương yêu và, những nhịp chuyển, dịch mới, tách, thoát hôm qua.

Dù cho đôi lúc, nghỉ chân nơi dọc đường gập ghềnh trí tuệ cam go, Nguyễn Thị Khánh Minh chợt thấy: "Thương niềm đau từng mặc chữ long lanh…"

Tôi cũng gửi người bạn nặng lòng với văn chương 2 bài thơ, của tài hoa thi ca Nguyễn Thị Khánh Minh:

Nỗi đường trường ứa lệ
Bước chân tôi, con kiến bé u buồn

Đêm vực sâu, ngày dồn sóng bể
Bước chân mù, con kiến bé, tăm phương...
(CHÂN KIẾN)

Thắp bao nhiêu lần ngọn lửa
Đốt bao nhiêu lời
Vẫn không tận mặt được Thơ
Dễ biết mấy để nói dối
Con đường lời quanh co
Thương trái tim trần thân bão tố
Mỗi khoảnh khắc là mỗi quay lưng
Thói quen của đi tới là quên
Thương nỗi nhớ còn ràng chân quá khứ
Mỗi nụ cười là mỗi xóa
Hạt lệ cũ
Thương niềm đau từng mặc chữ long lanh...
(THƠ)

NGUYỄN THỊ KHÁNH MINH, GIỮA MÙA BỘI THU THƠ. MỚI.

Dõi theo bước chân thi ca của Nguyễn Thị Khánh Minh, trên đăm trường chữ, nghĩa, ba năm sau, tôi viết:

"Những ngày gần đây, với tôi, Nguyễn thị Khánh Minh là nhà thơ nữ có được cho mình một mùa thơ bội thu. Chẳng những họ Nguyễn không trở lại con đường mình đã đi – Gặt, mót những vụ mùa đã cũ – Hoặc lai-tạo hoa, trái từ những đời cây đã được chỉ danh... Mà, Nguyễn Thị Khánh Minh còn đẩy thơ mình, tới những tìm kiếm lao lung. Để sau đấy, cô có thể *"Thản nhiên bóc ra từ tôi những giọt lệ"* Vì nơi đó, *"Là tấm gương soi cảm xúc tôi từng lúc"* – Nhưng *"Chẳng phải bằng con ruồi giả – như người ta câu cá."*

(Những cụm từ trong ngoặc kép, là những câu thơ tôi trích từ bài "Thơ ơi" của Nguyễn Thị Khánh Minh.)

Cũng thế, *"Phút mong manh của những từ"* của Nguyễn Thị Khánh Minh, bài thứ hai, trong giới thiệu lần này, với bạn đọc, thân hữu, tôi nghĩ chúng sẽ *"...mãi còn dư âm cái trườn mình của dòng chảy"...*

Một dòng chảy thơm ngát tài năng và trí tuệ. Một dòng chảy mênh mang trên mọi bế tắc, loay hoay phổ cập những giả hình, tôi nghĩ".

...

Gần hơn nữa, phải nói là mới đây thôi, sau khi đọc bản thảo tản văn "Bóng bay gió ơi", tôi đã viết xuống vài cảm nghĩ của mình. Lần này, có phần dài hơn, vì những trang văn-xuôi-như-thơ của cô:

Không nhớ bao lâu, tôi chưa có dịp gặp lại Nguyễn Thị Khánh Minh – Sau khi người thơ nữ từng có được cho mình những "mùa thơ bội thu", phải nhập viện, giải phẫu cột sống!

Tôi cũng không biết, những chùm hoa "tử uyên ương" trong thơ của Nguyễn còn đỏ tươm một góc vườn? Hay đã thẫm. Chiều. Những tách trà son, nhạt. Bơ vơ hành lang yên, ắng. Đìu hiu?

Tôi cũng không biết, Nguyễn còn di chuyển bằng chiếc walker mà, từ những bước chân gập ghềnh kia, từ ghế ngồi nọ, thơ có được cho nó, những hôn phối mới? Những hôn phối giữa chữ, nghĩa đằm thắm, tỏ tình kín đáo cùng tâm thức, nhậy cảm.

Nhưng tôi biết, gần đây, Nguyễn đã có được cho mình, một cõi–giới văn xuôi – Không chỉ là những chấm-phá-thi-ca. Với tôi, cõi giới ấy còn như những luống-hoa-thi-ca, thấy được, rực rỡ từ cánh rừng tâm hồn Nguyễn – Nắng, gió mưng, mưng.

Tôi không rõ Nguyễn gọi những trang văn xuôi vun đầy những luống-hoa-thi-ca của mình kia, là "tùy bút" hay, nhiều phần là "tản văn" (theo cách gọi hôm nay ở VN)?

Tuy nhiên, dù với chỉ danh nào thì, tôi vẫn muốn nói, tôi thích lắm, những trang thơ-văn-xuôi ấy.

Nơi bất cứ một trang văn xuôi nào của Nguyễn, tôi cũng được thở ngạt ngào hương thơm của những động tự hay, tĩnh tự bay lên từ hồi ức Nha Trang, những ngày mới lớn. Saigòn, những ngày Duy Tân. Quê người, những ngày đi tìm cái tôi, thất thổ, lênh đênh: Những Nguyễn!"

Rõ hơn, tôi cảm được cái "nồng của nắng", cái "ngát rộng của gió khơi" hay, "...nhánh sông đang hối hả chạy ra biển..." của Nguyễn:

"...Con đường phố biển. Nồng của nắng, ngát rộng của gió khơi, hợp tấu cùng muôn ánh tươi rói của sắc màu mùa hè làm con đường lênh đênh như một nhánh sông đang hối hả chạy ra biển. Xanh ngắt trời nối xanh thẫm nước biển đổ tràn mắt tôi. Các cô gái mặc áo tắm đi hai bên đường, nổi làn da đỏ nắng, mắt họ biếc xanh, tiếng cười họ xôn xao những tán lá. Tôi đi như cái bóng giữa dòng nắng thanh xuân của họ. Bóng phất phơ giữa những đường ranh của thời gian..."

Hoặc hình ảnh người con gái "ngậm tuổi mười sáu..." của mình, nơi mùa hè. Quê cũ:

"Và tôi ngậm tuổi mười sáu hát ca suốt mùa hè như con ve sầu trong một phim hoạt hình trẻ con, không màng gì đến thu sang đông tới, để rồi, trong đêm mưa ve vác cây đàn sầu ủ dột trên lưng, đi xin ăn, tới nhà kiến, bị xua đuổi, có lẽ kiến bảo, sao suốt mùa hè chỉ lo đàn ca..." (Trích "Đường Main, một ngày cuối hạ")

Tôi cũng không biết, những chùm hoa "tử uyên ương" trong thơ của Nguyễn còn đỏ tươm một góc vườn? Hay đã thẫm. Chiều. Những tách trà son, nhạt. Bơ vơ hành lang yên, ắng. Đìu hiu?

Nhưng, nơi bất cứ một trang văn xuôi nào, tôi cũng được thở ngạt ngào hương thơm của những động tự hay, tĩnh tự bay lên từ hồi ức Nguyễn, những ngày thiếu nữ. Rõ hơn, tôi cảm được cái "núm nắng gió" trong đoạn văn:

"...Tôi không là họa sĩ, chỉ mong ký ức dẫn lời để có thể phác họa được cùng người một cách diễm lệ hình ảnh 16 mùa nắng Nha Trang, Nha Trang nhi đồng, Nha Trang dậy thì, và, Nha Trang lớn lên xa vợi, giật lùi sau chuyến xe lửa đang chở tia nhìn nuối buồn đau ngày tôi bị gỡ đi cái núm gió nắng mặn mòi ấy..."

Rõ hơn, dù Nguyễn nói, Nguyễn không là họa sĩ, nhưng bằng vào tản-văn dưới đây, tôi trộm nghĩ, ngay những họa sĩ tài hoa nhất, từng phải lòng với văn chương, cũng sẽ ngẩn ngơ, nếu không muốn nói là sẽ ganh với bức tranh niên thiếu có đủ ba chiều không gian, vẽ bằng chữ trên tấm canvas-thiếu-thời của Nguyễn:

"... Thật sự lúc này tôi thấy mình đã sẩy đi ít nhiều ký ức về Nha Trang, Người đã cùng tôi một thời bé dại. Tôi đâu biết rằng, mỗi

bước nhảy cò cò của tôi là từng bước một ánh nắng buổi mai đi về sau lưng, mỗi mảnh ngói nhỏ ném xuống đánh dấu ô 'cái nhà' của mình chỉ là một không gian hư ảo, tan đi khi những đường phấn kẻ ô chơi bị xóa vội vàng dưới cơn mưa … Tôi cũng không hay mỗi trái banh thảy lên từng thẻ đũa bị tóm, tờ tợ như từng mảnh thời gian bị lấy đi, để khi tàn một ván chơi thẻ thì thời gian không còn dấu gì trên vuông gạch (…)

"…Đó là thời gian của chồi nắng. Chồi 3, chồi 5 tuổi. Nắng ăn nắng ngủ và nắng khóc nhè…"

Và, vì thế:

"…dường như em đã lớn lên trong cái kén của riêng mình, như thế."

(Trích "Những mùa nắng Nha Trang").

Tôi cũng không biết, những chùm hoa "tử uyên ương" trong thơ của Nguyễn, còn đỏ tươm một góc vườn? Hay đã thẫm. Chiều. Những tách trà son. Nhạt. Bơ vơ hành lang yên, ắng. Đìu hiu?

Nhưng, tự nơi những trang văn xuôi của Nguyễn, tôi còn được thở ngạt ngào hương thơm của những động tự hay, tĩnh tự của Nguyễn, bay lên từ những bình nguyên đời thường. Từ những ngọn-đồi-thao-thiết-thi-ca…

Ở kênh, mạch nào của cõi-giới tản-văn Nguyễn Thị Khánh Minh, với tôi, cũng vẫn là những con chữ, đẹp. Những con chữ như những bông hoa, làm thành những lẵng hoa mang tên tuổi thơ. Mang tên kỷ niệm. Mang tên bằng hữu. Mang tên tình yêu…Treo dọc thủy trình dòng-sông-tùy-bút của Nguyễn.

Dòng-sông-tản-văn này, đã đem lại cho tôi những lượng đất bồi đáng kể trước những sạt lở chữ, nghĩa trong văn xuôi của chúng ta, hôm nay.

Nhưng dù ở kênh, mạch nào, tôi vẫn cho rằng, thi sĩ là người có cái may-mắn-bất-hạnh, được Thượng Đế ký thác cho y / thị một giác quan riêng. Tôi không hề có ý nhắc tới cái chúng ta quen gọi là "giác quan thứ sáu." Loại giác quan giúp một số người tiên đoán, hoặc, thấy trước những điều sẽ xảy ra.

Tôi cũng không hề có ý muốn nhắc tới cái chúng ta quen gọi là "trực giác." Một năng lực đặc biệt, không cần kinh nghiệm, học hỏi, vẫn có thể trực cảm những sự kiện mơ hồ. Tôi muốn nói tới loại giác quan không có số: "Giác-quan-thi-sĩ". Đúng vậy. Đấy là chữ, tôi muốn dùng. Tên, tôi muốn gọi.

Không có giác quan này, thi sĩ không thể tương thông với trời, đất. Không có giác quan này, thi sĩ không thể "nghe" được tiếng nói của im lặng. Không có giác quan này, thi sĩ không thể "thấy" được hình ảnh của hư vô. Không có giác quan này, thi sĩ không thể "chạm, đụng" được lẽ bất tận không gian, thời gian. Không có giác quan này, thi sĩ không thể "ngửi" được mùi hương kỷ niệm.

Không có giác quan này, thi sĩ không thể "nếm" được vị chát, cháy đỏ thần kinh của chia ly; vị ngọt điếng tê cảm xúc của hạnh ngộ...

Tôi không biết may mắn (hay bất hạnh) cho người bạn nhỏ của tôi, Nguyễn Thị Khánh Minh, là người đã được Thượng Đế ký thác cho cô, giác quan đặc biệt ấy.

Dưới đây là một đoản văn đi ra từ giác-quan-thi-sĩ của Nguyễn Thị Khánh Minh:

"*... Nhắm mắt lại. Phút này đây.*

"*... Nghe được hương trâm trâm bên vệ đường rầy xe lửa về quê nội, ai biết được mầu lấm tấm ngũ sắc kia đã cấy trong tôi mùi quyến luyến quê nhà đến vậy. Hễ chìm vào là nghe tiếng xe lửa xập xình, ánh nhìn cô gái nhỏ chạy lùi theo những hình ảnh vụt qua, bụi cây, ngọn núi, chiếc cầu nhỏ, những ô lúa xanh và con mương ốm chạy ngoằn ngoèo theo bờ ruộng. Lại nghe được cả mùi thơm của đất bùn, đất ải quyện lẫn mùi phân trâu bò, mùi rơm rạ trong nắng trưa. Nếu không có một tuổi thơ gắn bó với mùi hương ấy thì chắc tôi không thể nào cảm được trọn vẹn cái êm ả, bình yên, mộc mạc của một làng quê, không chia được với ai nỗi nhớ nhà, không xẻ được với ai niềm hạnh phúc có một "nhà quê" để gậm nhấm lúc chia xa.*

"*... Tôi cho những mùi ấy là "duyên nợ" của tôi, vì hợp với nhịp đập tim tôi, rung động với tôi ở một tần số cao nhất của tâm linh, cho nên, nói như ai kia, là chẳng lẽ mình mong quê nhà cứ lạc hậu mãi sao, thì thật là một kết luận hơi oan ức, đối với tôi.*

"Lý tưởng là, có đủ khôn ngoan, tinh tế để vừa phát triển vừa giữ được tiết tấu riêng của Nhà Quê. Nhưng nếu, để đổi lấy văn minh mà mất hết trơn cái nhịp, cái mùi gần gũi ruột thịt như thế, tôi chọn, thà đi về trên con đê bên đường rầy xe lửa ngắt nụ trâm trâm mà hút mật ngọt, thà trở lại quê nhà, tắm trong đêm dưới ánh trăng bên cái giếng gạch đóng đầy rêu, cười rúc rích với người chị đang tuổi dậy thì, chị Bích ơi, em biết sẽ có ngày chị em mình lại về nhà nội và tắm khuya bên bờ giếng ấy, phải là đêm có trăng để em thấy được những mảnh sáng bắn tung tóe từ người chị, hẹn thế nhé, nhưng đừng dọa em, dưới giếng có con rắn thật to nghe, mà cho dù thế cũng không cưỡng được em cái thích tắm dưới trăng khuya bên giếng gạch cũ của bà nội đâu, chị Bích à (…)

"... Vâng, những hương ấy đã bỏ bùa tâm hồn tôi. Là mấu chốt cho cảm xúc thăng hoa, là sợi dây cho tôi lần về kỷ niệm, là đôi cánh giúp tôi còn có thể bay lên, là cái kén cho tôi náu mình, là liều thuốc cho tôi đôi lúc cần, để quên đi những nỗi sợ, những nỗi đau cùng những bất an trong cuộc sống..."

Tôi nghĩ, một ngày nào, tình cờ gặp Khánh Minh, tôi sẽ lặp lại:

"Cảm ơn Khánh Minh. Cảm ơn những lượng phù sa mà, Nguyễn đã bù đắp cho những sạt, lở chữ, nghĩa nơi dòng sông tản văn của chúng ta, hôm nay. Từ đó, tôi thấy tôi đã cùng bóng, gió… bay lên. Bay lên rồi đấy: *"Bóng bay gió ơi"*."

DU TỬ LÊ,

(Calif. Jan. 2015)

---

https://dutule.com/p124a6335/22/nguyen-thi-khanh-minh-va-giac-quan-thi-si
https://dutule.com/p124a6306/22/khi-van-chuong-nguyen-thi-khanh-minh-hat-bong-tren-dam-truong-nhan-the-

Đọc Thơ Nguyễn Thị Khánh Minh 1992

Nhà Thơ Mịch La Phong

(tức dịch giả - nhà nghiên cứu văn hóa Trung Hoa cổ đại Ngô Nguyên Phi, đã mất)

Mài lòng cho thật mịn, trải lòng cho thật rộng, nâng lòng cho thật sâu. Là Lắng. Tai bấy giờ như ngôi nhà bỏ ngỏ, sau ngôi nhà ấy có khu vườn hoa muôn sắc. Gió vào ngôi nhà không đọng lại ở đâu… Dường như khu vườn ấy có nét cười kín đáo, có khi vương mang chút cảm động, nhưng vẫn lặng lẽ.

Nghe, khi nào thính quan không đóng vai chủ động, lúc ấy Mài Trải Nâng mới có sự tác dụng của một Trác ngọc, và nỗi Nghe ấy trở thành tuyệt vời.

Khúc chiết của Học là Lắng Nghe. Học là khởi điểm cũng là chung điểm của cuộc sống. Và Nghe chính là sự Cảm Thấy (Lắng Nghe).

Trên một trăm bài thơ trong ba thi phẩm *-Tặng Phẩm -Trăm Năm -Tơ Tóc Cũng Buồn*, Nguyễn thị Khánh Minh tự chứng tỏ được Nữ sĩ là một nhà thơ có thực tài. Ngoài thi tài, việc "tâm tưởng được sinh hoạt tự do" là một thiện duyên lớn nhất trong văn chương. Nói cho cùng, thi ca không phải là một nhã hứng. Nó chẳng những là cuộc độc thoại trong suốt cuộc hành trình của tâm linh, mà còn là sự gợi hứng cho kẻ khác nữa.

Trong cõi thơ vô cùng, bóng dáng của Nữ sĩ như mờ nhạt, thoắt ẩn, thoắt hiện để hồn và ý thơ phóng-xuất một cách tự nhiên. Ta thấy nhân dạng của người không rõ lắm, chập chờn và bí mật như những bí mật trong bức tranh La Jocond của L. De Vinci, nhưng ý tình và tâm tưởng của người, ta lại thấy rất rõ. Không thấy được Nữ sĩ đã chịu ảnh hưởng của ai, ngoài một ít rất nhỏ về tư tưởng Phật giáo. Nhân sinh quan của người thật trọn vẹn: Tình Yêu, Tình Người, Tình Đất Nước, Tình-đối-với Thiên Nhiên… nét nét đều sắc sảo rạng ngời.

Trong Tình Yêu, có lúc Nữ sĩ rất hồn nhiên*: / em đã sống như là cô gái nhỏ / yêu vô cùng, yêu rất đỗi ngây thơ* (Ngây Thơ - Tặng Phẩm) */ gió về như bước chân gần qua tim em bỗng, nở vầng trăng xanh* (Trong Đêm - TP) */ em gieo hạt lệ cành sương / mai vào sông biển chở thương yêu về* (Hẹn Hò - Tơ Tóc Cũng Buồn) */ Từ người theo bóng trăng về / thu ơi vằng vặc lời thề yêu thương / một mai tình có khói sương / trăng từ độ ấy vẫn vương đêm rằm* (Đêm Rằm - TTCB),

Và trọn vẹn nhất là bài "Mười Sáu-Hai Mươi" (TP). Trong tình yêu cổ kim không mấy ai yêu một lần mà được toại nguyện, và có phải chính vì thế mà nó trở thành chất liệu để lời thơ thiết tha thêm, lớn thêm và chân thành thêm*? / trông nhau hiu hắt môi cười (TP) / Người đi em gửi nụ cười / về khuya với bóng,một trời tưởng nhau (TP) / Vẫn theo mãi trong tôi / một bóng buồn u ẩn (Trăm Năm).* Ta hãy nghe Nguyễn Du than thở giùm Kiều: *Biết thân đến bước lạc loài / Nhụy đào thà bẻ cho người tình chung*. Với Nữ sĩ thì kín đáo và thơ ngây hơn: *Tóc xưa tha thiết bên người / Sao ta để lỡ một thời ngây thơ (TN).* Không như một phong trào có tính cách thời thượng ở một số tác giả – đặc biệt là các nhà thơ nữ – toàn bộ trong thơ của Nữ sĩ không hề có tục tính – mà vẫn có thể làm máy động đến đệ lục, thất, bát thức của tâm linh mà kiến thức thường nghiệm không thể kiểm chứng được. *Trong những giấc mơ này / Anh là hạnh phúc ngời / soi tháng ngày em tối… / trong gian dối của người / anh cất lời bao dung / cho em nhìn chân thật / trong trắc trở cuộc đời / anh dịu dàng cương nghị / đưa em vào tin yêu* (Niềm tin-TP) / *Trách đời ngắn hơn lời hẹn* (Khóc Vọng Phu-TTCB) / *ngày còn dài / vội gì gắn bó phải không anh (TTCB).* Chính vì những lời chân thành ấy mà người thơ viết *Tạ Lỗi*: *Em yêu anh thế là chưa trọn / rượu nhân sinh thôi chẳng cùng say / em yêu anh chưa cạn dòng sinh tử / xin mai sau tạ hết lỗi này (TTCB)* – Đó là nhân bản. Mọi nghệ thuật đều tựa trên nhân bản. Tâm bình, khí hòa, mạch thơ tuôn dào dạt như một dòng sông sâu và rộng, điệu nước bình tĩnh độ lượng trầm hùng, tuôn thẳng ra đại dương hòa vào trong đại khối. Nơi đó chính là cõi miên viễn của dòng sông tư tưởng.

Mỗi bài thơ trong thơ của Nữ sĩ đều có nét bất ngờ, nếu không nói là "Hốt thị". Cái bất ngờ ấy không nằm trong sự gắng gỏi, nó chỉ được giải thích bằng thuần lý. Đó chính là Thi tài. Một đêm trăng nào đó có Quỳnh nở, đến những phút giây gần sáng, tác giả thấy / *trăng còn ngậm chút quỳnh hương bên trời (Đêm quỳnh)* và / *trăng xử nữ ngậm tình im lắng mãi (Đêm xưa)…* Bất ngờ đến nỗi người đọc tự hỏi ta viết được câu thơ này không : *Ai đang bước vào đêm / bóng ngày phai trên tóc* / Mượn "đêm" để nói đến sự phai, mượn "ngày" để nói đến tuổi tóc-một báo hiệu lẫn báo động tuổi trẻ sắp qua, với đêm và ngày lăn tròn mãi nhau, vừa gợi cảm để vừa thất vọng (bước vào đêm-phai trên tóc).Tác giả đi qua để / *Nghe ra tơ tóc cũng buồn biển dâu (Cõi riêng),* ta lại thoáng thấy hình ảnh của Nguyễn Ức Trai. Sự hốt thị ấy còn rất nhiều trong những tập thơ của Nữ sĩ.

Tứ thơ thì sao? Xét cho cùng ngôn ngữ ở ban sơ nhất của nó vẫn là 'danh' và 'tướng', dùng ngôn ngữ để kiến tạo một tiền đề – *yêu nhau cho thấu bến bờ tử sinh* – chẳng hạn, thì ngôn ngữ ấy cũng phá vỡ tiền đề đó – *em yêu anh chưa cạn dòng sinh tử* – chẳng hạn để hiển lộ một chân trời Như Thị – *lời tự tình chắc dài hơn năm tháng / nên thời gian không đủ một con đường /*, khó moi tìm trong kho từ ngữ để "ráp" cho ra những câu thơ như vậy, cũng như: */cười anh lời hỏi ngại ngần / nên con nắng cũng phân vân cửa ngoài* (Ngại ngần) */ Chưa xa con mắt đã mòn / ngày chưa đợi đã thấm đòn thời gian* (Ngày Tiễn Bạn Đi Xa) *Người lại đến từ ngàn xưa hò hẹn / yêu thanh bình giữa trời đất thơ ngây* (Nơi ta về). Đặc biệt và cảm động nhất, Nữ sĩ lại nguyện cầu cho những cặp tình nhân được nhiều duyên phúc: */ anh cùng em hóa thân / thành tháng Ba vàng óng / độ cho những tình nhân / theo mình thơm cơn mộng* (Màu vàng Tháng Ba), nhưng hỡi ơi! Trong Tình yêu, tháng Ba là tháng mất tình (lòng dạ đàn bà như trời tháng Ba-tục ngữ Tây Tạng), tháng Ba cũng là tháng chiến tranh (Mars), và sau cùng, tháng Ba cũng là tháng của hướng gió (hướng Tốn) – và có phải vì thế mà Người Thơ cầu nguyện chăng?

Cũng phải nói đến tính Trực Tốc trong thơ Nguyễn Thị Khánh Minh, ta hãy nghe:

/ đêm bỗng lạ, tình vụt nồng rất đỗi / đêm linh thiêng, tim rộn rã không ngừng (Mộng Đêm Xuân) */ bằng tấm lòng vội vàng hơn nắng sớm* (Ngây Thơ) */ mai về một cõi riêng em / gửi năm tháng lại bên thềm thời gian* (Cõi Riêng). Tính trực tốc ấy đươc thấy rõ nhất trong bài thơ Ngắn Ngủi */ nghìn thu ấy mộng đời trôi mất dấu / tình ngậm ngùi trên những lối đi quanh,*

Bên cạnh đó lại còn có tính Trì Cữu nữa – đó là sự mênh mang, dàn trải. Chậm, nó có nghĩa là thong thả, thoải mái, quyết định, vừa có hậu lại vừa có duyên: */ có phải em về bình yên ngồi hát / nên bây giờ hoa cỏ ngóng trông theo… / có phải em về chải đầu bên cửa / sợi tóc bay theo ngày tháng yên bình* (Mơ Trong Ngày) *Ta về phương đông / chờ mặt trời mọc / để mừng núi sông / thức dậy thanh bình* (Hòa Bình) *Người lại đến từ ngàn xưa hò hẹn / yêu thanh bình giữa trời đất thơ ngây* (Nơi Ta Về) *Mây hóa thân về nghiêng dáng trúc / lòng ta bỗng trải cánh đồng xanh* (Đêm trăng).

Hai tính Nhanh và Chậm ấy nhiều khi cùng cư ngụ trong một bài, thế mà vẫn ổn thỏa. Đó chính là Nữ sĩ đã tạo cho mình một lối đi riêng, không va chạm vào nghệ thuật của một nhà thơ nào: *…Chưa xa* *con mắt đã mòn / ngày chưa đợi đã thấm đòn thời gian ...Mai về một cõi riêng em / gửi năm tháng lại bên thềm thời gian ...Dăm lời thề thốt trôi suông / Nghe ra tơ tóc cũng buồn biển dâu.* Người viết phải đủ lực Tâm-chứng để sử dụng ngôn ngữ như một phương tiện thiện xảo, để người đọc được Khai-Thị.

Từ thi tứ, thi ngữ, thi pháp, Nữ sĩ đã có một sự khác biệt lớn với mọi nhà thơ:

Lá cỏ đẫm bờ mi / Lòng trần thôi hệ lụy (Về)

Với Nguyễn Du thì: Dàu dàu ngọn cỏ. đầm đầm cành sương... Với Bùi Giáng thì: *Chỉ duy lá cỏ có phần héo hon*... Ở Chinh Phụ Ngâm: *Cỏ có thơm dạ nhớ chẳng khuây*... Với Đặng Phú Phong thì: *Bạc đầu cỏ trắng chưa bày lòng xanh*..., đằng sau những câu thơ ấy là một trời hệ lụy!

Chưa hết, Người thơ còn đi suốt từ quá khứ đến tương lai. Với Thánh Thán thì: *Đồng khốc cố nhân / Lưu tặng hậu nhân.* Với Khánh Minh thì: *Bóng của ngàn xưa nay hắt lại (Còn Có Bao Giờ) - Ngàn xưa sẽ lại ngàn sau vơi đầy (Cõi Riêng) - ...Thoáng đôi lời than thở / chuyện đau lòng hậu sinh (Người Xưa).*

Một giọt nắng đủ dựng thành một cõi trời (Bơ Vơ), vài tiếng chim hót đủ để cho "trời quạnh hiu": *Ngày tím rơi theo chiều / chơ vơ chim rũ cánh / dăm tiếng buồn cô liêu / hót bên trời hiu quạnh (Hiu quạnh)* hai mươi tiếng thong thả vẽ ra một cõi quạnh hiu tịch mịch, trầm lắng, dường như ở đó mới thật có Nguồn Thơ? Nó không thương vay khóc mướn, không ca tụng những cái đáng nguyền rủa, vì nó không phải là một thứ mõ chợ,vì tự thân nó Lành, Đẹp, và Thực.

Từ nhỏ bé như hạt bụi, giọt nước, giọt nắng, tơ tóc, để kiến tạo một cõi to lớn như vũ trụ, phải có chất liệu của tâm linh: chân thành mới có được một nghệ thuật nhân bản để chứng kiến một cuộc tương phùng của hình thức và nội dung.

Từ khoảnh khắc ngắn ngủi như giây phút, sát na, chớp mắt, để đối chiếu, chất chứa một thời gian vô tận, nếu không có một công năng tu chứng của bản ngã đạt đến thuần lý – tức vô ngã và vô chấp trước – không đủ sức để câu thơ thành Linh Thi như những chân ngôn mật chú, để nội ngoại cảm kích nhau, để thời gian xuyên suốt (Ba sinh), không gian tương thông (Cõi) Tâm-thân,Thời, Không viên dung! Từ đó tác giả thấy được: *Đóa hoa huyền diệu nở ra vô thường* (Đêm Quỳnh) *...Xôn xao dị thảo nở / hoa sắc cõi vô thường* (Đoá Dị Thảo).

Phải nghiêm túc mà nhìn lại, cái sâu và rộng trong thơ ca của Khánh Minh không phải là một giai điệu tình cờ, mà là một thi tài. Tôi vẫn biết rằng, trong thơ luật (Thất ngôn bát cú) Khánh Minh không sở trường, trong ba thi tập của tác giả chỉ có vài ba bài thất ngôn tứ tuyệt, đã có hai bài thất luật: *Cha* ***buông*** nét bút, ***sầu*** *ẩn sĩ (Cha),* và đó mới gọi là "chẻ tư sợi tóc": người mãi đứng trên mặt niêm, vận, luật, là tự giết mình (Ta cũng thấy rằng những bài thơ được truyền tụng từ ngàn năm nay có nhiều bài thơ phá niêm luật: *Thanh Bình Điệu* của Lý Bạch, *Tỳ bà Hành, Trường Hận Ca* của Bạch Cư Dị..., thì có phải chăng "văn chương đại gia bất câu niêm luật", họ bắt niêm luật phải phục vụ thi tài của họ một cách uyển chuyển?)

Bức tranh Họa Long đã được tác giả vẽ xong, chỉ cần "điểm nhãn" nũa là con rồng sẽ bay về cõi Chân Thiện. Cõi thơ của Người Thơ lồng lộng đến bát ngát... Tình Yêu, Tình Người, Tình Quê Hương... cuối cùng hòa nhập vào Tình Yêu Thiên Nhiên, mọi thứ tình trong ấy thật vô hạn lượng và vô duyên khởi – Cõi thơ ấy xuyên suốt, mà người đọc gần như mấp máy đến đệ lục, thất, bát, thức. Người đọc đi vào cõi thơ ấy bằng một tác phong của một bậc sĩ với óc sáng tâm trong, nghiêm túc và thánh thiện như một kẻ hành hương, có lẽ còn khám phá thêm nhiều đặc điểm khác.

Hy vọng rằng với những thi phẩm của Nguyễn Thị Khánh Minh sẽ làm nhân làm duyên cho vườn thơ Việt Nam ở cuối thế kỷ thêm phần hương sắc.

Tháng 9 /1992

MỊCH LA PHONG

(viết sau khi đọc ba thi phẩm của NTKM: Tặng Phẩm, Trăm Năm, Tơ Tóc Cũng Buồn (TTCB ở dạng bản thảo với tên"Cõi Riêng")

Lời Vào Thơ
Thi Tập Trăm Năm 1991

Nhà Thơ Nguyễn Đức Cường

Cơn mộng nào hắt lại giữa canh khuya, lay tôi trở mình thức dậy, khi trời đêm đang chập chờn sương đổ, chắt chiu bao ánh sáng nhạt nhòa của muôn triệu vì sao, hòa cùng muôn khoảnh khắc tỏ mờ của màu trăng quyện lẫn mây ngàn, đêm vẫn như đêm một thuở xa nào, nhưng trong tôi, đêm bỗng nhiên lắng đọng bao nỗi bất an của từng ngày hỗn độn, đưa tôi về thăm lại những niềm vui xưa cũ đã mơ màng trôi qua, và an phận hững hờ.

Đêm long lanh muôn vạt sáng lạ lùng len vào bóng tối dỗ cho tình vơi bớt sầu thương, ôm ấp tôi bằng muôn cánh lá đẫm sương mù, lay đọng mãi thinh không cho mộng mị nào tan thôi nhỏ lệ.

Đêm hóa thân thành lời ru thân thiết của trăm năm hư ảo mịt mùng, chở che hạnh phúc, và giữ hoài câu chuyện chia ly.

Đêm bâng khuâng bao tiếng dị thường trỗi dậy hoài nghi trong thiết tha hẹn ước, để lâu dài nuôi nấng một ngày mai.

Riêng mình đứng giữa vườn xưa ngan ngát hương ngọc lan, tôi chợt biết mình chưa một lần hình dung Đêm thật rõ, nơi những mảnh tình đã qua, bỗng vằng vặc trăng sao soi vào trí nhớ, nơi những âm thanh một thời vang động hồn nhiên, tưởng chừng đã trôi theo dòng thác lũ thời gian, giờ đây đang phủ vây hoài niệm, nơi tôi mơ hồ gặp lại một thời xưa đang ngại ngùng ẩn hiện trong cuộc hẹn hò hôn phối với Trăm Năm

NGUYỄN ĐỨC CƯỜNG

1991

NTKM và Nguyễn Đức Cường, trong buổi RMS tập thơ Đêm, 2021

Nhà thơ Đặng Nguyệt Anh và NTKM, 1999

Giới Thiệu Tập Thơ Đêm Hoa của Nguyễn Thị Khánh Minh

Nhà Thơ Đặng Nguyệt Anh, 1999

Bài đọc trong đêm giới thiệu tập thơ ĐÊM HOA của Nguyễn Thị Khánh Minh (NTKM) do BS Trương Thìn tổ chức tại Phòng sinh hoạt văn nghệ Viện Y Học Dân Tộc Thành Phố ngày 31-10-1999.

Từ năm 1991 đến nay, NTKM đã cho ra mắt bạn đọc 4 tập thơ: *Tặng Phẩm, Trăm Năm, Tơ Tóc Cũng Buồn* và *Đêm Hoa*. Đọc một cách hệ thống để có cái nhìn khái quát qua 4 tập thơ, thấy rằng NTKM làm một cuộc hành trình thơ – Đi từ nguồn ra bể.

Cảm nhận đầu tiên là sự lặng lẽ: lặng lẽ trong đời và lặng lẽ trong thơ. Không ồn ào, đua chen, chẳng vướng bận ai. Không ai vướng bận mình.

Sóng cao vực thẳm thưa rằng
Chân con kiến bé cứ lặng lặng đi

Kiến bé mà kiên nhẫn, bền bỉ vượt vực thẳm sóng cao, tới đích :

Mùa nào lạ cánh thiên di
Qua sông núi biếc sợ gì nắng mưa

Đọc NTKM chúng ta bắt gặp hình ảnh người phụ nữ mảnh mai, nhẹ thật nhẹ, dịu thật dịu, NTKM tự nhận, tự ví mình như con kiến, cánh chuồn, nhành cỏ... *Em như nhành cỏ / lệ mảnh đường tơ – Cánh chuồn bé xíu /sợi mỏng reo tơ / tình ơi ảo diệu / bay ngàn dặm thơ*

Đúng là "Tình ảo diệu". Xuyên suốt 4 tập thơ, đề tài chính, bao trùm vẫn là tình yêu, tình yêu làm cho người ta đẹp hơn. Nó đang reo vui trong thơ NTKM:

Xanh hơn, những lá trong vườn
Mộng hơn, những mộng vẫn thường mơ kia
Reo hơn, những bước chân về
Thương hơn, cái chỗ thềm khuya anh ngồi...
Chỉ vì anh ở đấy thôi…

Ca dao cũng nói như thế: yêu nhau yêu cả đường đi. Vì ở đấy có anh, có hơi ấm tình yêu, có trái tim nồng nàn nên nhìn cái gì cũng tươi xinh, mới lạ:

Hồng từ buổi rạng đông trao
Bình minh em hát khúc dào dạt anh

NTKM có giọng lục bát mượt mà, nhất là khi được thổi vào đấy hơi thở đằm thắm của tình yêu:

Em nhớ anh, em nhớ anh
Ngoài kia trời cũng theo nhanh xếp ngày

Cái tôi trữ tình trong thơ NTKM, là hiện thân của tác giả: mảnh mai, thanh nhẹ mà dạt dào sức sống, đầy khát vọng, tự tin:

Nhỏ nhoi em, đốm lửa đêm
Cái le lói chỉ ngậm thêm ngùi ngùi
Bỗng trăng sao
Bỗng nụ cười
Nhóm lên một bếp hồng tươi cõi mình

Tình yêu ngọt ngào đấy, nhưng chẳng tình yêu nào không nếm trải vị đắng chát. NTKM cũng thế thôi: *... Những đêm vàng nước mắt... /... Thương anh về đường xa... /... Những ngày gai gió cứa...* Có một đoạn thơ của NTKM, đọc xong tôi nghĩ mãi, nhớ mãi, thương mãi:

Con đường anh để lại
Mênh mông một chiều tàn
Em về ngày tháng bệnh
Làm sao chờ...thời gian

Cũng nhiều nỗi niềm, nhiều cảnh ngộ. Ở tâm cảnh này, có người đã rên rỉ, gào thét trong thơ, NTKM vẫn thế: thỏ thẻ, dịu ngọt. Nhìn chung NTKM có lối viết ngắn gọn, ẩn dụ, nhiều bài ngắn 4 câu, 5 câu, 6 câu... ví như bài Tay Áo:

Ban mai rót một giọng xanh
Thốt nhiên tưởng tiếng vàng anh gọi người
Một tay áo nhỏ thương ơi
Cho em tầm gửi đôi lời cỏ hoa

Chỉ 4 câu, NTKM đã chuyển tải được ý tưởng và xúc cảm của mình, đẩy tư duy người đọc về miền xa xưa trong cổ tích: thời cô Tấm bị hãm hại, biến thành vàng anh, suốt ngày quấn quít bên hoàng tử, để hoàng tử gọi: *Vàng ảnh vàng anh / có phải vợ anh / chui vào tay áo.* – Cô Tấm – một hình ảnh đầy chất thơ về thân phận tình yêu, hạnh phúc, thủy chung được NTKM đem vào trong thơ bằng những dây tơ rung động nhất của hồn thơ. Một lần nữa, trong thi phẩm Đêm Hoa, NTKM lại trở về với cô Tấm:

Này đậu đỏ, này đậu xanh
Se sẻ ơi, phụ cho nhanh với nào
Bên đời hội trẩy xôn xao
Bụt ơi áo mới, em vào đêm hoa
Vâng, nửa đêm áo mới về nhà
Thôi xe, thôi áo, em lại là Tấm tâm

Thật là hồn hậu trong cảm nhận và thể hiện, và cũng phảng phất một hơi hướng vô vi, có gì đâu, một cuộc ghé chân vào chốn phù hoa đô hội, một thoáng thôi, rồi lại thong dong với cõi riêng mình, */ Vâng nửa đêm em sẽ về nhà / thôi xe, thôi áo, em lại là Tấm tâm…* không biết sao, tôi thấy thật cảm xúc với hai chữ Tấm tâm, thêm vào đó là sự biến tấu lục bát, làm tăng chất nhạc cho thơ. Đêm hoa cũng có những câu lục bát, viết theo kiểu "chân quê " dễ thương: *Thơ em chỉ nói về quê / Chẳng qua vì có anh về với em – Chờ nhau biếc lá trầu không / vườn cà tím bỗng tầm xuân bao giờ…*

Người đọc còn nhận thấy sự phong phú về thể loại trong thơ NTKM: từ 4 chữ, 5 chữ, 6 chữ, 7 chữ, cho đến lục bát, tự do, ở thể loại nào ngòi bút NTKM cũng khá uyển chuyển, *cái hương đồng nội / nó bỏ bùa em / mai về phố hội / chân còn say men – Lá bàng vừa đốt đỏ / ấm một góc sân nhà / đêm đông trời se gió / tội anh về đường xa – Cây se se và gió / giật mình trên lá phong phanh – Trời buổi đó một lần đứng lại / về xao giấc mộng giữa hai tay – Vạt quê lơi buộc lòng kim cải với / nụ trầu cay têm mắt lá em răm / đêm về nghe con tim đình trống hội / ngực áo còn hương mớ ngủ lời xăm* (Đêm Hoa) – *Con hương nồng bếp lửa / mùa đông mẹ ấm đêm thâu/ con nung nấu đợi chờ / cho mẹ biết đâu là bến bờ phải đến / trong muôn vàn lỗi hẹn của nhân sinh* (Tơ Tóc Cũng Buồn).

Tôi đặc biệt thích phong cách đồng dao của chị, thật trẻ trung. Một người đọc dù khó tính đến mấy – đọc NTKM cũng không thể phủ nhận sự trong trẻo, hồn nhiên trong thơ chị: *theo anh bước đến / gió gió như về / vườn xanh như biển / nắng bừng pha lê – Theo em rong chơi / có bước ai ngời / cỏ bên đường hát / một mầu xanh tươi.*

Một ánh nắng, một tiếng chim, một thoảng gió, một mẩu trăng, một mắt lá... được thẩm thấu qua một tâm hồn trong trẻo và mẫn cảm đã trở nên lung linh thanh khiết: *Bốn mùa thơm giấc / những bước thơ mây / ngân trong trời đất / hàng hàng tơ bay...* Thiên nhiên ấy hòa quyện trong tình yêu thương của con người, không biết giữa thiên nhiên và con người ai tác động lên ai cái tươi tắn, sinh động này:

Phương Đông hẹn, nên chân trời rất khác
Hồng ban mai khe khẽ bước tinh khôi
Hoa lên em, nắng đang giòn rất nhạc
Mỗi trang ngày ta lại mở xanh nôi
Trong trẻo quá để đời như mãi nụ
Mỗi niềm vui, như mỗi hé hừng đông...

hoa lên em, nắng đang giòn rất nhạc, cái sinh động cũng nằm trong cách sử dụng chữ linh động này – mà ta bắt gặp rất nhiều – trong thơ của chị.

Và chúng ta ở đâu không ngoài trời đất này, và vũ trụ trong thơ của NTKM hầu như không có bão tố, mà là nơi nương náu êm đềm: *Cánh diều xanh xanh kia ơi / bốn phương yêu dấu là trời đất đây.*

NTKM mở lòng ra yêu thương đất trời, hoa cỏ, con người và cuộc đời, một tình yêu tự nhiên, hồn nhiên như bản chất, chính tình yêu ấy đã nuôi dưỡng cho hồn thơ chị mãi tươi xanh.

ĐẶNG NGUYỆT ANH

(31-10-1999)

Với Khánh Minh, Thơ Có Từ Bao Giờ? 2002

Thích Nhật Minh

(Thượng tọa trụ trì chùa An Lạc - Sài Gòn)

Thật ra, tôi cũng không biết Khánh Minh làm thơ từ lúc nào? Cách đây hơn năm năm, Khánh Minh gửi đến tôi một tập bản thảo chưa có tên và nhờ tôi đề tựa. Thời gian này tôi rất bận bịu nhưng thỉnh thoảng nhàn rỗi mở ra đọc mà không theo thứ tự số bài. Hôm nay chợt nhớ đến sách để quá lâu, tôi đọc lại và bắt gặp một bài thơ có tựa *"Sinh nhật thơ"* làm tôi thích thú vô ngần, đến phải suy nghĩ rất nhiều vì tính chất triết lý về thẩm mỹ và phong vị thiền kệ của riêng nó. Do đó tôi nghĩ, đây có thể là bài thơ được coi là trung tâm của tập thơ:

Vách đá cao, mù sương chớm chở
Vách đá buồn, rêu phủ tinh hoa
Một ngày nao đá bừng lửa cháy
Dưới trời, thơ ấy tỏa bao la

Rõ ràng là trong tựa đề bài thơ này đã ẩn giấu một câu hỏi lớn: Thơ có mặt từ bao giờ thay vì định nghĩa thơ là gì như được thấy trong một số bài thơ của Thế Lữ thời tiền chiến hay trong một số bài của các tác giả nổi tiếng gần đây. Theo tôi, cái độc đáo của thơ Khánh Minh là ở chỗ đó, vì tựa đề chính là một câu hỏi ngầm và câu trả lời chỉ là một bài thơ bốn câu miêu tả cảnh núi cao, vách đá, sương, sao đêm, lửa cháy và trời đất bao la… ở đây, yếu tố thời gian bị loại trừ mặc dầu câu hỏi đặt ra vấn đề thời gian, hơn nữa cách trả lời này đã đưa thơ Khánh Minh đến gần phong cách Thiền kệ, như thường thấy trong Ngữ-lục Thiền:

"Một hôm có Thầy Tăng hỏi Triệu Châu: *Sơ-Tổ sang Tàu có nghĩa gì?* Châu đáp: *Cây bách trước sân.*"

Thế thì do tình cờ hay do sức công phu mà thơ Khánh Minh có được khí vị như vậy (?). Đọc thấy, sự thực trong thơ Khánh Minh đã có một nội dung Thiền nhất định, dù là với một bài thơ lời lẽ thật mộc mạc, đơn sơ mà lay động đến vậy tâm can, như bài *Đưa Em*, bài thơ này đọc lên vào khuya, nghe nỗi buồn dâng lên thấm vào tận toàn thân, vào không khí thời gian, vào giấc ngủ muộn, vào nụ cười, vào nước mắt, vào tuổi thơ, vào tiếng đêm và trăng mờ, nhưng lại tiềm ẩn bên trong mình một sức hồi sinh lạ kỳ thật yên tĩnh, thầm lặng:

Chiếc quan tài nhỏ
Chị ôm trong tay
Chiều Hạnh Thông Tây
Em yên mồ cỏ
Chị về nhà xa
Đêm nay đầy gió
Đêm nay trăng mờ
Ai ru em ngủ
Cho tròn giấc thơ…

Nhưng cuối cùng, Khánh Minh cũng không dừng hỏi về *thơ có từ bao giờ* như một công án thiền, để tìm vào một cõi sống kia có vô biên thơ mộng bên dòng đời cứ trôi mãi không thôi… *Nghìn năm dấu hỏi còn im… (thơ NTKM)*

NHẬT MINH

9/2002

Bay Theo Lòng Tơ Lụa (2009)

Nhà Văn Cao Kim Quy

Chị gởi cho tôi *Bùa Hương*. Gọi là "bùa" mà sao giọng chị ngọt ngào đến lạ! Người đọc, vốn không là kẻ say thơ, ngỡ chỉ "cưỡi ngựa xem hoa", ngờ đâu cứ lang thang ngơ ngẩn mãi trong không gian tràn trề hương sắc của chị mà thấy lòng mình lâng lâng.

Chị có một "nhà quê" dường như ai cũng có, nhưng sao quê nhà của chị cứ khiến ta ngất ngây, làm ríu bước chân ta bằng những sợi tơ hương quấn quit. Cái quê nhà lúc nào cũng chực bỏ bùa cảm xúc nhà thơ với bao nhiêu là mùi hương, nhưng không phải chỉ có hương, còn cả sắc

Nắng hồng thơm hội trẩy
Ruộng áo xanh lay láy hạt mùa hoa

Cỏ rơm đồng ngai ngái
Bỏ bùa hương cho dại bước tôi qua
(Bùa Quê)

Sức quyến rũ của chốn quê ấy không phải chỉ một phút, một giây mà đủ khiến chị vỡ òa cảm xúc từ sáng sớm đến chiều tà

Nắng đâu lạ thế ngày qua
Như vỡ ra, lúc trời òa rạng đông
.... Hình như nắng để long lanh
Hết trưa nắng vẫn vàng anh nụ cười
Cỏ thơm bóng lá ngọt rơi
Trời không lựng gió mà chơi vơi chiều
(Bùa Quê)

Ngày nắng đáng yêu. Mưa cũng lạ. Mưa không ủ ê mà chỉ làm bừng lên một ngày mới

Cỏ xanh. Trời xanh lắm
Mắt ai nhìn hửng nắng
Bình minh, mưa phân vân
(Những Mầu Xanh)

Thơ thới chiêm ngưỡng quà tặng của tạo hóa trước mắt mình bằng tất cả sự mẫn cảm của một tâm hồn sáng trong như gương, như sương. Chị như cô bé ngồi trên bực thềm nhà

Như có gì trời bỏ giữa vườn thơm
Sao nắng trong, sao lựng hồng cả gió
(Bùa Quê)

Mưa chẳng đầy tay
Mưa lơi đồng mạ
Con đường xuân quá
Bẫng ngày như mây
(Những Mầu Xanh)

Ngày nghiêng cành nắng bật reo
Đàn chim cáp quả trong veo tiếng chào
Anh nghiêng. Cả vạt trời xao
Bỗng nghe hương ổi lào xào chín cây
- Giữ được gì trong đôi tay?
- Kìa em, đã đầy một ngày quê thơm
(Bùa Quê)

Không chỉ hương ổi, bao nhiêu mùi hương đã thành "bùa" cho chị mang theo về phố, hương chanh the trên tóc mới gội, hương cau vướng cái lá trầu, hương bưởi xanh trong long lanh vàng nắng, lại còn mùi rơm đồng ngai ngái, mùi thơm thóc trên sân, mùi củi lửa nồng trong bếp… chị như cảm nhận được chúng khắp nơi, khi chị đứng giữa vườn quê lung linh nắng, hay cả khi chị bước đi giữa phố thị ngút ngàn xa

Lấm tấm nụ vàng mùa ngoan rẫy bắp
Theo tôi về chân phố bỏ thơm hoa
Lại bập bùng cái mùi hương tít tắp
Lại ngây quen dại nhớ thế quê nhà
(Bùa Quê)

Có cảm tưởng như chị chỉ dám đi khẽ, nói thầm, sợ làm vỡ cái thế giới mong manh thấm đẫm hương sắc ấy, cái thế giới đã khiến chị "ngây quen dại nhớ" mỗi bước chân xa. Tôi tự hỏi có bao giờ chị thực sự xa quê? Bởi trước mắt chị lúc nào cũng ẩn hiện cái "núm quê" da diết

Bước non bước biển bây giờ
Mênh mông một khoảnh ao xưa, là nguồn
… Biển khơi nhớ ngụm giếng trong
Nắng mười phương, vẫn hương đòng lúa hoa
(Bùa Quê)

Tôi yêu sức sống ngập tràn trong bức tranh quê đầy màu sắc của thơ chị

Ngày mùa anh nắng dậy
Nhịp đồng hoa em mẩy hạt xuân thơm
(Nhịp Hoa)

Mừng ao sen ngó lên hồng
Búp sim nù nụ nghe đồng rưng hoa…
… Lả cò chiều buông câu cánh mỏng
Mắt bê non cắn dại nắng vàng rơm
(Bùa Quê)

Màu xanh trong thơ chị thật ấn tượng, *Xanh nức vườn xanh những tiếng chim…* Ngay cả đêm của chị cũng không nhuốm màu u tối

Về trong đêm muốn hỏi
Những vì sao long lanh
Những vì sao không nói
Chỉ nhìn thôi, xanh xanh
(Những Mầu Xanh)

Cái phơi phới còn lộ rõ trong nhịp chân tháng giêng của chị

Xanh sớm mai
Tháng Giêng hồng ô cửa
Lòng tơ lụa
Chân hoa vào nhịp phố
Giấu nắng vàng theo để tặng ai
(Những Mầu Xanh)

Hay khi trở về

Chân hoa chân lúa
Bước rạ bước rơm
Theo hương nắng thơm
Tôi về quê cũ
(Bùa Quê)

Ngày của chị thật rạng rỡ, nhưng đêm, hình như là đặc quyền của những giọt lệ

Hạt đi hạt ở thầm thì
Tủi thân nỗi sớm niềm khuya tự tình
(Nước Mắt Nụ Cười)

Quạnh trời sao tắt
Quê bóng tôi buồn
Tưởng là nhớ suông
Đâu ngờ. Nước mắt
(Bùa Quê)

Đêm biển cả. Con thuyền hạt lệ
Buộc vào nhau sóng nước chiêm bao
Hạt lệ và đêm trôi hoài như thế
Nên bầu trời lấp lánh những sao
(Nước Mắt Nụ Cười)

Nhưng lạ, lệ nhiều như thế mà người đọc vẫn không thấy sự sướt mướt sụt sùi. Chỉ thấy những hạt lệ lặng lẽ chị giữ cho riêng mình trong đêm tối để rồi sớm mai lại tươi tắn với cuộc đời

Cầm canh hạt hạt đêm thâu
Một phút giây bỗng nhiệm mầu đêm hoa
Rạng đông. Gương lược lụa là…
(Nước Mắt Nụ Cười)

Dù cho đêm có "chong giấc thở dài" thì con sơn ca trong tâm hồn chị vẫn cứ thức giấc mỗi sớm mai

Thế mà không, mặt trời
Lại báo thức ngày vui
Con sơn ca ngậm nắng
Reo hừng đông nhà tôi
(Nước Mắt Nụ Cười)

Cám ơn chị đã tặng cho tôi một thế giới trong veo đầy hương sắc. Một thế giới quê thanh khiết mà tất cả những kẻ ở phố cứ đau đáu nhớ về khi phải sống giữa một không gian xô bồ náo động đầy ô nhiễm, cả bên trong lẫn bên ngoài mỗi con người.

Xếp tập thơ lại, tôi tự hỏi, cái trong trẻo mà tôi cảm nhận được từ Bùa Hương là phản ảnh quê nhà của chị hay phản ảnh chính tâm hồn nhà thơ?

CAO KIM QUY

Sài Gòn, 2009

Mùi Nhớ

Nhà Văn Khuất Đẩu

Hương gây mùi nhớ, trà khan giọng tình (Nguyễn Du)

Mùi đầu tiên, ấy là mùi của mẹ. Không chỉ là mùi sữa tanh tanh nồng nồng mà còn là mùi thịt da ngọt bùi, mùi của mồ hôi và mùi của nước mắt. Ở mẹ còn có mùi bồ kết rịn rịn trong từng kẽ tóc, mùi bã trầu cay xè mỗi khi mẹ ôm tôi vào lòng nựng nịu. Rồi miếng cơm đầu đời do mẹ nhai đút vào miệng chưa có răng, nghe ra có mùi của nước bọt. Những mùi không hợp vệ sinh ấy chẳng những đã không làm hại mà còn nuôi tôi phổng phao bụ bẫm. Khi biết ăn biết chơi, thích nhất vẫn là mùi của những món quà quê mùa. Bánh ú gói lá chuối mở ra thơm ngậy mùi đậu, bánh ít đen bóng thơm mùi lá gai, bánh thuẫn vàng rực thơm mùi trứng, cốm bắp trộn đường thơm mùi mật và bánh xèo kêu xèo xèo thơm mùi mỡ.

Cây trái, thì mùa nào thức ấy, mùi ổi chín thơm ngầy ngậy, mùi xoài tượng thơm như tẩm mật ong, còn mùi mít thì đố ai mà giấu nổi.

Hoa, thì hoa bưởi hoa chanh thơm như là nước hoa hảo hạng. Còn hoa cau, thì hương của nó như hương của đất trời. Có lẽ vì tỏa hương từ ngọn cây cao vút, nên chẳng những nó trong suốt như khí trời mà còn mênh mang lồng lộng, nhất là trong những đêm trăng sáng. Cũng có thể bảo, những đêm ấy trăng trong vườn rất thơm.

Lớn hơn một chút, cảm nhận được cái mùi rất xôn xao trong những ngày giỗ chạp. Đó là mùi hoa vạn thọ hăng hăng trên bàn thờ, mùi chuối chín trên cỗ bồng, mùi chiên xào thơm đến ngạt mũi, mùi nhang trầm huyền ảo, mùi rượu đế lênh đênh…

Đến khi xa quê, lạc bước vào phố thị ồn ào, thì cái mùi tôi nhớ nhất, ấy là mùi nước mưa. Không phải mùi của mặt đất khê nồng khi cơn mưa bắt đầu. Mà là mùi của những giọt nước trên mái tranh còn tí tách rơi trên thềm nhà trong khi mưa đã tạnh, mùi của cây lá trong vườn vừa được tắm gội, mùi của không khí trong veo, mùi của sự yên bình, mùi của nhịp đời đi rất chậm.

Đó là mùi của tuổi thơ tôi, một tuổi thơ lấm lem, nghịch phá, nhưng đáng yêu xiết bao, giờ đã thành mùi nhớ đôi lúc đến nôn nao cồn cào.

Còn đây là mùi nhớ của một cô bé.

> *"Thứ hương gì một lần cảm nhận đến ngỡ ngàng, để rồi mỗi lần cảm xúc dấy lên là Nó lại ùa về sống động rủ rê mình tan theo? Nó đến, Nó ở, Nó theo như một thứ bùa ấm áp, như có bầu có bạn, làm mình thật hạnh phúc lẫn bâng khuâng. Làm mình bay bổng. Lơ lửng. Hay quay chong chóng. Nghĩa là một kẻ bị bỏ bùa."*

Cái "Bùa Hương" ấy là

> *"phút này đây…nghe được hương trâm trâm bên vệ đường rầy xe lửa về quê nội…hương nồng của sân gạch đỏ sau cơn mưa bất chợt mùa Hạ, không biết nắng thơm hay mưa thơm hay mùi gạch đỏ đẩy đưa mình ngào ngạt thế…và mênh mang hồ sen của một ngôi chùa sư nữ ở cạnh nhà thời thơ ấu chắp cho tâm linh ta đôi cánh… đã để mình tan ra trong mùi hương rằm… cái mùi hương vô nhiễm ấy …hương nắng lẫn hương xuân thì nhẹ lòng những phôi phai… mùi sum vầy của những*

ánh đèn hắt ra từ những ô cửa sổ… nghe hương lá tre khô quê nội, ngồi bên thềm nhà hít hà cái mùi nắng…buổi sáng hớp một ngụm cà phê nóng, nắng vàng vương trên ly theo vào lưỡi, mm…

Còn có một mùi bỏ bùa cô nữa, ấy là mùi nước giếng cổ đóng đầy rêu trong đêm trăng:

"chị Bích ơi, em biết sẽ có ngày chị em mình lại về nhà nội và tắm khuya bên bờ giếng ấy, phải là đêm có trăng để em thấy được những mảnh trăng sáng bắn tung tóe từ người chị…"

Cái mùi của nước thẳm sâu từ trong lòng đất ấy chan rưới trên thịt da của tuổi "em tuy mới mười lăm/ mà đã lắm người thăm"* nó mát rượi đến tận tuổi bảy mươi. Cái mùi ấy, đúng là mùi hương thời gian của Đoàn Phú Tứ, một mùi hương không nồng mà thanh thanh.

Cô bé ấy không giống với các cô gái tân thời mà rất giống với cô gái đi chùa Hương cách đây gần 100 năm của Nguyễn Nhược Pháp. Nghĩa là rất trong sáng, rất tinh tế và cũng rất nhiều mộng mơ. Và vì vậy, dường như suốt đời, ngay cả lúc đau bệnh nằm một chỗ, cô cũng chỉ biết có mỗi một việc rất tiền định là làm thơ.

Cô bé ngày xưa ấy giờ là nhà thơ Nguyễn Thị Khánh Minh. Thơ của cô thì nhiều người "khen hay, hay quá! Ai nghe mà (chẳng) ngẩn ngơ" *. Tôi chỉ muốn nói đôi điều về quê nội của cô (cũng là quê ngoại của các con tôi). Cái ấn tượng đầu tiên để lại trong tôi, chính là những hàng cau trong ánh hoàng hôn khi xe lửa vừa qua khỏi ga Ninh Hòa, những ngọn cau bỗng sáng bừng lên như những cây nến khổng lồ.

Đẹp và buồn lạ lùng.

Khi đọc những trang đầu tập tản văn Bóng Bay Gió Ơi, tôi kêu thầm, sao mà giống quê mình quá vậy. Cũng có hoa trâm trâm, có đồng lúa chín vàng, có những con mương nhỏ và cái giếng gạch nước trong và mát, có những giọt mưa rơi trên thềm nhà, có bà có mẹ… Thế nên, dù cách nhau một đại dương bao la, tôi vẫn thấy rất gần, hay nói đúng hơn tôi cũng bị cái mùi hương tuổi nhỏ của cô bỏ bùa.

Cô viết “theo cảm xúc mà đi”, và cảm xúc của cô mênh mang bất tận. Rất nhiều hương, rất nhiều màu, rất nhiều tiếng chim và tiếng người.

Tôi đang “ăn theo” xúc cảm của cô, nên xin thú thực rằng, có được bài viết này là nhờ đọc những trang thơ xuôi của cô, những trang thơ thanh thanh tím ngát hương thời gian.

Xin được cảm ơn cô dù rằng chính danh phải thưa “bà”.

KHUẤT ĐẨU

Ninh Hòa, 18/4/2017

---

* mượn thơ Nguyễn Nhược Pháp

NTKM nhìn bởi nhà văn Lương Lệ Huyền Chiêu

Đọc: Ký Ức Của Bóng Nguyễn Thị Khánh Minh (2012)

Nhà Văn Phạm Văn Nhàn

Ký Ức Của Bóng là tựa một thi tập của nhà thơ nữ: Nguyễn Thị Khánh Minh. Với cái tựa cho một thi tập mà nhà thơ chọn đã làm cho tôi thích thú, phải đọc.

Bóng không phải là hình tướng. Bóng: chỉ là cái bóng mờ mờ ảo ảo không bắt được, không sờ được chỉ nhìn thấy qua phản chiếu. Ai cũng có cái bóng bên cạnh cuộc đời thường của riêng mình. Bóng thường đi đôi với hình. Hình bóng. Hình: dễ thấy dễ nhìn, dễ rờ dễ mó và dễ … đoán. Còn bóng, đơn thuần chỉ là cái bóng của mỗi nhân sinh. Không là của chung ai cả; vì thế thi tập *Ký Ức Của Bóng* đã lôi cuốn tôi phải đọc nó, để thấy cái bóng của nhà thơ nữ Nguyễn Thị Khánh Minh này, qua những con chữ, kết thành những bài thơ ngắn hay dài, mà ngôn ngữ thơ đã tạo nên một Nguyễn Thị Khánh Minh. Nói gì, viết gì qua thơ.

Bóng. Như tôi đã nói, chỉ có riêng mình biết buồn hay vui đối với mỗi cá nhân. Nguyễn Thị Khánh Minh đã đưa ký ức của mình qua dòng chảy của cuộc đời lên trang giấy qua bóng, để người đọc cảm nhận và sẻ chia. Như bóng của thiếu phụ Nam Xương, chỉ bóng của mình trên vách cho con, không ai làm được như vậy với người thứ hai trong dân gian. Bóng buồn đối với người thiếu phụ. Nhưng bóng lại vui với đưa con tưởng cha mình về, Thật tế ít có người bộhbhjc bạch nói ra hôm nay về cái bóng của mình. Chỉ có Nguyễn Thị Khánh Minh bọc bạch qua thơ trong ký ức của nhà thơ để người đọc chiêm nghiệm, sẻ chia. Ta nghe nhà thơ nữ này nói gì về bóng của mình: *Ta ngồi. Bóng thầm / Ta đi. Bóng động / Ta nói. Bóng câm / Ta vào giấc mộng / Nhẹ tênh bay bổng / Bóng nặng, bóng nằm/ ta vào cuộc sống/ Bóng nhẹ, bóng bay / Hóa ra ta, bóng / Chẳng một, mà hai.* Rõ ràng ngoài ngôn ngữ để diễn đạt qua lời nói. Còn diễn đạt ngôn từ qua những con chữ để thành thơ.

Qua bài Hai Bóng, tựa của một bài thơ đã đưa tôi đi sâu vào thi tập với những ngôn ngữ thơ khác lạ, mà còn biểu hiện hình tướng nữa. *Ta ngồi. Bóng thầm / Ta đi. Bóng động.* Do đó, với một nhà thơ là nữ, thì khi vui, thơ bay bổng. Khi buồn, thơ trầm, muốn khóc qua hình ảnh của bóng. Mà bóng với hình như hai mà một. Đây này, ta nghe: *Thơ, có khi Nó cõng tôi qua cơn phiền muộn / Có khi Nó sống cùng tôi giấc mơ bình yên / Với những lãng quên cần thiết.* (Thơ Ơi)

Thế nhưng, trải qua bao thăng trầm trong cuộc sống, những câu thơ đầy tượng hình nghe cay đắng mà không cay đắng chút nào, chỉ buồn cho thân phận. Oán than nhẹ nhàng làm khoái cảm xúc người đọc: *Rơi xuống / Rơi xuống / Những hạt nước mắt mầu trời / Vỡ tôi đám mây tan /… Tung lên / Bung ra /Vỡ tan / Những hạt nước mắt mầu biển / Ném tôi con sóng tuột bờ…* (Tiếng Vỡ). Thấy chưa, Nguyễn Thị Khánh Minh, chẳng lẽ cuộc đời của một nhà thơ nữ đã phải gánh chịu bao nỗi buồn "bầm dập" như thế? Tung/ Hứng/ Vỡ tan/. Thế mà không vừa sao nhân thế? để rồi cuối cùng đẩy nhà thơ vào *"Ném tôi con sóng tuột bờ"*. Câu thơ làm người đọc nghe cay đắng hòa cùng tác giả. Với ai đã đọc thơ Nguyễn Thị Khánh Minh nghĩ sao tôi không biết. Nhưng với tôi, sau khi đọc đoạn thơ trên, cảm xúc dâng trào.

Những con chữ ngoài đời không lạ. Nhưng vào thơ, thành những ngôn từ thật đẹp, tượng hình cho một kiếp nhân sinh: tung, hứng, vỡ tan. Để rồi Nguyễn Thị Khánh Minh cứ thế để cho nỗi buồn cứ trôi đi, có thể, đó là một sự thay đổi cuộc sống từ một biến cố nào đó xảy đến trong đời tác giả? Cho nên khi có một biến cố nào đó đưa đến, NTKM lại nghĩ đến thơ. Thơ, có thể giải quyết được nổi buồn. Nào ngờ khi làm xong một bài thơ thì: *Cứ tưởng viết xong một bài thơ là vơi được nước mắt / Nhưng chấm hết / vẫn thấy còn khắc khoải / Cứ thế, trang giấy mở mãi theo những dòng lệ…* (Thơ Ơi)

Là một nữ nhi. Cho nên, mấy câu thơ trong bài Tình Tang Cõi Này ta thấy được cái ước mơ của tác giả. Cái ước mơ đó nhỏ nhen lắm, chẳng cao xa chi đâu, nhưng lắng đọng trong tâm người đọc: *Vẽ hoài con chữ mù tăm / Có khi níu được sợi tằm đang tơ / Vẽ đi vẽ lại bến bờ / Tuột trôi nắm mãi cái gờ nhân sinh /… Vẽ trăm đường mộng, ô hay / loanh quanh vẫn một cõi này tình tang.*

Và cứ thế, cuộc đời cho dù có đưa nhà thơ đi tới đâu thì vẫn: *Là con đường rất nên thơ / Và tôi lại đi với tấm lòng già nua bình thản / Là con đường rất ngắn / Bước quay mòng tôi, con vụ.* Những bước quay mòng con vụ ấy, chắc chắn có lúc vui, có lúc buồn, có lúc ngậm ngùi, chua xót. Dù nhiều hay ít, ký ức của nhà thơ qua từng con chữ như khắc ghi đậm nét nhân sinh, qua Nỗi Niềm ta đọc: *Vơi thôi. Lệ đã rót đầy / Rượu nhân sinh. Hiu hắt bày cuộc vui / Chút thôi, nhưng đủ ngậm ngùi / Thả bay trong gió một nùi. Nhớ. Quên /… Chút thôi, cho có nỗi niềm.*

Nhưng nỗi buồn ấy, nó vẫn loanh quanh. Có khi: *Là con đường hiểm trở / Và tôi lại ngã / Chỉ vì một giấc mơ êm ái.* (Lỗi Nhịp)

Hay cũng có khi: *Là con đường rất ngắn / Bước quay mòng tôi. Con vụ.* (Lỗi Nhịp)

Mà sao lạ, với NTKM nỗi buồn ấy nó luẩn quẩn, loanh quanh trong cái vòng tròn chất chứa nhiều nỗi buồn hơn vui trong ký ức của một nhà thơ nữ không thoát ra được. *Con đường lại đưa tôi đi / Những bước chân mới có khi lại là / Những dấu buồn của hôm qua…*

Hay: *Vòng tròn tôi muốn đến* đâu? / *Luẩn qua luẩn quẩn cái sầu mới toanh / Nên chi dừng lại không đành…* (Loanh quanh). Cứ thế mà mang hoài nỗi buồn. Ngủ, cũng giật mình thức giấc những giọt lệ lăn âm thầm. Ngày, những bước chân liêu xiêu muốn ngã trên đường đời., Hụt hẫng. Với: *Khoảnh khắc những đêm thầm, nỗi sợ / Nín cơn mơ, canh chừng lời nói mớ.*

Có lẽ cuộc đời của nhà thơ chỉ tìm được hạnh phúc vững bền không gì bằng hơn là những đứa con. Đó là hình ảnh người mẹ qua bóng con, cho dù đứng trước bao sóng gió. Thì con vẫn là: *Con của mẹ / Tấm khiên che chắn mẹ trong những lần đạn mũi tên / Là tiếng khóc, tiếng cười con no đủ / Mẹ biết những bước mẹ đang đi / Là dấu bước chân con lẫm chẫm / Là dấu bước chân con mạnh mẽ, đến ngày mai.* (Viết Cho Con Mùa Tình Yêu)

Tôi nghĩ, Nguyễn Thị Khánh Minh đã tìm được qua: Bóng dịu dàng ôm những giấc mơ. Để rồi không còn "nín cơn mơ, canh chừng lời nói mớ" mà hãy quên đi: *Đêm qua ngó bóng giật mình / Gầy hơn con bóng u tình Nam Xương / Nghìn khuya ủ dột trên tường* (Đêm Qua) vì: *Hôm qua, lắm mộng đêm trường* (ác mộng nv). Thì: *Hôm nay ngơ ngác bên đường, bình minh / Hóa ra còn có bóng mình…*

Đọc thơ Nguyễn Thị Khánh Minh có cái hấp dẫn lạ lùng không phải qua từng con chữ, hay những ngôn ngữ thơ trong từng câu. Mà, từ đây, trong từng câu thơ của nhà thơ nữ này, nó có một lực hút giữa người đọc và thơ trong một dòng chảy hòa dịu với nhau như hình với bóng vậy.

PHẠM VĂN NHÀN

(tạp chí Văn Hóa Việt Nam số 62)

NTKM và Nguyên Khuê, 1972 và 1999

Ký Ức Về Chị, Tỷ Thơ

Nhà Thơ Nguyên Khuê

Ai muốn hiểu sao cũng được, hiểu sao cũng đúng:
"Có hàng tỉ thơ"
hay là: *"Chị của thơ"*
Hay là: *"Thơ của chị"*

Viết tỉ hay tỷ, có thể sẽ xảy ra tranh luận, nhưng riêng tôi, để tỏ sự trọng thị và sự thẩm mỹ của văn hóa truyền thống, tôi chọn cách viết: "Tỷ thơ".

Các văn thi sỹ, hay gọi thơ một cách mộng tưởng đắm đuối là "nàng" – ngôi thứ hai – riêng chị tôi, đi chung lối, đứng chung chỗ, ăn chung mâm, ngủ chung chiếu với thơ, nên chị với thơ là một ngôi, cùng máu thịt và cùng hóa thân thành tỷ thơ thơ.

Chị thai nghén rất nhiều mầm chữ để nẩy sinh những con chữ, cả ý lẫn từ, có khi tròn trịa như bồ hòn, lại lắm khi trúc trắc như trái ấu, cống hiến cho đời những *mùa bội thu chữ nghĩa* (chữ của cố thi sĩ Du Tử Lê khi viết về chị), để "chị của thơ" sống trọn một đời với thơ. Cho nên nói về Hình chị là phải nói cái Bóng của chị: Thơ

Nói với thơ, thở ra thơ, tim theo nhịp thở, máu theo dòng thơ… chị đã nhịp nhàng đưa tiết tấu, nhạc điệu, kinh kệ vào những vần thơ dị thường:

Hãy nghe kinh trong thơ, chị đã viết mừng tôi cải tử hoàn sinh:

có tiếng chim reo reo bên cửa,
nhặt cho ta hạt nắng sơ sinh
như lần đầu ánh mắt thủy tinh
òa tiếng khóc niềm vui rực rỡ

Chị đã viết những câu trên khi đọc những lời Tạ Ơn của tôi: *Thức giấc/ Ô hay! mình còn sống/ cái chết đêm qua, chỉ là trong giấc mộng...*

Chị đã thổi vào thơ, lời tinh khôi, cho tôi thêm sức sống mãnh liệt:

ta thức giấc
đây niềm tin nương tựa
hồng hào nuôi nhịp sống tinh khôi
câu kinh reo yết đế yết đế
ba la tăng yết đế
đá mềm chân cứng bước rong chơi

Tôi đã đọc mãi những lời thơ trên, một cách thành khẩn, sau cơn bạo bệnh, với hai hàng nước mắt…

*

Chị đã khai hoa nở nhuỵ một sáng tạo mới trong thể thơ lục bát Việt Nam. Như là:

Vừa pha màu theo bình minh
Đã vỡ òa theo dòng xanh. Của nắng
Tung ban mai. Ngày sóng sánh
Tràn xuống đây. Sân gạch. Vẽ bóng rơi.

Chị đã đưa vào bình cũ, một loại rượu mới, nồng say như ban mai sóng sánh.

Ngày mùa anh nắng dậy
Nhịp đồng hoa em mẩy hạt xuân thơm
Ồ tháng Giêng nào vậy
Hát thệ chiều em lẫy thắm tà buông
….
Tôi ngồi lại. Một nốt nhạc
tím. Và chiều, một khúc hát bay xa
Rưng rưng mầu lá trên hoa
Một vệt sáng ngày vàng. Pha tĩnh vật
Rót đầy ly chiều ong mật
Hứa hẹn tôi về một giấc nắng mai

Ta thấy chị đã gieo vần câu lục, câu bát theo vần trắc, không hề gượng ép. Trong 96 chữ trên, tôi không tìm ra một chữ nào đệm vào chỗ trống! Chữ nào cũng sắc bén. Thế mới tài tình. Hãy đọc và suy ngẫm những vần thơ trên, xem có phải là những vần lục bát, vừa quen, vừa lạ, cho ta cái cảm giác đang thưởng lãm một giàn lan lai giống không?

Với hơn 10 tác phẩm đã xuất bản, chị đã tự định vị cho mình là một cây bút bản lĩnh, nhạy cảm, đầy màu sắc và hương vị của sáng tạo cả hai lãnh vực Thơ và Văn. Chỉ cần đọc những lời bạt, lời tựa của các văn thi sỹ tiếng tăm trong các tác phẩm của chị, đủ chứng minh điều đó. như: Du Tử Lê, Cung Tích Biền, Nguyễn Lương Vỵ, Vũ Hoàng Thư, Phan Tấn Hải, Đỗ Hồng Ngọc, Trịnh Y Thư, Tô Đăng Khoa, Lê Lạc Giao, Nguyễn Đức Cường…

Chị mê thơ từ thửa 11-12 tuổi, thấy anh cả làm thơ, chị đã nài nỉ anh, làm cho chị một bài thơ, anh đã than trời như bọng:

Tôi có cô em tóc mới cài
Tuổi đời mười một hay mười hai
Mà khi lơ đễnh tôi quên mất
Không nhớ rằng cô xinh giống ai
Nhiều lúc nguồn thơ gieo biển khơi
Đến bên cô bảo, anh khôi ơi

Làm cho em một bài thơ nhé
Mất hứng ta kêu khổ quá trời!

Em thích làm thơ lắm phải không
Thì cứ làm thơ đừng lấy chồng
Đời em chẳng khác bài thơ mấy
Anh nói rồi em xem phải không?

Như một lời tiên tri! *"Đời em chẳng khác bài thơ mấy"*

Tôi nhớ thời trung học, hai chị em học chung một mái trường MĐC, tôi chỉ thấy chị viết thư tình, không hề biết chị làm cả thơ tình. Viết cả văn xuôi.

Tốt nghiệp Cử Nhân Luật Khoa Sài Gòn, khóa cuối cùng năm 1974, cô cử be bé xinh xinh, cũng là nhân chứng của chiến tranh tàn khốc, loạn ly chia cắt, xã hội phân hóa, nhân tâm tản loạn. Trong cái đau chung của nước nhà, chị còn chịu sự mất mát của riêng mình, tưởng không gì bù đắp được, đối với một thiếu nữ đang tuổi mộng mơ. Một mối tình qua những lá thư, cách xa nửa vòng trái đất; nửa mộng, nửa ảo, nửa thực, *Một lời đã kịp nói đâu / Nhìn nhau ngơ ngác nhìn nhau buồn buồn / Chưa xa con mắt đã mòn / Ngày chưa đợi đã thấm đòn thời gian /…*

Tôi không hiểu rõ tâm tình của chị lắm, nhưng tôi cảm nhận được nỗi đau của chị, tôi hiểu chiều sâu cái đau trong thơ.

Một vết thương không chảy máu: *Dòng sông hay dòng lệ / Về đâu Tan một bể xanh dâu / Xin nhìn thấu nỗi đau…*

Thấy thương chị làm sao: *Thì ra cái nghĩa thủy chung / Nằm trong cái mở mông lung đất trời...*

Ngày đất nước thống nhất, cũng là ngày chị nhìn thấy sự chia lìa, sự khởi đầu cho vạn sự khởi đầu nan. Chị đoạn tuyệt với mối tình "thư". Hàng chồng thư tình là có thực, chỉ người tình trong mộng là hư ảo mà thôi! Đó là đoạn kết của một chuyện tình siêu thực… Đẹp não lòng!

Và may thay: *Từng hạt sông chở niềm đau về biển.* Những tháng năm đói nghèo tiếp theo đã làm cô tiểu thư 24 tuổi lao đao vì sinh kế, dạy tư gia cho con cán bộ, và… nhìn chị chất hàng đống những lon cá hộp lên chiếc xe đạp, đi bán dạo, có ai biết, đấy là nàng thơ cử nhân luật không? *Là dòng sông cho tôi trôi đi / Là tiếng khóc cho tôi rơi lệ…*

Ném buồn vào phố đông
Nhìn người ta bỗng thấy
Mình đi giữa đồng không
Ném buồn vào tôi vậy
Trăm gai cây xương rồng

Anh em xao xác, mỗi người một việc, không riêng gia đình tôi, cả nước lao chao như đàn ong! Cơm không đủ no, sáng đêm, Mẹ, chị và cô em ngồi cong lưng đan áo thuê, tôi nghĩ chị đã bẻ bút kiếm cơm! *Khi viết xong bài thơ / Đôi khi.Tôi khóc…*

Nhưng không, cũng thời điểm đó, chị vẫn sáng tác đều đặn, không hiểu cơm gạo đâu mà hồn thơ chị tôi lại mênh mang đến thế, chứng tỏ sức sáng tạo của chị như những đợt sóng giữa biển khơi. *Từ đây lòng ở với thơ / Bảo nhau thôi nhé, đừng ngờ nghìn năm… Xin về ngủ giấc bài thơ / Xem lòng con chữ có ngờ nhau chăng…*

Một ngày, như chết đuối gặp phao, không phải một phao non, mà chị tóm một lúc hai phao đầy. Phao thứ nhất, chị buộc chặt vào ngón nhẫn, sẽ không rời tới cuối đời: *Tình chung hỏi có phân vân / Thưa không. Mệnh đã vào vòng nhân duyên*

Anh rể tôi, một anh chàng cao to, mốc meo, ít nói, nhưng cặm cụi chăm sóc chị tôi chu đáo mọi bề.

Phao thứ nhì, là cần câu cơm. Nhờ tấm bằng cử nhân luật, họ tuyển chị vào làm kế toán trưởng một cơ quan thuộc ngành y tế.

Thế là, ngày ngày đi làm, hai anh chị tình tang trên chiếc xe đạp trường dông, không có nổi cái yên sau, tỷ thơ ngồi vắt vẻo trên xà ngang, dạo khắp phố phường, vừa dạo vừa làm thơ, chắc thế! Đời vẫn đẹp sao!

Một ngàn sợi nắng vân vi
Buộc nhau một chữ yêu vì. Tóc tơ
Bây giờ thôi chẳng bao giờ
Yêu nhau cho thấu bến bờ tử sinh

Mặt trời thật sự hừng đông đối với gia đình chị, và đây là thời điểm đánh dấu sự khởi đầu, cho một chặng đường dài sáng tác, mạch lạc, cứng cỏi, mới lạ, đầy hưng phấn, không những về mặt thơ tình, ta còn nghe được âm vang hào kiệt Trưng Triệu. Hãy đọc, để thấm nỗi niềm oan khuất trong bản án Lệ Chi Viên qua thơ chị:

Tiếng khóc nấc trong tiếng gió
Mở đêm thăm thẳm vực sâu
Hồn ai lân tinh bay đỏ
Đỏ thẫm bản án tru di
Ngậm oan nghìn năm mây trắng
Ngậm đau nghìn thu sử thi

Tiếng thơ bi phẫn như Đặng Dung mài gươm dưới nguyệt. Hoặc nỗi đau nhược tiểu trong bài Chữ S Cong Cong mà tôi rất thích:

Sáng lóa lên chữ đêm
Sắc nhọn đi chữ mềm
Vía ma quỷ. Ám cong hoài chữ S
Bướu tôi đòi trĩu mãi lưng cong
Cháy lên hạt chữ
Ngọn gió rồng xua bóng tà ma
Chảy đi hạt chữ
Mặn cho bằng hạt máu
Tan cùng nỗi đau
Mọc cánh đi chữ tù
Mở mắt đi chữ mù
Ải Bắc vọng phu
Mũi Cà Mau cắm sào mòn đợi…
Chiều đã chiều rồi
Mẹ về chợ
Quang gánh S cong
Đầu đuôi. Cắm cúi
Chữ S nằm dài

Dòng sông khốn khó
Đầu đuôi ngóng ngược ngóng xuôi
Chữ S đau
Ai bẻ mà cong
Chữ S ngã
Vặn mình hoài không thay được lốt
…

Thơ đau với quê mình chữ S, cắm cúi, ngược xuôi, không thay được lốt!

Mẹ nằm chiếu lạnh
Nghe đàn con chơi đùa ngoài ngõ
Rồng rồng rắn rắn
… Những xương cùng xẩu
… Những máu cùng me
Còn khúc đuôi… dôi xa khơi
… Tha hồ bọn chúng đuổi…
…
Mẹ nằm thức mơ gió biển
S cong ác mộng
… Sơn hà cương vực đã chia
Mà non không thể lên, biển chẳng mở về
Trăm trứng kia thà rằng đừng nở
Xâm mình muôn hình muôn sắc mà đi
Cho giống con cá dưới nước
Cho giống con chim trên trời
Cho giống con ma trên đất
Cho giống cái chi không phải con người
S cong đêm
Mẹ nằm lạnh thềm trăng úp mặt
*Ôi! … Tiệt nhiên địa phận tại thiên thu**

Tiếng thơ âm vang bi hận nhược tiểu, nhưng không đớn hèn. Trong vòng 20 năm, từ một cây bút nữ non trẻ, chị vươn vai Thánh

Gióng, trở thành một nhà thơ, nhà văn nổi bật với hơn 10 tác phẩm, xứng đáng sánh vai các văn nhân, thi sĩ Việt Nam nửa đầu thế kỷ 21.

Tỷ thơ ơi, riêng em 5 Thỏ có những kỷ niệm như ngọn lửa nuôi ấm ký ức mỗi khi nhớ về, hình ảnh những đêm tối cuối năm, chị em mình ngồi trong cái bếp nhỏ của căn nhà V10 bis, chị lúi húi đồ đậu xanh, xong, em ngồi trên bậc thang giã đậu, rồi vò viên rồi xắt, để ngày mai ba má gói bánh chưng bánh tét, chị còn luộc rất kỹ măng khô để làm nồi măng chân giò. Và… chị làm bánh noel… nó đúng là một que củi thực sự, QTiến bảo gõ đầu thì đầu bể, phải chi hồi đó em 8 làm được như bây giờ thì anh chị em mình có bánh Noel đẹp lộng lẫy rồi 8 ha. Đó là những năm trước biến cố 1975.

Còn sau đó? Hình ảnh em nhớ mãi là cảnh chị và vợ em líu đíu dắt đàn vịt bên kia vườn về nhà mỗi chiều, sáng lại dắt ra, em nhìn, với điếu thuốc lá trên môi, cười, mà hoen nước mắt. Đàn vịt mười con của cô sinh viên y khoa, của cô cử nhân luật, sau cũng lần lượt chết với nỗi buồn không cải thiện được bữa ăn cho gia đình.

NGUYÊN KHUÊ

San Diego, UCSD Hospital
Tháng 8 ngày 5. 2023

**Những chữ viết nghiêng là thơ của Tỷ thơ-NTKM.*

Bài 1.
Một Trời Thơ Phiêu Lãng, 2012

(cảm xúc tập thơ Ký Ức Của Bóng của NTKM)

Nhà Thơ Nguyễn Lương Vỵ (1952-2021)

Cuối tháng Tư 2008, thi sĩ Nguyễn Tôn Nhan (NTN) du lịch Hoa Kỳ, nhàn du nơi đất khách Bolsa, miền Nam California. Hẹn tôi ở quán cà phê góc đường Bolsa-Magnolia vào một buổi sáng sớm, khi tiết trời còn se lạnh. Sau khi siết chặt tay chào nhau, hàn huyên ngắn đôi câu, vừa khuấy ly cà phê đen nóng, NTN nói với tôi: "Ngày mai, tôi sẽ giới thiệu với Vỵ một nữ sĩ. Tên của Nàng rất sáng láng, rất thơ: Nguyễn Thị Khánh Minh (NTKM). Thơ của Nàng còn sáng láng hơn tên của Nàng. Cam đoan là như vậy!" Tôi cười vui đáp lại: "*Văn kỳ thanh…*, nhưng chưa bao giờ được diện kiến. Mong lắm thay!"

Xế chiều hôm sau, Tôi lái xe chở NTN đến đón nữ sĩ tại nhà rồi cùng nhau ra quán cà phê Mái Tây Hiên nằm trên đường First. Quán nhỏ, hơi vắng khách, nắng chiều đã dịu nhẹ, chỗ ngồi làm gợi nhớ một góc phố đâu đó ở Sài Gòn. NTKM hiện ra trước mắt tôi không giống như trong hình dung tưởng tượng theo tên gọi. Một nhân dáng thanh tao, nhỏ nhắn. Một gương mặt trẻ hơn rất nhiều so với độ tuổi, nhất là đôi mắt, nét cười nhân hậu, hồn nhiên. Sau vài phút xã giao, thủ lễ ban đầu, câu chuyện văn chương, thi ca đã làm cả ba chúng tôi hào hứng hẳn lên, không còn lạ lẫm, nghi hoặc, gì nữa. Cao hứng, nữ sĩ nhắc lại một kỷ niệm thời xa xưa của tuổi học trò: Trong sổ tay ghi chép những bài thơ nàng tâm đắc, ưng ý, đã đăng trên các tạp chí văn học vào thập niên '70 trong thế kỷ trước, nữ sĩ đã trân trọng chép lại bài thơ 4 câu của tôi từ tạp chí Văn: *"Biển đắp một tòa sương / Lạnh đôi bờ vú nhỏ / Nàng tắm trong tịch dương / Núi gầm lên khóc nhớ."* Tôi vừa ngạc nhiên, vừa cảm động, vừa biết ơn tấm tri tình của nữ sĩ dành cho thơ một cách chân thành, trong sáng.

Cuộc gặp gỡ đã tròn 5 năm, ý nghĩa thời gian của nó được nhân lên gấp ngàn lần. Ba chúng tôi đã trở thành bạn tri âm chí tình chí thiết trong cõi văn chương từ bấy đến nay. Điều bất hạnh không thể ngờ được là, NTN đã chia tay chúng tôi quá đột ngột sau một tai nạn giao thông định mệnh tại Sài Gòn vào một buổi chiều cuối năm Tân Mão (2011.) Một sự mất mát, trống vắng không cách gì bù đắp được! Ở chốn đất lạ trời quen, tôi và NTKM chỉ biết dành những khoảng lặng, những khoảnh khắc hiu hắt nhất, thơm thảo nhất, tĩnh lặng nhất để hoài niệm tri âm tri kỷ NTN, một trong những thi sĩ phiêu bồng, phiêu lãng nhất của thế kỷ.

Mỗi một đời người là một định mệnh vốn dĩ?! Mỗi một đời thơ là một định mệnh vốn dĩ?! Câu trả lời của các bậc hiền phương Đông: "Nhiên!" *Là Như Thế Đấy!*

Tôi được biết, NTKM làm thơ từ rất sớm. …Cho đến tuổi trưởng thành, hồn thơ ấy ngày càng thăng hoa, phát tiết một cách tự nhiên như hơi thở, như chính sức sống, sức cảm thụ nhạy bén của chính người – thơ NTKM vốn đã. Từ thi tập đầu tay, *Tặng Phẩm (1991) – Trăm Năm (1991)* – đến *Tơ Tóc Cũng Buồn (1997) – Đêm Hoa (1999) – Những Buổi Sáng (2002) – Bùa Hương (2009);* người-thơ NTKM đã tạo được cho mình một chất giọng thơ rất riêng, với những chữ-thơ đầy ắp hồn vía, âm vang và sắc màu, tôi gọi đó là Một Trời Thơ Phiêu

Lãng, với một sức thấy, sức nghe, sức chạm vào đời sống, vào tâm thức một cách nhạy cảm hiếm hoi.

Và giờ đây, *Ký Ức Của Bóng*, thi phẩm thứ 7 của NTKM chào đời, với 108 (con số lạ lùng nhỉ!) bài thơ được chắt lọc trong thời gian gần đây, tiếp tục bay đi giữa khoảng trời cao rộng, tiếp tục cất lên tiếng hát của hàng ngàn, hàng vạn, hàng muôn trùng con chữ tinh khôi, như chính phẩm chất của người-thơ NTKM.

Có thể nói *Ký Ức Của Bóng* là một bản giao hưởng với những biến tấu của *Hình* và *Bóng*. Những trầm lắng của *Hình* và, réo rắt của *Bóng*.

Là bảng palette màu chập chùng bôi xóa lẫn nhau của *Hình* và *Bóng*. Phải chăng *Bóng* – cái âm bản của *Hình* kia – mãi vọng âm những "tang thương" của Hình? Và bài thơ *Hình Nhân Của Bóng* (bài 10) là một mảng lóe sáng những hơi thở cộng hưởng của cặp song sinh ấy, cho đến khi *Hình* kia, muốn tìm mình, chỉ thấy được sum vầy nơi Ký Ức của *Bóng*. Nơi trao gửi, và cũng có thể, để buông…

Hình và *Bóng*, phải chăng là nỗi ám ảnh khôn nguôi của người-thơ từ thuở đầu đời cho đến nay và cho đến ngày xuôi tay nhắm mắt?! Câu hỏi cũng chính là câu trả lời. Thật và Ảo, Chân và Mộng, Có và Không, những cặp đối đãi bất tận của luân hồi. Người-thơ trầm mình, tan biến vào *Hình* và *Bóng* để tìm về cái Đẹp của Vĩnh Hằng. Tiếng ca hát vỡ máu, nát lệ của người-thơ sẽ hòa âm cùng Tịch Mịch Sấm Rền. Phải chăng, đó chính là cái Đẹp của Thơ, của Đạo?!

Tôi đã đọc một mạch bản thảo *Ký Ức Của Bóng* suốt một ngày đêm không ngưng nghỉ. Có lúc đọc lướt nhanh, có lúc đọc rất chậm. Nhưng phần lớn là đọc rất chậm để cảm thấu sức rung động sâu xa, ngân dài của những con chữ-thơ kỳ diệu…

… mời bạn thử đọc chậm, rất chậm bài tản văn thi *"Cõi Đẹp"* của người-thơ NTKM, trích trong thi tập *Ký Ức Của Bóng…*

Xin bạn, có khi nào trong đêm tĩnh tịch vắng xa, bạn hãy nhẩn nha đọc chậm thêm một đôi lần nữa trước khi đi vào giấc mộng của riêng mình. Người-thơ đang thủ thỉ thầm thì với bạn về một Cõi Đẹp của chính cuộc đời nầy, trong đó có bạn và tôi và biết bao sinh linh đang luân vũ bất tận giữa đất trời vạn-hữu-hư-không. Cõi Đẹp ấy Người-thơ xác quyết như một định nghĩa riêng của mình, chỉ là cõi Thơ, qua đấy cho thấy một niềm tin sáng láng, nếu không muốn nói là tuyệt đối, vào Thơ Ca, một niềm tin mà theo NTKM, là một giấc mơ người thơ đi đến bằng *trái tim quyết liệt.*

Đây là một trong những bài tản văn thi đẹp nhất mà tôi được đọc. Giọng thơ thầm thì vẫy gọi, hồn thơ lóng lánh mênh mang, tứ thơ phiêu lãng bềnh bồng, gom hết Hình Nhân Của Bóng, vang vang *Hình Nhân Của Bóng*, vời vợi *Hình Nhân Của Bóng,* điệp trùng *Hình Nhân Của Bóng,* thơm ngát Một Trời Thơ Phiêu Lãng. Cám ơn thơ! Cám ơn người-thơ NTKM.

Nam Calif., 04.2012

Bài 2.
Giấc Mơ – Cõi Văn Chương Nguyễn Thị Khánh Minh (2013)

(cảm xúc tản văn Bóng Bay Gió Ơi của NTKM)

Năm 12 tuổi, cô bé Nguyễn Thị Khánh Minh (NTKM) đã viết xuống 4 câu thơ hồn nhiên, trong veo, kỳ vĩ, lạ lùng:

"Chú chuồn kim nhỏ
Khâu vào trong gió
Một nghìn giấc mơ
Em về qua đó..."

Năm 15 tuổi, cũng giọng thơ hồn nhiên, trong veo, kỳ vĩ, lạ lùng ấy, có thêm một chút thảng thốt trong ánh mắt rất nhân hậu, cô bé NTKM viết tiếp:

"Em giơ tay hứng giọt mưa mùa đông
Nhịp nước nào rơi trong tiếng lạnh lùng

Tay em bé nước tràn không đủ nắm
Nên buồn buồn nước vỡ bâng khuâng..."

Những câu thơ tinh khôi ấy đã bay đi cùng tháng năm, như vừa mới đây thôi! Ồ không! Chiếc bóng, giấc mơ của cô bé NTKM nửa thế kỷ trước, giờ đây vẫn lung linh, long lanh, tràn ngập cảm xúc:

Vườn đêm đầy quá, mộng
Ô chiêm bao được mùa
Đừng mong tôi về nữa

Ở lại cùng giấc ngủ
Sống thực một kiếp mơ
Nhớ chi đời huyễn ảo

Ảo thực hai mặt soi
Một phiến đời lá mỏng
Chông chênh mãi hẹn hò

Một giấc mơ. Tôi sống
Một giấc mơ ăn đời
Một giấc mơ ở kiếp
Đừng mong tôi về nữa

(Một Giấc Mơ – Ký Ức Của Bóng 2012)

Cô bé NTKM năm xưa, giờ đây, nữ sỹ NTKM vẫn thế, vẫn Một Giấc Mơ – *"Một giấc mơ. Tôi sống / Một giấc mơ ăn đời / Một giấc mơ ở kiếp... / Đừng mong tôi về nữa."*

Vì sao tôi phải dài dòng khi vừa đọc xong, đọc một mạch suốt đêm, đọc chậm lại những trang văn, những con chữ như những đàn chim đang vỗ cánh chao nghiêng bay lên, khi ẩn khi hiện, khi tưng bừng líu lo giọng hót? Những trang văn "Bóng Bay Gió Ơi!" của NTKM, đúng hơn, là những trang tản-văn-thi đẹp đến nao lòng! Đẹp vì hồn vía của Chữ, đẹp vì tấm lòng, ký ức, giấc mơ của tác giả gửi vào Chữ, trọn vẹn, tha thiết, thủy chung với mình, với người, với đời, với cõi văn chương tràn đầy niềm bi mẫn.

Cõi văn chương NTKM là Giấc Mơ (viết hoa!) Giấc Mơ rất thật và rất mộng. Giấc Mơ ấy, hình như trọn đời nữ sỹ đã xem đó là tâm huyết, tâm hồn của mình. Giấc Mơ chính là Ký Ức Của Bóng lung linh long lanh. Giấc Mơ chính là hiện thân của nữ sỹ, trong và ngoài, trước và sau, ẩn và hiện liên-tục-trong-từng-phút-giây:

> *"... có ai đã cảm thấy đi bên cạnh những phút giây thường ngày là nhịp đập vời vợi của giấc mơ? giấc mơ ủ mùi hương của quá khứ lẫn ngày mai, giúp ta đi những bước nhẹ nhàng. Giấc mơ thời gian, bạn ơi..."*
>
> (Theo Cảm Xúc Mà Đi)

Theo tôi, đó là cõi văn chương rất hiếm hoi trong thời đại nhiễu nhương và đầy tai ương bất hạnh nầy.

Cõi văn chương NTKM rất nhạy cảm trong từng tiếng rơi nghiêng của một chiếc lá, trong từng mùi hương của ngọn gió, sương cỏ quê nhà, trong từng hơi thở nhẹ đau đáu trầm luân của người cha rất mực dấu yêu, trong cái chết oan khuất bi tráng của một bậc nữ lưu vô song Nguyễn Thị Lộ, trong từng kỷ niệm rất mong manh, rất thơ mộng của từng người thân, bằng hữu...

Cõi văn chương NTKM rất nhẹ nhàng, sâu lắng những nỗi đau. Những nỗi đau rất diệu kỳ! Càng thấm vào, tâm hồn tôi càng xanh hơn, trong hơn, sáng hơn. Niềm đồng cảm, tương ứng chăng? Nhiên! Đúng vậy!!!

Và, Giấc Mơ (viết hoa)? Phải chăng, mỗi chúng ta đều đang sống trong Giấc Mơ của riêng mình? Giấc Mơ rất thực và rất mộng? Mỗi một sát na là rợp bóng Thiên Thu?

> *"Giấc mơ thời gian, bạn ơi..."*

Giọng thầm thì, thủ thỉ của nữ sỹ vẫn còn vang bên tai tôi lúc trời vừa rạng sáng. Suốt đêm, tôi đã đi tìm, đã bơi, đã bay, đã nhập vào trong Giấc Mơ của bạn tôi.

> *"Giấc mơ thời gian, bạn ơi..."*

Cảm tạ nữ sỹ! Tôi cũng vừa quay về với tôi. Nghe theo lời khuyên của nữ sỹ, tôi đã đi tìm, đã bơi, đã bay, đã nhập vào trong Giấc Mơ của tôi rồi!

Giấc Mơ... NTKM đã viết trong lời cuối tản văn này: "*Bạn có biết tại sao tôi hay kết thúc những bài viết của tôi bằng Giấc Mơ? Vì đó là nơi không có dấu chấm hết bao giờ...*"

Đẹp đến nao lòng! Bóng Bay Gió Ơi!

NGUYỄN LƯƠNG VỴ

Calif.,2013

Nguyễn Lương Vỵ - NTKM 2016

Nguyễn Thị Khánh Minh
Thi Ca Đương Đại (2012)

Nhà Văn Võ Công Liêm

'Elle est venue par cette ligne blanche'
(M. Heidegger)

Là một định nghĩa quả quyết khi nhận được tập thơ của thi sĩ Nguyễn thị Khánh Minh gởi tặng vào đầu năm 2020. Tác giả tập thơ Ngôn Ngữ Xanh cho tôi một ấn tượng hào sảng khi đọc trọn tập thơ với những phụ lục khác nhau, mục đích nêu lên tính đặc thù trong thi ca của Nguyễn thi sĩ. Thừa nhận nó cho một thứ ngôn ngữ lạ của thơ và hiếm có cho một lối kiến trúc thơ giữa đời này. Ngôn Ngữ Xanh qua nhiều thể thức khác nhau, nhưng; lại bao trùm trong một tư tưởng phảng kháng; một thứ phản kháng nội tại qua một tâm thức tự nhận, tự thú hơn là lý giải hay biện minh. Nó hoàn toàn thoát tục từ bản thể đến bản chất nơi con người thi nhân. Với Nguyễn thị Khánh Minh ta phải hiểu thêm rằng: - thi ca là *từ ngữ khác biệt vô cùng* / poetry works differently; là vì thi sĩ biết vận dụng chữ thơ để thoát ra khỏi phạm trù lý luận văn chương mà đặt ở đó một thứ văn chương thơ riêng biệt; bởi vậy gọi là *ngôn ngữ xanh*, nó hiện nguyên hình một tác phẩm *hội họa thi ca* /art of poetry là một nhân tố đơn thuần trong mỗi bài thơ đã được chú ý tới, t*hơ coi như tình cảnh kịch tính* – the poem as a drmatic situation, là tiếng nói của người xướng ngôn (speaker) vì thơ là một thứ âm vang đồng vọng, hầu như là tiếng nói trung thực bởi người làm thơ.

Thơ của Nguyễn thị Khánh Minh thuộc trường phái *siêu thực* là *hình ảnh phá thể trong một không gian duy nhất* như chính thi sĩ đã xác định qua ngôn ngữ trong thi ca, giữa những băng hoại của đời sống văn minh vật chất là lý do chính đáng hay ngấm ngầm trong một tâm thức phản kháng tự tại; đó là ***cái bóng***, cái bóng đe dọa cho một bi kịch đời; chẳng còn thấy gì khách quan chủ nghĩa và chủ quan chủ nghĩa mà cả hai là đối tượng giữa đời đang sống của Nguyễn thi sĩ, và; cho đây là một phạm trù phiến diện ẩn trong thơ để tách ra khỏi dòng sống như-nhiên (an nhiên tự tại) mà bừng lên như phương tiện thoát tục, thoát tục để thấy mình trong thế giới tự do thơ, tức thoát ly thế giới ước lệ, ràng buộc của luật tắc để trở về một lần nữa trong như-nhiên của tâm hồn.

Đấy là nhiệm vụ của kẻ làm thơ: - không-hóa toàn triệt trong đời để đi tới một vận dụng bất khả thi là thực hiện trên mọi khả năng trí thức vốn có, là cơ hội đưa mình vào tác phẩm như chứng nhân làm người; đó là phong cách vượt thoát ra khỏi cõi đời. Sự dày vò, bức xúc ít nhiều đã thấm thấu vào tế bào ngũ tạng, tế bào da mặt của nữ sĩ, phản ảnh vào một hiện thể như đã sinh ra. Thơ và người hài hòa vào nhau trong tư thế độc sáng, bên cạnh đó với một tâm thức đơn thuần để chuyển hóa thành thơ là cái lý đương nhiên của thơ, nó nói lên thân phận làm người phải đối đầu trước mọi tình huống.

Dựa theo tác phẩm '*Con người phản kháng / L'homme Révolté*' của A. Camus. Thời mới nhận ra thi nhân là kẻ vong thân, một kẻ lưu đày và quê nhà; tất cả đã bộc bạch qua thơ xuôi, thơ mới, thơ không vần là một trong những thể điệu thông thường ngày nay. Nguyễn thi nhân đã chắc lọc trước sau để đúc thành bản trong cùng một tư duy hiện thực nghĩa là không thay đổi phương hướng mà cùng một ý thức để dựng thành thơ. Đấy là ý thức thức tỉnh để sáng tạo sự mơ về /dreaming-day, một thức tỉnh mãnh liệt của sáng tạo nghệ thuật, một thứ nghệ thuật dành cho thơ. G. Bachelara nói: *'tâm thức và trí tưởng của ta đủ khả năng để giúp ta sáng tạo những gì mà ta nhận thức được'*. Dựa vào đó ta thấy được phần nào hồn và xác của Nguyễn thị Khánh Minh là một hiện thực cụ thể, nghĩa là không bị lôi cuốn trước trào lưu, không ngại ngùng trước mọi tình thế biến đổi chất thơ, hoàn toàn lạc quan của người làm thơ là đứng trong tư thế vững chắc /concreted để thành lập thơ bằng một thứ ngữ ngôn khác lạ đầy màu sắc của hy vọng và bí truyền. Gọi nó là *Ngôn ngữ Xanh* chính là cái đẹp cuộc đời, xoa đi những chạm trán giữa đời, là một liên hệ tương thức để tạo nên cái nhìn khát vọng. Một vũ trụ dự cuộc, vũ trụ khát vọng của con người.

Đọc thơ của Nguyễn thị Khánh Minh bằng tất cả giác quan và ý thức, khêu lên một ký ức chua xót: -một cõi kia đã mất (HNI) để đón nhận một nơi khác làm quê hương thứ hai (NTR) cuối đời lại dung thân vào 'đất hứa' nhưng trên đất hứa lại chứa huyễn và mộng nhiều hơn là những gì trong mơ để được trở về nguyên quán của con người. Nhờ vào đó mà Nguyễn thi sĩ tìm thấy được cái bản ngã tự tại để nhận diện một trào lưu thi ca mới hơn của thời kỳ chủ nghĩa *hậu hiện đại thi ca* (Post-modernisme poetry). Tức nói lên cái mới hơn cái mới, nói lên thể thơ (poetic form) mới hơn hình thức thi ca mới (new formalism poetry) kể cả siêu thực, trừu tượng và quá thực; tất thảy nằm trong Ngôn ngữ Xanh của Nguyễn thị Khánh Minh là bằng chứng hùng hồn của những gì mới mà tác giả muốn nói tới. Thành ra trong ngôn ngữ xanh là một thứ ngữ ngôn của thời đại mới. Bao trùm ở đó một thứ phản kháng nghệ thuật và một thứ phản kháng siêu hình.

Lấy từ đó, thấy được Nguyễn thi sĩ xưng cái 'tôi/moi/self' có lúc, có thì, bởi; xưng cái tôi là nói lên một hiện hữu sống thực (cogito) nhờ vậy mà lôi đầu cơn độc cô nội tại ra khỏi vũng mê chìm đắm trong tiềm thức từ bấy lâu nay. Cho nên chi dòng tư tưởng thi ca của Nguyễn thị Khánh Minh phất phơ một sự nuối tiếc nào đó để đi tới phản kháng trước những biến thiên nhân thế; để rồi hòa mình vào trong cái gọi là '*tôi phản kháng vậy thì chúng ta hiện hữu*'.Đó là thứ phản kháng tự nhận, tự biết để thoát tục làm người và coi đó như cơn dấy động đã qua đi để trở về với bản thể hiện hữu, một hiện hữu sống thực giữa đời đang sống của thi nhân và tìm thấy một thứ tự do đúng nghĩa như mong đợi. Nguyễn thi sĩ thực hiện sứ mạng này là cả một trường kỳ đấu tranh tư tưởng mới sanh ra đứa con như ý mình: hợp với tánh khí và hợp với đời.

Trong tập thơ chan chứa một tình người nồng thắm, chất đầy cái huyền nhiệm của thi ca mà Nguyễn thi sĩ muốn nói tới nhiều lần như nhắc nhở; đó là *tiếng nói của linh hồn xanh, ký ức xanh và nhiều màu xanh khác nhau* (Tr 87). Xanh ở đây là xanh của trạng thái tâm linh, một tâm thức siêu hình không còn vọng động; dù đang ở trong sự vọng động đó, thế nhưng; Nguyễn thi sĩ trở về trong cái nhất thể của nó nghĩa là không có hai mà một, cho nên chi đưa hồn vào thơ là ý tứ nhất quán của con người biết phận mình.

Nhớ lời Nguyễn Du – một người đã từng chứng kiến và sống bao nhiêu lần đổ vỡ ở ngoài đời và trong lòng. Ông viết: '*sinh tiền bất tận tôn trung tửu / Tử hậu thùy kiêu mộ thượng bôi*'. Nguyễn thị Khánh Minh không uống rượu quên đời. Nữ sĩ uống rượu thơ để say với đời. Tâm lý này là tương như giữa hồn và xác của Nguyễn thi sĩ khi vào ra với con bệnh: '*Trường đồ nhật mộ tân du thiểu / Nhất thất xuân hàn cựu bệnh đa*' (Nguyễn Du). Tất cả nằm trong 'Hạt Thời Gian' là sát-na vô tận số của thời gian để không còn thấy mình giữa nhân gian chờ đợi mà rơi lệ khiến ta khóc (Tr.80) Bạn bè cũ mới xa dần, không còn nữa.

Với những bài thơ khác nhau nhưng cùng một cảm thức trước hoàn cảnh nhân sinh như tiếng gọi lòng: '*Anh ơi. Đó là gió.Và nắng,Và em / Của phố biển Huntington Beach. Hôm nay*' (Tr.69). Tôi cảm hóa câu thơ này! Đi cùng một bài thơ xuôi khác, như thể hòa điệu cùng tôi: '*Tôi biết. Tôi sẽ được cất tiếng. Trong mùa thơ quyến dụ ấy với ngôn ngữ tình nhân. Ngôn ngữ tôi nghe một lần trong xứ sở chiêm bao. Khoảnh khắc giấc mơ tôi thực sống…'* (Tr.118) Đọc rồi mới thấy cái đáo để trong thơ của Nguyễn thị Khánh Minh. Quả không ngoa! Mà thừa nhận nó như một chứng thực cuộc đời đang sống; có trong đó của chúng ta.

Sở dĩ gọi là *Thi ca Đương đại* (Contemporary poetry), là vì thi nhân là kẻ đang sống và chứng kiến của đổi thay từ nội giới tới ngoại giới trong cùng một thời kỳ, cùng một thời đại và trong cùng một cảm xúc. Xưa gọi là T*hi ca Hiện Đại* (Modern poetry) tưởng là mới lạ nhưng quan niệm đó chưa đạt yêu cầu để rồi phải có một *Hậu Hiện Đại* với một tư duy đổi mới hơn. Là *ghi chú vào một phân định và tính cách thi ca hiện đại* – A Note on Chronology and the Modern temper. Cho nên chi gọi Nguyễn thị Khánh Minh là thi sĩ đương đại, bởi; nó được định vị của tất cả những gì mới / modern nằm trong một cảm thức đồng tình như một điều gì đã có trước và sau này. Nguyễn thi sĩ đứng trên cương vị chủ thể của đổi mới tư duy, dù rằng nó đã đổi mới thi ca vào những thập niên 1930 và lớn dần về sau này, những thể thơ như thế tiếp cận nhanh và lôi cuốn như một trào lưu thi ca thời thượng là khác biệt giữa ước lệ, qui cách hoàn toàn nghịch lý giữa đời này. Nhưng; hậu hiện đại của thế kỷ hai mươi mốt là cái mốc lớn, nó đổi thay toàn diện từ ngữ ngôn cho tới văn phong, một sự vượt thoát để đuổi kịp trào lưu. Nguyễn thị Khánh Minh du nhập vào đó để làm sáng tỏ bằng một thi văn kinh dị và lạ lẫm. Càng dị thường chính là lúc Nguyễn thi sĩ chinh phục được cuộc đời, tức là chinh phục ở chính mình bằng mọi phương tiện khác nhau để đi tới cái mới lạ trong thi ca. Nói theo thuật ngữ triết học thời cái sự đó là *vấn đề trầm tĩnh tư duy* (philosophycal problem).

Thơ của Nguyễn thi sĩ là có ý để đả thông (esoteric) bởi ít nhiều chọn lựa con chữ để đi vào cái ngoài (beyond) của hiểu biết và nhận thức và cũng là là một tiềm ẩn khác có tính cách mơ hồ (obscure) trong mỗi bài thơ của Nguyễn thi sĩ đã dựng nên. Cái mơ hồ trừu tượng trong ngôn ngữ xanh của Nguyễn thi sĩ là cả suy tư và tìm thấy để định nghĩa cho rõ thực hư của thế nào là thi ca đương đại(?) – Nó ẩn tàng, ẩn dụ, trừu tượng, siêu hình là vị trí của hiện sinh chủ nghĩa. Nói đúng ra nó là thứ *thi ca thuộc siêu hình* (The metaphysical poetry). Nó nhập vào thơ một cách vô hình (ngay một số thi nhân khi thành thơ vẫn không tìm thấy cái siêu hình trong đó). Thi ngữ đó rất ư độc cô / solely. Bởi nó là âm vang đồng vọng mỗi khi cất tiếng, dòng luân lưu đó là tiếng nói 'tự do' và 'hạnh phúc' trong chặn chót / next-to-last của bài thơ mà nó chỉ nhập vào một cách tự nhiên và bất ngờ; là cõi phi trong thi ca. Là thứ thơ thời thượng của nữ sĩ Nguyễn.

Cái gì gọi là siêu hình? – chính là cái *'vượt thời gian'*. Vượt ở đây là ra khỏi cõi ngoài space/beyond, nó không thuộc về thời gian tính mà nó là cảm thức chưa được trọn vẹn như yêu cầu ở tự nó, cảm nhận về những gì không cầm giữ được cho một hiện hữu tồn lưu – The sense of incompleteness itself, the feeling of irrecoverable loss of existence… mà trở nên hình dung từ của trí tưởng để thành thơ là thế đấy!

Ở đây chúng ta không cần lý giải, phê bình, phân tích từng loại thơ khác nhau, cũng chẳng cần bình giải mà nặng ưu tư. Nhớ cho rằng: những nhà thơ là *vận động viên của ngôn ngữ* – Poets are the athletes of language – là khả năng vận chuyển trí tuệ để thành lập ở đó một chủ đề đầy chất xanh. Đấy cũng là một ẩn dụ của thơ, bởi; *thi ca là nguồn phát tiết trước tiên và hàng đầu của nghệ thuật trình diễn* – Poetry is first and foremost a performer's art. Đời thơ nằm trong ngôn ngữ; là con đường rộng mở, có thể cảm thức nó dưới nhiều chiều kích khác nhau, không còn thấy gì là trừu tượng hay siêu hình mà là thứ ảo giác của nhà thơ mô tả có chiết tính giữa hiện hữu và tha nhân (người đọc) một cách rõ nét để đả thông tư tưởng.

Cho nên nói hiện hữu và tha nhân là cái sự bất khả tư nghị, là vì; hiện hữu chỉ là đối tượng thời gian và tha nhân chỉ là biến cố, sự kiện. Nhưng đặt nó vào hiện hữu và tha nhân để nhận diện mặt thực của đời sống trong thi ca mà thôi. Vì; thơ là thể tính của nhân sinh. Nguyễn thi sĩ hiểu một cách thấu đáo vai trò làm người qua một thứ ngôn ngữ mới của 'Xanh' là tiếc thương và hoài niệm hay cố thoát ra khỏi thân phận bằng những hình tượng hướng tới tương lai như được trở về trong cõi mơ. Thành ra dưới nhãn hiệu *'Ngôn ngữ Xanh'* là một liên trình biện chứng giữa quá khứ và hiện tại, tương lai được gieo vào cánh đồng 'xanh' bất tận đó làm nền cho mầm sống. *Ngôn ngữ Xanh* để lại cho ta một bố cục như sau:

1-Thời gian ngoại tại và sự chuyển vần.

2- Thời gian nội tâm và dòng tâm lý.

3- Dòng đời tương giao giữa người và vũ trụ.

Cả ba thứ đó là trục quay trong thi ca của Nguyễn thị Khánh Minh. Thực ra; thơ của nữ sĩ Khánh Minh là loại *thơ trình diễn* (poetry performance) không xa với Thanh Tâm Tuyền hay Phạm Hậu. Mà mỗi người mỗi vẻ mười phân vẹn mười là thế, đó là đặc thù riêng cho thơ. Nguyễn thi sĩ thực hiện 'trọn gói' về nó.

Để tìm thấy một sự rốt ráo trong thơ của Nguyễn thị Khánh Minh, bởi Nguyễn thi sĩ không duy trì một thể thơ cố hữu mà dựng vào đó đa dạng thơ là biểu tượng cho một thứ thi ca sống thực, dù cho ngữ ngôn xa lạ của thơ vô nghĩa (nonsense poetry) ngay cả thơ nhảy, vọt là thể thơ lắp đặt (the poetry installation); biết rằng ngắt nhịp hay vắt dòng trong mỗi bài thơ nhất là thơ một, hai hoặc ba, bốn chữ, không phải vì thế mà gián đoạn (Tr. 41, 42, 47, 48). Rất nhuần nhuyễn và tiết tấu. Ngắt câu có chuẩn độ của nó thành thử không lạc phách, bởi; qua kinh nghiệm làm thơ của nữ sĩ Khánh Minh đã tìm thấy sự hợp lý đó trong thơ.

Tuy nhiên, *thơ tự do* hay *thơ không vần* của Nguyễn thi sĩ là thái độ xử trí để dựng thành thơ: bằng ngữ điệu, cú pháp, văn phạm và sự lặp lại của con chữ mà vẫn tinh thông không phạm trường qui và không bi lụy hay ảnh hưởng gì đến qui luật của thi văn. Đó là chân tướng của người làm thơ dưới mọi thể thức khác nhau.

Ngưng ở đây. Tôi đã thân quen với thi sĩ Nguyễn thị Khánh Minh cách đây chín mươi năm với những bài thơ mà tôi đã bắt gặp, coi nó như chứng tích hình thành loại *thơ xuôi* một cách hào khí và tuyệt cú. Tôi dùng nó làm phương tiện phát huy. Chắc chắn tập thơ *Ngôn Ngữ Xanh* của Nguyễn thị Khánh Minh với nhiều bài thơ khác nhau đều cùng một tâm lý như nhau. Đọc nó để thấy mình nằm trong ý thơ đó một cách hồn nhiên với một thân tâm độ lượng. Trích một khúc trong bài *'Mùa Xuân Mưa'* của nữ sĩ:

Dường như nắng chưa biết mùa xuân về
Trời xám cùng những dự báo về một cơn bão lớn,
về một trận động đất, về một ngày tận thế, có thể.
Tôi thảng thốt.
Như một tiếng chim vừa hoảng hốt trong mưa.
Không thể bắt đầu mùa xuân như thế.

Có tiếng khóc của ai đó vừa cất lên chào ngày thứ nhất.
Nắng một ngày nõn xuân, tiên đoán cuộc đời sẽ mãi là
những ngày nắng đẹp, nên người yêu màu xanh, yêu thanh bình,
yêu những đơn sơ. Người đến em từ giấc mơ.
Mùa xuân phương Nam rực rỡ nắng.

Tại sao bắt đầu mùa xuân bằng những trận mưa và gió.
Gió Santa Ana. Gió có gai làm tôi buốt nhói.
Phiá bên kia đại dương trời đất chập chùng tin dữ.
Bình minh yên ngủ, gần đây thôi, mà như đã thành cổ tích.
Nỗi sợ đồng hóa hết mọi thứ. Thiên tai mong manh hóa hết mọi điều.
Tại gió, tại mưa không nhớ hạn kỳ? Tại đất tại trời xô lệch…
…
Mưa bắt đầu xuân ở đây.
Mưa mặn nước mắt.
Nhòa trời Santa Ana.

VÕ CÔNG LIÊM

(ca.ab.yyc. Áp tết Canh Tý 2020)
Hợp Lưu #116/2012

**'Nàng đã đến bởi cái đường vạch trắng đó'* (Martin Heidegger)

Bài 1.
Đọc Thơ Nguyễn Thị Khánh Minh, 2014

Nhà Văn Phan Tấn Hải

Có những buổi sáng, buổi trưa, buổi chiều và buổi tối. Khi tôi ngồi tịch lặng ngoài hiên. Đôi khi có chút gió, có khi trăng rất mờ vào đêm, hay sương còn lạnh vào ban mai. Có khi buổi trưa trong xóm vắng không người, thoang thoảng tiếng xe chạy ngoài phố xa vọng tới. Có khi chiều nắng rất nhạt, như tới từ một ký ức thời thơ dại. Tôi lặng lẽ ngồi, không nghĩ ngợi gì, chỉ cảm nhận những làn gió nhẹ thoảng qua. Không một ý nghĩ nào khởi lên trong tâm, không một chữ nào hiện ra trong tâm. Cả thế giới chung quanh chỉ là những cái được thấy, được nghe, được cảm thọ, và không có một cái gì khác khuấy động. Tỉnh thức, cảm nhận trên thân tâm một nỗi tịch lặng không lời.

Nơi đó, vắng bặt tất cả những gì có thể so đo thành chữ. Những khi như thế, tôi không muốn cử động mạnh, chỉ vì sợ làm tan vỡ những vạt nắng ban chiều, hay là sẽ làm rơi mất ánh trăng.

Có đôi khi, tôi nghe nhạc. Thường là nghe các bản hòa âm ngắn, không lời của piano, ngắn thôi, cỡ vài phút. Không hơn 4 hay 5 phút. Tôi không muốn nghe ca khúc nào dài. Cuộc đời mình có dài đâu. Thêm nữa, vì cần chiêm nghiệm về những âm vang tập khởi, và rồi những âm vang biến diệt. Sinh và diệt. Hạnh phúc và đau đớn. Nghe nhạc, có những ca khúc như thế, cho mình ý thức thêm về những hư vỡ của cõi này. Chỉ lặng lẽ ngồi nghe. Có khi không dám cử động mạnh, chỉ lắng nghe thôi, lặng lẽ, để từng âm vang ngấm vào thân tâm. Tôi cũng từng kinh ngạc, tại sao khi người ta nghe nhạc hay lại vỗ tay lớn tiếng. Lẽ ra, sau mỗi ca khúc hay mỗi bản trình tấu hay, người nghe chỉ nên ngồi lặng lẽ thêm vài phút. Vì bất kỳ những cử động nào lúc đó sẽ có thể làm rơi các nốt nhạc còn bay lơ lửng quanh mình.

Khi đọc thơ Nguyễn Thị Khánh Minh, tôi cũng cảm nhận cũng thế. Đọc thơ cô, tôi thường đọc đi, đọc lại, đọc lặng lẽ. Tất cả mọi cử động cần thiết đều cẩn trọng hơn, nhẹ nhàng hơn. Ngay cả khi nhấc ly cà phê để uống một chút, hay khi lật ngược vài trang để đọc lại vì chợt nhớ ra gì đó. Tôi sợ là, những cử động thiếu dịu dàng sẽ làm rơi mất chữ trong thơ của Nguyễn Thị Khánh Minh. Hãy để cho cuộc đời này toàn vẹn, tôi nghĩ thế, mỗi khi nhìn các dòng thơ của cô.

Như trong đoạn cuối của bài *Sắc Đêm*, Nguyễn Thị Khánh Minh viết:

Trăng treo hoài nghi hoặc
Mơ hồ sắc đêm loang
Ngó xuống bàn chân đất
Ơi mộng còn lang thang.

Trăng là Thiền. Tôi cứ chợt nghĩ như thế. Tôi không muốn nói tới chữ "Thiền"... Than ôi, phải chi tôi đập cho tan hết tất cả những chữ "Thiền" trên cõi này, để cho các nhà sư chỉ ngồi tịch lặng với vô ngôn. Trong cái tịch lặng vô ngôn của những sáng trưa chiều tối, bất kỳ ai khi nhìn vào tự tâm, đều cũng sẽ thấy nơi đó không có tham sân si, nơi đó nhìn hoài cũng không thấy chữ "Thiền" hay bất kỳ chữ nào khác ở đâu. Thi sĩ thì khác, trong mắt nhà thơ luôn luôn là một hiện thực được ghi lại bằng chữ.

Trăng nghi hoặc là phải rồi, vì ngón tay chỉ trăng, thì trăng cũng chỉ là cái được thấy, cái dĩa bạc màu vàng lơ lửng trên cao, khi khuyết, khi tròn. Khoa học gia nói trăng không phải chiếc dĩa bạc. Bởi vậy, trăng còn nghi hoặc, mộng sẽ còn lang thang mãi. Tới bao giờ nhận ra cái dĩa bạc trên không đó chỉ là hiện tướng của tâm, mới tỉnh thức phần nào về tất cả biến hiện đều là tâm.

Tương tự, trong bài thơ nhan đề *"Trăng Gần Trăng Xa"* sáng tác năm 2005, Nguyễn Thị Khánh Minh viết về một thế giới chỉ hiện ra trong tâm, nơi nắng có mùi hương và biết với tay để bịn rịn với các sợi tóc nhỏ, và là nơi buổi chiều đứng lại rất buồn – khi từ biệt Sài Gòn:

Hương nắng với tay theo
Bịn rịn con tóc nhỏ
Chiều đứng lại buồn thiu

.

Tưởng sẽ chẳng có gì
Mà tim như nằng nặng
Cái nhớ cứ theo đi

.

Tưởng sẽ chẳng có gì
Mà hẫng chân điểm tựa
Ơi Sài Gòn. Tôi đi…

Trong thế giới thơ Nguyễn Thị Khánh Minh, chúng ta còn nhìn thấy những bài thơ viết về cha, về mẹ, hay về những người bạn thân như nhà thơ Đỗ Hồng Ngọc, nhà thơ Nguyễn Lương Vỵ … Một thế giới được tái hiện bằng chữ. Nơi đó, Đỗ Hồng Ngọc quyện vào một màn sương của hồn dân tộc. Tôi xin thú thật, tôi không biết hồn dân tộc cụ thể là gì, vì chữ này trừu tượng quá, mơ hồ quá. Nhưng tôi đã mơ hồ nhận ra trong bài *Lagi Ngày Con Về*, khi Nguyễn Thị Khánh Minh viết tặng nhà thơ Đỗ Hồng Ngọc năm 2017, nơi đó họ Đỗ về thăm căn nhà của ngoại ở Lagi, trích:

Nghe rất khẽ. Nghe như mơ. Tiếng chổi
Xào theo chân. Bóng mẹ mỏng như mây
Vườn thức giấc. Hồn tinh sương mẹ gọi
Con bướm bay về. Lá trổ trên cây

.

Vâng thưa Mẹ. Bếp nhà vừa cơi lửa
Cơm chiều ngon thơm lúa vụ mùa tươi
Mai mẹ về. Về với Ngoại xa xôi
Chiếc nón lá Mẹ cứ cài trên cửa

Có phải hồn dân tộc là cái gì có thể nghe được, như tiếng chổi của ký ức nơi hiên nhà của mẹ, hay có thể ngửi được như cơm mùa lúa mới, hay có thể thấy được như chiếc nón lá Mẹ cài trên cửa? Đây là thế giới như mơ, như thực đã hiện ra trên những dòng thơ của Nguyễn Thị Khánh Minh.

Xin thêm một câu hỏi: có cách nào để từ biệt một người bạn thân? Như khi nhà thơ Nguyễn Thị Khánh Minh làm bài thơ *Vọng Âm Mây* trong lễ tưởng niệm 49 ngày Nguyễn Lương Vỵ ra đi, trích:

Như không còn trời. Không còn đất
Vọng âm vỡ nghìn muôn tiếng gấp
Trùng trùng hạt lệ cắt đêm sương
Đón người về trong veo một hạt

.

Hoan hỷ chào nhau cầu xưa quá bước
Dặm đường im kẽ tóc với chân tơ
Tan hợp cười òa. Kia vòm mây trắng
Và bắt đầu. Và chấm hết. Sau xưa…

Nơi đây, nhà thơ thấy không còn trời, không còn đất, và tất cả vọng âm tan vỡ thành muôn nghìn tiếng. Những hình ảnh rất đẹp trong bài thơ khi nhà thơ từ biệt một nhà thơ. Cũng nên ghi chú nơi này: tôi ghét chữ "đẹp" kinh khủng, vì chữ này mơ hồ, không minh bạch. Thú thật, tôi không có tài năng để nghĩ ra chữ khác. Nhưng nơi bài thơ này, hình ảnh hiện ra rất minh bạch, không mơ hồ: lệ cắt đêm sương, trong veo một hạt, chào nhau, cầu xưa quá bước, dặm đường im, và rồi lẽ hợp tan khi một người bay xa theo vòm mây trắng. Những hình ảnh hiển lộ rất đẹp, rất xúc động, sờ chạm được.

Có một không gian rất mực thơ dại trong thơ Nguyễn Thị Khánh Minh: thành phố biển Nha Trang của những ngày mới lớn. Trong bài Mầu Đỏ Trong Nhớ, nhà thơ ghi lại ký ức về thời niên thiếu ở Nha Trang, một thời rất là xa xưa, nơi tất cả những gì trong trí nhớ cô đều đã trở thành thi ca, trích:

> *... Một đường chỉ thêu mầu đỏ bị lỗi trên vuông vải trắng. Cô mắng. Ngày đó tôi thường hay khóc. Sân trường tôi có cột cờ, tôi hay nhìn ba đường đỏ lượn phần phật trong gió. Gió Nha Trang ươm hương muối. Ba đường đỏ lênh đênh sóng mặn.*
>
> *… Tôi nhớ mầu đỏ của giàn hoa giấy rực mùi biển Nha Trang nơi căn nhà của bố mẹ che mát một khoảng thềm có cô bé ngồi chơi thẻ một mình, có nắng đổ lốm đốm như một tấm vải hoa nhấp nhô sóng nắng và cô mặc áo nắng hoa ấy đi dự hội quên về… một ngày biển thơm như mộng, nụ hôn thơm mầu hoa giấy đỏ bay bay hoài trong nhớ…*

Làm thế nào thơ lại hay như thế nhỉ? Cũng nên ghi chú nơi này: tôi ghét chữ “hay” kinh khủng, vì chữ này mơ hồ, không minh bạch. Thú thật, tôi không có tài năng để nghĩ ra chữ khác. Nhưng nơi bài thơ này, các hình ảnh đã trôi rất xa từ trí nhớ đã trở về kịp để nhà thơ ghi thành chữ, rất minh bạch, không mơ hồ. Và rất hay. Nơi đây, có gió Nha Trang ươm hương muối, có ba đường đỏ trên sóng, có nắng lốm đốm trên sân, nơi cô bé ngồi chơi thẻ, nơi biển thơm như mộng và nơi thành phố biển bay hoài trong nhớ.

Xin nói lời chân thật rằng, tự thơ Nguyễn Thị Khánh Minh không còn là những gì trừu tượng để phải suy nghĩ, lý luận. Thơ cô đã bước ra ngoài trang giấy, để trở thành một phần của cõi này. Thơ cô không còn là chữ, vì nhiều dòng chữ đã hóa thành hương nắng vương tóc và cầu xưa quá bước. Thơ cô không phải là nhạc, nhưng nhiều dòng chữ đã hóa thành gió biển rì rào trên từng trang giấy.

Với lòng trân trọng, tôi đã ngồi rất mực tịch lặng để đọc thơ Nguyễn Thị Khánh Minh. Rất tịch lặng, tôi đọc. Kẻo làm vỡ hồn thơ.

Ngày 2 tháng 11 năm 2014

Bài 2.
Đọc Thơ Nguyễn Thị Khánh Minh, 2017

Hôm Chủ Nhật ngày 3 tháng 9/2017 sẽ có buổi ra mắt Tuyển Tập Bốn Mươi Năm Thơ Việt Hải Ngoại tại Quận Cam, California. Tuyển tập thực hiện do chủ biên là nhà thơ Nguyễn Đức Tùng, trong đời thường là một bác sĩ y khoa tại Canada.

Danh sách 53 nhà thơ có thơ in trong tuyển tập gần như đầy đủ các nhà thơ hải ngoại. Tuy nhiên, hình như cũng có thiếu sót...

Thiếu sót là phải có, dĩ nhiên. Bởi vì bất kỳ những gì trên đời này đều có phần thiếu sót. Riêng bản thân tôi, nếu có ai hỏi, tôi sẽ nói rằng tôi rất hân hạnh có mặt trong tuyển tập. Và sẽ nói thêm, rằng, tiếc rằng tuyển tập vắng mặt nhà thơ Nguyễn Thị Khánh Minh, một trong vài khuôn mặt thi ca dị thường. Thiếu sót hẳn là vì kỹ thuật, vì đường xa cách trở, và có thể vì nhà thơ Nguyễn Thị Khánh Minh sang Hoa Kỳ định cư khá trễ, chỉ mới vài năm gần đây, chưa kịp mang nhãn hiệu "hải ngoại."

Nói chị là nhà thơ dị thường chỉ vì thơ chị dị thường. Tản văn cũng dị thường. Chữ nghĩa như viết chơi, mà sức lay chuyển có sức mạnh sâu thẳm.

Tuần lễ này cũng là mùa Lễ Vu Lan, nơi đây chúng ta trích một đoạn trong tuyển tập tản văn "Bóng Bay, Gió Ơi" của Nguyễn Thị Khánh Minh phát hành đầu năm 2015, bài "Theo Cảm Xúc Mà Đi" với những chữ rất đời thường và rất thiết tha của người con nhớ tới ba mẹ, trích:

"...và phổ độ hơn hết trên đời, "ba ơi mẹ ơi!" tiếng gọi đánh thức từng tế bào nhỏ trong thân thể ta, xao xuyến những dòng li ti màu đỏ đang chở nhịp sống. Mỗi bước ta đi là say mê theo mùi hương núm ruột đã một lần cắt lìa khỏi ta trong giây phút nhiệm mầu của khai sinh, "con ơi!" tiếng oa oa cột ta một kiếp người, lặn lội trôi theo..."

Vâng, đó là văn xuôi, cũng có thể gọi là thơ xuôi. Nếu bạn muốn đọc thêm, chúng ta có thể dẫn ra môt bài, thí dụ như bài thơ 5 chữ, có chen vào một bất ngờ:

Đừng bật thêm đèn nữa
Ngày đã sáng lắm rồi
(Xin lỗi) hay vì con mắt tôi
Đã quen rồi bóng tối...

Như thế, thơ của Nguyễn Thị Khánh Minh như rớt ra khỏi trang giấy, rơi vào đời thường của mọi người, chen vào những xao động của sáng và của tối, của tiếng nói năn nỉ "đừng bật" và rồi bất chợt một lời "xin lỗi" cho dịu dàng hơn, lịch thiệp hơn... Và đó là chữ trong hoàn cảnh đời thường.

Có phải nơi đây, chính thơ là hình ảnh của những vùng sáng và tối trước mắt? Có phải thơ là tiếng bật đèn và rồi một thế giới của trầm tư chợt biến mất? Chúng ta không có câu trả lời, nhưng chính thơ của chị gần như thường khi là một chất vấn về cuộc đời quanh mình.

Chúng ta thấy nhà thơ NTKM nhạy cảm về ánh sáng, và thường nói về bóng đêm. Và trong bóng đêm, là hướng tới một vầng trăng... Thí dụ như trong bài:

Tại nửa vầng trăng khuyết
Nên bài thơ đi tìm
Tại bài thơ tứ tuyệt
Nửa vầng trăng như nguyên
(vì nhau)

Và có những lúc cõi đất trời trở nên đau đớn, đó là khi trăng tan thành giọt lệ, như trong bài:

Sắc lạnh rơi vào đêm
Soi trần cơn mộng mị
Tan màu ánh trăng im
Thinh không bàng bạc lệ
(sắc đêm)

Lẽ ra, với một người nhạy cảm với ánh sáng và bóng đêm, với ánh trăng và giọt lệ trăng, hình như hội họa sẽ gần hơn thi ca? Xin thưa không biết, vì nơi đây không có câu trả lời. Tất cả các dòng thơ của chị như dường là câu hỏi, là chất vấn về cõi sâu thẳm của đời. Hay phải chăng cũng là hóa thân của một tiếng hú làm buốt lạnh hư không của một thiền sư năm xưa?

Như thế... có phải thơ của Nguyễn Thị Khánh Minh là những câu hỏi vang lên từ trang giấy? Thí dụ, như bài sau đăng trên trang Gio-o vào dịp Tết 2016.

ngày qua

Bảng pha mầu lấm lem ngày tháng bụi
Tiếng gió ngày xưa thổi ngoài khung tranh
Trời đóng lại. Một đường đêm thăm thẳm
Ánh nhìn lui tàn lụi những hoài mong
Không bước nữa, chân đóng đinh ngày tháng
Rêu trong người mối ẩm rủ nhau xông

Ai ngồi đó vệt màu bạc thếch
Sông thời gian đặc quánh ảnh hình
Vừa ngó xuống đã muôn trùng đá lạnh

Chợt trông lên trần gian thân thiết lắm
Những con chim ngược gió thất thanh
Ra bức tranh còn có gì rung động…

Thả xuống ngày tiếng hót. Chút sinh sôi

Hiếm hoi vậy, cực kỳ hiếm hoi vậy, một tiếng thơ như Nguyễn Thị Khánh Minh. Làm thơ mà ghi được những đớn đau của đời người, qua những dòng chữ như:

Nhà văn Phan Tấn Hải và NTKM, trong chiều thơ nhạc Hoa Bay Khắp Trời, 14.11.2015, thơ Nguyên Giác Phan Tấn Hải, nhạc Trần Chí Phúc. Và tiếng hát Nam Trân.

...Tiếng gió ngày xưa thổi ngoài khung tranh... cũng như những chữ: *...chân đóng đinh ngày tháng...*

cũng như những chữ: *...Ai ngồi đó vệt màu bạc thếch / Sông thời gian đặc quánh ảnh hình...* cũng như những chữ: *...Chợt trông lên trần gian thân thiết lắm / Những con chim ngược gió thất thanh...*

Đó là nhà thơ Nguyễn Thị Khánh Minh.

Đó là những dòng thơ, có khi đọc tới, và rồi có những lúc tôi đứng bật dậy, trân trọng đọc đi, đọc lại từng chữ, từng dòng.

Đó là những dòng thơ, từng chữ một, khi được đọc tới đã hiện ra như một thiếu nữ bước rời khỏi trang sách để len vào đời thường, và rồi các chữ còn lại trên giấy đã tự trở thành những ẩn ngữ thơ mộng.

Nơi đó, thực với mộng không hề cách biệt.

PHAN TẤN HẢI

2017

---

http://phovanblog.blogspot.com/2017/09/oc-tho-nguyen-thi-khanh-minh.html?m=1

Thiếu nữ chiều ngoài cửa sổ miền đồi núi. ĐINH CƯỜNG

Đọc Một Bài Thơ Của Nguyễn Thị Khánh Minh, 2015

Nhà Văn Đỗ Xuân Tê

Hai năm gần đây liên tiếp được mùa của Nguyễn Thị Khánh Minh, một nhà thơ nữ định cư không lâu tại chốn này, một thành phố có tên bà thánh Ana, có những con hải âu bay về đậu trên cửa sổ, có hoa hồng đào nở rộ những tháng vào xuân. Cô là hàng xóm của tôi nhưng chưa hề biết mặt, nhưng lại quen khá lâu, một Khánh Minh từ một thế giới ảo qua 'ninh hòa vẫy gọi nha trang ngày về' (ninhhoa.com).

Quen khá lâu phải trên mười năm, đọc nhiều thơ cô trên mạng lưới ảo, biết lý lịch nhà thơ từ Nha trang cát trắng, biết sức học của cô lẽ ra là một luật gia, biết nhan sắc của cô (có sao post vậy) là một thiếu nữ nhu mì có duyên, biết cuộc đời của cô (sau 75) là cô gái truân chuyên về sinh kế, ra hải ngoại tinh thần vẫn khỏe mạnh sung mãn nhưng bệnh hoạn đeo đuổi khôn nguôi, chắc vì vậy mà cô ẩn mình xóa những cơn đau trong vần thơ con chữ.

Tốt nghiệp luật khoa của đại học Sài gòn vào một thời rất trẻ, nhưng chưa kịp hành nghề thì đất nước đã sang trang. Khánh Minh tìm về nơi của tuổi thơ thơ ấu, nơi đó có biển khơi, sóng vỗ, có đảo Yến Hòn Chồng, nơi mà tình cờ là quê hương thứ hai của tôi khi di cư từ Bắc và quận lỵ Ninh Hòa giao lộ tình yêu của những người lính lội bùn trở thành điểm hẹn của những ngày xưa thân ái.

Cũng từ những địa danh này nếu ai là người yêu thơ yêu cảnh vật sẽ không lạ khi thấy bóng dáng của nhiều văn nhân thi sĩ chẳng phải chỉ nam mà nhiều cựu nữ sinh nơi đây vô tình và ngẫu nhiên trở thành những cây bút thành danh, tiếng đồn vang ra từ miền cát trắng đến nắng ấm Cali, mà một trong những tác giả thành công có tác phẩm in ấn phải kể có tên của nhà thơ *Bóng Bay Gió Ơi*.

Chỉ không đầy ba năm mà hai tác phẩm đã trình làng, một tập thơ, *Ký Ức Của Bóng* (2013), một tản văn, *Bóng Bay Gió Ơi* (2014) cả hai đã gây xôn xao trên văn đàn và trái với dự kiến tập sau được đón nhận với những bài phê bình nhận định của mấy bạn văn có tiếng tăm khi họ hết lời trân trọng và đánh giá tác giả bằng những ngôn từ câu chữ vừa đẹp vừa bóng bảy chẳng thua gì nét mượt mà, sâu thẳm, kỳ bí đến dị thường của văn phong Khánh Minh.

Tôi không muốn làm kẻ 'ăn theo' để có những cảm nhận đẹp giúp lời thêm cho tác phẩm, làm vậy sẽ chậm vì 'đồng tiền đi trước là đồng tiền khôn'. Cũng vậy lời khen đi sau sẽ kể là thừa lại mang tiếng dại. Nhưng phải nói mấy năm trở lại đây người ta nhắc và ca ngợi nhiều về cây bút này, một phần cô sáng tác rất khỏe rất đều vừa định hình cho mình một lối viết về văn xuôi khá già dặn và về thơ thì tuyệt chiêu.

Chẳng nói đâu xa trong ngày Lễ Tình Nhân mới đây nhà thơ Trần Yên Hòa đã chọn ba bài thơ tình tiêu biểu với chùm thơ ba bài rất đối valentine của ba nhà thơ, nam thì có Lê Phước Dạ Đăng mà nữ có tới hai người, Âu Thị Phục An và Nguyễn Thị Khánh Minh.

Mà sau khi post trên trang mạng của anh tôi đã phải tấm tắc chủ biên khéo chọn trong đó có dòng thơ của hai cao thủ nữ chuyên viết thơ tình được độc giả hâm mộ trên diễn đàn Hải ngoại của thập niên gần đây.

Mấy dòng dưới đây lại không nhắc đến chùm thơ này mà do dụng ý tôi muốn trình làng một bài thơ khác đăng trên Sáng tạo có tựa đề, '*Qua mùa. Cây và người*'.

Bài thơ Nguyễn Thị Khánh Minh sáng tác đầu xuân năm nay như một lời cám ơn các bạn bè bạn văn đã yêu thương cô quan tâm thăm hỏi, chúc cô mau khỏi căn bệnh trầm kha mà nếu chỉ đọc thơ trên các websites chẳng ai ngờ Khánh Minh lại phải trải qua những cơn đau thấu gan tím ruột.

Nhìn lên hoài trời vẫn rất cao
Cúi đất nhủ lòng thôi nắng úa
Úa một ngày vàng như con bệnh
Xương nằm đau và tai lắng nghe

Bài thơ không dài mỗi khổ ba câu sắp xếp chữ và ngắt câu khá lạ. Hình ảnh có cây lá mây bướm, có đất trời tàng cây ngọn cỏ, có mưa (ấm) nắng (úa), có đêm thao thức, có chiều hắt hiu, có tiếng thời gian như lặng tinh, có tiếng trở mình như lá động, hết đêm sang ngày,

Sẽ ngày chứ và mở tung cửa sổ
Người về vui như nắng đậu bên thềm
Hơi ấm cỏ khô mùa chim kết tổ

Mùa rồi qua, đông đi xuân lại về, cây (lá) và người hết vàng rồi xanh, mây sẽ tan gió sẽ xanh, cơn bệnh dù trầm kha nhưng rồi sẽ qua.

Là xanh trời. Mây tan trong gió xanh
Ta trông lên gặp cây ngó xuống
Cây đã khoẻ qua rồi ngày tháng bệnh…

Đọc bài thơ ta như đồng hành với người bệnh, một khi trong cơn đau, cảm xúc như một người loạn sắc, trong một không gian chật chội như tù ngục, dù trời có cao, mây có xanh, nắng có ấm. Rồi một khi qua cơn đau, cảm nhận bình yên lại dội về, mây tan gió xanh, người lại vui như nắng đậu bên thềm.

Qua bài thơ với mấy câu trích dẫn, càng tâm đắc với thủ pháp già dặn với lối chọn chữ, kết thành bè, buông thả trên sông (thơ) của tác giả bao nhiêu lại ấn tượng với tranh minh họa của Đinh Cường và sự khéo chọn của chủ biên Bắc Phong bấy nhiêu. Tranh tự nó khắc họa con người và cảnh vật làm sáng lên cái ý của bài thơ và tôi mường tượng hình như Khánh Minh đang ngồi bên cửa sổ.

Chúc nhà thơ hoàn toàn bình phục và kỳ vọng vận may sẽ mỉm cười trên sức khỏe của KM như số phận đã an bài kỳ diệu trên sự nghiệp văn bút.

ĐỖ XUÂN TÊ

Santa Ana, Feb. 2015

---

https://sangtao.org/2015/03/02/doc-mot-bai-tho-cua-khanh-minh/#more-70949

Bài 1-
Nguyễn Thị Khánh Minh: Những Quả Bóng Bồng Bềnh Hương Kí Ức (2015)

Nhà Văn Trịnh Y Thư

Đọc tản văn Nguyễn Thị Khánh Minh (*Bóng bay gió ơi*, NXB Sống, 2015) chúng ta nên đọc thật chậm. Như đọc thơ. Bởi đấy là thơ. Bởi chị viết văn như làm thơ, chữ nghĩa nuột nà tung tỏa, lôi cuốn như có bùa phép – hay *bùa hương*, chữ của chị – làm mê hoặc người đọc. Đọc chậm để có thể thẩm thấu tầng chữ nghĩa của văn chương và qua đó họa may chúng ta hòa nhập lên tầng cảm xúc và phần nào nhận ra tâm hồn của tác giả. Đọc văn, hoặc thưởng ngoạn bất kì tác phẩm nghệ thuật nào khác, chúng ta không tìm kiếm những tình tiết, chi tiết có tính thông tin, thậm chí chẳng cần khai tâm mở trí làm gì. Chúng ta đọc, xem, nghe "tâm hồn" của người nghệ sĩ sáng tạo ẩn nấp đâu đó đằng sau tác phẩm. Văn nghệ sĩ là người phơi trải một cách tha thiết và chân thật cái phần tinh hoa của tâm hồn mình như một con người, và trải nghiệm đời sống, xấu cũng như tốt, của chính mình như một kẻ đồng loại.

Cuốn tản văn *Bóng Bay Gió Ơi* của Nguyễn Thị Khánh Minh là một công trình nghệ thuật đa dạng, phong phú trong đề tài, tầm vóc trong phong cách văn học, viết bởi một người nữ đa tài với cái nhìn tinh tế và tâm hồn nhạy cảm. Và quả thật không công bằng chút nào nếu chúng ta chỉ quan tâm đến mặt nội dung các đề tài viết mà bỏ lửng phần tâm hồn của tác giả. Bởi, trong mắt tôi, Nguyễn Thị Khánh Minh đã dốc hết trái tim riêng tư của mình ra trên mỗi trang viết.

Tác phẩm văn học thông thường chứa đựng nhiều bí ẩn của cái chung lẫn cái riêng. Nó là thao tác của tư duy, tâm lí, cảm xúc của người nghệ sĩ sáng tạo, và tuỳ thuộc vào trình độ, năng lực, thế giới quan, nhân sinh quan của người nghệ sĩ, tác phẩm bao giờ cũng có nét riêng tư. Tản văn là hình thái nghệ thuật diễn đạt mang tính cách riêng tư nhiều nhất trong các loại hình văn học, có lẽ chỉ ít hơn tự truyện hay tiểu sử. Người viết tản văn phơi bày trái tim mình. Đặc điểm của nó là phản ánh cá tính và tâm hồn người viết. Nơi đây hiện thực khách quan hình như không có chỗ đứng rộng rãi mà phải nhường chỗ cho cảm xúc chủ quan, đối tượng sáng tạo được thể hiện đóng vai trò then chốt ở đây lại chính là người sáng tạo. Bởi thế, viết tản văn dễ nhưng khó hay, nó là con dao hai lưỡi. Nếu bản lĩnh người viết không vững vàng, cảm xúc không chân thật, ngòi bút không sắc sảo, tài hoa, thì tác phẩm sẽ rất dễ rơi vào tình trạng lố bịch, thậm chí biến thành lá cải. Cả ba tố chất tạo nên một bài tản văn hay – bản lĩnh vững vàng, cảm xúc chân thật, ngòi bút tài hoa – Nguyễn Thị Khánh Minh hình như đều có.

Điều thú vị đầu tiên của tôi khi đọc tản văn Nguyễn Thị Khánh Minh là lối viết hết sức nữ tính của chị, một "Bút pháp nữ" nếu tôi có thể gọi như vậy. Tản văn chị không có cái dí dỏm, sâu sắc của Võ Phiến, không có cái khinh mạn, cao ngạo của Nguyễn Tuân, không có cái kiêu kì, đỏm dáng của Mai Thảo. Đây đó hơi nhuốm một tí

Vũ Bằng. Tuy vậy sự đối sánh với các cây bút tiền bối này chẳng hề có ý nghĩa gì trọng đại, tôi dùng nó chỉ để làm nổi bật cái "Bút pháp nữ" trong văn cách của chị. Nó là văn cách Nguyễn Thị Khánh Minh, không nhầm vào đâu được. Và chỉ nội điểm này đã là một thành công đáng nể phục. Nhưng đừng vội quy chiếu "Bút pháp nữ" của chị với Écriture féminine của các bà tôn thờ chủ nghĩa Nữ quyền.

Écriture feminine. Bút pháp nữ. Một hôm đâu quãng những năm 70 của thế kỉ trước, một vài bà học giả Nữ quyền luận người Pháp bỗng dưng nổi hứng đề xuất thuật ngữ này khiến ai nấy nhìn nhau ngỡ ngàng. Các bà bảo ngôn ngữ và văn bản của văn học (phương Tây, dĩ nhiên) xưa nay toàn mang giọng nam, nay các nhà văn nữ hãy bỏ quách cái lối viết đó và thay thế bằng lối viết thuần nữ, hãy đem trái tim người nữ ra phơi bày trên mặt bàn và đừng để bọn đàn ông vũ phu, lỗ mãng chèn ép mình nữa. Thậm chí cách đọc tác phẩm của các tác giả phái nữ, kể cả các tác phẩm kinh điển, cũng phải được phê bình, đánh giá lại theo cảm quan của người nữ.

Tuy thế sự giống nhau giữa tản văn Nguyễn Thị Khánh Minh và cái-gọi-là Bút pháp nữ của các bà học giả người Pháp kia chỉ là phần định nghĩa lí thuyết, còn cách thế thực hành thì khác hẳn, nếu không muốn nói là trái ngược. Trong khi các nhà văn nữ sáng tác dưới luồng sáng của Écriture féminine cuống quýt với vấn đề tính dục, đem thân xác người nữ ra như một phương tiện tự giải phóng (tôi đang nghĩ đến Erica Jong và các môn đệ của bà) thì Nguyễn Thị Khánh Minh vẫn chậm rãi, tỉ mẩn lật từng trang kỉ niệm quá khứ với những hạnh phúc nhỏ nhoi tìm thấy trong cuộc sống xung quanh. Chị tin hạnh phúc không ở đâu xa mà trong chính lòng mình. *"… Có phải nếu biết quý những niềm vui bình thường thì hẳn nỗi đau mà con người gây ra cho nhau cũng sẽ nhẹ nhàng hơn?"* (Mưa nắng thềm nhà). Hay, ở một bài khác, *"… Và, phải chăng, mỗi người biết quý từng niềm vui nhỏ của cuộc sống mình thì sẽ biết trân trọng hạnh phúc của tha nhân?"* (Chớ bảo xuân tàn). Cứ thế, mạch văn tuôn chảy như dòng sông êm ả, chị kể cho chúng ta nghe những điều nằm ấp ủ trong trái tim chị bấy lâu nay, những gì chị hằng trân quý. Lời văn chân tình, đôi lúc như thủ thỉ, ngọt ngào, thấm đẫm tình cảm êm đẹp giữa con người, trữ tình, giàu cảm xúc, lúc thiết tha sôi nổi, lúc trầm lắng mông lung, lúc buồn bã da diết, lúc ngời sáng niềm tin. Hơi văn biểu hiện một trái tim mẫn cảm nhưng không bi lụy, vẫn tha thiết với cuộc sống dù va chạm nhiều nghịch cảnh trái ngang. Chị luôn luôn tỏ ra trân quý cái đẹp, từ cái đẹp của một nụ hoa tầm thường trong góc vườn trước nhà đến cái đẹp trong cung cách tranh đấu cho dân chủ của những cô cậu sinh viên Hong Kong. Cái đẹp sẽ cứu vãn thế giới. Tôi có cảm tưởng chị muốn nói như thế. Bạn có thể bảo kẻ nói câu đó là người mang hội chứng hoang tưởng, nhưng thử hỏi lại bạn cái gì sẽ cứu vãn thế giới này? Chắc chắn không phải những tiến bộ về cả mặt tư tưởng lẫn khoa học bởi điều oái oăm là thời nay, với những tiến bộ vượt bực ấy, càng lúc con người chúng ta càng rơi sâu vào cái bẫy sập của nghịch lí chung cuộc hết thuốc chữa.

Ca tụng cái đẹp là thao tác của người nghệ sĩ cho dù cái đẹp ở đây chỉ là giấc mơ, bởi chính cái phi thực mới đem lại cho chúng ta cảm quan thẩm mĩ vượt lên trên tất cả những rác rưởi của cuộc sống tầm thường, nhàm chán bình nhật. Tôi có cảm tưởng Nguyễn Thị Khánh Minh sống vì cái đẹp, bởi cái đẹp, cho cái đẹp. Chị ghê sợ cái xấu, ghê sợ đến độ đành tự đánh lừa mình cho là nó không hiện hữu mặc dù tận thâm tâm chị biết bùn lầy dơ bẩn vẫn ngập ngụa trên thế gian. Chị lo lắng, băn khoăn, "*... Chưa bao giờ sống là một thử thách như thời này. Mỗi hơi thở là mỗi mạo hiểm, không biết lúc nào sẽ sập xuống cái bẫy của những tin tức mà cứ mỗi lúc lại đem đến một khủng khiếp khác nhau.*" (Mùa thu, những chiếc ô và dải nơ vàng). Hay lúc khác, chị nghiêm khắc như một nhà đạo đức, "*...Những kẻ sống vì bóng tối, gieo rắc bóng tối sẽ bị khuất bởi bóng tối của chính họ ...*" (Tiếng động cuối năm). (Câu nói sao mà nhân bản đến thế!) Tuy bồn chồn, lo âu, chị vẫn quay về với niềm tin son sắt nơi con người tốt lành, nơi giấc mơ biến thành sự thật, "*Nụ cười đóa hướng dương, toát vẻ rực rỡ của mạnh mẽ, tự tin khiến người ta nghĩ rằng tất cả đều có thể, kể cả giấc mơ ...*" (Nụ cười những đóa hướng dương). Với hành trạng đó, phải nói chị đã thành công chinh phục người đọc, và chiếc bẫy êm ái chị giăng ra khiến người đọc chúng ta rơi vào ma trận của chị với không biết bao nhiêu món đồ chị bày ra cho xem.

Nếu bảo chị thành công vì một hơi văn thuần nữ, đẹp, rung động lòng người thì mới chỉ đúng phân nửa. Bên cạnh cái lóng lánh của mỗi câu văn là khối suy nghiệm phong phú tích lũy cả đời người mà mỗi suy nghiệm bắt nguồn từ trải nghiệm của cả hạnh phúc lẫn thương đau. "Mạch nguồn cho sự sáng tạo của người nghệ sĩ thường bắt rễ rất sớm, từ những năm tháng của tuổi ấu thơ hoặc thời tráng niên mới trưởng thành. Sau khi lớn khôn, trải nghiệm sống và kiến thức của người nghệ sĩ có thể là phong phú, già dặn hơn trước nhiều, nhưng nền tảng cho sự sáng tạo của hắn vẫn nằm nơi tiềm thức, kí ức, tập quán và ngôn từ của tuổi ấu thơ." Tôi viết như thế trong cuốn *Chỉ Là Đồ Chơi*. Tôi đồ Nguyễn Thị Khánh Minh không phải một sớm một chiều có được một tâm hồn phong phú và một tài năng như thế. Nó là tư chất thiên bẩm cộng với kinh nghiệm sống của một đời người và ngọn lửa đam mê trong tim không bao giờ tắt.

Và chị sống nhiều với lòng hoài niệm.

Sống trên đất Mĩ nhưng chị có vẻ dửng dưng với các vấn đề đất nước này đang thao thức. Chị thảng thốt, kinh hoàng thì đúng hơn, với cái tin 20 trẻ em vô tội bị bắn chết tại một ngôi trường tiểu học bên miền Đông, và do bản chất nhân hậu chị phẫn nộ với sự tự do bừa bãi sử dụng súng đạn trên đất nước này. Nhưng còn các vấn đề khác thì sao? Hình như chị chẳng quan tâm lắm. Dự luật di dân? Cuộc chiến dai dẳng giữa hai phe chống đối và ủng hộ phá thai? Vấn đề an ninh quốc phòng? Cuộc chiến chống khủng bố? Làm sao đương đầu với anh Trung quốc hung hăng? Hôn nhân đồng tính? Cho phép bán cần sa tự do? Toàn những vấn đề nóng hổi định đoạt cuộc sống tương lai của con cháu chị nhưng chúng ở ngoài tầm xa, lạ lẫm quá, và bởi tâm thức chị chật cứng những hình ảnh quá khứ bề bộn trăm chiều, những hình ảnh của Nha Trang, Đà Lạt, ngôi trường Luật trên con đường Duy Tân thơ mộng, tuổi ấu thơ, người cha, bè bạn, vườn cũ, nhà cũ, vân vân. Ôi chao, không biết bao nhiêu thứ tuần tự hiện về. Hình ảnh quá khứ quay về không như những đoạn phim trắng đen vàng ố mờ nhạt mà rõ nét như bức ảnh màu rực rỡ hàng chục megapixels. Chị nâng niu kỉ niệm như người ta nâng niu bảo vật. Đang sống ở California, nhưng chỉ cần một trận mưa, một cơn gió, một nụ hoa, một cành cây cũng khiến chị chạnh nhớ về cái quá khứ xa xăm ấy. Lòng chị đầy ăm ắp nỗi niềm hoài thổ và chị sống với thời quá vãng hơn là thời hiện tại. Nhưng cài đặt bên trong kí ức con người là cái lăng kính gạn đục khơi trong nên với thời gian nó loại bỏ đi những điều xấu xí và chỉ để lại bức tranh đẹp đẽ trong bộ nhớ của chị. Chẳng những thế nó còn khuếch đại cái đẹp lên bội phần và kết quả là kỉ niệm nào của chị cũng đẹp, cũng thơ mộng, cũng tuyệt vời.

Kí ức của chị cũng lạ lùng lắm, nó chẳng những là sắc màu, âm thanh mà còn nồng nàn tỏa về thật nhiều mùi hương *"… Và hương bám hoài trong nhớ, cái hương đồng nội trộn lẫn mùi nắng trưa, đất bùn, phân trâu bò, lá tre xanh …"* (Những mùa nắng Nha Trang). Ngoài cái hương nắng, hương xuân thông thường, đâu đó còn là *"hương nồng của sân gạch đỏ sau cơn mưa bất chợt mùa Hạ", "hương tinh khiết của cánh sen hồng", "hương rằm", "hương biển mặn mòi", "hương nước mắt", "hương những viên gạch cũ, mảng tường lở lói già nua năm tháng", "hương ngày hội", "hương ca dao" "hương trâm trâm" …* và biết bao mùi hương khác mà tôi không đủ kiên nhẫn liệt kê hết ra đây. Chị gọi đấy là "bùa hương" và hiển nhiên nó đánh động tâm hồn chị sâu đậm nhất. Bạn đừng hỏi tại sao bởi, nói như Xuân Diệu, không ai đi phân tích một mùi hương. Chỉ biết kí ức của chị, nhờ cái bùa hương chị hằng ấp ủ trong tim, theo năm tháng và dù ở bất kì không gian nào vẫn bồng bềnh trôi về cõi vô tận trong "Giấc Mơ Hương."

Sống với kí ức là sống hai lần. Lần đầu thật sự kinh qua tất cả những trải nghiệm vui buồn, và lần thứ hai là lúc sống với kí ức. Lần thứ hai này đẹp hơn lần đầu vì như tôi nói bên trên kí ức chúng ta có cái lăng kính, nó gạn lọc đi tất cả những gì chúng ta không muốn nhớ. Ông Tennessee Williams, nhà viết kịch lừng lẫy của nước Mĩ, thì bảo, "Tất cả Đời sống đều là kí ức, ngoại trừ những giây khắc hiện tại vụt qua quá nhanh đến nỗi bạn không kịp giơ tay ra chụp bắt." Chúng ta ai cũng có kí ức, loài vật như loài voi, loài cá như cá hồi cũng có kí ức. Riêng đối với những kẻ lìa bỏ quê hương ở lúc khúc giao hưởng đời sống đã tấu xong hành âm mở đầu thì cái kí ức ấy hình như là cái khối nặng khôn kham. Chúng ta trìu trĩu đeo nó trên người cho đến ngày nhắm mắt xuôi tay như con ốc sên đeo cái vỏ của nó, như người gù đeo cái cục u khổng lồ trên lưng. Cái gì nặng nề thì khổ sở, tối đen, cái gì nhẹ nhàng thì vui tươi, xán lạn. Chúng ta thường hay nghĩ như thế. Cái kí ức nặng nề đó được Nguyễn Thị Khánh Minh thánh hóa thành Giấc Mơ nhẹ hơn không khí, và nhờ hương kí ức của chị nó bồng bềnh theo gió bay lên.

Thật khó viết đầy đủ về Nguyễn Thị Khánh Minh. Chữ nghĩa chị ảo diệu quá. Tâm hồn chị cao rộng quá. Đôi lúc tôi như choáng ngợp trong khu vườn đầy hoa lá và kì hương của chị. Không chắc sau khi gấp lại cuốn sách tôi nhìn ra tâm hồn chị, nhưng một điều tôi biết chắc là nhờ nó tôi như phá vỡ được bức tường cản, đặt chân vào ngôi nhà nghệ thuật và chạm vào linh hồn của sự vật.

(http://vanviet.info/nghien-cuu-phe-binh/nguyen-thi-khnh-minh-nhung-qua-bng-bong-benh-huong-k-uc/)

Bài 2-
Nguyễn Thị Khánh Minh:
Những Giấc Mơ Phương Hoa Sắc Mầu
(2018)

Bụi hồng liệu nẻo đi về chiêm bao. Nguyễn Du

1.

Trong tuyển thơ Tản văn thi [Văn Học Press xuất bản, 2018], nhà thơ Nguyễn Thị Khánh Minh đã dùng một trích ngôn của Hans Sachs, một thi hào sinh sống vào thời Trung đại, "Tất cả cảm hứng thi ca đều chỉ là giải mã những giấc mơ." Từ chìa khóa ở đây là "cảm hứng." Nhờ đó, chúng ta biết chị không phải là nhà thơ Siêu thực, chị không sử dụng thủ pháp "lối viết tự động" để diễn đạt những thi ảnh và cảm xúc của giấc mơ trôi ra từ tiềm thức hoặc vô thức. Ngược lại, những giấc mơ của chị bắt nguồn từ một ý thức tự thân, từ những xung động ngoại giới, từ cuộc sống hiện thực, rồi bốn mùa xuân hạ thu đông chúng được giú bên trong một tâm hồn thi ca mẫn cảm, một cảm xúc tha thiết, để qua chữ nghĩa cách điệu nhưng đẹp nền nã, óng mượt nuột nà, chị đã gửi đến giới yêu thơ hôm nay một tác phẩm thơ đặc sắc, rất quý và rất hiếm.

Chẳng cần tìm kiếm đâu xa, ngay từ bài thơ đầu của tác phẩm, Khoảnh khắc giấc mơ, Nguyễn Thị Khánh Minh đã thố lộ cùng chúng ta nguồn cảm hứng cho những giấc mơ của chị. Nó là "tiếng chim ríu rít," là "bóng đêm," là "ánh sáng," là "bờ vai nương tựa," là "những vì sao," là "gió," là "bóng mây," là "tiếng cười bé thơ," là

> *Nơi kia nhà tôi. Mỗi ban mai thấy mặt trời lên. Nơi kia tình yêu tôi. Không ngừng khoảnh khắc phút giây hiện hữu. Nơi vòng tay tôi vẫn ấm lòng nhân gian bầu bạn cho dẫu từng nhịp quay thế giới đang chìm dần trong tối. Và may thay nước mắt còn rơi từng hạt sông chở niềm đau về biển.*
> (Khoảnh khắc giấc mơ)

Chẳng thể nào nghĩ khác hơn, từ một thực tại linh động, từ cái mà chị gọi là "bức tranh sắc mầu cuộc sống," chị đã nâng niu nuôi nấng cảm xúc rồi phó thác nó vào chiêm bao thơ mộng, và nhờ hơi thở bùa phép thi ca cho nó một đời sống mới, một siêu-thực-tại. Sự vật trong thơ Nguyễn Thị Khánh Minh như có một đời sống mới, bởi nó được chắt chiu đãi lọc bằng một cõi lòng "tinh khôi nhân ái," bằng "những mảnh vỡ trái tim" để ước nguyện sau cùng của chị chỉ giản dị là những "hạt pha lê được nuôi sáng bằng lời thơ dâng hiến." Chỉ trong một "xứ sở chiêm bao," hay chính xác hơn trong một "khoảnh khắc giấc mơ" chị mới thực sống. Trần trần những giấc mơ nhức nhối khôn nguôi:

> *Có thể một xô lệch của thời gian, được không? Anh bước qua cây cầu và đi vào không gian giấc mơ? Giấc mơ em ở đó, không thời gian. Không ở đâu trong thế giới hiện hữu này. Cánh tay thực tại buông lơi, Giấc Mơ em gọi tên, người bạn*

rong chơi cùng em suốt mùa quá khứ, đập cùng em nhịp tim của phút giây, và là một mơ hồ vẫy gọi ở cuối chân trời. Giấc Mơ, nơi có thể giữ lại thời gian, cho em sống, ở lại, với tấm lòng mãi mãi Hôm Nay. (Nơi bắt đầu mùa xuân)

Và chị miêu tả những giấc mơ ấy:

Tôi là kẻ đi nhặt những giấc mơ
Giấc mơ người ta quên khi xuống tầu thời gian
Giấc mơ người ta đánh rơi trong đêm
Giấc mơ bị đánh cắp trong ngày
Giấc mơ bong bóng bay
Giấc mơ còng gió
Giấc mơ bọt biển
Giấc mơ hạt cát
Giấc mơ chín
Giấc mơ non
Vô cùng. Những Giấc Mơ Xanh.
(Ai cần giấc mơ?)

Con người là sinh vật duy nhất biết cô độc và mộng mơ. Vì cô độc nên mới mộng mơ hay mộng mơ dẫn đến cô độc? Cả hai có nhất thiết đi đôi với nhau không? Câu trả lời xem ra chẳng cần thiết, bởi đằng nào chúng ta cũng chấp nhận đội trên đầu cái vòng kim cô ấy, nhưng nó là cái vòng kim cô dịu dàng, bởi không cô độc và không mộng mơ thì rất khó cho ra đời một tác phẩm nghệ thuật xem được. Beethoven sống suốt đời trong cô độc, và chàng mơ mộng đến độ tưởng tượng ra những Người Tình Bất Tử để chàng viết không biết bao nhiêu lá thư tình diễm tuyệt mà còn truyền tụng đến ngày nay. Nhưng chính nhờ thế chàng đã để lại cho hậu thế những khúc nhạc bất hủ, và chúng ta mãi mãi chịu ơn sự cô độc cùng tính mơ mộng của chàng.

Mơ hay mộng mơ không hẳn chỉ là một hành vi vớ vẩn vô nghĩa (hay vô bổ, nếu bạn muốn gọi như thế). Kì thực, nó chính là thao tác thẩm mĩ, một trò chơi của trí tưởng tượng, một trò chơi có giá trị tự thân, một nhu cầu sâu thẳm nhất của con người mà chúng ta càng lúc càng bỏ quên trong cuộc sống bình nhật vốn giành hết tâm trí và năng lực chúng ta. Không, đừng hiểu sai, tôi không nói đến chuyện mơ một ngôi nhà nguy nga, một chiếc ô tô lộng lẫy. Tôi muốn nói đến những giấc mơ phương hoa của Nguyễn Thị Khánh Minh. Hãy lắng nghe chị thủ thỉ:

> *Đêm im, bầy lá non không hát nữa hồn nhiên, nghe trong cây tiếng thở dài khe khẽ, nghe không gian từng sợi nhỏ rung rung, và tôi nữa, một cành khuya đợi gió về thắp sáng.*
>
> *Muốn gửi về phía đêm hương hoa chớm mùa say đắm, ngõ chiêm bao rộ sắc thời gian. Muốn gửi về phía ngày hương khuya sâu mộng mị cho mai về nắng sống lại tươi mươi.* (Bầy lá non thở dài trong đêm)

Hay những giấc mơ sắc mầu:

> *Dường như nghe một mầu hoa hát tím trong mắt nhìn về phía hoàng hôn, trong thao thức con đường ấu thơ dịu nồng sắc tím, khi tìm về lại tím đến thiết tha.*
>
> *… Xin tím là ánh nhìn thương yêu, mỗi mỗi nỗi buồn là nụ hoa kỳ diệu… Xin tím hát tình ca đắm đuối, để niềm vui thao thức khôn nguôi, hạt thời gian xanh hoài phiến mắt, chút buồn kia sương sớm mong manh.* (Sắc Tím)
>
> *Thời gian lúc ấy. Là mầu xanh rộng của trời. Mầu nâu ấm áp của con đường. Mầu tím của cánh hoa nở trong giấc ngủ. Mầu đỏ ối của chùm ổi trong bữa của bầy chim. Mầu nước mía quện rêu bờ ao. Chúng ta bên nhau ánh nhìn vỗ cánh…* (Ngày Lúc Ấy)

Những thi ảnh thật đẹp trong mơ tuần tự trôi về như những thước phim đầy mầu sắc và âm thanh. Nhà thơ đã vận dụng tất cả giác quan cùng trực quan để khám phá một thế giới mới, trong đó cảnh sắc và cá thể hòa nhập làm một như trong truyện thần tiên. Chỉ trong giấc mơ, tâm và cảnh mới có thể nhập lại như hiện hữu trong cùng một cầu vực tinh ròng, thuần khiết.

Bay theo gió mùa hè hương đồng lúa chín. Và tôi. Đã như thể một trong những cánh chuồn kim lá biếc. Tha sợi nắng li ti về trên cỏ tuổi thơ. Lấp lánh bảy sắc cầu vồng. Bắc nhịp.

Trải theo con đường đất nâu nhạc tim rơi trong từng khoảnh khắc. Tôi. Như thể thời gian đang giữ lại một mùa hạnh phúc. Ngày êm êm con nước chảy thức dậy cánh bèo tím. Chiếc cầu bắc ngang những buổi trưa hè. Tôi. Đã từng là giấc mộng anh kể.

Không gian lúc ấy đựng đầy hương ổi. Đàn chim hay đánh rơi xuống chỗ tôi ngồi những mảnh vỏ và hạt. Tôi nói. Ước mơ em ngọt và thơm như những trái ổi sẻ. Anh bảo. Anh muốn thành đàn chim về ăn quả… (Ngày lúc ấy)

Giở gần như bất cứ bài thơ nào, bạn cũng thấy câu chữ với những hình ảnh và cú điệu như thế. Và nếu chú tâm thêm chút nữa, để ý năm tháng sáng tác ghi dưới mỗi bài thơ, bạn sẽ thấy những bài thơ này trải dài suốt một thời gian 40 năm trường. Bốn mươi năm mà không thấy sự khác biệt lớn lao nào về cảm quan nghệ thuật lẫn ý tưởng giữa những bài làm từ rất lâu và những bài gần đây, chứng tỏ nhà thơ đã trưởng thành rất sớm và nó cũng chứng tỏ một tâm hồn nhạy cảm.

Người nhạy cảm có thể khổ đau nhiều hơn kẻ không nhạy cảm, nhưng nếu thấu hiểu và đủ sức vượt qua những khổ đau ấy, hắn sẽ khám phá ra không ít cái đẹp bất ngờ đang chờ đón hắn ở bến bờ xán lạn phía bên kia, nơi hắn có thể rũ bỏ mọi ưu phiền để tìm cho mình một tâm tư tĩnh lặng, một cuộc sống đáng sống. Người nhạy cảm cũng là người tin tưởng vào chủ nghĩa yêu thương, một chủ nghĩa nhân đạo đích thực. Triết gia Ấn Độ Krishnamurti suốt đời rao giảng chủ nghĩa này. Ông kêu gọi con người chúng ta hãy phá bỏ bức tường thành kiến, truyền thống, tôn giáo, đạo đức giả, hủ tục… hãy trút bỏ lòng sợ hãi, dục vọng, tính đố kị, ích kỉ… để thực hiện một cuộc cách mạng, một cuộc cách mạng lấy yêu thương làm trung tâm, một love-centric revolution. Đọc thơ Nguyễn Thị Khánh Minh, tôi có cảm tưởng như nghe thấy lời của triết gia quyện lẫn bên trong những câu thơ của thi gia:

Yêu thương nhé, nghe nắng vừa lên, nói cùng hoa đang nở trắng trên cành, nói cùng lá cứ sống hết mình xanh, cho hừng đông tuôn trào sức sống. Trong ban mai những ước mơ trổ nụ, yêu thương ơi xin thức dậy cùng người…

Trong tiếng nhạc ngày về óng ả, mắt chim non vừa bỡ ngỡ bao la, cất tiếng gọi đầu tiên thơ dại, lá xôn xao quấn quýt những bàn tay, yêu thương ơi khoảnh khắc xum vầy đơn sơ thế xin một lần được cất cánh bay. (Yêu thương ơi)

2.

Thơ Nguyễn Thị Khánh Minh tràn đầy cảm xúc yêu thương, một tấm lòng yêu thương rất nữ tính. Chị chẳng những yêu thương mái nhà ấm áp của chị nơi có bờ vai cho chị ngả vào, có đàn con cho chị sẻ chia tình mẹ con, mà còn quý mến từng nụ hoa, từng lá cỏ, từng kỉ niệm, từng lời hát, từng hình ảnh, từng ánh mắt, từng nụ cười… Chị cất giữ tất cả trong chiếc hộp có thắt nơ thân ái của chị rồi thi thoảng đem ra nhẩn nha nâng niu ngắm nghía cho cõi lòng chùng xuống với những nỗi niềm trìu mến, thiết tha. Tôi hình dung như thế, bạn ạ. Chẳng biết bạn có cùng ý nghĩ như tôi?

Thơ Nguyễn Thị Khánh Minh bàng bạc tố chất nữ, ngay cả trong giây phút bâng khuâng, thậm chí hoang mang, lúc đứng trước một hiện thực phân chia có phần đen tối của thế giới ban ngày, chị cũng để hiển lộ tâm cảnh của một người nữ:

Sáng nay buồn buồn trông lên cái nhìn tôi không thể xa hơn nỗi sợ, sợ giấc mơ của tôi của anh của cánh diều trẻ thơ tan tác trong những phân chia ranh giới. Ranh giới đất trời ranh giới Đông Tây ranh giới thiện ác ranh giới tin ngờ ranh giới sống chết.

Có lẽ rồi chỉ còn mây đi qua được những biển cấm. Có lẽ rồi chính dòng nước kia cũng sẽ là rào chắn đường bơi của cá. Có lẽ rồi những mảng xanh chỉ còn vớt vát được nơi ánh nhìn của người mơ mộng. (Ngó Lên Trời Ngó Ra Biển)

Đây là điểm rất đáng được lưu ý trong thơ Nguyễn Thị Khánh Minh, bởi chúng ta có thể đặt tố chất nữ trong thơ chị vào ngôn cảnh của Bút pháp nữ để quy chiếu tầng ý nghĩa của tác phẩm lên một chiều kích mới mẻ, phức tạp hơn.

Lí thuyết Écriture féminine (Bút pháp nữ) đưa lên tiền cảnh sự quan hệ của ngôn ngữ để thấu triệt bản ngã ở khía cạnh tâm lí. Dựa vào những khám phá của ngành Phân tâm học về một khảo hướng làm thế nào con người hiểu thêm vai trò xã hội của mình, nó tìm cách lí giải phương án bằng cách nào người phụ nữ có thể đặt mình vào vị trí "khác" trong một trật tự biểu tượng phái nam để tái xác định sự hiểu biết về một thế giới hữu quan xuyên qua những thao tác giao thoa với cảnh giới ngoại tại.

Tôi bắt gặp thật nhiều những câu thơ của Nguyễn Thị Khánh Minh điển hình cho suy nghĩ Écriture feminine, như những câu sau đây:

> *Hãy chậm thôi, Hôm Nay đang cất tiếng… dẫu rực rỡ ban mai dẫu sụt sùi bóng tối. Xin rất bình yên lúc tan đi lúc ở lại vui chung. Tơ lòng ta buộc với bao la. An nhiên sương niềm ấy vô cùng…* (Những Sợi Tơ)
>
> *Mơ màng lời cầu kinh trong tiếng nổ. Mơ màng lời kêu gọi chống-chiến-tranh-tới-giọt-máu-cuối-cùng… Bảo-vệ-quê-hương-đến-giọt-máu-cuối-cùng… Ôi máu không ngừng chảy…*
>
> *Ai cũng có quyền được sống. Ai cũng có quyền có một mảnh đất để sống. Và. Giết nhau khắp nơi…* (Ai Đang Nói Gì Thế)
>
> *Đêm. Từng đêm. Ai đã để ở đó những bó hoa tàn cột chân những trái bóng xanh đỏ những con thú nhồi bông hai mắt nút đen buồn bã. Cây chong chóng không gió nói chuyện về những em bé chỉ còn để lại cái tên. Viết vội. Dòng nước mắt cong queo khô đáy nến. Ngọn nến buồn nhất của đêm con mắt linh hồn ngơ ngác cháy nhấp nhô miếu đêm trôi dài tiễn biệt.* (Sống Sót)

"Vị trí khác" là cụm từ chìa khóa để hiểu định nghĩa Bút pháp nữ. Từ đó, chúng ta có thể nói gì về "cái khác" trong thơ Nguyễn

Thị Khánh Minh? Hiển nhiên, chị không làm "khác" bằng cách đắm chìm trong dục tính như Hồng Khắc Kim Mai dạo trước hay Vi Thùy Linh sau này. (Tuyệt đối không tìm thấy dấu vết dục tính nào trong thơ Nguyễn Thị Khánh Minh.) Chị cũng không làm "khác" bằng cách tự vẽ vòng tròn rồi bước vào đứng bên trong, ngạo nghễ (hay ngổ ngáo) thách đố thế giới bên ngoài như Nguyễn Thị Hoàng Bắc. Chị nhìn thế giới với con mắt bao dung, yêu những cái đẹp nhỏ nhoi, bình thường của nó, nhưng chị đau xót vì sự băng rã của nó, phẫn nộ vì cái xấu xa của nó, và chị van nài, cầu khẩn chúng ta hãy cùng chị thương yêu nó hơn. Chỉ có yêu thương mới đem lại chân lí. Hẳn chị phải nghĩ như thế. Nhưng chị yếu đuối, chị là phái yếu, chị đơn độc, thiếu kẻ đồng hành, và bởi thế chị chọn giải pháp đi vào giấc mơ để nói chuyện với chúng ta. Trong giấc mơ chị có thể nói những điều mà ngay kẻ "đường đường một đấng anh hào" bình thường ngoài đời không dám nói, và trong một trật tự biểu tượng phái nam, chị đã "làm khác" như thế. "Làm khác" để có thể nhìn thấy một viễn cảnh to rộng hơn, một chân trời ló dạng rõ hơn ở bên kia bến bờ hi vọng.

Bà nhà văn Flannery O'Connor bảo, "… Viết văn không phải là đào thoát khỏi thực tại, mà là nhảy thật sâu vào thực tại khiến hệ đời sống như bị chấn động bởi cơn sốc." Nguyễn Thị Khánh Minh chẳng muốn gây "sốc" chút nào. Nhưng bà O'Connor cũng nói thêm, ". . . Nhà văn là kẻ vẫn còn hi vọng trên cõi đời, kẻ không còn hi vọng không viết văn." Về điểm này thì Nguyễn Thị Khánh Minh hoàn toàn tin theo, chị là kẻ vẫn còn hi vọng trên cõi đời.

> *Tôi sẽ theo con sóng nhỏ về biển xanh. Biển thanh bình hiền hậu. Xóa đi những giờ thiên tai. Người ơi. Nếu có tìm tôi. Phút thức khuya trên hàng dương liễu và con trăng mới mọc. Trên bước gió mở ngàn khơi nơi cuối cùng là phương đông ấm một mặt trời…* (Khoảnh Khắc Giấc Mơ)

Khổ thơ này khép lại tuyển thơ, và cũng như bài thơ đầu cùng tên, nó gói ghém những giấc mơ của chị, và mở ra một hi vọng "nơi cuối cùng là phương đông ấm một mặt trời…" Một hi vọng nhỏ nhoi mà bao năm rồi vẫn hoài hi vọng.

3.

Tản Văn Thi là một tuyển thơ lạ. Ngay cái nhan đề đã lạ rồi, nó cho người đọc biết đây là một kết hợp thú vị giữa tản văn và thi ca. Đừng quên Nguyễn Thị Khánh Minh là một cây bút viết tản văn xuất sắc. Tập tản văn Bóng Bay Gió Ơi của chị ra mắt cách đây ít năm đã gây tiếng vang không ít. Tuy thế, dù là văn, trọng lực chữ nghĩa của chị hình như nghiêng về thơ nhiều hơn. Tôi nói thế không phải bởi chữ nghĩa tản văn của chị chau chuốt, óng ả như lời thơ, mà bởi ở bất kì loại thể văn học nào, chị vẫn là con chim họa mi đậu trên rượng hoa trong bóng đêm hót về nỗi niềm cô độc của mình bằng tiếng hót ngọt ngào. Thi hào Anh Percy Bysshe Shelley hồi đầu thế kỉ XIX đã định nghĩa thơ như thế, và tôi thấy thật đúng nếu đem định nghĩa ấy gán cho Nguyễn Thị Khánh Minh. Văn hay thơ.

Thơ chị trong suốt, ong óng như một dải lụa, và đi thẳng vào lòng người. Chị ít sử dụng hoán dụ hay ẩn dụ trong câu chữ. Ở những nhà thơ tiền bối như Nguyễn Du, thơ là một đại lâm ẩn dụ. Chỉ một câu thơ "Đài gương soi đến dấu bèo cho chăng" chàng Kim Trọng đem ra tán tỉnh Thúy Kiều đã thấy một hoán dụ (đài gương) và một ẩn dụ (dấu bèo) rồi. Dĩ nhiên, cái mà Milan Kundera gọi là "ý thức của sự liên tục" không cho phép chúng ta làm thơ như Nguyễn Du, cũng như thời nay không ai viết nhạc như Beethoven. (Chỉ làm trò cười cho thiên hạ, Kundera bảo thế.) Thay vì hoán dụ hay ẩn dụ, Nguyễn Thị Khánh Minh sử dụng sự vật hữu quan, khoác cho chúng một thi ảnh hay một thi tứ nào đó, rồi bằng thứ ngôn từ diễm ảo, vi tế nhưng không làm dáng, chị thổi bùa phép vào chúng để biểu đạt điều mình muốn nói.

> *Hãy chạy nhanh ra biển anh ơi. Cùng đàn chim đang tấu khúc ban mai rực rỡ. Trên bảng mầu mong manh chúng ta sẽ kịp chấm phá ánh nhìn tươi vui trước khi nét ban sơ này bị phá hỏng. Cùng với đàn sóng. Tan vào trong suốt đại dương*

trước khi chúng phai mầu khô cạn. Vươn dài đôi tay khát khao theo dòng chảy êm ả của con sông còn một bến hẹn biển xanh… (Điều Mơ Mộng Nhỏ)

Những thi ảnh "biển," "đàn chim," "tấu khúc ban mai," "bảng mầu mong manh," v.v… trong khổ thơ trên không hề mang một giá trị nội tại nào, chúng chỉ là những biểu tượng hữu quan, để từ đó chị thăm dò và khai mở tâm cảnh (mà trong trường hợp bài thơ này là nỗi lo sợ trước một thế giới loài người đang tàn tạ). Những biểu tượng tương tự xuất hiện thật nhiều trong thơ Nguyễn Thị Khánh Minh, hầu như bài thơ nào, khổ thơ nào cũng có. Biểu tượng không xuất hiện một cách ngẫu nhiên, tùy tiện. Chúng được nhà thơ khám phá chứ không phải sáng tạo từ vô thể. Thế rồi, cấu trúc biểu tượng được tạo dựng bằng cách phóng chiếu cảm xúc nội tại ra thế giới ngoại tại. Các biểu tượng nhờ thế như có linh hồn và đấy chính là bùa phép của nhà thơ, bởi nhà thơ – chỉ nhà thơ thôi – là kẻ có quyền năng "đi vào linh hồn của sự vật."

Những nhà thơ theo truyền thống Tân-Plato như Baudelaire hay Poe xem thi ca là cái gì vượt qua thế giới hữu hình và có khả năng thấu hiểu được chính chân lí thánh hóa. Kết quả có thể khiến kẻ chưa khai tâm rơi vào cõi sa mù, hỗn mang, nhưng qua biểu tượng, nhà thơ khai thác được cái mà ngày nay chúng ta gọi là nguyên mẫu, và nhấn mạnh tính ẩn dụ của ngôn ngữ. Về điểm này, thi ca Việt có lẽ đã nắm bắt được nguyên lí ấy từ buổi rạng đông, cách đây cả nghìn năm. Đọc lại hai câu thơ ngắn sau của Thiền sư Huệ Sinh thời Lý, "Tịch tịch Lăng già nguyệt – Không không độ hải chu", chúng ta thấy sự vật hữu quan được nhà thơ sử dụng một cách tài tình để miêu tả cái trừu tượng. Những biểu tượng như "vầng trăng," "Lăng già," "con thuyền," những sự vật hữu hình, đã được khoác chiếc áo ẩn dụ để bật mở những khái niệm trừu tượng ở tầng cao hơn như chân như, bản thể, thực tại, đại hồn, đại ngã… Thi ca Lý-Trần, đặc trưng của Thiền tông Việt Nam, đa phần đều dĩ tâm truyền tâm như thế cả, tức là nó có khả năng chắp đôi cánh thoát ra khỏi sự ràng buộc của thế giới hữu hình, không bị giới hạn bởi không-thời-gian, mà, bằng biểu tượng và trực quan, phóng chiếu thực tại lên siêu-thực-tại.

Biện biệt dài dòng như vậy, chẳng qua chỉ để nhích đến một suy nghĩ chủ quan: Tuy câu chữ của Nguyễn Thị Khánh Minh không chứa đựng nhiều ẩn dụ, nhưng mỗi khổ thơ trong thơ chị, thậm chí mỗi bài thơ, qua ngôn ngữ, là một ẩn dụ lớn.

Nguyễn Thị Khánh Minh không nệ chữ mặc dù thi thoảng chúng ta bất chợt bắt gặp những biện pháp tu từ như bả mây dập dồn, hạt lệ dai, cái nhìn đầu tiên của loài cuội, nắng ngọt vai. Và nhiều nữa, trong suốt tập. Theo tôi thì chủ ý chính của nhà thơ chỉ giản dị là tiếp lực khả năng biểu cảm của ngôn từ hầu có thể biểu hiện những cảm xúc, cảm quan, cảm thức vốn nằm ngoài đường biên của ý thức hằng ngày. Nguyễn Thị Khánh Minh cũng không sử dụng biện pháp juxtaposition một cách tối hạn, có nghĩa là chị không đặt liền kề những thi ảnh tréo ngoe, tương phản, chẳng ăn nhập gì với nhau để bật mở một hiệu ứng bất ngờ nào đó giữa những con chữ, như nhiều nhà thơ khác ưa chuộng (Thường Quán chẳng hạn). Sự thật, Nguyễn Thị Khánh Minh rất cẩn trọng với câu chữ. Các từ nằm bên nhau tưởng như tình cờ nhưng đọc kĩ mới thấy dụng tâm của nhà thơ. Nghệ thuật phối từ đạt tới mức độ chín muồi, điêu luyện. Kho từ vựng của chị cũng là rất phong phú. Nhờ đó người đọc có cảm tưởng chị làm thơ như lấy đồ trong túi (nhưng thật ra không phải thế đâu, lao tâm khổ tứ lắm!) Thơ của chị là khúc nhạc với những mô-típ liên ý nghĩa, được viết với nhịp tiết Allegro con moto. Luôn luôn chuyển động. Câu chữ dồn dập. Ý tưởng cuồn cuộn. (Tôi đang nghĩ đến một khúc nhạc của Mozart.) Và chính bởi thế, chúng ta tuyệt đối không nên đọc thơ chị với tốc độ đọc một bản tin "xe cán chó," một điều chúng ta thường xuyên phạm phải trong cuộc sống hôm nay.

4.

Nếu bị ai hỏi trong tuyển thơ Tản văn thi của Nguyễn Thị Khánh Minh, tôi thích bài thơ nào nhất thì có lẽ tôi sẽ lúng túng không biết trả lời sao. Chẳng lẽ trả lời ba phải là bài nào cũng thích? Vâng, sự thật là gần như bài nào cũng thích, nhưng thú thật cùng bạn, thích nhất với tôi có lẽ là bài Buổi Sáng Cùng Chim Nhại.

Sự hiện hữu của một con chim biết nói và nhất là khí hậu ma mị của bài thơ làm tôi liên tưởng đến bài Con quạ (The Raven) của thi hào Edgar Allan Poe.

Con quạ là một khúc thơ tự sự của Poe, ngôn từ cực kì cách điệu, xuất hiện lần đầu năm 1845, thuật chuyện người đàn ông thương nhớ vợ (hay người yêu) tên Lenore mới qua đời. Một đêm nọ, trong lúc chàng đang vật vã than thở thì một con quạ đen bay qua cửa sổ vào phòng và đậu trên đầu pho tượng nữ thần Pallas. Con quạ không chịu bay đi và trong cơn đồng thiếp chàng nhấc ghế lại nói chuyện với con quạ. Chàng than thở về nỗi buồn của chàng và hỏi nó đủ thứ chuyện nhưng nó chỉ trả lời một câu cộc lốc "Nevermore" như một điệp âm ma quái, ghê rợn tại cuối mỗi khổ thơ. Cuộc nói chuyện kéo dài và chàng đi từ trạng thái buồn rầu, phiền não đến chỗ thác loạn thần kinh rồi ngã sóng sượt dưới sàn nhà.

Bài thơ dày đặc ẩn dụ và ám dụ, ma quái, buồn thê thiết, và hơn thế kỉ rưỡi nay nó giữ chỗ đứng trên kệ sách như một trong những bài thơ hay nhất của nhân loại. Thi hào Stéphane Mallarmé dịch sang tiếng Pháp với minh họa của không ai khác hơn danh họa Édouard Manet. Tổng thống Abraham Lincoln thuộc lòng bài thơ. Đội banh football của thành phố Baltimore lấy tên Baltimore Ravens để vinh danh Poe vì có thời ông sinh sống nơi đó.

Bài thơ Con quạ của Poe bắt đầu bằng tiếng gõ cộp cộp lên cánh cửa phòng người đàn ông đang nhớ thương người yêu, bài Buổi Sáng Cùng Chim Nhại của Nguyễn Thị Khánh Minh cũng bắt đầu bằng tiếng gõ cộp cộp của con chim nhại lên mặt kính của sổ:

> *Con chim cổ trắng. Đậu trên cành cây gai. Bên ngoài cửa sổ. Gió cào trên mặt gương. Tôi gõ vào cửa kính. Nó đáp lời, cộp cộp, xòe đuôi lên: Sao gọi tôi là chim, sao gọi tôi là chim. Hỡi người đang ngồi trong hộp kính? Tiếng cộp cộp vỡ tung những mảnh sáng.*

Sự tương tự chấm dứt nơi đó. Với Con quạ, người ta không hề thấy một tia dấu vết hi vọng nào, sự tuyệt vọng hình như càng lúc càng tăng, trái ngược với bài thơ của Nguyễn Thị Khánh Minh, nỗi niềm cô độc như được vỗ về bằng đường bay muôn dạng của con chim nhại để nhận thấy rằng tia sáng hi vọng vẫn còn. Một ẩn dụ hiếm hoi tìm thấy trong bài thơ, đó là "hộp kính." Hiển nhiên, nó mang chức năng biểu hiện sự mất tự do, nhưng đừng hiểu đấy là một nhà tù giam hãm thân xác. Phải đọc tiếp câu chữ bài thơ, chúng ta mới nhận ra sự mất tự do là do chính chúng ta đã không dám thốt lời yêu thương, không dám để yêu thương làm kim chỉ nam đưa đường chỉ lối mà cứ để ngôn từ ma muội dẫn dắt vào mê lộ:

> *Trong cái mỏ của loài tự do những cọng rơm ngôn từ cựa quậy. Nó làm tôi ngứa miệng. Tôi nhớ chiếc hộp kính nơi tôi hít thở mỗi ngày. Tôi nhớ câu tôi thường nghe. Tôi nhớ câu tôi thường nói.*
>
> *Xanh mở mắt trời. Gió bung hết những cánh cửa keo kiệt của thời gian. Chạm vào đường biên mơ hồ của vô tận. Tiếng đập mê man thiên đường tôi đôi cánh. Chế giễu một loài hai chân cực kỳ ngây thơ, cái gì cũng đặt tên cái gì cũng giải nghĩa cái gì cũng dùng lời.*

Chỉ khi nào học được bài học của con chim nhại, nhìn ra đường bay tự do của nó, thấu hiểu lẽ thường hằng của cuộc nhân sinh, tính vô thường của sự vật, yêu cái đẹp nhỏ nhoi của đất trời, cảm tạ ân nghĩa được sống bình thường, ở một nơi có "chiếc ghế tình yêu," "nơi tôi sẽ được nói, mỗi ngày, yêu anh," "nơi tôi sẽ được nghe, mỗi ngày, yêu em," "với nắng ngọt vai của mặt trời sắp lặn," thì lúc đó ta mới thật sự thoát ra khỏi cái "hộp kính" ghê rợn kia mà hòa nhập vào cuộc sống phương hoa muôn sắc mầu này. Bởi chân lí không ở đâu xa mà nằm trong chính mỗi chúng ta.

Hình như suốt tuyển thơ, nhà thơ chỉ muốn nói có thế.

TRỊNH Y THƯ

https://sangtao.org/2018/05/11/nguyen-thi-khanh-minh-nhung-giac-mo-phuong-hoa-sac-mau/#more-106005

Bài 3-
Về Bài Thơ 'Phố Rất Xa'
Của Nguyễn Thị Khánh Minh (2018)

Cuối năm, được người bạn thơ, nữ thi sĩ Nguyễn Thị Khánh Minh tặng cho một bài thơ hay, không sung sướng sao được? Một món quà tặng thật ý nghĩa.

Thơ Khánh Minh bao nhiêu năm rồi vẫn như thế, thi ngôn nền nã, sáng đẹp, thi tứ trữ tình, lãng mạn, đậm buồn, giàu thi ảnh, tràn đầy cảm xúc, và luôn luôn có những biến ảo lạ lùng trong ngôn ngữ khiến thơ như chấp cánh bay cao và bay xa trong những chiều kích khôn cùng. Nhan đề bài thơ là "Phố rất xa." Hiển nhiên, nhà thơ muốn nói về miền đất quê hương của quá khứ, xa lắm rồi, bây giờ chỉ còn mơ hồ hiện về trong tâm tưởng những lúc ngồi cô độc nhìn mảnh trăng non vừa nhú. Thế nhưng suốt bài thơ, tôi không thấy Khánh Minh nói gì về mảnh đất xa xôi ấy, tuyệt đối không, một dấu vết mờ nhạt cũng không thấy, mà chỉ là nỗi buồn nhẹ nhàng nhưng sâu thẳm của một tâm cảnh trong lúc nhìn trăng lên. A! Phải chăng đấy cũng là tâm cảnh cho một tứ thơ sầu vạn cổ, "Cử đầu vọng minh nguyệt, Đê đầu tư cố hương?" Nhưng câu chữ của Khánh Minh ở bài thơ này đã làm người đọc tôi rụng rời để nghiệm ra cái tứ thơ sầu vạn cổ ấy ở bất cứ thờikhông-gian nào cũng khiến con người có cơ hội sống thật với hiện thể và bản thể của hắn.

Tôi ngồi cong mảnh trăng non

Trời! Làm sao có thể cảm nhận được hiệu ứng của từ "cong" trong câu thơ? Như được phả bùa phép, cảm xúc từ câu thơ như được đẩy tới một biên vực mới. Tôi ngồi cong người nhìn trăng, hay trăng thượng huyền cong cong nhìn tôi? Có lẽ chẳng cần thiết phải biện biệt như thế, bởi cái nhị đối trở thành cái nhất nguyên và tôi đã tìm về cái tôi trong suốt.

Thế rồi, cái hình tượng tôi-cong-trăng-cong ấy tan vỡ dưới thềm nhà biến thành những "miểng trăng im."

Vỡ trên thềm những miểng trăng im

Từ một hình tượng tuy tương đối bi sầu nhưng không mấy bi thảm, từ "miểng" của câu thơ trên đã khiến tâm cảnh biến đổi toàn diện. Chua xót. Đau đớn. Ánh trăng tan vỡ trên thềm biến thành những kí ức hãi hùng, những cảnh đời tưởng như chỉ có trong ác mộng!

Lý Bạch ngày xưa "ngửng đầu nhìn trăng sáng, cúi đầu nhớ cố hương," Nguyễn Thị Khánh Minh ngày nay "*Cúi xuống một hồn trôi ảo ảnh, Kéo về đâu tôi bốn phía đêm.*" Cách nhau hơn nghìn năm, nhưng hiện thể uyên nguyên là một. Xin cảm ơn, ở chân trời vẫn có người bay, và cảm ơn Khánh Minh.

TRỊNH Y THƯ

mùa Giáng Sinh 2018

Bài 1-
Chiêm Bao (2017)

Nhà Văn Hồ Đình Nghiêm

Trong *Tản Văn Thi* sắp xuất bản của tác giả Nguyễn Thị Khánh Minh có bài thi-văn-tản-ngắn mang tên "Ai Cần Giấc Mơ?" (Có dấu chấm hỏi). Tôi liên tưởng tới Ai mua trăng tôi bán trăng cho. Hoặc, có ai quét sạch lá rừng? Hoặc, có ai đếm đủ những vì sao? Hoặc, tay nào che khuất được mặt trời? Hoặc, có cách gì nhốt được gió không? Rồi nghĩ về một bóng, khuya đêm thầm lặng ra bãi biển Nha Trang, tay vốc cát lên, nhìn rõ cái hao hụt đang rơi qua những kẽ tay. Đầy, vơi. Người với dã tràng tuy hai mà một. Ai cần giấc mơ? Ai nấy đều cần mộng mị, dẫu biết phù du. Trăng thì mua làm gì mà cất công rao bán? Có ai quét sạch lá rừng? Hỏi cũng là trả lời về điều bất khả. Sao trời lung linh, mờ mắt mỏi cổ lắm! Một hai ba bốn năm sáu…

Tôi là kẻ đi nhặt những giấc mơ
Giấc mơ người ta quên khi xuống tầu thời gian
Giấc mơ người ta đánh rơi trong đêm
Giấc mơ bị đánh cắp trong ngày
Giấc mơ bong bóng bay
Giấc mơ còng gió
Giấc mơ bọt biển
Giấc mơ hạt cát
Giấc mơ chín
Giấc mơ non
Vô cùng. Những Giấc Mơ Xanh
Tôi nhặt. Và gom lại.

Nhân vật Tôi đứng ở góc một ngôi chùa cổ có lá bàng đỏ rụng đầy sân. Tôi quàng chiếc khăn lụa thành đô cổ tích. Gùi một lời hẹn. Không thời gian.

Hình ảnh trên có làm bạn bồi hồi? Thường khi, quả bóng bay luôn thoáng hiện trong sắp đặt ý, giữa hai hàng chữ mềm mại đầy nữ tính của Nguyễn Thị Khánh Minh. Tại sao "tôi" chọn đứng ở góc chùa mà không là địa điểm khác? Gợi lên thứ gì tựa mong manh, thân nhẹ. Chút gì khó nắm bắt, buông thả. Thích Ca nói: *"Không chắc sự bất toàn trong cuộc đời này là có thật, niềm đau khổ trong tâm cũng vì vọng tưởng mà ra"*. Gió thổi bóng bay. Chữ viết trên mặt cát bị sóng liếm bờ phủi trôi. Trong mơ tôi gùi lời hẹn, bừng xong giấc mộng cả thẹn ngày trôi. Cả giấc mơ lẫn những ao ước rượt đuổi trong đó diễn ra ở cảnh giới không thời gian. Chuyến tầu băng mình, không luôn cả trọng lực. Vút đi, chẳng để lại âm thanh. Dùng dằng chưa thoát chỉ là chiếc khăn quàng cổ úa mầu, như đám mây nấn ná ở lại trong trí. Vẻ đẹp nằm giữa giấc mơ rõ là một thứ lụa là sắp sửa bị xé rách; mũi tên đi tới cuối đường, cắm ngập vào hồng tâm để sự toàn bích dường như phải chịu thương tích. Thơ văn của người mang tên Nguyễn Thị Khánh Minh sẵn lòng thì thầm với bạn về thứ hạnh phúc tự nó đang đi trên sợi dây căng ngang hai đầu: Tuyệt vọng và Hy vọng. Tuyệt vọng mang gương mặt diễm lệ trong khi hy vọng già cỗi những nếp nhăn.

Ai cần giấc mơ? Tôi xin làm người trung gian chỉ đường về một cửa hàng gắn đầy hoa dưới bảng hiệu Khánh Minh. Tôi chỉ xin không bảo đảm, rằng khi bạn mua lấy giấc mơ ấy, nghịch lý sẽ xẩy tới: Bạn sẽ thao thức. Bạn nghe có nỗi sầu khổ dịu dàng vừa lay động. Lá bàng đỏ rụng đầy xuống hồn…

Có ai quét lá hiên ngoài? Có tôi, quét vài lát chổi thì vui chân tới gõ cửa chị Khánh Minh bởi tôi thực sự cần một giấc mơ. Chủ nhân rộng lòng đón tiếp và tương lai gần, những trao đổi "đời là một giấc chiêm bao" giữa chúng tôi sẽ sớm tựu thành "những con chữ lang thang" tới cùng quý bạn đọc. Mượn thơ Phạm Công Thiện nhé: *"Trong mơ em vẫn còn bên cửa, tôi đứng trên đồi mây trổ bông"*.

Mai này từ điển mới sẽ chú thích: Khánh Minh: Thơ mộng.

HỒ ĐÌNH NGHIÊM

đầu tháng 10, 2017

---

https://tranthinguyetmai.wordpress.com/2017/10/04/chiem-bao/

Bài 2-
Lời Thưa Xanh (2019)

Thuở nhỏ, tôi yêu thích chuyện cổ tích. Về cái kết "có hậu". Về một hình ảnh buộc phải xảy đến: Ra vườn sau ngồi ôm mặt khóc than một mình, thình lình có bà tiên vụt hiện ra, dịu dàng bảo: "Nín đi con, con muốn gì ta sẽ trao cho con thứ con thiếu."

Một bà tiên. Suốt đời tôi vẫn thiếu bà. Tôi khóc mút mùa lệ thủy nhưng bà bận việc gì mà chẳng đoái hoài trông thấy tôi đang bưng mặt thổn thức với sầu đau?

Nhiều người chê cách dựng chuyện hoang đường kiểu ấy. Nhưng tôi thì không. Tôi vụng nghĩ, bạn nên tìm đến niềm hy vọng cho dù chân bạn không bước tới đường cùng. Đại diện cho nỗi khát khao chẳng có gì dễ thương cho bằng một hôm bạn nhìn thấy một bà tiên. Tiên cũng chẳng ngại ngần kề cận khi tóc bạn đã hai màu. Không phải sao, trong văn chương vẫn mãi tụng chữ thiên thần? Họ viết thêm: Khi em đến, xin hãy đóng cánh cửa sau lưng, khóa lại và ném mất chiếc chìa ấy đi.

Thuở nhỏ tôi cũng thích nghe bạn tiểu học thuật chuyện: Cô cho trò một viên kẹo, chỉ được quyền lựa một trong ba màu đỏ, xanh, vàng. Trò nói: Thưa cô em chọn viên màu xanh. Cô bảo: Vì sao xanh? Nó bé hơn hai viên kia mà? Thưa cô, vì có lần cô cho hay xanh là màu của hy vọng. Em hy vọng được thêm viên màu đỏ. Chuyện chỉ ngang đó, không rõ cô có rộng lòng đáp ứng lòng tham của trò kia. Dẫu sao thì qua mẩu chuyện có vẻ khôi hài nọ, tôi mang cảm tình với màu xanh từ thuở tóc còn… xanh. (Vì sao bọn trẻ người non dạ lại ví chúng là đầu xanh? Chỉ có bà tiên mới đủ quyền năng giải thích?)

Ngoài tiên cô, ở đời sống này, tôi đồ chừng thi sĩ cũng ít nhiều tạo ra "quyền lực", ở một chừng mực nào đó. Và thi sĩ nhắc nhở tới màu xanh nhiều nhất, tôi e chỉ có một người nữ mang tên Nguyễn Thị Khánh Minh. Hãy cho tôi dẫn chứng, một trích đoạn đầu ở bài *"Ký Ức Xanh"* của chị:

> *Xanh. Xanh như trời xanh như lá xanh như nước xanh như ánh mắt sao Kim xanh. Em. Hạt biển xanh bung cao. Những con sóng nhìn lên. Ngưỡng mộ.*

Ban đầu, xanh là hấp lực tiên khởi ẩn náu trong viên kẹo. Tốt nghiệp tiểu học yêu xanh. Lên trung học cũng buộc phải quần xanh áo trắng. Vào học Mỹ Thuật cũng mê pha các sắc độ đậm nhạt của xanh. Vượt biển đắm mình sinh tử giữa trùng khơi xanh, xanh bất tận. Bát ngát hơn thơ Kiều "cỏ non xanh tận chân trời, cành lê trắng điểm một vài bông hoa". Và lưu lạc. Và một vài bông hoa hiện ra. Tôi yêu lắm bài "Nương Náu" của chị Nguyễn Thị Khánh Minh. Cũng xin trích chỉ hai khổ đầu của bài thơ, phần sau hãy nên để người đọc tự khám phá lấy một ngân nga vẫn vang vọng khuất xa, tùy vào cảm nhận riêng biệt:

Vào quán nụ cười xin mua một nụ
Cười thật to cho vỡ nỗi điên
Thời buổi buồn và điên xôm tụ

Vào quán đêm xin vay một giấc
Mơ thật ngon. Và ngủ cho quên
Đời ngoài kia đêm nổ tan tành mộng.
(Tập thơ Đêm, chưa xuất bản)

Ôi thôi, đã mang thân lưu lạc thì thiết tha vô cùng một chỗ nương náu. Phòng trọ bất ngờ mở cửa mang tên NTKM ắt sẽ diễn cảnh rồng rắn sắp hàng. Bởi chăng hình ảnh được dựng lên kia quá đỗi cần thiết. Nếu bạn vô duyên, hãy ra ngồi vườn sau mà khóc một trận rõ to. Bà tiên có hiện ra vỗ về hay không? Hạ hồi phân giải.

Với tôi, ngoài niềm hy vọng mà màu xanh "đứng mũi chịu sào", xanh còn tượng trưng cho Eden. Garden of God. Nôm na là vườn địa đàng. Vườn địa đàng luôn treo ngoài cõi thực. Tôi biết điều đó nên tôi từng xin nhà thơ Nguyễn Thị Khánh Minh một chiếc vé vào cửa, một giấc mộng chẳng tính tiền. Free. Chị từng rỉ tai tôi:

Tưởng rất gần
Mà nối hoài
Hụt hơi
Không đến
Riết rồi, tôi đặt tên
Điểm ở đầu kia
Là Giấc Mơ.

Tôi có ý định làm thơ. Được nghe chị tâm sự, thay vì nói theo kiểu cực đoan của nhà thơ xứ Tiệp, thi sĩ Rilke: *"Tôi van bạn chớ làm thơ, ngoại trừ trường hợp thiếu nó, bạn sẽ chết"* thì Nguyễn Thị Khánh Minh cất lời dịu dàng:

Nơi không gian thơ
Có thời gian cho lời đọng lại
Thầm thì đi. Bước chân đi mãi.

Đi đâu? Đi về cõi Mộng đụng đầu vào Mơ. Mơ luôn là chữ mà Nguyễn Thị Khánh Minh muốn viết hoa. Có lần chị trích dẫn lời của Hans Sachs: *"Tất cả cảm hứng thi ca đều chỉ là giải mã những giấc mơ"*. Đã là mơ, những gì xảy ra trong chốn thâm cung ấy luôn cá biệt. Giường ngủ có thể giống nhau, chăn nệm có thể cùng nơi sản xuất, gối kê đầu cũng sắm toàn thứ xịn y trang nhau nhưng muôn năm, suốt đời mộng mị luôn khác biệt cảnh sắc khi vàng khi đỏ khi xanh vây chắn.

Tôi cũng từng hân hạnh được ngồi kề nhà thơ nữ Trần Mộng Tú, quan niệm về thơ, chị cũng có điểm gần trùng với những cơn mộng của chị Nguyễn Thị Khánh Minh. Nhưng viết xuống, "giải mã" thành lời thơ, tôi yêu sự khác biệt chẳng thể so sánh của cả hai. Khác biệt rất cần thiết, làm tự thân mỗi người gầy dựng riêng một vùng khí quyển; và không gian, thời gian, khí hậu của Seattle sẽ mãi chẳng xanh mộng thắm như người ở California.

Tôi là kẻ ngoại đạo, không làm được thơ. Nói khác đi, có thể do tâm hồn tôi già cỗi. Khô đét như cây xương rồng. Tôi chỉ viết văn và bị người đọc bảo "gai góc quá, sần sùi quá, đe dọa quá". Do vậy, đọc thơ, đó là cách tìm kiếm một sự đắp bồi cho lòng tôi thôi hạn hán, bớt gai nhọn và biết rung động giữa sa mạc khi đêm bao phủ màu xanh huyền hoặc. Nói tới sa mạc tự dưng đâm hình dung tới những chuyến bay đêm của Antoine de Saint-Exupéry, tác giả cuốn Hoàng Tử Bé, riêng ở Pháp, được bình chọn là cuốn sách hay nhất thế kỷ 20. Sự thơ mộng la liệt, vương vãi nằm đầy trong từng trang chữ có tranh tự minh họa đi kèm. *"Nhưng tôi còn bé nhỏ, làm sao hiểu thấu chuyện yêu đương!"* Nhân vật chính đầu xanh đã thốt nên lời tự thú. Làm như thể một khi đã từng trải, "hắn" sẽ bị đánh đuổi ra khỏi khu vườn địa đàng xanh, nơi có trái táo xanh, con rắn xanh, chùm lá nho xanh và nắm tay người đồng hành duy nhất đang ôm giữ một sự tiếc nuối muộn, gầy xanh.

Tôi đang tự hình dung ra những trang sách gom đầy những tiếc nuối ngọt ngào trong cõi thơ văn của tác giả Nguyễn Thị Khánh Minh. Tài ba của chị là biết giấu nhẹm chát đắng để chế biến, hoàn thiện lấy một viên kẹo ngọt. Thưa cô, em chọn viên màu xanh vì em hy vọng…

Vừa rồi ở Cali có đôi ba cơn địa chấn ghé thăm. Nơi miền đông Mộng Lệ An này có bị ảnh hưởng không? Tôi còn bé nhỏ, nào hay biết gì! Gió hiếm ngập ngừng đi ngoài hàng hiên, đêm hè. Gió hỏi han tới cái phong linh, bật ra những âm thanh. Lời thủ thỉ trong trẻo kia có nên ví von bằng chữ Ngôn Ngữ Xanh? Cảm ơn gió. Cảm ơn thơ. Cảm ơn chiêm bao. Và cảm ơn chị Nguyễn Thị Khánh Minh đã chia sẻ những cơn mộng xanh (ngan ngát).

HỒ ĐÌNH NGHIÊM

Montréal, Jul. 11, 2019.

Bài 1-
Ánh Sáng Ngôn Ngữ Một Lần Trong Xứ Sở Chiêm Bao 2018

Tô Đăng Khoa

Nhà Nghiên Cứu Văn - Triết - Phật Học

Tản Văn Thi là tác phẩm thứ mười một của Nguyễn Thị Khánh Minh phát hành năm 2018. Sau những thi tập và hai tản văn *Bóng Bay Gió Ơi* và *Lang Thang Nghìn Dặm* thì đây là tập *Tản Văn Thi*. Trước đây, chúng ta thường được biết đến Nguyễn Thị Khánh Minh như là một Khánh Minh-Thi Sĩ. Nhưng ngay bài tản văn đầu tiên ra mắt độc giả, tức là bài *Theo Cảm Xúc Mà Đi…* in trong tập *Bóng Bay Gió Ơi*, bài mà sau khi đọc xong, nhà văn Phan Tấn Hải không khỏi kinh ngạc và gọi đó là "một tản văn dị thường" như trong lời bạt cuối sách.

Tôi thú thật cũng có cùng một cảm nhận như của anh Phan Tấn Hải đối với các tản văn của Nguyễn Thị Khánh Minh. Theo chỗ tôi hiểu một cách cụ thể, sự "dị thường" đó có lẽ chính là tác dụng của các tản văn Nguyễn Thị Khánh Minh lên tâm thức của người đọc.

Tác dụng "dị thường" trong *Tản Văn Thi* của Nguyễn Thị Khánh Minh, theo tôi, có lẽ trước hết nhờ vào thái độ vô cùng cẩn trọng trong cách chọn chữ rất chuẩn xác để lột tả những nét riêng và chung của những cảm xúc phổ quát, thuần khiết, trong các mối liên hệ linh thiêng huyền nhiệm giữa người-với-người và người-với-thiên-nhiên. Nhờ thái độ cân nhắc, cẩn trọng, không vội vã này, mà các tản văn thi được Nguyễn Thị Khánh Minh viết ra đều đẹp, thi vị, thâm trầm, nhẹ nhàng, và là sự hòa nhiệm hôn phối tuyệt hảo giữa Văn và Thi.

Nhưng ở tầng sâu hơn, sự phối hợp tài tình của những con chữ trong tản văn thi Nguyễn Thị Khánh Minh đã thành tựu một sự kiện "dị thường": Nó trở thành con thuyền huyền thoại cổ tích, đưa độc giả đến xứ sở của những giấc mơ (rất riêng tư) và tác động thẳng đến tầng sâu vô thức của người đọc. Tại đó, ngôn ngữ ánh sáng gợi lại những giấc mơ xưa trong lòng ta, những thứ mà tưởng chừng đã vĩnh viễn bị chôn vùi trong những bôi xóa của một thời bá đạo gian ác lộng hành.

Khoảnh Khắc Giấc Mơ, thực và mộng đan lẫn vào nhau. Nét đẹp huyền thoại, con thuyền cổ tích khi vượt qua ranh giới của mộng và thực đã gột rửa tất cả các định danh, dán nhãn, tên gọi của thói đời quy ước. Khi qua biên giới của giấc mơ, người ta không còn có cả một khuôn mặt, hay một tên gọi. Trong "xứ sở của giấc mơ", chưa từng có ai nhìn rõ mặt mũi của chính mình bao giờ.

Nếu tâm thức có một sự chuẩn bị trước, độc giả có thể sẽ được ngôn ngữ ánh sáng của Nguyễn Thị Khánh Minh dẫn đến gặp nhà thơ *Mặt Trời*.

Tất cả bình đẳng trong ánh sáng chói lòa của nhà thơ *Mặt Trời*. Mọi thứ được phơi bày, bộc lộ, chói sáng, không giấu giếm:

> *Lồng lộng nắng phương Đông, chắt chiu hết tinh khôi nhân ái rắc xuống cánh đồng thơ diễm ảo.*

Ánh sáng tinh khôi nhân ái đó có khả năng "dị thường của nó": cô lập, vô hiệu hóa cái Ác, làm cho tái sinh mầm hy vọng. *Khoảnh Khắc*

Giấc Mơ đó (dù ngắn) cũng vừa đủ để vô hiệu hóa sự tàn phá khôn kham của những đêm hoang vu trên mặt đất.

Nói cách khác, những tản văn thi dị thường này có khả năng nuôi dưỡng niềm tin yêu, nó giúp ta trải nghiệm trở lại tất cả các "cảm xúc phổ quát" của những mối liên kết huyền nhiệm giữa một người-với-người và người-với-thiên-nhiên. Sự tình này xảy chỉ trong một khoảnh khắc rất huyền nhiệm, *Khoảnh Khắc Giấc Mơ*, bài mở đầu của tập *Tản Văn Thi*. Xin hãy cẩn trọng, đọc cho thật chậm rãi, ta có gì đâu phải vội.

Tiếng chim ríu rít mách tôi sự trong trẻo ban mai trao lòng tin cậy. Bóng đêm mở nỗi sợ cho tôi tìm ra ánh sáng bờ vai nương tựa. Những vì sao tặng tôi cách nhìn ngây thơ trong sáng. Gió cho tôi đôi cánh và đường bay mơ ước con người. Bóng mây tan nhắc tôi mỗi phút giây ở lại bên mình yêu dấu. Tiếng cười bé thơ cho tôi nghe reo vui lời tâm kinh bát nhã.

Nơi kia nhà tôi. Mỗi ban mai thấy mặt trời lên. Nơi kia tình yêu tôi. Không ngừng khoảnh khắc phút giây hiện hữu. Nơi vòng tay tôi vẫn ấm lòng nhân gian bầu bạn cho dẫu từng nhịp quay thế giới đang chìm dần trong tối. Và may thay nước mắt còn rơi từng hạt sông chở niềm đau về biển.

Đó là bức tranh sắc mầu cuộc sống. Nên tôi quý những điều tôi đã nhận. Nên tôi tận lòng với những điều đang ở. Và tôi đem những điều không thể, phó thác vào chiêm bao. Mơ mộng. Mở con đường trú ngụ hơi thở tịch lặng nơi tôi được tỏa hết mình bằng ánh sáng của lời, dù chỉ một lần...

Trong sáng láng ấy tôi đã gặp nhà thơ Mặt Trời. Lồng lộng nắng phương đông, chắt chiu hết tinh khôi nhân ái rắc xuống cánh đồng thơ diễm ảo. Tôi thức giấc từ lời hát của một bông cỏ dại người ban tặng và mảnh vỡ trái tim tôi thành những hạt pha lê được nuôi sáng bằng lời thơ dâng hiến.

Tôi biết. Tôi sẽ được cất tiếng. Trong mùa thơ quyến dụ ấy với ngôn ngữ tình nhân. Ngôn ngữ tôi nghe một lần trong xứ sở chiêm bao. Khoảnh khắc giấc mơ tôi thực sống…

Trong mùa thơ quyến dụ ấy với ngôn ngữ tình nhân, chúng ta có nghe ra được chăng? Ta có nhìn thấy "Ánh sáng của Ngôn ngữ một lần trong xứ sở chiêm bao"? "Xứ sở chiêm bao" đó ở đâu? làm sao vô được?

Nếu muốn vào "xứ sở chiêm bao", chúng ta hãy thong thả đọc lại bản chỉ đường của thi sĩ Nguyễn Thị Khánh Minh:

1. Biết chấp nhận "*bức tranh sắc màu của cuộc sống*": hãy học cách trao lòng tin cậy, hãy giữ cái nhìn ngây thơ trong sáng.
2. Biết quý những điều đã nhận, tận lòng với những điều đang ở và đem những điều không thể phó thác vào chiêm bao.
3. Biết mơ mộng, biết trú ngụ hơi thở tịch lặng tâm hồn.

Đó chính là chiếc vé thông hành cho con thuyền cổ tích đi đến xứ sở của những giấc mơ, thiếu nó, chúng ta không thể nào mở ra con đường để mơ lại giấc mơ xưa cổ tích.

Mơ mộng. Mở con đường trú ngụ hơi thở tịch lặng nơi tôi được tỏa hết mình bằng ánh sáng của lời, dù chỉ một lần...

Vâng chính ánh sáng của lời (dù chỉ một lần) cũng đủ để chỉ con đường cho chúng ta đi vào "xứ sở chiêm bao". Thành quả của các "tản văn thi dị thường" như trên chính là sự xác lập, và sự gìn giữ và dẫn tới một khoảng không gian bất khả xâm phạm ngay trong tự thân của mỗi chúng ta, một "xứ sở chiêm bao".

Đó là đồn lũy cuối cùng của Chí Thiện trước vòng phong tỏa của muôn trùng cái Ác. Sự "dị thường" của việc nhận ra "xứ sở chiêm bao" này là: cái Ác không còn khả năng làm ta nao lòng nữa. Sau khi đọc xong tản văn thi của Nguyễn Thị Khánh Minh, niềm tin nơi cái Chí Thiện của chúng ta được xác lập.

Vì thế, tuy hình thức của bút pháp là tản văn thi, hiểu theo ý nghĩa phân kỳ, lang bạt, nhưng nội dung của các "tản văn thi dị thường" này của Nguyễn Thị Khánh Minh lại mang ý nghĩa của hội tụ. Đó là "sự hội tụ" của một "xứ sở chiêm bao" không phân biệt sắc tộc, biên giới, giới tính, hay tôn giáo, và thậm chí không cả một khuôn mặt!

"Sự hội tụ" này được thành tựu nhờ một sự chuẩn bị trước: biết chấp nhận bức tranh sắc màu của cuộc sống, biết trao niềm tin cậy, biết gìn giữ và chọn lựa cách nhìn ngây thơ trong sáng, biết quý những điều đã nhận, biết tận lòng với điều đang ở, và đem điều không thể phó thác vào chiêm bao, biết mơ mộng và quan trọng hơn hết: biết trú ngụ hơi thở tịch lặng tâm hồn.

Một tản văn thi nhưng lại có tác dụng hội tụ rất thần diệu như thế thì thật đáng để được gọi là "một tản văn thi dị thường". Một cách nào đó, với ngôn ngữ tuyệt mỹ và chuẩn xác của mình, Nguyễn Thị Khánh Minh đã làm *Tản Văn Thi* tỏa sáng con đường đi vào "xứ sở chiêm bao" cho cả chính mình và độc giả: con đường huyền thoại cổ tích của "xứ sở chiêm bao" với tất cả "quyến dụ của ngôn ngữ tình nhân".

Ánh sáng ngôn ngữ soi đường của các tản văn thi Nguyễn Thị Khánh Minh cũng còn được thấy trong bài *Bầy Lá Non Thở Dài Trong Đêm*, một tản văn thi mà tôi rất thích:

> *Đêm im, bầy lá non không hát nữa hồn nhiên, nghe trong cây tiếng thở dài khe khẽ, nghe không gian từng sợi nhỏ rung rung, và tôi nữa, một cành khuya đợi gió về thắp sáng.*

Tôi có cảm tưởng là người ra vào "xứ sở giấc mơ" một cách không khó khăn, Nguyễn Thị Khánh Minh đêm nào cũng dong buồm về an trú trong "xứ sở giấc mơ" của chính mình. Nơi đó, tác giả hóa thân thành một "*cành khuya đợi gió về thắp sáng*", nơi đó thấm đậm tình nhân ái, ánh sáng chói lòa, Nguyễn Thị Khánh Minh thương lắm, nửa bên kia của thói đời như mộng mà cứ tưởng là thật:

> *Muốn gửi về phía đêm hương hoa chớm mùa say đắm, ngõ chiêm bao rộ sắc thời gian. Muốn gửi về phía ngày hương khuya sâu mộng mị cho mai về nắng sống lại tươi mươi.*

Ôi, làm sao nói cho thấu cái con người cơ khí, đã quá quen thuộc với cái trò "cò kè bớt một thêm hai" đó hiểu thấu được thế nào là "*ngõ chiêm bao rộ sắc thời gian*".

Phía bên thói đời đó chỉ có im lặng, họ không biết mơ, họ rất sợ chuyện phải mất đi khuôn mặt: *Im lặng ơi, có phải không muốn nghe lời xôn xao của gió?*

Cái Ác tràn lan, tràn cả vào miếu đền, tràn cả vào nghệ thuật:

> *Người nghệ sĩ đã không đàn thêm nữa, giọt âm thanh đọng lại bên thềm, thành bầy sương khóc thầm trong tối, xin đêm là đôi cánh chở tiếng nhạc về trong mỗi giấc mơ…*

Trong bóng đêm nữ sĩ Khánh Minh từ "xứ sở giấc mơ" hằng đêm nguyện cầu kiên trung chờ đợi một ngày ánh sáng Chí Thiện sẽ xóa tan cái Ác ảm đạm này.

Bài *Bầy Lá Non Thở Dài Trong Đêm* này được tác giả viết vào tháng 3 năm 1978. Đêm nay nữa là tròn 40 năm nguyện cầu:

> *Tôi vẫn chờ, thời gian giú mầu xanh trong tóc sẽ ngày mai chín nắng sum vầy sẽ tóc bay gọi bàn tay về nói nhỏ.*
>
> *Tôi vẫn chờ dù lời hẹn có dài hơn năm tháng tôi vẫn chờ dẫu đêm nay đêm nhủ lòng trăng tận...*
>
> *Trong tiếng thở dài hút khuya trong tiếng reo mầm nắng non đang nhú.*
>
> *Tôi vẫn chờ, chắc sẽ không lâu…*

Là một độc giả hậu bối, tôi thật sự xúc động trước những lời mộc mạc đơn sơ, nhưng thấm đậm tình nhân ái và chân thật của tản văn thi này. Bốn mươi năm, một nỗi chờ đợi thật kiên nhẫn và bao la!

Đọc những tản văn thi trên tôi chợt có một ý nghĩ: ước gì các tản văn Nguyễn Thị Khánh Minh được đưa vào các bài tập đọc vỡ lòng của các em học sinh. Cũng như tôi đã từng học thuộc lòng bài tập đọc *Tôi Đi Học* của Thanh Tịnh. Tôi ước ao các em học sinh của các thế hệ mai sau sẽ biết đường vào "xứ sở chiêm bao" được Nguyễn Thị Khánh Minh tái hiện trong những "tản văn thi dị thường" mộc mạc nhưng thấm đậm tình nhân ái này.

Tôi cam đoan chắc chắn rằng những tản văn, tản văn thi, của Nguyễn Thị Khánh Minh nếu được dịch sang các thứ tiếng khác, thì tác dụng "dị thường" này vẫn không hề thuyên giảm hay mai một. Vì nó là cảm xúc chung mà con người ai ai cũng có. Ai sống trên đời này mà không có một quê hương? Không có một người cha, người mẹ, bạn bè, người thân để thấu hiểu tác dụng của tình nhân ái?

Giữa thời đại cái Ác đang lộng hành, lòng nhân ái căn bản chỉ còn tìm thấy trong các câu chuyện cổ tích, thì có lẽ nơi "xứ sở chiêm bao", căn nhà của Chí Thiện đang ngự trị, phải chăng là "cái-quý-giá-nhất" trên thế gian này? Nó quý giá đến nỗi Bùi Giáng phải lặn lội trong sanh tử luân hồi từ ngàn xưa trở lại chỉ để trao tận tay cho chúng ta, phó thác cho chúng ta cùng nhau gìn giữ nó? Như là gìn giữ một "bảo bối" giữa sức tàn phá khôn kham của hư vô:

Đời xiêu đổ từ ngàn xưa anh trở lại
Giữa hư vô, em giữ nhé chừng này.
(Bùi Giáng)

"Chừng này" đó chính là "xứ sở chiêm bao", vùng đất cấm bất khả xâm phạm đối với cái Ác. Vì nó, thật là xứng đáng cho chúng ta chờ đợi nuôi dưỡng thương yêu cả một đời. Tôi tự nghĩ, đối với Khánh Minh, người đã hiểu thấu được thế nào là "*ngõ chiêm bao rộ sắc thời gian*", thì thời gian 40 năm cũng chỉ là một giấc mơ khác.

Để có thể chờ đợi và gửi niềm tin yêu vào Chí Thiện trong suốt 40 năm giữa sự lộng hành của cái Ác, đòi hỏi một thái độ kiên nhẫn, không vội vàng, để sống trọn vẹn trong "*phút mong manh giữa những từ*" để chọn ra "đôi ba hạt lúa chín" như là những từ ngữ "hột chắc" thật chuẩn xác và có độ phổ quát cao để tỏa sáng một lần với lời của tình nhân:

...Sau vụ mùa
Tôi chỉ đem về nhà được đôi ba hạt lúa chín
Chút màu vàng của nó lấp lánh trên tay
Làm tôi đã vô cùng sung sướng...
Bài thơ hoàn tất, dù là một điểm hẹn quyến rũ,

Nhưng phút mong manh giữa những từ
Lại là lúc đóa hoa đang nở. Đang tỏa hương.
Tôi có gì đâu phải vội.
(Phút Mong Manh Giữa Những Từ)

Chính vì không vội vàng, không bị quyến rũ bởi sự hoàn tất một tác phẩm, mà lời của Nguyễn Thị Khánh Minh lúc nào cũng như một "đoá hoa đang nở. Đang tỏa hương". Hương vị Thi Ca và các cảm xúc được chuyên chở bằng ngôn ngữ Nguyễn Thị Khánh Minh trở thành các "cảm xúc đang là" trong lòng người đọc ngay trong phút này đây.

Nói tóm lại, tính cẩn trọng, không vội vã để thẩm sát cho đến khi nào chạm đến cái nhìn thấu suốt các cảm xúc vi tế của tự thân và thái độ bình thản, kiên nhẫn, khiêm cung đối với cách chọn ngôn ngữ diễn đạt trọn vẹn nội dung các cảm xúc đó chính là yếu tố thành công của tác dụng "dị thường" trong ngôn ngữ ánh sáng Nguyễn Thị Khánh Minh. Điều này được độc giả tự cảm nhận trực tiếp trên các tác phẩm của Nguyễn Thị Khánh Minh.

Để kết thúc bài viết này, xin trân trọng kính mời quý độc giả cùng chậm rãi đọc tản văn thi *Chiêm Bao Ánh Sáng*. Bài này được viết sau bài *Bầy Lá Non Thở Dài Trong Đêm* 40 năm. Cảm ơn thi sĩ về Ánh Sáng Ngôn ngữ một lần trong "xứ sở chiêm bao", qua đó con đường cổ tích đi đến xứ chiêm bao ấy được khơi mở ra cho những ai có tâm và có sự chuẩn bị trước để bước vào.

Bàn tay mộng vươn dài tôi không tới. Đường quanh co gặp nhau rồi lạ hoắc tuổi tên hỏi một câu nhập nhòa đi đến. Tôi lạ tôi quen thôi một lần tay bắt dẫu một thoáng phù du tan vào chiêm bao ánh sáng.

Hạt sương ngày nọ bờ cỏ bên nhau nhìn trăng đi mấy cõi thiết tha. Hạt nắng ngày mai mang hương thơm mặt trời chói lóa, ngày nghiêng vai rớt lá dặm dài. Lá thì thầm bốn mùa trao nhau biến hóa tử sinh. Như mơ. Một lần tôi ở lại.

Lời chào buổi sáng bung thêm ngày mới. Lời chúc bình an nhấn nút xanh chiều. Một món ăn vừa chín trên bếp ấm. Chữ cuối cùng một bài thơ vừa hoàn tất. Lời chúc ngủ ngon lộng lẫy giấc mơ dong buồm đi tới. Là lúc tôi biết mình đang ở trong giấc mộng rất đẹp của Hôm Nay.

Này người. Tôi đang du dương giấc mộng. Rồi một lúc nào đó thuận chiều sóng vỗ sóng tan, cơn mộng sẽ ngọt ngào vào biển rộng…

Bây giờ tôi mới hiểu vì sao câu trích của Hans Sachs, được Nguyễn Thị Khánh Minh chọn để mở đầu tập tản văn thi này: Tất cả cảm hứng thi ca đều chỉ là giải mã những giấc mơ (*All poetic inspiration is but dream interpretation* – Hans Sachs).

Xin trân trọng giới thiệu với quý độc giả, *Tản Văn Thi* Nguyễn Thị Khánh Minh, như là Ánh Sáng Ngôn ngữ một lần trong Xứ Sở Chiêm Bao.

TÔ ĐĂNG KHOA

03.2018

(Bài Tựa Tập Tản Văn Thi)

Bài 2- Thơ Về Thơ: Ở Đâu Một Ánh Mắt Để Có Ngôn Ngữ Xanh? 2019

Đây tác phẩm thứ 12 của Nguyễn Thị Khánh Minh: Ngôn Ngữ Xanh. Độc giả trong những năm gần đây có lẽ không còn xa lạ gì với tên tuổi Nguyễn Thị Khánh Minh, người có sức sáng tạo rất sung mãn, gần như mỗi năm đều có một tác phẩm mới ra đời. Những tác phẩm gần đây của NTKM đã được độc giả đón tiếp rất nồng nhiệt như “Ký Ức của Bóng”, “Bóng Bay Gió Ơi”, “Lang Thang Nghìn Dặm”, và “Tản Văn Thi”.

Khác với các tác phẩm trước trong đó Khánh Minh chọn thể loại Thi, Tản Văn, hay là Tản Văn Thi để nói về các chủ đề khác nhau của Thi Ca như: Ký Ức, Bóng, Giấc Mơ, v.v… Lần này trở lại với độc giả qua tác phẩm Ngôn Ngữ Xanh, chủ đề được NTKM chọn lại chính là Thi Ca, hay nói cách khác, Chủ đề của Ngôn Ngữ Xanh là: Thơ về Thơ.

Gói ghém trong tập Ngôn Ngữ Xanh này là cái nhìn và quan niệm (rất riêng tư) của NTKM về Thi Ca. Chính cái nhìn và quan niệm thi ca này là nguồn sáng tạo cho các tác phẩm trước đây của NTKM, lần đầu tiên sẽ được KM bày tỏ cùng độc giả qua tác phẩm Ngôn Ngữ Xanh. Vì thế tập Ngôn Ngữ Xanh, mà thực chất là “Thơ về Thơ” không phải là một lối chơi chữ, vì suy cho cùng chủ đề cao tột nhất của Thi Ca chính là Thi Ca. Khi tác giả sáng tác những bài Thơ về Thơ, đó chính là Thi Ca đang thực hiện việc “Phản Quan Tự Kỷ”(1), hay trong tiếng Anh gọi là “metapoetry”(2). “Phản quan tự kỷ” hay “metapoetry” chính là hình thức tư duy cao tột nhất, nó xô đẩy tư tưởng đi hoang đến những ranh giới chưa từng được khám phá. Nó đòi hỏi một thái độ thích hợp, *“với tâm trạng vừa an lòng vừa rụt rè mạo hiểm, vừa háo hức như lúc nào cũng ở điểm bắt đầu”:*

Quan niệm sáng tác này được Khánh Minh trân trọng đặt vấn đề nơi đầu tác phẩm Ngôn Ngữ Xanh:

> *Khi tôi lắp ráp những cảm xúc, những mảnh ký ức, những giấc mơ của mình, tôi ngỡ ngàng, một mảng xanh buồn rực rỡ lạ lẫm phập phồng, mỏng đến nỗi chỉ cần một ánh mắt cời khêu, nó sẽ bật tung những ẩn giấu… hẳn là đường bung của sắc ánh pha lê con sóng đang vỡ hoa. Cảm xúc sóng đẩy tôi đi. Đang đi đến một nơi nào đó với tâm trạng vừa an lòng vừa rụt rè mạo hiểm. Vừa háo hức như lúc nào cũng ở điểm bắt đầu… Ở đâu một ánh mắt?*
>
> *Để có Ngôn Ngữ Xanh.*

Nguyên liệu chính cho một thi phẩm chính là những cảm xúc (bao gồm cả quá khứ, hiện tại, và tương lai) những mảng ký ức, và những giấc mơ của chính tác giả. Chúng được Khánh Minh cụ thể hóa như những mảng xanh buồn rực rỡ, lạ lẫm, phập phồng trên biển tiềm thức và vô thức chuyển động càng bao la. Những mảng xanh cảm xúc đó rất mỏng, mỏng đến nỗi chỉ cần một "một ánh mắt cời khêu", mà bản chất chính là một sự chú tâm quan sát rõ nội tâm, thì sẽ "bật tung những ẩn giấu... hẳn là đường bung của sắc ánh pha lê con sóng đang vỡ hoa."

Câu hỏi "Ở đâu một ánh mắt?" như bỏ lửng ngang chừng, nhưng đó chính là điều kiện cần thiết để làm "bật tung những ẩn giấu" trong tiềm thức và vô thức của người sáng tạo. Từ một "ánh mắt cời khêu" đó: những ý, những tứ, những con âm, con chữ, mới được phối trí, hòa âm, cho ngôn ngữ xanh tuôn tràn trên Thi Tập mà độc giả đang cầm trên tay. Và cũng trong chính sự đọc này, cũng rất cần, cần lắm "một ánh mắt cời khêu nữa" để mở toang cánh cửa tâm hồn độc giả cho những ký tự quy ước, chảy vào tiềm thức của chính độc giả, làm lay động những ký ức ngủ quên để tạo nên một sự thông cảm, như mối dây huyền nhiệm liên kết người-với-người. Ôi chao huyền nhiệm thay: tác dụng của Ngôn Ngữ Xanh!

Nhưng mà "Ở đâu một ánh mắt? -- Để có ngôn ngữ xanh." Câu hỏi thật sâu lắng, chứa chan niềm hy vọng, và cả vô vọng! Câu hỏi như đá tảng ngàn cân của sự cô đơn, kham nhẫn, và chờ đợi.

Thi Tập Ngôn Ngữ Xanh của NTKM, mà theo cảm nhận riêng của tôi là một tập Thơ về Thơ, khởi sự nhân duyên có lẽ từ câu hỏi đó: "Ở đâu một ánh mắt? -- Để có ngôn ngữ xanh." Cấu trúc tập thơ gồm 3 phần: Phút Mong Manh Giữa Những Từ - Ký Ức Xanh - Ngôn Ngữ Xanh.

Trong phần 1, một câu hỏi lớn được Khánh Minh trích dẫn trong phút mong manh giữa những từ: *"Why should poetry have to make sense?"* Câu hỏi này rất quan trọng vì nó phân định vai trò của ngôn ngữ Thi Ca nói riêng và ngôn ngữ sáng tạo nói chung.

Ngôn ngữ có hai chức năng chính: Chức năng sáng tạo và chức năng thực dụng quy ước. Trong đó chức năng quy ước đáp ứng nhu cầu giao tiếp thông tin hàng ngày. Mục tiêu của chức năng này của ngôn ngữ là sự chuẩn xác, minh bạch, rõ ràng, tránh hiểu lầm. Nó cần quy ước, văn phạm, logic.

Chức năng thực dụng (thuận theo quy ước đã được thiết lập trong ngôn ngữ) cần phải được phân biệt rõ ràng với một chức năng quan trọng khác của ngôn ngữ: chức năng sáng tạo. Chức năng sáng tạo nhắm tới khai phóng, "bật tung ẩn giấu", phơi bày sự thật bị che kín. Trong tiếng Anh, động từ dành cho người sáng tạo khi họ cho ra đời một khái niệm hoàn toàn mới thì được gọi là "coin a new term" (in ra một thứ tiền tệ mới).

Chính vì thế, ngôn ngữ thực dụng quy ước, chỉ là sự sắp xếp cho có trật tự, những dấu hiệu, ký hiệu đã được thiết lập, đã được công nhận, cho nên chúng không có thẩm quyền gì trong lãnh vực sáng tạo: nó chỉ như là đồng bạc cũ trên tay một kẻ nghèo nàn. Trong khi đó kẻ sáng tạo là người tự cho ra đời một đồng tiền mới (coin a new term), và nếu như điều được sáng tạo ra là hoàn toàn mới, và phù hợp với thực tại, khái niệm mới đó sẽ được lưu hành trong ngôn ngữ hàng ngày (the new coin will be circulated).

Ngôn ngữ sáng tạo, vì thế khai phóng, giải thoát những cảm xúc, bị giam cầm trong tự thân, nó xua cảm xúc "bật tung những ẩn giấu… của sắc ánh pha lê con sóng đang vỡ hoa."

"Cảm xúc sóng" đẩy người sáng tạo "đi đến một nơi nào đó với tâm trạng vừa an lòng vừa rụt rè mạo hiểm. Vừa háo hức như lúc nào cũng ở điểm bắt đầu".

Nhìn trên phương diện "bật tung những ẩn giấu" này, ngôn ngữ của sáng tạo như là "sự phơi bày cái mới" khi so sánh với ngôn ngữ thực dụng quy ước vì trong cách thức khi được sử dụng, ngôn ngữ sáng tạo không bao giờ chỉ là những "danh từ chung" mà ai ai cũng biết. Ngôn ngữ sáng tạo bao giờ cũng mang tính ẩn dụ: là cầu nối nhịp giữa "cái biết" và "cái chưa biết", là "viên tướng tiên phong" của tri thức nhân loại. Chính vì lẽ đó, ngôn ngữ sáng tạo không cần tuân thủ theo quy ước truyền thống, không cần phải "make sense". Sự thành công của ngôn ngữ sáng tạo (a new coin) là: liệu nó có được chấp nhận và lưu hành (circulated) trong đời sống hàng ngày hay không? Khi được chấp nhận, lưu hành, ngôn ngữ sáng tạo sẽ trở thành một phần của ngôn ngữ quy ước.

Bước vào Ngôn Ngữ Xanh, là cùng tư duy với Khánh Minh, là cùng với Thi Ca xoay lại nhìn về Thi Ca, là "phản quan tự kỷ" làm "bật tung những ẩn giấu". Nó đòi hỏi một "ánh mắt cời khêu". Có thể trích ra đây một bài Thơ Về Thơ tiêu biểu trong tập Ngôn Ngữ Xanh này: Đó là bài có tựa đề chỉ có một chữ "Thơ".

Nơi không gian thơ
Có thời gian cho lời đọng lại
Thầm thì đi. Bước chân đi mãi

Nơi bóng mát thơ
Khoảnh khắc chữ cho lời rơi xuống
Nghe lắng nghe. Quán tự tại yêu thương
Nơi lửa thơ
Những con chữ nhóm lời cháy đỏ
Thắp mặt trời cho những giấc mơ
Nơi biển thơ
Những con chữ bung lời nắng dậy
Đó là ban mai mỗi ngày được thấy
.
Bật lên triều xanh của lời
Chắp lên đôi cánh của lời
Bay xa bay xa. Trái tim của một người trao gửi

Bài thơ ngắn nhưng hàm súc cả triết lý về "metapoetry"* của NTKM. Một bài thơ về thơ thật bình dị, dễ hiểu, nhưng sâu thẳm và rốt ráo. Nó cần lắm một "ánh mắt cời khêu" để: Không gian, thời gian của Thi Ca được dàn ra vô biên vô tận cho *những bước chân thầm thì đi mãi.*

Cho bóng mát Thi Ca rợp bóng *Quán tự tại yêu thương*
Cho lửa thơ thắp ánh *mặt trời cho những giấc mơ*
Cho biển thơ *bung lời nắng dậy*
Cho bay xa xa mãi, *trái tim của một người trao gửi.*
Ở đâu? Một ánh mắt – để có ngôn ngữ xanh???

TÔ ĐĂNG KHOA

08/08/2019

(Bài tựa tập Ngôn Ngữ Xanh)

---

1. Đời nhà Trần, Tuệ Trung Thượng Sĩ là một cư sĩ được ngộ đạo. Cho nên vua Trần Thánh Tông gởi Thái tử Trần Khâm cho Tuệ Trung Thượng Sĩ dạy đạo lý. Khi học hỏi gần xong sắp trở về triều, trước lúc từ giã Thái tử hỏi Tuệ Trung Thượng Sĩ: «Bạch Thượng Sĩ, pháp yếu của Thiền tông là gì?» Thượng Sĩ trả lời: «Phản quan tự kỷ bổn phận sự, bất tùng tha đắc.» «Phản quan tự kỷ bổn phận sự, bất tùng tha đắc» có nghĩa xem xét lại chính mình là việc bổn phận, không phải từ nơi khác mà được.
2. Metapoetry là một thuật ngữ chỉ định những bài thơ lấy Thi Ca là chủ đề của bài thơ

Khánh Minh, Những Bóng, Mơ, Đêm Huyền, Và Thoại 2019

Nhà Thơ Vũ Hoàng Thư

Ngày nguyên đán, ngày khởi đầu, nguyên xuân gọi hoa nở màu ban sơ. Có gì đúng điệu hơn ở ngày Tết, bình minh lên thắp ánh thiều quang gọi bừng thế giới hoa nở rộ. Như thể xuân lóe, như thể Tuệ Trung bắt gặp ánh quang,

Nhất điểm xuân quang, xứ xứ hoa

(Thị học – Tuệ Trung)

Và buổi sáng phiêu nhiên, cái gì đang trôi trong không gian, điệu nhạc? Không nghe âm, chỉ một ngất ngưởng chuyển mình, không nói ra, tôi đang trôi, tôi lờn vờn trong từng âm điệu.

Mở cửa
Dòng nhạc trôi ra ngoài. Ban mai dậy sóng
Nắng lụt tôi trong căn phòng nhỏ
Và tôi. Đang ngộp thở ban mai
Bạn cảm thấy sao khi vừa mở cửa
đã rơi ngay trước mặt mình tiếng chim hót
Và bạn sẽ làm gì với những nốt nhạc ấy?
(Những Nốt Nhạc, tập thơ Những Buổi Sáng)

Như thế, Khánh Minh vẽ. Không bằng cọ và màu. Khánh vẽ bằng mực và viết. Cơn lụt nắng nâng cô lên, ban mai bừng đè nặng nhà thơ xuống, Khánh nhìn ngang, ồ cánh cửa. Hãy tung cánh rộng cho sóng dậy vào lòng. Chỉ mấy câu thơ mà thu tóm không gian ba chiều, trên, dưới và ngang, hội tụ vào hình tượng thi ca.

Cũng như thế Khánh Minh hòa âm. Nhạc khúc không viết bằng ký hiệu nhạc nhưng bằng mặt chữ đời thường.

Và như thế tôi nghe âm nhạc thoát thai từ bức tranh trong tiết điệu thơ. Thi ca. Tài tình là thế. *Và bạn sẽ làm gì với những nốt nhạc ấy?* Thi sĩ hỏi, có ai cất tiếng trả lời? Có lẽ không còn cần thiết. Những buổi sáng của Khánh Minh trong khu vườn của cô khiến tôi nhớ đến khu vườn Amherst gần hai thế kỷ trước, nghe ra tiếng đồng vọng giữa hai tâm hồn mẫn cảm,

What Mornings in our Garden – guessed –
What Bees – for us – to hum –
With only Birds to interrupt
The Ripple of our Theme –
(Emily Dickinson, *I learn – at least – what Home could be*)

Sáng chớm vườn ta – biết ý
Cánh ong – cho ta – ngân nga
Chỉ có chim được ngắt lời
Nhịp rì rào hoan ca ta
(VHT phỏng dịch)

Hay ở một bài khác khi Khánh Minh rơi, tan trong nắng và thơ.

Khoảng thời gian im lặng
Là không gian mình đánh mất
Nơi rơi xuống của lời

Thủy chung nào
Ngưng được thời gian
Không gian nào
Giữ những lời đi…
(Đường Mật, tập thơ Ngôn Ngữ Xanh)

Lời rơi xuống ở khoảng thời gian im lặng, cũng là khi ta mất chốn về, được phía này thì biển dâu giằng co phía ấy? Lựa chọn thành ngã ba trầm thống của đoạn trường. Thủy chung chết cứng dưới nhịp bước thời gian, phôi pha ước hẹn khi lời đã cất và bay đi, không gian rộng đến muôn phương nào giữ lại được. Như mây bay về vô xứ? Lời trở thành chiếc bóng? Như nhạn của Hương Hải? *"Ngôn" vô di tích chi ý*?

Một liên tưởng không tránh khỏi khi đọc thơ của Khánh Minh và Dickinson. Tôi chẳng làm sự so sánh vì một sự so sánh như vậy vô nghĩa ở đây. Chữ nghĩa họ cuồn cuộn hồi sinh trở về trong nguyên ngữ tối hậu. "Đường mật" và "A word is dead" là chốn hội tụ anh thư tài tử, đề huề giao hưởng.

A word is dead
When it is said,
Some say.
I say it just
Begins to live
That day.
(*A word is dead*, Emily Dickinson)

Chữ chết đi
Khi vừa thốt,
Người bảo vậy.
Tôi cho rằng

Lời sống dậy
Lúc rời môi.
(VHT phỏng dịch)

Tôi bắt gặp sự tương lân đồng điệu trong thơ của Khánh và Emily ở chỗ hai cô nương suốt cuộc bình sinh sống chết với Thơ, cật lực hít thở Thơ, chữ thơ ở đây phải được viết hoa cho đúng niềm trân trọng. Một trong những cách định nghĩa thơ của Khánh như thế này,

Thơ
Là dòng sông. Cho tôi trôi đi
Là tiếng khóc. Cho tôi rơi lệ
Là dấu mốc. Nhắc tôi trở về
Là bàn tay. Cho tôi nắm lấy
Nhưng thường khi. Nó là bóng đám mây bay
(*Thơ*, Ngôn Ngữ Xanh)

Như vậy hội ngộ với Nàng Thơ quả là bất khả, như thể nhắn nhủ với nhân quần, này, tưởng là vậy mà không phải vậy. Cho đến khi ngươi chưa tan hòa trong tinh thể, đừng nghĩ sẽ nắm lấy được tay ta.

Trong mật của Nắng
Hoa hướng dương nở
Trong say câu Thơ
Tôi đắm

Nắng và Thơ
Đường mật
Tôi và hoa hướng dương
Buông mình. Rơi. Và tan
(*Đường Mật*, Ngôn Ngữ Xanh)

Thi ca như một vụ mùa, dù Khánh chỉ nhặt được "đôi ba hạt lúa chín", chìm vào thơ tựa ngụp lặn ở dòng sông mát mẻ, cho dù "*không mang về một hạt nước nào của nó*", cô còn giữ mãi "*dư âm cái trườn mình của dòng chảy*" (Phút Mong Manh Giữa Những Từ, Ngôn Ngữ Xanh) Từ đó, thơ luồn phong ba dồn dập, thơ ghé bầu khí hậu bàng bạc cô đơn, thơ đưa người vào mơ. Để làm gì? Để mơ với mình thành một.

Em vào giấc mơ anh
Nơi, em được là một giấc mơ…
(*Tôi Đang Mơ*, tập thơ Tản Văn Thi)

Biết bao người tự cổ chí kim vẫn bảo thế gian trường mộng nhưng đó chỉ là mơ màng, mơ theo những ham muốn cuồng vọng cá nhân. Mơ của Khánh có một tên khác cùng vần. Mơ tương phùng phong vận thơ, và hí lộng giữa cuộc mơ khôn cùng. Nói mơ là một cách nói khác về thế giới thơ mà nhà thơ hằng sống. Thế giới diễm ảo đó còn có tên nào khác, đúng và hay hơn Thơ?

Đó là bức tranh sắc màu cuộc sống. Nên tôi quý những điều tôi đã nhận. Nên tôi tận lòng với những điều đang ở. Và tôi đem những điều không thể, phó thác vào chiêm bao. Mơ mộng. Mở con đường trú ngụ hơi thở tịch lặng nơi tôi được tỏa hết mình bằng ánh sáng của lời, dù chỉ một lần...
(*Khoảnh Khắc Giấc Mơ*, Tản Văn Thi)

Nghĩa là, chào nhân gian ân sủng dành, và xin gửi mộng một thành khẩn riêng. Khoảnh khắc mơ, chốn rừng thiêng, gọi hồn hương Lời tiếp miền lung linh. Hay Thơ ở nỗi quanh mình, từng hơi thở cả bình sinh dâng đời?

Thơ về ở, tịch lặng trú ngụ, hay thơ là tiếng vọng, gọi bóng về nhảy múa như Carl Sandburg có lần nói, "*Poetry is an echo, asking a shadow to dance*"?

Có chiều
Thích ngồi khuất vào bóng cây nơi góc thềm
Cô đơn tự do
Không ánh nhìn ranh giới
Không phải trái so đo
Con dơi thoải mái treo ngược
Bệ phóng cho những ý nghĩ
Tôi thấy mình đang mọc cánh
(*Mỗi Ngày*, Đêm)

Ừ nhỉ, con dơi treo ngược, con dơi thoải mái, người treo ngược, người dồn máu mắt hoa. Thế thì ai "ngược", ai "xuôi", ai "phải", ai "trái" trên cõi đời này? Ôi những cái nhìn phiến diện, những đối đãi luận bàn, những phân chia đen trắng, thi sĩ ngồi vào một góc khuất, dàn rộng mộng mơ, thế là hóa giải, thế là xuyên suốt tầm nhìn. Vô ngại.

Từ đó hình dạng mất tăm, từ đó sương ảnh lờ mờ. Người thành bóng. Có khi mất tăm như giữa trưa, bóng nằm ngay đỉnh đầu người không thấy. Có lúc bóng dài hun hút ở đêm khi ánh đèn lầm lủi xa hút. Tứ chi người lêu khêu mọc cánh. Bóng níu lấy đêm. Bóng làm nên cớ sự. Có những cái bóng đầy ám ảnh, ngộ nhận của chàng Trương; cái bóng Trương Chi nằm đáy cốc Mỵ Nương cho tương tư về đậu. Và bóng nhạn không để dấu trong ảnh hình tâm cảnh của Hương Hải, *Nhạn vô di tích chi ý…* như đã nhắc đến ở trên. Bóng của Khánh mang ta về thực tại. Rất người. Kiếp người. Trầm lắng cô đơn giữa hai cái bóng: bóng đêm và bóng của chính mình. Một bài thơ rất ngắn, trích từ tập Đêm (chưa xuất bản), chỉ hai câu mà làm rúng động thần hồn. Không dùng chữ cô đơn mà gọi tuyệt mù khắc khoải, không nói đến thức đêm mà nghe hun hút đêm sâu. Thức đêm mới biết đêm dài, thi sĩ có nội công thâm hậu không nói nhiều. Nhịp liên tưởng làm tố chất của thi ca, bóng đi và bóng về gợi khêu một căn đề giữa cá nhân và đại thể, trong cái này có cái kia. *Ai vẽ được bóng khuya đi / Cho tôi đọ với bóng về. Của tôi.* (Hai Bóng, Đêm)

Khi con người mờ nhạt thành những bóng ở đời thật, ngày là một âm bản khác của đêm, cho dù tỉnh hay mộng.

Bóng dẫn về con đêm
Bóng dẫn về con mộng
Phơi ngày âm bản đen
(*Dưới Chiều* – tập thơ Ký Ức Của Bóng)

Vì sao vậy? Có phải, *Ở đây sương khói mờ nhân ảnh / Ai biết tình ai có đậm đà?* (HMT), nên cõi nhân gian đó, chỉ có chiếc bóng là người bạn đồng hành, cuộc hôn phối với hoang vu. Còn loài người xa lạ kia, ta mất người đã từ lâu.

Ném buồn vào phố đông
Nhìn người ta bỗng thấy
Mình đi giữa đồng không

Ném buồn vào tôi vậy
Trăm gai cây xương rồng
(*Ném Buồn* - Đêm)

Khánh Minh nói rất nhiều đến bóng. Bóng ở đây phải hiểu là một ẩn ngữ. Bóng chính là vai ảo nhà thơ mặc vào để nhảy ra khỏi chính mình. Ta thành người quan sát về chính chủ thể. Ta hiện hữu trong khiếm diện. Bóng là hóa thân để tầm nhìn tổng quan hơn trong biển dâu hàm hỗn dưới ánh mờ nhạt của phong trần.

Bóng vẫn thế, đứng một mình
Làm như thể không có hình tôi xưa
Lạc vào một đêm mộng vừa
Gặp tôi, bóng ngỡ tình cờ, mộng du…
(*Bóng.Hìn*h - Ký Ức Của Bóng)

Bạn hãy bước lên bậc-tam-cấp-thời-gian, quá khứ-hôm nay-và ngày mai. Và chọn một giấc mơ. Tôi chỉ giữ lại cho mình, một thôi. Giấc mơ của một cái bóng. Đang gùi một lời hẹn. Không thời gian. (Ai Cần Giấc Mơ? Tản Văn Thi)

Thế nhưng đừng vội tưởng Khánh là con người của ảo vọng, đi đứng ở một chốn mênh mông xa rời thực tế. Trong vai ảo đó, cô vạch ra cái trò hề của đời sống máy móc, vô cảm, những con múa dưới sự điều khiển của guồng máy, những con người vong thân quay cuồng đồng bóng. Chúng ta đã thật sự thành những chiếc bóng vô nghĩa mà không hề biết.

Chúng mình như những giọt nước tung tóe vừa bị tát ra khỏi dòng nước quen. Mặt lạ làm tấm gương quen giật mình muốn vỡ.

Chúng mình chạy như những con thỏ trong tầm ngắm. Con chuột giả chết kịp trốn đi khi con mèo tinh quái ngủ quên.

Chúng mình như những mũi tên bị bắn đi bởi kẻ cuồng trí.

Chúng mình như những viên gạch lát đường, nhà, phòng vệ sinh. Như những con robot được đặt vào ngôi nhà đó đi trên con đường đó làm bây nhiêu công việc đó.

Và chúng mình rất thản nhiên thở, cử động dưới những bấm nút.

(*Chạnh Lòng*, Tản Văn Thi)

Dù thất vọng, Khánh Minh vẫn tinh tế thấy một xếp đặt, luôn luôn ở đó. Sự xếp đặt mang tên hạnh phúc hay khổ đau. Hãy tin đi, có thể gọi là bất ngờ, nhưng thật ra không phải, bởi chưng mọi hiện hữu đều có lý do của nó. Không nói ra, Khánh nhắn nhủ đến một chữ duyên chăng?

Tôi nhóm lên một ngọn lửa
Gió thổi tắt đi

Tôi nhóm lên một ngọn lửa nữa
Gió lại thổi tắt đi

Khi tôi không còn hy vọng
Thì gió
Lại làm những que tàn kia bắt lửa…

(*Bắt Đầu* - Đêm)

Có đêm trăng buồn Khánh Minh nhìn sự vật bằng một con mắt khác, đục thủng ước lệ cho mông lung bừng vỡ. Tôi nhớ đến Nguyệt ca của Trịnh Công Sơn như nhạc nền đang tấu khúc.

Dằng dặc đêm. Trăng hoài không rơi
Vắng trong tôi. Tôi hoài không lời
Chịu không nổi. Một cành cây đập gió

Trăng buồn
Lỗ thủng trắng
Trời đêm
Tôi buồn

Một bóng vá
Thềm im
(*Bóng Sáng* - Đêm)

Thế giới này con người chú trọng đến cái nhỏ nhoi của hiện tượng bên ngoài. Cái không "thấy" vốn to lớn hơn nhưng thường bị quên lãng. Ta chỉ thấy mặt trăng như là mặt trăng trên nền trời cao. Như ta chỉ thấy nụ cười mở dọc trên môi. Cái phía sau nụ cười, hay cả tấm màn phía sau cuộc khóc đang bao trùm lấy nhân sinh. *Từ khi em là nguyệt* tôi chỉ thấy trăng như một vầng sáng soi hết thế giới tôi. *Từ em thôi là nguyệt*, tôi mới nhận rằng trăng chỉ là lỗ thủng trắng trong đêm huyền. Còn gì ngoài bóng tối? Bóng tối vẫn ở đó khi tôi vui nhưng tôi nào thấy? Trăng và tôi thành lõm nhỏ mất hút, nhỏ nhạnh trong cái toàn thể. Và nỗi buồn vây kín im sững trên thềm bây giờ tôi mới nhận ra. Khánh có một lối nhìn thật mới và lạ.

Cũng có khi tôi im lặng
Chỉ vì tôi sợ
Chạm vào giá băng của biên giới
Đó có phải là nghĩa của Xa Xôi?
(*Xa Xôi*, Đêm)

Xa Xôi được viết hoa. Như một nhấn mạnh. Như dải Ngân Hà ngoài kia, sáng xanh từng đêm, một cõi riêng, rất riêng, gây lạnh rúng người của xa thẳm vô biên. Thi sĩ ớn mình, làn da mọc ụ. Chỉ có cảm và biết, và thấm hiểu ý nghĩa sau cùng của cách xa. Xa như quê hương nghìn trùng phía bên ấy.

Trăng ngõ nhà ta xưa
Gần hơn trăng nơi này
Mộng hơn trăng nơi này
...
Đêm ngó trời. Cao quá
Hỏi trăng gần, trăng xa
Đâu là chốn quê nhà...
(*Trăng gần Trăng Xa* - Đêm)

Thơ Khánh Minh dùng đủ thể điệu, từ thơ tự do đến thơ lục bát, thơ 5 chữ, thơ 7 chữ, v…v… qua đến tản văn thi.

Một bài lục bát ngắn đầy nữ tính Đông phương, dễ thương chết người tưởng có thể kéo ngã cả trăm ngàn đàn ông vạm vỡ macho, bọn họ đọc bài lục bát này rồi cũng phải quỳ dưới chân nàng.

Anh nghe không
Em đứng đây
Màu xanh nắng vẫn mỗi ngày phủ lên
Như chẳng nơi nào bình yên
bằng nơi em đợi anh, thềm ban mai
Nơi ngoài em chẳng còn ai.
(*Thềm Xanh* – tập thơ Lục Bát)

Tản văn thi có thể là nơi dụng võ đắc ý và thoải mái của Khánh Minh. Biên giới giữa văn và thơ không còn, mạch thơ quấn quít lấy câu văn, bao nhiêu nội công cô ra chiêu vận dụng được hết mười thành. Đó là những thảo nguyên êm ả tình xanh, chỉ có thơ và mộng bay về quyến rũ. Và tra vấn hiện sinh, và khơi nguồn hiện hữu. Một vài khúc trích dưới đây để thấy ta không cần vần điệu, thơ vẫn man mác bay, mênh mông ý dẫn về, và đẹp đẽ khoảng lặng trầm tư …

Ngày ấm áp. Em sẽ đến. Bằng tiếng chuông hoa. Mở cánh cửa màu trắng Muguet. Em tặng anh một mùa cổ tích. Đến bao giờ còn có thể, những tháng 5, của ngày mai.
(Hoa Mùa Cổ Tích, Tản Văn Thi)

Em có thể sống cuộc đời bằng hơi thở giấc mơ. Của tương lai?

Không có con gió nào đóng được ô cửa sổ. Để em nghe nắng mùa xuân. Hát gió phương Nam mùa hè rộng. Quyến rũ diệu kỳ nào cho em rơi theo nhịp vàng thu nuối một ánh nhìn. Gom sức ấm của mầu lá úa nhóm mùa đông đốm mắt thức gọi bước ai về. Và, anh có tìm em theo dấu chiếc khăn lụa hai mươi chưa từng nguôi nhịp vẫy?
(*Ký Ức Của Ngày Mai*, Tản Văn Thi)

Bay đi. Bay đi. Vỡ tôi hạt tím. Rơi như mơ. Bên những đóa lilies. Tiếng cọ Monet phết những vạt màu bay bổng. Thiêm thiếp tôi. Hồ mộng

(Và Gió Nói Với Tôi Rằng, Tản Văn Thi)

Mầu trắng của ngày. Mầu đen của đêm. Đôi khi ranh giới giữa trắng và đen nhập nhòa. Ánh Sáng và Bóng Tối. Ở lời tôi. Ở lời anh. Ở những lời không ở cùng sự thật.

…

Nếu. Bảo tôi vẽ bóng tối. Tôi sẽ vẽ

Những đôi cánh của chiêm bao mọc ra từ nước mắt. Vầng trăng trên gối ngủ bài thơ. Ngọn đèn cô đơn bên những trang bản thảo. Những bóng đôi trong cuộc khiêu vũ diệu kỳ của hạnh phúc trong veo hạt sương hoan lạc. Những hạt lệ đang lau khô nỗi buồn trả lại tiếng cười ban sơ. Những hạt máu đang hoài thai cội nguồn trong ngần hơi thở. Những giấc mơ êm đềm trôi vào thực tại.

Tôi sẽ vẽ cả tôi đang vượt qua đêm dài. Tôi sẽ vẽ làm sao để người xem tranh thấy được. Bóng tối chỉ là ảo ảnh.

(Bóng Tối, Tản Văn Thi - Đêm*)*

Hành trình thơ là một hành trình tìm về tuyệt đối đối với Khánh Minh. Không chấp nhận dễ dãi, chữ nghĩa chọn lọc vì thơ là mạch sống của chính bản thân cô. Tưởng là với đến được, ngỡ là đã đến đích, nhưng không, Khánh luôn luôn tự khó tánh với chính mình, thấy điểm hẹn với thi ca vẫn tiếp tục di chuyển ngoài tầm tay. Nên mãi hoài vẫn là phút giây vươn mình và tay với…

Khi viết xong bài thơ
Đôi khi. Tôi khóc
Có phải vì lời đã nói về hạt nước mắt chưa rơi
Bị giam giữ
Trong lòng đêm ma mị

Lạc giữa bài thơ
Tẽn tò. Như vừa bị phỗng tay trên. Những chữ
Mộng giữa bài thơ
Nghe mình lam nham nói mớ
Thức giấc cùng bài thơ
Tôi và chữ giật mình
Bóng bay bay. Cao cao. Rồi vỡ

Khi viết xong bài thơ
Tôi thường hay xóa
Dường như tôi sợ bóng tôi
Giãy chết giữa những con chữ đói
Bầy ý nghĩ tử thi
Làm tôi buồn như vừa đưa ai về huyệt mộ

Khi chấm hết bài thơ
Tôi hụt hẫng. Như chưa thể xong lời

oOo

Tôi đã đọc sáu tập thơ của Khánh Minh, ba tập đã xuất bản *(Những Buổi Sáng, Bùa Hương, Ký Ức Của Bóng)* và ba tập còn trong dạng bản thảo *(Ngôn Ngữ Xanh, Đêm, Tản Văn Thi)*. Đó là một tập hợp thơ đồ sộ, dày rậm tâm thức trong ý và suy tư. Những gì tôi viết ở trên chỉ là phóng ảnh của phơn phớt lá bìa rừng. Đi vào thư lâm đó, tôi bắt gặp những cơn mơ tôi-cõi-thật-lội-mê-nhừ của Tsurayuki sương đẫm ướt vai giữa mộng và thực, lắm khi tôi trở thành chiếc bóng bên lề nhìn nhịp đời quay cuồng đồng bóng của ảo và thực. Tôi nghe niềm hy vọng xanh và lời thầm thì giữa đêm, thoại. Rất nhiều thoại. Độc thoại, giao thoại, đồng thoại với cái bóng của chính cô. Giữa đêm huyền tan chảy.

Tạm kết ở đây, tự hứa nhất thiết sẽ trở lại khu rừng thơ ấy, và biết đâu sẽ quên lối ra như Khánh Minh,

Một giấc mơ. Tôi sống
Một giấc mơ ăn đời
Một giấc mơ ở kiếp

Đừng mong tôi về nữa

(*Kho Đêm*, Ký Ức Của Bóng)

VŨ HOÀNG THƯ

Tết Mậu Tuất, 2018

(Bài bạt cho tập Ngôn Ngữ Xanh, 2019)

Một Vài Cảm Nghĩ Khi Đọc Tản Văn Thi Của Nguyễn Thị Khánh Minh 2018

Nhà Văn Nhà Thơ Đỗ Hồng Ngọc (Đỗ Nghê)

"Em hồn nhiên rồi em sẽ bình minh" (Trịnh Công Sơn)

Tôi không tin *Tản Văn Thi* của Khánh Minh là *giấc mơ,* là *huyền thoại,* là *chiêm bao*. Trái lại, nó rất hiện thực. Nó rất ở đây và bây giờ. "Đó là bức tranh sắc mầu cuộc sống": bức tranh của một gia đình hạnh phúc, thứ hạnh phúc đơn sơ như *'Me tôi ngồi khâu áo bên cây đèn dầu hao / Cha tôi ngồi xem báo... Tôi nghe tiếng còi tàu...'* (*Kỷ Niệm*, Phạm Duy).

Phải rồi. Chỉ ở đó mới có tiếng chim trao lòng tin cậy; chỉ ở đó mới có bờ vai nương tựa sớm hôm; chỉ ở đó mới có những ánh mắt sao trời thơ trẻ; và đôi cánh bay lên những ước mơ đằm thắm ngọt ngào của người thi sĩ, luôn nhắc nhở mình "đừng như bóng mây tan". Phải rồi. Chỉ ở đó mới có tiếng reo vui Tat-bà-ha của Tâm kinh Bát nhã khi thấy biết "ngũ uẩn giai không / độ nhất thiết khổ ách". Bát nhã (Prajnã) là cái nhận thức có trước nhận thức, là cái trí tuệ có trước trí tuệ, không đếm đo, toan tính, nó vậy là nó vậy. Và chỉ ở đó, người ta mới thực sự hồn nhiên, thực sự reo vui: Tát-bà-ha!

Tiếng chim ríu rít mách tôi sự trong trẻo ban mai trao lòng tin cậy.
Bóng đêm mở nỗi sợ cho tôi tìm ra ánh sáng bờ vai nương tựa.
Những vì sao tặng tôi cách nhìn ngây thơ trong sáng.
Gió cho tôi đôi cánh và đường bay mơ ước con người.
Bóng mây tan nhắc tôi mỗi phút giây ở lại bên mình yêu dấu.
Tiếng cười bé thơ cho tôi nghe reo vui lời tâm kinh bát nhã.
(Khoảnh khắc giấc mơ)

Cho nên người thơ viết: *Nên tôi quý những điều tôi đã nhận/ Nên tôi tận lòng với những điều đang ở*. Còn có cách nào hơn là "*mở con đường trú ngụ hơi thở tịch lặng*" – Anapanasati – ở đó, hiện tại là sát-na mênh mông không ngằn mé... Và chỉ ở đó:

Trong sáng láng ấy tôi đã gặp nhà thơ Mặt Trời. Lồng lộng nắng phương đông, chắt chiu hết tinh khôi nhân ái rắc xuống cánh đồng thơ diễm ảo. Tôi thức giấc từ lời hát của một bông cỏ dại người ban tặng và mảnh vỡ trái tim tôi thành những hạt pha lê được nuôi sáng bằng lời thơ dâng hiến...

Phải, đã gặp một Tagore lồng lộng nắng phương đông, một Tagore viết nên những lời thơ dâng hiến! Còn phải tìm kiếm đâu xa?

Và một khi đã thấy biết (tri kiến) như thế, khi đã reo vui như thế, thì người ta sống với yêu thương, sống trong yêu thương, sống vì yêu thương:

"Yêu thương nhé" "nói cùng lá cứ sống hết mình xanh",
"yêu thương ơi xin thức dậy cùng người…"
"yêu thương ơi khoảnh khắc xum vầy đơn sơ thế xin một lần được cất cánh bay".

Rồi tự dặn với lòng: "*yêu thương ơi chút lòng riêng xin chắt chiu nghe…*" "*Cho dẫu chiều rồi phai nắng...*" (Yêu thương ơi)

Rồi một hôm, người Bạn sẽ đến. Thế nào cũng sẽ đến. "*trong chiếc áo mầu nắng mang theo chân trời rất lạ của phương đông*". Phải chính là người Bạn "nơi con đường vừa mới có tên mọc đầy hoa Nguyện Ước": '*Lưu ly reo âm thanh trái tim. Và sẽ tặng tôi phép mầu của câu thơ đi vào cuộc sống. Tôi run rẩy chờ đợi...* ". Người bạn đầy

Nguyện Ước phương đông đó chính là Dược Sư Lưu Ly Quang Như Lai đó vậy!

Và dĩ nhiên người thơ sẽ đến điểm hẹn dầu giữa đêm tuyết giá. "*Sẽ đem theo trái tim đầy tin cậy*". Trái tim đầy tin cậy, ấy chính là "Tín tâm". Hãy giữ lấy. Dù "*Ngày xám đục những mây/ đứng dưới một cây phong bay những chiếc lá khô/ Không có loài chim nào đến hót/ Cơn bão rớt đem mưa làm nước mắt…*". Cơn bão rớt sẽ đến rồi sẽ qua. Vô thường sẽ là 'đóa hoa' của Trịnh.

Rồi cũng có lúc "ngũ ấm xí thịnh", người thơ hoang mang: Nếu có tìm tôi... Nếu có tìm tôi...? Ai tìm ai? Hãy nương tựa chính mình thôi nhé!

Nếu có tìm tôi. Xin trông chờ mảnh sáng sao băng.
Nếu có tìm tôi xin hát bằng nhịp tim bổng trầm lời tình tự...
Nếu có tìm tôi. Xin theo dấu sáng đom đóm quyện hương bờ dậu

Từ trái: Họa sĩ Lê Ký Thương và vợ nhà văn Cao Kim Quy, Bích Ngọc (vợ anh ĐHN), NTKM- nhà văn: Lữ Kiều - Đỗ Hồng Ngọc - Nguyên Minh, Café Du Miên, Sài Gòn 2009 trong buổi tặng thơ Bùa Hương.

quê nhà. (...). Cho tôi đôi cánh hoa bay về miền đồng lúa chín vàng. Ngôi làng không bận lòng gì hơn là sống bình yên. Có con tầu đi về chở chuyên hội ngộ. Mỗi tiếng cửa mở ra là một tiếng reo sum vầy. Mỗi bếp lửa là mỗi báo tin mùa màng no đủ.
Nếu có tìm tôi...Trên bước gió mở ngàn khơi nơi cuối cùng là phương Đông ấm một mặt trời… (Khoảnh khắc giấc mơ).

Hoang mang thế nhưng rồi, như một nhà thơ từng viết: Tôi vịn câu thơ mà đứng dậy!

"Tôi đi tìm những trang bản thảo, mảnh đất tị nạn bình yên của tôi… Âm thanh ẩn mật là chiếc chìa khóa cuối cùng tôi phải mở, cõi thách thức cảm xúc phục sinh.
Tôi nhặt được một trang bản thảo lem luốc đầy vết xóa và tôi nghe tiếng tim mình còn hồi hộp đập…" (Trong cơn bệnh).

Phải, "Còn hồi hộp đập" nghĩa là còn sẽ nhặt nhạnh thêm.
"Em hồn nhiên rồi em sẽ bình minh" thôi mà! Phải không?

ĐỖ HỒNG NGỌC
(Saigon 24.5.2018)

Ntkm và nhà văn Nguyễn Thị Thanh Lương

Nguyễn Thị Khánh Minh Là Thi Sĩ, Bạn Tôi (2019)

Nhà Văn Nguyễn Thị Thanh Lương

Trời tháng ba ở Cali vẫn còn lạnh, ngồi trong quán cà phê với một anh bạn mà lòng buồn *theo trời nhẹ lên cao*… nhưng trong nỗi *buồn không hiểu vì sao đó* tôi vẫn cố neo không để cho *hồn mình đi hoang* để trụ vào mùi cà phê thơm với một tâm trạng trống vắng. Mặc dù lòng dặn lòng tất cả chỉ là một thế giới ảo, y như ánh đom đóm khi ẩn khi hiện thì ưu tư lo lắng làm gì cho phí những phút giây hiện tại. Như lúc này, đang miên man với cái triết lý vô thường đó, bỗng anh bạn đọc mấy câu thơ, một giọng thật Hà Nội, thật trầm...

Em đưa tay hứng giọt mưa mùa đông
Nhịp nước nào rơi trong tiếng lạnh lùng

Tay em bé nước tràn không đủ nắm
Nên buồn buồn nước vỡ bâng khuâng

Tôi giật thót mình và hình như tôi nghe tiếng mưa đang réo rắt đâu đây… Tôi chưa kịp hỏi thì anh nói đây là một bài thơ ngắn của nhà thơ Nguyễn Thị Khánh Minh, sáng tác lúc cô ấy mới 15 tuổi. Rồi tôi mường tượng đến hai bàn tay bé nhỏ xinh xinh của cô bé ở tuổi dậy thì đang hứng những giọt nước mưa đầu mùa, không biết nước mưa hay nước mắt của cô bé đang lung linh trên khuôn mặt bé bỏng, hồn nhiên và dễ thương ấy.

Từ đó tôi có một mối cảm tình rất đặc biệt đối với nhà thơ Nguyễn Thị Khánh Minh. Rồi nhờ duyên đưa đẩy, tôi gặp Khánh Minh vào một ngày cuối tuần của mùa hè năm đó. Chúng tôi ngồi nói chuyện với nhau trời sập tối lúc nào không hay. Hôm ấy, tôi cảm nhận lồng trong cái dáng dấp thanh tao nhẹ nhàng cùng với ánh mắt trong sáng và nụ cười hiền hậu của chị là niềm u uẩn sầu buồn… mà tất cả hẳn đã được người đọc, như tôi, cảm thấy qua văn thơ của chị?

Thơ chị như tấm lụa đào mỏng manh mà chị là con tằm nhả ra những sợi tơ đó. Từ tơ chị dệt thành những dải lụa thơ, có khi chỉ là một màu ngà mộc mạc thô sơ của tà áo bay theo gió nhẹ, có khi muôn màu sắc rực rỡ của ánh cầu vồng huyễn ảo sau mưa… Cũng thơ đó, khi thì mềm dịu như những sợi trắng bồ công anh tan bay trong nắng chiều, khi thì kiên khổ cô độc như cây thông ngạo nghễ theo sương gió thời gian.

Tôi có dịp đọc tập thơ *Ký Ức Của Bóng* của Khánh Minh. Vâng, tôi rất chủ quan mà nói rằng Khánh Minh không phải là một nhà thơ bình thường mà là một nữ thi, văn sĩ tài năng. Như thể chị được phó thác một khả năng kỳ diệu, biến hóa tâm tình của mình qua ngôn từ thật chân mỹ, kỳ hoặc… nhưng ăm ắp chất thơ mà hẳn chúng ta ít nhiều ai cũng cảm nhận như thế? Tôi cảm thấy như tìm được mình qua những bài thơ có tính cách tự sự của chị, và như vậy cả tác giả và người đọc như có một giao cảm, không còn cảm thấy là kẻ độc hành trong bãi sa mạc tâm linh hun hút đó. *Hình với bóng tuy hai mà một/ Bóng với hình tuy một mà hai.*

Và hình như bóng tôi cũng đang ẩn hiện trong văn thơ của Nguyễn Thị Khánh Minh.

Trong tập thơ *Ngôn Ngữ Xanh*, Khánh Minh đã cho tôi thấy người làm thơ chỉ cho mình là thi sĩ khi đang viết những câu thơ – như danh nhân nào đó đã nói. Chỉ trong khoảnh khắc đó thi sĩ mới thực sống với thơ, và cảm nhận trọn vẹn trong sự lắng đọng của lòng mình và của cuộc đời.

Như thể mỗi ngày
Một trò chơi

Tôi rơi. Đơn độc. Hạnh phúc
Nơi bài thơ tôi viết. Nơi bài thơ tôi đọc
Tôi giấu mình. Vui sướng
Trong lẻ loi tiếng khóc
Trong mơ mộng tự do
Vạt nắng nhảy nhót sau ô cửa kính
Háo hức bùng vỡ

… Sau một vụ mùa
Tôi chỉ đem về nhà được đôi ba hạt lúa chín
Chút mầu vàng của nó lấp lánh trên tay
Làm tôi đã vô cùng sung sướng
Tôi đã tắm đã hưởng
Tất cả những ngọt ngào mát mẻ của con sông
Và dẫu tôi không mang về một hạt nước nào của nó
Nhưng làn da tôi thì mãi còn dư âm cái trườn mình của dòng chảy

Bài thơ hoàn tất. Là một điểm hẹn quyến rũ
Nhưng phút mong manh giữa những từ
Lại là lúc đóa hoa đang nở. Đang tỏa hương
Tôi có gì đâu phải vội

(Phút Mong Manh Giữa Những Từ)

Phút mong manh giữa những từ / Lại là lúc đóa hoa đang nở. Đang tỏa hương / Tôi có gì đâu phải vội… Có phải chị rất hạnh phúc khi cảm thấy mình thực sự là Nhà Thơ khi đang sáng tạo và luôn mãi mơ ở trong giây phút *đang tỏa hương* ấy?

Qua những tác phẩm được xuất bản liên tục thì có phải chị đã được sống như thế, và tôi, không do dự chút nào khi gọi bạn tôi, là Thi Sĩ.

Khánh Minh ơi, hãy tiếp tục là thi sĩ, hãy tiếp tục sáng tác để thế giới ảo này được mãi lung linh và thánh thiện.

NGUYỄN THỊ THANH LƯƠNG

Laguna Niguel, Sep. 1, 2019

Thanh Lương, Thu Vàng, Khánh Minh, Trịnh Y Thư, trong buổi RMS Ngôn Ngữ Xanh của NTKM và Chỉ Là Đồ Chơi của TYT, Oct 5.2019

Niềm Hi Vọng Của Giấc Mơ (2019)

Nhà Văn Lê Lạc Giao

Tôi nhận được tập thơ *"Ngôn Ngữ Xanh"* của nữ thi sĩ Nguyễn Thị Khánh Minh tặng vào những ngày lập thu đầu tháng mười. Khi nhìn tên tập thơ, tôi nghĩ ngay đến nỗi niềm hoài vọng của tác giả. Tuy quen biết Khánh Minh chừng năm năm qua người bạn làm thơ Nguyễn Lương Vỵ, tôi lại biết rất ít về nhà thơ nữ cùng thế hệ này cũng vì điều kiện sinh sống có tính khép kín tại Hoa Kỳ. Về sau có đi uống café vài lần và nói chuyện với Khánh Minh, tôi càng khâm phục cô hơn nữa. Một người mà thể chất rất tệ vì bệnh tật, càng về sau đi đứng khó khăn cùng phải lo quán xuyến gia đình vẫn không ngăn cô sáng tác. Và các tập thơ đều đặn ra đời như thách đố với tình trạng tiêu cực của bản thân. Ngôn Ngữ Xanh là tập thơ thứ mười của nhà thơ Nguyễn thị Khánh Minh.

Một cách tổng quát, làm thơ cũng như viết văn, hội họa hay điêu khắc đều là sáng tác nghệ thuật nhưng làm thơ tính chắt lọc cao cũng bởi bản chất đặc biệt cô đọng của nó. Đọc một quyển sách, xem một bức tranh so sánh với đọc một bài thơ chứ chưa nói đến cả tập thơ, tính thưởng ngoạn đòi hỏi nhiều hơn nếu không muốn nói sâu lắng hơn về mặt nhận thức. Vì sao? Vì thi sĩ là nhà phù thủy chữ nghĩa! Nói đến đây hẳn chúng ta không thể nào quên một "Truyện Kiều" của Nguyễn Du hay những bài thơ của Đinh Hùng, Hàn Mặc Tử, Quách Thoại, Bích Khê, Quang Dũng …

Tập thơ "Ngôn Ngữ Xanh" miêu tả trung thực ý nghĩa *"thi sĩ là nhà phù thủy chữ nghĩa"*. Tập thơ có ba phần, tuy tách biệt nhưng liên kết một thể thống nhất: Phần một, *Phút mong manh giữa những từ*. Phần hai, *Ký ức Xanh* và phần ba, *Ngôn Ngữ Xanh*.

Cả ba phần gồm 69 bài thơ, có những bài cũ hiệu đính, cập nhật lại như để hoàn chỉnh những khiếm khuyết trước. Tuy nói như thế, nhưng thơ tạo ra từ cảm hứng cho nên những bài thơ hiệu đính có thể nói còn mới và hay hơn nữa. Với *Ngôn Ngữ Xanh*, trước tiên vai trò nổi bật của *từ,* thứ làm nên *ngôn ngữ xanh*, trong đó còn cho thấy tương quan *cảm xúc, cảm hứng, và từ* để có một hoàn chỉnh thơ. Nguyễn thị Khánh Minh đã sử dụng *từ* để vẽ một bức tranh đời bằng *thơ* vì trong tập thơ này đã miêu tả khá hoàn chỉnh quá khứ và hiện tại của cô. Trong khi làm thơ chính là *Viết tương lai của quá khứ,* mà nói về tương lai, sáng tác mang tính hoài vọng, ước mơ thế nên *Ngôn Ngữ Xanh* là thứ ngôn ngữ hi vọng.

Tôi muốn nói sâu xa hơn, một bức tranh hình thành từ Tiêu Đề "P*hút mong manh giữa những từ*" gồm 5 bài thơ. Bắt đầu bài 1 đã nói lên khá trọn vẹn quá trình sáng tác bài thơ, nguồn cảm hứng có được từ hệ quả cảm xúc dù:

> *Như thể mỗi ngày*
> *Một trò chơi*

Trò chơi mà Khánh Minh nói chính là *Sáng tạo* nếu không nói hàm chứa triết lý của một biểu tượng. Biểu tượng *Thi Ca* (Poetry) làm nền nên đa phần những bài thơ trong phần một là những metapoems (tạm dịch là những bài *Siêu thơ*). Thực chất của *metapoem* là cuộc hôn phối của *Từ* với *Thi Ca* bởi chính bản chất *Thi Ca* xuất phát từ hình thái cấu trúc của *từ (thơ/poem)*. Các bạn hãy tưởng tượng có một bàn cờ, trên bàn cờ tập trung những con chữ, bằng cảm xúc (Emotion, Feeling, Mood) nhà thơ vận dụng đôi tay sắp xếp những con chữ để nó trở thành bài thơ. Cô dùng chữ *"Tôi rơi. Đơn độc. Hạnh phúc"* ý nghĩa tương đương: *tôi viết bài thơ trong cô đơn, lẻ loi nhưng hạnh phúc,* dĩ nhiên không hề bi quan mà hi vọng. Và sáu câu thơ kế đủ diễn tả hết bố cục của một thái độ có từ xúc cảm, vượt qua thứ thực tại như là vết thương:

Tôi rơi. Đơn độc. Hạnh phúc
Nơi bài thơ tôi viết. Nơi bài thơ tôi đọc
Tôi giấu mình. Vui sướng
Trong lẻ loi tiếng khóc
Trong mơ mộng tự do
Vạt nắng nhảy nhót sau ô cửa kính
Háo hức bùng vỡ

Từ đó bắt đầu cuộc hành trình, dù nó kéo dài hay lặp đi lặp lại nhiều lần cũng vẫn căn bản là bao *phút mong manh giữa những từ*; và điểm đặc biệt là những biểu hiện hướng nội hay ngoại đều mang đến một hệ quả là khát vọng xuất xứ từ đối kháng để có một chọn lựa:

Tôi đi

. . .

Cho dù. Niềm tin tôi vẫn ngợi ca
Có làm tôi vấp ngã
Cho dù. Bài thơ không còn là tấm lòng che chở
Cho dù dự báo của vết thương
Cho tôi biết cuối con đường cũng không phải là nơi đến
Tôi vẫn đi…

. . .

Tôi nhất định đi
Cánh cửa ấy lúc nào cũng chờ

Cho tôi đi tới. Cho tôi về nương tựa
- Cánh cửa trái tim tôi -

Cho nên bắt đầu *một trò chơi* mà tính liên lĩ rất rõ: *Tôi đi… tôi vẫn đi… tôi nhất định đi… tôi không quay về nữa đâu… tôi nhất định đi*, như nhắc nhở chính mình một quyết tâm phải vượt qua trong mỗi chặng của cuộc hành trình để đến đích điểm, dù đích điểm có là thứ vết thương cũng không hề làm cô chùng bước. Câu cuối cùng *Cánh cửa trái tim tôi* như để hoàn tất cấu trúc (structure) của bốn bài thơ với tiêu đề *Phút Mong Manh Giữa Những* Từ: xúc cảm (emotion/feeling) bắt đầu, và tâm tư (mood) hoàn tất. Bài thứ hai có những câu sau:

Bài thơ hoàn tất. Là một điểm hẹn quyến rũ
Nhưng phút mong manh giữa những từ
Lại là lúc đóa hoa đang nở. Đang tỏa hương

Bài thứ ba rõ hơn về một cái self-tương quan con chữ/thi ca:

Khi viết xong bài thơ
Đôi khi. Tôi khóc
Có phải vì lời đã nói về hạt nước mắt
Bị giam giữ trong lòng đêm ma mị
…
Khi viết xong bài thơ
Tôi thường hay xóa
Dường như tôi sợ bóng tôi
Dẫy chết giữa những con chữ đói
Bầy ý nghĩ tử thi
Làm tôi buồn như vừa đưa ai về huyệt mộ

Khi chấm hết bài thơ
Tôi hụt hẫng. Như chưa thể xong lời

Nơi đây vai trò con chữ làm nổi bật ý nghĩa thi ca vì một bài thơ hoàn tất chưa phải chấm hết là thứ metapoem. Thế nên những con chữ, từ (letter, word) mang số phận bài thơ và phải mặc cả (deal) với chính bản chất/chủ đề của nó (metapoetry/siêu thi ca). Nói sâu xa hơn bởi *đỉnh cao triết lý là thi ca* nên thơ chính nó có *sứ mệnh* giúp con người tồn tại, sống sót nếu mô tả sâu xa hơn: con người trong cơn giông bão cuộc đời.

Trong **phần một**, mười tám bài thơ đại biểu cuộc hành trình của con chữ qua cảm xúc biểu hiện thi ca. Tuy nhiên hơi hướm tượng trưng rõ nét và theo thứ tự một quá trình. Bài *Tấm Lòng* mở đầu:

Thương điều tôi viết
Hồn thơ nhập xác chữ
Thương điều tôi tìm
Hạt muối trao lòng biển
Thương điều tôi hỏi
Đêm khuya cúi đầu không nói
Thương điều tôi quên
Con trăng để bóng bên thềm
Thương điều tôi đợi
Hạt mầm đâu đó nhú lên…

Và bài *Thơ* chính là một thực tại phép màu: với *Nơi Không Gian Thơ/ Có thời gian cho lời đọng lại*

Để rồi: *Nơi bóng mát thơ/ Khoảnh khắc chữ cho lời rơi xuống/ Nghe lắng nghe. Quán tự tại yêu thương*

Nhóm lửa hi vọng: *Nơi lửa thơ/ Những con chữ nhóm lời cháy đỏ/ Thắp mặt trời cho những giấc mơ*

Nuôi nấng ước mơ: *Nơi biển thơ/ Những con chữ bung lời nắng dậy/ Đó là ban mai mỗi ngày được thấy*

Và ba câu kết: *Bật lên triều xanh của lời/ Chắp lên đôi cánh của lời/ Bay xa bay xa. Trái tim của một người trao gửi.*

Những bài thơ tiếp theo kết quả hình thành từ cảm xúc theo thời gian. Có thể rất ngắn, có thể cả một đời người nhưng lột hết ý nghĩa vai trò của *từ, chữ, lời* mang tính định phận trong chiếc khung thi ca: từ thất vọng nhỏ nhoi, nuối tiếc, đau buồn, tiêu cực đến cực đại bình an hi vọng của chính bản chất *thơ* nếu hiểu *Thi ca cứu rỗi con người mỗi ngày* (Poetry saves the world every day) theo cách nói của Rowan

William. Ngoài khía cạnh kỹ thuật của thi ca, nội dung các bài thơ trong phần 1 *Phút Mong Manh Giữa Những Từ* sáng tạo qua màu sắc tâm lý đa dạng của chính bản thân nắm bắt từ cảm xúc. Những xung động bắt buộc ngoài biểu hiện thực tại cảm xúc ý thức, vô số biểu hiện cảm xúc vô thức chồng chất từ quá khứ tạo nên những bài thơ nặng tính độc thoại kể lể (narrative monologue) nếu không quen người đọc khó chia xẻ cùng tác giả.

Thơ
Là dòng sông. Cho tôi trôi đi
Là tiếng khóc. Cho tôi rơi lệ
Là dấu mốc. Nhắc tôi trở về
Là bàn tay. Cho tôi nắm lấy
Nhưng thường khi. Nó là bóng đám mây bay

Hay thật đơn sơ:

Thơ,
Có khi Nó cõng tôi qua cơn phiền muộn
Cho tôi giấc mơ bình yên
Với những lãng quên cần thiết
Đôi khi. Nó khiến tôi thành con bé. Mơ mộng cả tin
Có khi lại già nua khắc nghiệt
với những điều làm tổn thương lòng tin cậy
. . . . .
Lời tôi viết
Là tấm gương soi cảm xúc tôi từng lúc
Tôi viết nên bài thơ
Chẳng phải bằng con ruồi giả – như người ta câu cá –

Những *Từ* biến thành *Chữ* chuyển qua *Lời* hay ngược lại là một quá trình mang tính sống còn, tồn tại tự nhiên thế nên *Thi Ca khiến không có gì xảy ra* (Poetry makes nothing happen – WH Auden) có nghĩa *Thi ca là cách xảy đến, diễn ra* trong dòng chảy thời gian. Ở đó có bao thực tế đau buồn mất mát hay rối bời hạnh phúc, hiện diện nhiều góc cạnh khuôn mặt cuộc đời. Có lắng nghe, nhìn thấy, thẩm thấu để rồi biến thành lời, thành ngữ điệu để chủ thể tồn tại và giúp mọi người tồn tại. Ý nghĩa *Thi ca* được hình thành như thế.

Bài thơ *Đường Mật* và hầu hết những bài thơ còn lại biểu đạt ý nghĩa xúc cảm:

Trong mật của Nắng
Hoa hướng dương nở
Trong say men Thơ
Tôi đắm

Nắng và Thơ
Đường mật
Tôi và hoa hướng dương
Buông mình. Rơi. Và tan

Và bài 3, 4 những vấn nạn chính của *Lời* với đầy đủ tính tích cực, tiêu cực, mâu thuẫn xuất phát từ cảm xúc:

Hút mãi vực sâu
Lời thành bóng tối
Lăn hoài nỗi đau
Lời thành viên cuội

Vậy có phải cảm xúc khởi thủy của ngôn từ, để rồi qua *chữ* và *lời* mới có những câu thơ, bài thơ mà sự sống hàm chứa bên trong? Bài thơ *"Sợi tơ mong manh"* cho thấy tương quan và kết quả từ *cảm xúc,* mà *chữ* và *lời* hoàn tất sứ mệnh thi ca, cổ vũ cho châm ngôn *"Thi ca khiến không có gì xảy ra"* để có những bài thơ hy vọng.

Cảm xúc sóng dội
Trôi tôi trên biển của lời
Cảm xúc dao sắc
Cắt tôi nơi trần trụi của lời
Cảm xúc lửa bỏng
Đốt tôi nơi rực cháy của lời
Cảm xúc gió bay
Thổi tôi thành lời của bài thơ hy vọng

Bài *Cõi Lời* là thứ *cõi đời* qua biểu tượng *Lời* trong bài 1:

Một vòng sinh tử trêu ngươi
Đành thôi ăn dối cõi lời mây bay
Mai kia mốt nọ. Họa may
Còn hơi thở ấy. Mà bày cuộc vui
Dẫu đời ngàn dặm phủi phui

Cấu trúc *Lời* là sự mặc cả của chính thân phận nhà thơ với *Thi ca*. *Ngôn từ* (lời) khí cụ duy nhất nhà thơ bày tỏ khát vọng, ước mơ hay chính cả việc từ chối chính mình trong dòng sống một khi không bằng lòng về một thái độ. Nhưng rồi cũng chính *Lời* cho thấy ý nghĩa của *Thơ* để làm giàu cho giá trị *Thi ca*.

Lời. Khi như dòng sông trôi
Con nước ngửa mặt cho trời xanh chung
Lời. Khi như gió mông lung
Hụt hơi buộc cái vô cùng chờ nhau
Lời. Khi là vết thương đau
Xin bát cháo lú qua cầu câu thơ

Bài thơ "*Bóng Tối Lời*" một thí dụ tuyệt diệu khả năng ẩn dụ, so sánh của tác giả khi viết về *Lời*:

Nhớ một bài thơ nói về bóng tối
Nơi đó ánh sáng của trăng của sao đã tàn lụi
Nên những lời nói về đêm. Như những lời nói dối
Bóng tối ấy
Chỉ như một tấm phông làm nền
Và trong xưng tụng cô đơn
Dường như phản bội tất cả ký ức về ánh sáng
Mầu trắng của ngày
Mầu đen của đêm
Đôi khi ranh giới giữa trắng và đen nhập nhòa
Ánh Sáng và Bóng Tối
Ở lời tôi. Ở lời anh. Ở những lời không ở cùng sự thật

"Phút mong manh giữa những từ" đóng lại bằng khát vọng của ước mơ qua bài *Lời Khát*. Là *Lời của một tương lai quá khứ*. Là màu xanh của hi vọng sau những nghiệt ngã của chia lìa, mất mát vì *Lời* viết về một nơi đến của một giấc mơ:

Tôi đang viết giấc mơ
Trên giấc ngủ nỗi sợ
Trên khốn cùng nước mắt
Trên lạnh tanh thi thể
Trên hẩm hiu dòng máu
…
Tôi đang viết giấc mơ
Bằng lời tôi khát
Bằng hết sức có thể, một gạch nối ấm áp
Che chở tôi
Nơi tôi có thể sống với phút giây chưa từng tới
Nơi tôi có quyền mơ mộng
Nơi tôi có quyền được quên
Nơi cảm xúc tôi được chọn lựa một bình yên
Tôi đang viết giấc mơ. Người ơi
Trong phút giây tin cậy của một lời cầu nguyện

Và em sẽ viết
Một bài thơ tình đúng nghĩa. Em và Anh
Giấc mơ xanh

Bài *"Nụ cười nói với tôi rằng"* là sự nuối tiếc một thời thất vọng dù muốn lãng quên nhưng không đạt được, như tâm tưởng cuộc đời vốn chồng chất những điều hạnh phúc và cả không hạnh phúc. Nhưng khi ước mơ chính là nuối tiếc thì đồng thời cũng chính ước mơ là hi vọng:

Có phải cùng lúc với nụ cười
Là âm thanh lãng quên kéo tôi vào hy vọng
Bầy ảo mộng thôi huênh hoang
Yên phận cùng bóng tối
Có phải cùng lúc với nụ cười

Tôi già theo năm tháng
Cây xương rồng quen gai
Và. Khi chữ tôi cười
Tôi trẻ lại những ước mơ
Tập quen cành lá mới
…

Về sự hư ngụy của một thái độ, nhà thơ Khánh Minh viết *"Giữa những màu xanh"* thật tuyệt diệu:

…
Là dòng luôn trôi đi. Xanh
là xanh mênh mang hạt lệ
là xanh đêm òa mộng dữ
viên cuội tròn viên cuội lăn.

Bóng tối nuốt xanh dòng suối
mắt cuội mở đuối trời xa
viên cuội lăn viên cuội già
Ảo ảnh giấc mơ rù quến
Mầu xanh. Hư huyễn câu thơ...

Phần 2 *"Ký Ức Xanh"* mở đầu bằng hai bài thơ in đậm dấu ấn thời gian, như phế tích của một thời không thể nào xóa nhòa. Hai bài thơ *"Tỉnh dậy sau cuộc mổ"* năm 2014 và *"Những ngày nằm bệnh"* năm 1998 cách nhau 16 năm cho thấy hai bài thơ là hai *vết cắt ký ức*, mang đậm tính hoài niệm dù thực tế cho thấy đấy chỉ là những sự việc tiêu cực của cuộc đời. Tuy nhiên tâm thức con người, đặc biệt những người sáng tác nghệ thuật, *vết cắt ký ức* lại là thứ "quê nhà" không thể xóa nhòa, mỗi lần có dịp gợi nhớ như vực lại một quãng quá khứ đã mất (A la recherche du temps perdu – M. Proust[1]).

Bài thơ *"Những ngày nằm bệnh"* có những câu:

1. Marcel Proust viết trường thiên tiểu thuyết nổi tiếng A La Recherche du Temp Perdu (Tìm lại thời gian đã mất) bắt đầu hồi ức một thời qua việc chấm mẩu bánh madelein vào trong tách nước trà lúc bị bệnh.

một tiếng kêu
…, cơn bệnh là nhà tù
giấc mơ tôi là đôi cánh
– Cánh của chim cánh cụt –

và "Tỉnh dậy sau cuộc mổ":

Tôi đi qua con đường mê bằng lời kinh thắp sáng
Tôi nhận ra hơi thở mình lồng lộng
Như gió mở toang hết những chân trời. Mầu xanh rộng như mơ
Ôi hơi thở, người bạn đường nhắc nhớ
Nơi đây. Tôi vừa thức dậy…

"Ký Ức Xanh" gồm những bài thơ "Tìm lại thời gian đã mất", là những khoảnh khắc hạnh ngộ hạnh phúc sau bao tiêu cực chia lìa là thứ *"Bay ra từ giấc mơ"*:

Tôi xuống phố
Náo nức tuôn vào mọi ngõ ngách của ngày
Với đường bay của một con chim cánh cụt
Vừa mọc đôi cánh huyền thoại
Sẽ bay qua biển xanh…

Và những khoảnh khắc trung thực của bài thơ *"Sau cơn mưa"*:

Và tôi có thể bất cứ
Kéo ra một năm. Một tháng. Một ngày. Một phút
Vụt sống lên. Nhún nhảy
Rồi như thể nó sẽ còn đó. Mãi mãi
Canh giữ xanh tươi mùa kỷ niệm
…

Những bài thơ còn lại tràn ngập cảm xúc hạnh phúc. Dấu vết kỷ niệm một thời như là những nét vẽ hạnh phúc trên nền quá khứ đau buồn được gợi tuôn ra. Gồm những phản ứng của màu sắc tâm tư qua bao thăng trầm cuộc sống hiện tại, đồng thời nhắc lại một quê nhà thơ ấu xa xăm:

Biển mở căng chân trời
Gió đẩy thêm chút nữa
Tất cả những đám mây lúc này đã vỡ
Nguyên vẹn một mầu xanh
Tôi bóng bay. Bơm đầy hương biển và gió
…
… ngôi nhà Hoa Sứ vừa mở ra những cánh cửa gỗ nâu, có tiếng chào nhau buổi sáng, có tiếng trò chuyện bạn bè, có tiếng bước chân ra vào của người phụ nữ đảm đang. Mùi cà phê, mùi bánh mì nướng. Mùi ẩm sương hiên gạch đỏ. Mùi bình yên. Mùi yêu thương. Cùng những tiếng cười… Gió đang đưa bay xa…

Trong ánh nắng rực rỡ Sunset Beach
Mùi biển Nha Trang. Vỡ òa trên cát lạ…

Nhà thơ Nguyễn thị Khánh Minh nhắc nhiều đến biển như hoài vọng một quê nhà (Nha Trang), các bài thơ *Bẫy xanh, Đoản khúc Biển, Tiếng biển* đều là tiếng vọng của một thời kỷ niệm:

Con sóng tung lưới
Nước bung ra xao xuyến
Tan vào bẫy quyến dụ xanh
Ấm nồng ngực cát
Vỡ tôi. Buồn trầm blues biển
Hương của nụ hoa nở từ vực sâu
…
Đêm. Ngủ xa nhà
Nhưng cũng như biển
Tôi trăn trở suốt đêm…

.

Tôi thấy mình trôi
Cô đơn như con thuyền
Trên dòng nhạc Đặng Thế Phong
Con thuyền nên thơ. Cứ mãi trôi
Và mang hoài trên mình giấc mơ về bến…

Có những đêm mùa thu
Tiếng gió nghe như tiếng sóng
Dội xôn xao lồng ngực
Biển cồn cào mọc lên
Nha Trang theo dòng máu
Tràn trề thân thể
Làm xanh hết ký ức tôi

Bài thơ *"Ký Ức Xanh"* có hai khổ thơ: Khổ thơ thứ nhất viết về *Ký Ức Xanh*, Khổ thứ hai như đóng cánh cửa kỷ niệm trở về thực tại nơi mà cuộc sống vẫn tuôn trào thi vị từ những hồi ức đẫm ướt nồng nàn dư vị tình yêu và hi vọng của *Ký ức xanh*:

Xanh. Xanh như trời xanh như lá xanh như nước xanh như ánh mắt sao Kim xanh. Em. Hạt biển xanh bung cao. Những con sóng nhìn lên. Ngưỡng mộ.
Sáng. Sáng như ngày sáng như viên đá quý sáng như mắt ngây thơ sáng như ánh lửa đêm. Em. Điểm long lanh vương miện triều dâng. Tan ra lấp lánh.
Sâu. Như vực sâu như rừng sâu như ý nghĩ thẳm sâu. Hơi thở âm vang dội lên từ ngực. Biển rộng mở mùa thiếu nữ. Thủy lưu hết sức ngọt và dịu dàng. Chắt chiu ấu thơ em xuân thì em. Bờ cát và sóng. Sống hết những ranh giới của nước. Yêu nhau.
Nhốt vào trái tim mỏng manh. Những hạt biển mặn. Vỡ mềm môi triền cát. Luân vũ ánh sáng. Em. Điểm hoan lạc nhất của cơn say. Những vòng tròn hối hả đồng tâm.

Phần 3 *"Ngôn Ngữ Xanh"* bắt đầu bài thơ *"Ngày chan hòa"* với khổ thơ ba câu (Tercets) miêu tả một thực tại như mơ chan hòa hạnh phúc. Là những vệt màu cảm xúc vẽ trên bề mặt thực tại bức tranh trừu tượng biểu hiện (abstract expressionism) cô đọng những rung cảm giác quan lẫn tinh thần:

Phố lao xao khua mùa lá mới
Một mùi hương rất lạ theo về
Là tiếng nói mắt nhìn nhau có phải

Thầm riêng mình. Ấm ngọt giữa môi thơm
Ấm như thể thu nghìn giọt nắng
Nở như bông phố ngọt trưa nồng

Cúi xuống nhẹ vai ngày run mắt gió
Gọi nhau về. Nhà ai vừa khép cửa
Sắc rơm chiều. Rất dịu. Rồi tan
…
Là thức dậy vô cùng biết thế
Ngó chung quanh ngó đất nhìn trời
Sợ hụt hẫng nên ôm vào rất vội

Là tôi là tôi là tôi
Như viên đá lạnh trong ly nước
Sống tận cùng. Chắc thế. Đã tan ra…

Bằng khổ thơ ba câu nhà thơ Nguyễn thị Khánh Minh sáng tác bài *"Nơi dịu dàng xuân tới"* với nhịp ngắt quãng như hơi thở thông qua tâm tư nuối tiếc, đợi chờ:

Của nhẹ lắm tiếng trái tim đang đập
Và hạt lệ không rơi ra khỏi mắt
Sợ buồn trĩu rồi ngày đi sẽ nặng

Đừng nói gì thêm đêm ơi tiễn biệt
Em đứng đó con đường dài không hết
Đêm thở bên vai. Ai đó nói thầm

Có phải rất thầm rời hai bàn tay
Xa như tiếng mưa buồn cuối phố
Mắt nuối nhìn trong đêm. Mưa bay

Có phải rất thầm hẹn em mùa xuân
Dịu dàng ơi, nụ hôn đêm chờ đợi
Giục cánh hoa nở kịp dịu dàng khuya…

Bài thơ *"Vườn chiều"* mô tả cô đọng *tiếng thời gian*. Nỗi cảm hoài sâu lắng trong hồn và cả thiên nhiên. Độ rung cảm bài thơ rất cao, và tính trữ tình rất sâu. Ngày và đêm chuyển đổi dịu dàng qua ẩn dụ rất mực tuyệt diệu:

…
Dưới bóng im. Ngày đi xa lắm
Nghe buồn chiều xóa nốt dấu chân
Như ai đó bước ngoài vạn dặm

Để lại trên cành những xanh nhắn nhủ
Xanh trên trời mây ở với chia tan
Mà rơi xuống trần gian. Đoàn tụ

Để lại trên thềm cành hoa khuya ngất trắng
Mai rồi nghe viên gạch nhỏ cũng thơm
Mỏng và dịu một hồn đêm hóa nắng…

Thơ khổ ba câu (Tercets) có thể ví von như thơ Haiku phương tây, tuy nhiên Tercets không giới hạn chữ cho mỗi câu và phải có một hợp vần (rhyme). Chỉ trong ba câu thường mô tả một cảm xúc trọn vẹn rất khó vì sức cô đọng đòi hỏi cao. Trong phần 3 Ngôn Ngữ Xanh có đến hai phần ba (21 bài) thơ khổ ba câu Tercets. Bài *"Im lặng biển. người về"* điển hình cho kiểu thơ Tercets:

Tin gió đưa về với mênh mông
Biển rất xanh và chân trời hư ảo
*Sao ai trả lời kia sóng như bông**

Nở một đóa xôn xao chín suối
Tóc như mây trăm ngả sông về
Biển hò hẹn chất lòng bông hoa muối

Bài thơ *"Ngôn ngữ xanh Đinh Cường"* cho thấy màu xanh của tranh là nỗi ám ảnh tâm hồn nhà thơ. Màu xanh của những bức tranh Đinh Cường cho bao xúc cảm, vun đắp cảm hứng để có bài thơ mô tả những bức tranh bằng thứ Ngôn Ngữ Xanh. Có thể màu xanh mà nhà thơ mô tả là thứ màu ký ức, chìm sâu trong những giấc mơ của một người lưu đày tâm trạng. Tranh chỉ là điều kiện để *dường như* hiện thực những giấc mơ:

Dường như
Đó là đường biên vô tận của mầu xanh
Người họa sĩ thao thức cõi bình lặng
Những mảng mầu nức nở

Chiều ấy rất nhiều gió
Đàn chim nhớ phố bay về
Trên tháp chuông trên hàng cây già
Chiều Sài Gòn những hạt mưa xanh
Rơi vào mắt cô gái hai mươi. Sững lệ
Tôi yêu mầu xanh từ ngây thơ ấy
Từ tranh người mầu sắc cũng chiêm bao

Tôi tin rằng những bức tranh của Đinh Cường đã được nhà thơ Nguyễn thị Khánh Minh bằng vào thứ Ngôn Ngữ Xanh tô vẽ và chắp thêm đôi cánh bay vào bầu trời cao tìm về một quê hương đã mất:

…
Cuốn vào giấc ngủ bầy chim
Giữa kiêu hãnh nụ hoa đỏ và nét cong run rẩy dưới tà áo
Những mảnh trăng xà cừ
Phản chiếu từ ánh mắt cô gái. Thẳm xanh và im lặng
…
Mải miết. Đường xanh rất buồn
Nơi dòng sông Potomac
Ánh mắt người từng ngày rơi xuống. Hạt lệ Đà Lạt
Khúc hoài hương vỗ sóng
Những cánh chim ngược gió. Thổ giọng tuyết khô
Người hát bằng sắc mầu thao thiết quê hương một thời khói lửa
Người hát bằng đường cọ mềm đong đưa tán lá
Trong giấc mơ của loài chim. Phố xanh yên bình mộng mị
…

Và bài thơ chấm dứt bằng:

Đó là ngôn ngữ xanh. Và. Tín ngưỡng xanh
Trả lại cho tôi thời gian

Lúc người ta còn tin vào những chuyện thần tiên,
những lời thơ nói về vẻ đẹp vĩnh cửu. Của trái tim

Trong bài thơ *"Đêm"* là một tự vấn qua lăng kính cảm hoài thân phận bởi điều kiện hạn chế của bản thân:

Phương đông im như ai vừa sập cửa
Ngày oằn vai cõng tối. Nắng theo đi
Để lại một trời đêm chết đứng

Sao tắt hồn rơi không lưới đựng
Từng bầy gió nhỏ khóc đưa tang
Vành môi khô trăng buồn neo lưng ốm

Nhưng cũng cho thấy nỗ lực bản thân vượt qua để có chút mầm xanh hi vọng:

Trời xa đuối. Lòng đêm sâu thẳm miết
Cây mỏi mệt bứt ra hoài lá bệnh
Thở dài gió lạnh trổ mình gai

Gai đêm nhọn giấc mơ đi không trót
Mắc cạn lòng nhau giấc ngủ đìu hiu
Họa chăng mai. Có một niềm vui sót…

"Sinh Nhật" là bài thơ an ủi chính mình trong khi nhận diện thời gian trôi qua của kiếp đời. Bài thơ biểu hiện tâm tư đấu tranh với nhịp thời gian bằng chính sự thụ động của thực tại nhưng vẫn phải cố gắng, tin vào một giấc mơ màu xanh:

Một ngọn nến. Thổi 60 năm xa
So ánh lửa. Chút mùa thêm tí tách
Tôi đi qua đi qua...

Một ngọn nắng. Là mùa xuân đi mãi
Mầu hoa vàng ngất mắt chiêm bao
Tôi ngủ mớ những khi lòng thơ dại

Một tiếng chim gù. Là hè không đi nữa
Cho miên man hơi ấm tổ đong đầy
Tôi ủ no cõi đời tôi bếp lửa

Một chiếc lá khô. Hỏi mùa thu bóng xế
Ngày vừa trôi dỗ níu bóng chiều phai
Tôi mở hết những chiều xanh có thể

Gió đã buốt. Thổi bùng đêm mùa đông
Có tiếng khóc rót mừng ly rượu đỏ
Mừng trong tay ngày tháng vẫn đầy. Đong

Bài *"Xứ chiêm bao"* một lần nữa nhà thơ viết kiểu mơ và thực thông qua một cảm xúc đời thường. Bài thơ nêu bật ước mơ từ một thực tại mà nhịp sống không thay đổi, xảy ra hằng ngày. Có thể bảo một thực tại chỉ có thể vượt thoát qua ước mơ:

Dường như tôi đã đứng ở đó
Nơi ánh sáng đã lọc hết cặn đêm
Cùng hệ lụy ác mộng
Những thầm lặng nhẹ nhàng trỗi dậy
Trong suốt. Nhẹ bẫng. Run rẩy
Bóng tối không còn phải giấu kín nỗi đau
Theo bình minh tung nắng
Theo hàng cây bung gió
Mở hết xích xiềng của thời gian
Ngày đêm đếm sự trôi qua
Trong khí hậu chiêm bao của tiếng chim hót sáng
Của hoa nở và tàn
…
Dường như tôi đã đứng ở đó
Và nhặt được một đóa hoa hồng
Rưng rức nhịp trái tim thơ diễm lệ
Dường như tôi đã được sinh ra ở đó
Nơi. Những vị vua họp bàn vì hạnh phúc lê dân
Những người lính gác mùa màng
Những người già và nhà thơ ngồi kể chuyện thần tiên
Canh giữ những giấc mơ
Trong bờ đêm bay rất nhiều đom đóm

Để rồi từ vượt thoát thực tại đến một quê nhà có trong giấc chiêm bao:

Trong sáng láng ấy tôi đã gặp nhà thơ Mặt Trời. Lồng lộng nắng phương đông, huyền nhiệm sao khuya, rắc xuống cánh đồng thơ mùa chiêm bao diễm ảo. Tôi thức giấc từ lời hát của một bông cỏ dại…

…

Tôi biết. Tôi sẽ được cất tiếng. Trong mùa thơ quyến dụ ấy với ngôn ngữ tình nhân. Ngôn ngữ tôi nghe một lần trong xứ sở chiêm bao. Khoảnh khắc giấc mơ tôi thực sống…

Nhà thơ Nguyễn thị Khánh Minh đã dùng thơ mô tả nhịp sống chính mình. Giống như một họa sĩ nhà thơ vẽ bức tranh tâm tư theo ngày tháng mình đã sống. Có đủ đau buồn, yêu thương, mất mát theo sự chuyển động môi trường chung quanh cô và ngay trong tâm hồn cô. Bài thơ *"Nhịp ngày"* mô tả thứ cảm xúc *"ngày"* của nhịp sống:

…
Vẽ những lối quanh con nắng ngập ngừng
Đi rất khẽ rồi dần dần lay động
Thềm hoa khuya và ngõ nhỏ đầu hôm

Ai đứng đó hay vừa mới tới
Một chút nhìn như hồ nghi đêm
Đêm lưỡng lự. Ngày không đứng đợi...

Và những xung động tâm tư "chiều" xuống mơ hồ:

Chiều đang tắt dần ngọn lửa
Ngày không cầm được chân nắng nữa
Sông buông dòng nước để trôi xa
Ngọn cỏ xanh bên bờ mới mọc
Đêm buồn như có ai đang khóc
Tôi ngồi cong mảnh trăng non

Để rồi tự an ủi mình *"Vâng, tôi đã rất đầy"*:

Ơn đời nhau. Hạnh Phúc
Vâng, tôi đã rất đầy

Lẻ loi một hạt lệ
Dỗ dành nhau. Phút giây

Cạn ly này. Niềm Vui
Đã mềm môi vị ngọt
Gai đời kia có xót
Âu chút trần gian thôi

Bài thơ *"Một mình. Như mơ"* là hoài vọng một thời đã mất, ở đó có những nỗi cô đơn lang thang, có những hạt lệ rơi xuống hồ của tình cảm vô vọng. Gợi lại để giải tỏa chính nỗi cô đơn của mình như thứ an ủi hẩm hiu:

Nhẹ tiếng bóng. Xô tôi
Tiếng lá thở dài tiếng gió
Đêm va vào tối
Những nỗi cô đơn
Chạm nhau. Không lời
…
Ném xuống
Những hạt lệ
Sóng nụ cười lay động
Tưởng lòng ta xưa
Soi tỏ lại cùng trăng. Niềm yêu dấu cũ…
…
Ném xuống
Những hạt buồn vỡ tan
Mặt hồ giấc mơ
Lan tỏa những vòng tròn đồng tâm
Thao thức một điểm
Nhịp tim vừa thức
Gọi tên người, Ban Mai tinh sương…
Ô dường như đêm nay
Đâu nói chuyện một mình…

Bài thơ *"Tâm Trạng Ngày"* với ba bài thơ *"Ngẫu hứng ban*

mai", "Cảm xúc trưa", và *"Nhịp một mùi hương thức giấc"* điển hình về một nhịp sống hàng ngày đã phản ánh trong nhiều bài thơ khác của cô.

Xuống phố
Nhìn mọi người trên đường
Nhìn. Nhưng chẳng thấy ai
Giữa ánh nắng buổi sáng
Vẫn không gần thêm được một ban mai
Tựa như thế
Trôi hoài trong mơ vẫn thèm một chiêm bao
...
Rất mãnh liệt một cơn gió
Dội xuống tiếng chuông từ ngực nóng
Nắng tỏa tung
Thời gian ngập ngừng trước cửa
Tôi quỳ xuống một ý nghĩ duy nhất
Đặt trên bờ môi vị ngọt của phút giây tình yêu nôn nả
Thách thức sự níu kéo của kỷ niệm lẫn vẫy gọi của ngày mai
Hào phóng mùa hy vọng
...

Có thể bảo *Ngôn Ngữ Xanh* chỉ là cách nói, ẩn dụ của nhà thơ Nguyễn thị Khánh Minh trong khi cả tập thơ là một cuộc đời nếu không muốn nói chính tâm tư đời sống thường nhật của nhà thơ, và tính phương pháp giúp bố cục tập thơ mạch lạc ngăn nắp. Phần 1 "Phút Mong Manh Giữa Những Từ" là thứ phương pháp luận Thi Ca, trong đó trên nền của cảm xúc, sự sáng tạo từng bước đi qua độ rung cảm của các con chữ, ngôn từ để hình thành bài thơ. Rất mong manh, vì nhà thơ đang ngồi trong ngôi nhà quá khứ, gom nhặt những sợI tơ dĩ vãng để rồi bằng ước mơ, khát khao hi vọng khéo léo dệt tấm tranh thơ màu xanh tương lai.

Tập thơ Ngôn Ngữ Xanh là lời tâm sự của nhà thơ về cuộc sống chính mình. Những bài thơ độc thoại còn ẩn giấu sự bất lực thực tại là lý do khao khát ước mơ trong suốt các bài thơ của cô, để rồi màu xanh của ngôn ngữ chính là nỗi niềm hi vọng cho ước mơ chấp cánh. Thế nên nhà thơ Nguyễn thị Khánh Minh mỗi lần viết là mỗi lần hướng tới tương lai bằng một niềm tin hi vọng. Ngoài mặt mỹ học của ngôn từ Thi ca, tập thơ Ngôn Ngữ Xanh còn là cảm hứng cho những ai muốn vượt qua sự trì trệ đời sống xuất phát từ hạn chế khách quan hoàn cảnh bản thân. Tôi trân trọng giới thiệu tập thơ Ngôn Ngữ Xanh của nữ thi sĩ Nguyễn thị Khánh Minh đến với các bạn yêu thơ!

LÊ LẠC GIAO
Tháng 10/2019

Trịnh Y Thư, Ntkm, Tô Đăng Khoa, Lê Lạc Giao, Thu Vàng, buổi tặng sách của Trịnh Y Thư

Lời Của Thơ 2021

Học Giả Tô Thẩm Huy

Night, the shadow of light,
and life, the shadow of death.
A.C. Swinburne

Sao gọi là *lời*?
Thưa: logos
Là?
Là ẩn ngữ ân điển từ cõi trời Hy La uyên nguyên vọng về.
Vọng về điều gì?
Thưa: Có một lỗ thủng màu trắng trên nền trời đen tối.

Trăng buồn
Lỗ thủng trắng
Trời đêm

Thật vậy sao? Làm sao nghe ra tiếng vọng ấy?

Thưa ấy là từ thuở con người vẫn hiểu tiếng nói của chim muông, cây cỏ, biết nghe tiếng đêm, biết tan vào *bóng tối* mà ẵm *bóng sáng* vào lòng

Dằng dặc đêm. Trăng hoài không rơi
Vắng trong tôi. Tôi hoài không lời
Chịu không nổi. Một cành cây đập gió

Nghe thấy không? Trong đêm dằng dặc, một cành *cây* đang đập *gió*. Mà trăng hoài vẫn cứ không rơi. Làm sao chịu nổi! *Cây* ơi, ngừng lại, đừng đập *gió* nữa.

Tôi không nói
Chỉ có hàng cây gió thổi
Và bóng. Tối
Tôi không ngủ
Chỉ có đêm đang trôi
Có lẽ sẽ một lời
Để đừng tan vào bóng tối

Thi sĩ là ai trong đêm đang trôi? Thưa là bức tường xôn xao ở lại cùng bóng sáng sau khi cửa sổ đã bay đi:

Bóng trôi ra ngoài cửa sổ
Như với theo
Cái gì đó vụt bay
Gió bay đi
Đêm bay đi
Giấc mơ bay đi
Chiếc cửa sổ bay đi
Nỗi chờ đợi cũng bay đi

Và:

Rưng trên tay
Bóng sáng
Người để lại

Thi tập *"Đêm"* gom lại những bài thơ tác giả viết đây đó những 20 năm thao thức, sắp xếp theo những chủ đề xoay quanh hai dòng ý tưởng: *Bóng Sáng* và *Bóng Tối*.

Sao gọi là *bóng sáng*? Đã *bóng* sao lại *sáng*?

Thưa nếu không thế thì làm sao có thể làm đầy những lỗ hổng của giấc mơ:

Bầu trời sâu
Kéo đêm lên là những chấm sao
Bóng tối sâu
Đang vục tôi lên là đường tròn
Một đường tròn
Chở bóng sáng trong
Một đường tròn
Đang dịu dàng tròn mãi
Dựa vào nó
Tôi đi trên con đường khúc khuỷu của mộng
Dựa vào nó
Tôi làm đầy những lỗ hổng của giấc mơ trong cuộc sống.

Sao là *những lỗ hổng của giấc mơ?* Từ nay liệu chúng ta có thể yên tâm để mơ về những giấc mộng không còn lỗ hổng chăng?

Thế *bóng tối* là sao? Đã *bóng* thì hẳn phải *tối* chứ?

Thưa chuyện ấy cũng còn tùy. Phải *bật* lên đã, thì đêm mới tối:

Bật đêm lên
Một điểm bất ngờ
Vành trăng úp mặt hổ ngươi

Rồi phải với lấy vầng trăng đang trôi nổi trong đêm:

Sợ xa thêm ánh sáng vì sao
Sợ chìm xuống trong khuya sâu
Tôi với lên một vừng trăng đang nổi

Sau đó phải đi vời áng mây trắng:

Tìm trong đêm, mây trắng
Hỏi xem nhà ta đâu
Đêm cúi nhìn im lặng
Cả ba buồn như nhau

Đã có ai trò chuyện với mây, lặng lẽ nhìn đêm, mà ngậm ngùi thương nhớ người thân?

Nếu cho ba điều ước
Tôi xin đừng nhìn ngược
Tôi xin đừng nghe xuôi
Và ước mơ lúc nào cũng chờ tôi phía trước

Ước chi ai ai lúc nào cũng nhớ ba điều ước ấy.

Khi tôi nắm vào trong tay

Ít nắng

Thì cùng lúc tôi nắm vào chút nhỏ nhoi của bóng tối
Khi tôi ôm vào lòng
Ít gió
Cũng là lúc tôi đầy trống không, im lặng
Khi tôi bắt đầu một giấc mơ
Cũng là lúc tôi đã chìm sâu
Giấc ngủ
Và để biết có giữ được gì không
Tôi bắt đầu hy vọng
Và từ niềm hy vọng ấy:
Tôi nhóm lên một ngọn lửa
Gió thổi tắt đi
Tôi nhóm lên một ngọn lửa nữa
Gió lại thổi tắt đi
Khi tôi không còn hy vọng
Thì gió
Lại làm những que tàn kia bắt lửa…

Và niềm hy vọng từ đấy sẽ mãi mãi phục sinh trên thân phận chúng ta:

Tôi hút vào bóng tối
Đôi mắt mù không hay
Ánh sáng trong tôi nói

Cái sáng từ tôi đây
Hãy dùng nó làm khiên
Hãy dùng nó làm đèn
Hãy dùng nó để tỏ
Với lòng ngươi đêm đen

- Sao gọi là *Minh*?

Thưa *Minh* có thể là *nhật* giao thoa với *nguyệt* mà chan hòa ánh sáng:

Mặt trời
Trong phút giây thức dậy đẹp đẽ nhất
Chàng mở mắt
Và trái đất có bình minh
Trăng
Nơi cao lồng lộng
Nàng hỏi bằng ánh mắt thơ ngây nhất
Và đêm có đêm rằm

Từ đó, khi nghe gọi tên:

Ánh sáng chọn
Ngày
Để tan ra
Ánh sáng chọn
Đêm
Để lấp lánh
Tôi chọn ánh sáng
Để tự vệ với bóng tối
Nơi mình
Đó cũng là tên
Khi người ấy gọi tôi
Âu yếm
(Gọi Tên)

Mà *Minh* cũng có thể là tiếng hót đến từ chiếc lưỡi của cánh chim đang chao lượn trong gió mà nếu không có vầng trăng trầm mình dưới mặt giếng tĩnh lặng thì làm sao nó có thể hân hoan xao xuyến với về tấm lòng trong thanh tơ trắng của Tố Như Tử: *Trạm trạm nhất phiến tâm, Minh nguyệt cổ tỉnh thủy.*

Không rộn lòng dâu bể
Tỉnh thủy vô ba đào
Nếu mà không hạt lệ
Thử tâm chung bất dao…
Nếu mà không trăng sáng
Làm sao nối xưa sau…

Và nếu không có bóng trăng lặng trên mặt giếng thì làm sao đêm có thể mọc lên từ bức tranh?

Đêm mọc lên từ bức tranh
Ứ đầy tĩnh lặng…
…Trên con đường ánh mắt đang đi
Đêm thiếu nữ. Òa vỡ…

Từ đấy, *logos* trong *"Đêm"* trở thành bức tranh chan hòa mầu sắc của *lời* thơ Khánh Minh:

Nếu bảo tôi vẽ bóng tối. Tôi sẽ vẽ
Những đôi cánh của chiêm bao mọc ra từ trái tim trong suốt.
Vầng trăng trên gối ngủ bài thơ. Ngọn đèn cô đơn bên trang bản thảo.
Tôi sẽ vẽ cả tôi đang vượt qua đêm dài. Tôi sẽ vẽ làm sao để người xem tranh thấy được. Bóng tối chỉ là ảo ảnh…

Phải chăng vì đời sống chỉ là bóng hình của cái chết?

Và hỡi những họa sĩ thân yêu trên trần gian này, tôi xin được làm cậu Hoàng Tử Bé của St Exupery, yêu cầu quý vị vui lòng vẽ hộ tôi – không phải con cừu đang gặm cỏ trên tinh cầu xa xôi – mà làm ơn vẽ hộ tôi bức tranh của *bóng khuya* – không phải là *bóng khuya* lúc đang ngồi tỉ tê cạnh *bóng đêm*, mà là lúc đang lững thững đi dạo dưới trăng – để tôi có dịp được ngắm bức tranh vẽ lúc *"bóng về"* của họa sĩ Khánh Minh:

Ai vẽ được bóng khuya đi
Cho tôi đọ với bóng về. Của tôi

Lời của thơ trong "Đêm" là tiếng nói của con người nguyên sơ mà chúng ta đã lâu ít còn được nghe thấy ai nói, đến gần như đã quên mất. Xin mời nghe lại mấy *lời*:

Gió vườn nhà êm ả
Ai nói gì qua lá
Mà khuya đầy trăng thơm
Đêm ngó trời. Cao quá
Hỏi trăng gần, trăng xa
Đâu là chốn quê nhà…

Sáu câu thơ tuyền những *lời* giản dị mà vang vọng một trời âm nhạc, êm đềm mà man mác thớ vị chua xót, ngân nga trong đêm u hoài tiếng ai thầm thì qua lá. Và chao ôi, sao hai chữ "*cao quá*" trong lời thơ ấy nghe thất thanh, lặng ngắt một nỗi sợ hãi bâng quơ, đơn côi, nhỏ bé!

Nhà văn Tô Thẩm Huy và NTKM

Thế giới của *"Đêm"* trong thơ Khánh Minh trừu tượng những hình ảnh tươi mát ban đầu, chan chứa những ý tưởng tinh khôi, ẩn hiện những tâm tình thanh cao, diệu vợi. Thế giới ấy trước khi bước vào thật nên làm theo lời khuyên của Tagore mà tắm gội, tẩm mình bằng hương trầm, để đón vọng:

Một mảnh trăng vắt cong ngoài cửa sổ
Yên bình đến nỗi
Để thưởng thức nó
Tôi có cảm giác như mình đang phạm lỗi…

Tôi cũng thế. Tôi cũng nhiều khi có cảm giác như mình đang phạm lỗi – những lúc đọc thơ Nguyễn Thị Khánh Minh.

Bốn câu thơ trên là những *lời* sau cuối của *"Đêm"*. Những câu thơ "*sau dấm chấm hết*". Vậy nên tôi xin được có thêm lời ước thứ tư: Rằng chúng ta sẽ còn được thêm nữa nhiều đêm hạnh phúc nghe *lời* Khánh Minh trò chuyện.

Thật may mắn những ai thường được gặp gỡ, gần kề với cái thế giới tinh khôi ấy.

TÔ THẨM HUY

Houston, Tiết Đại Thử, tháng 7, 2021

(bài tựa tập thơ Đêm)

Đọc Thơ Đêm
Của Nguyễn Thị Khánh Minh 2021

Nhà Thơ Nguyễn Xuân Thiệp

Xin thưa: Bài văn sau đây không phải là phê bình hay tiểu luận gì cả mà chỉ là tản mạn văn học.

Trước hết xin nói tới cái tựa đề của tập thơ. ĐÊM. Đã có ai suốt một tập thơ chỉ viết về Đêm không nhỉ. Hình như chưa có ai. Chỉ một hai bài viết về Đêm trong một tập thơ là chuyện thường. Còn dùng Đêm làm chủ đề xuyên suốt cho cả tập thơ thì chưa thấy. Chỉ có Nguyễn Thị Khánh Minh của chúng ta thôi. Và có Saint-John Perse nhà thơ Pháp Nobel Văn Chương 1960 với Vents (Gió) là chủ đề xuyên suốt. Ngoài *Vents*, còn có *Oiseaux* (Chim), *Pluies* (Mưa)… cũng của Saint-John Perse.

Nhưng tại sao lại chọn *Đêm* cho thơ. Tại sao không là *Ngày* hay *Trưa, Chiều, Nắng, Mưa…* Đọc thơ ta sẽ thấy: Đêm có trăng, sao tự tình, có cái bóng của mình. Đó là thời khắc của cô đơn và mơ mộng, mở lối cho kỷ niệm tìm về. *Tôi đi trên đường khúc khuỷu của mộng…* Khánh Minh đã bày tỏ như thế. Cận kề và sinh động nhất là trăng.

Vâng.

Khởi từ cô đơn
với một cành cây đập gió
nguyễn thị khánh minh
nằm xuống với cỏ thơm
cùng với nửa vầng trăng
thức ngủ

Hãy nghe:

Trăng trên kia
Một đường cong sáng
Nếu xóa đi không gian
Sẽ có được một vòng tròn đâu lại
Tôi và trăng
Hai nửa điệu cong
Mềm mại

Ôi, hình ảnh đẹp và lạ chưa từng có.

Đến với Đêm để được thiền sư Muju tặng cho vầng trăng. Đêm cũng là thời khắc để Khánh Minh gần với Nguyễn Du, Tagore và Gibran. Với Nguyễn Du thì có 'Minh nguyệt chiếu cổ tỉnh, Tỉnh thủy vô ba đào'. *Trăng sáng lòng giếng xưa / Nước giếng không xao động*. Ôi, thật là tĩnh lặng như lòng ai tới với thơ trong đêm trăng chiếu.

Đêm đưa Khánh Minh về gặp vầng trăng xưa để thấy: *Trăng ngõ nhà ta xưa / Gần hơn trăng nơi này / Mộng hơn trăng nơi này /… Nên trăng vàng khắp ngõ / Xe về ấm lối quen / Ai chờ bên thềm gió…* Hình ảnh cuối cùng trong mấy câu thơ trích dẫn trên là cô bé Khánh Minh chờ cha về trước thềm nhà xưa.

Và rồi đêm cho Khánh Minh gặp một nửa của mình. Sao mà đẹp mà tình thế

Bên tay trái em là anh
Bên tay phải em là khoảng trống
Bên tay phải anh là em
Bên tay trái anh là vầng trăng
Anh vẽ em phía ấy, nốt trắng
Em vẽ anh phía này, nốt lặng
Sao chúng ta không cùng vẽ nửa đường tròn?

Đêm bỗng có người khách lạ đến thăm, vẽ một nét chấm phá lên bức tranh tuyệt vời. Nguyệt dạ:

Mèo tháng Tư làm ồn. Đêm thức giấc
Lạc chiêm bao. Mở cửa. Ngó hiên ngoài
Có bóng trăng lạc trời. Rơi xuống
Thềm nhà im
Thấy lạ
Hỏi
Ai?

Đêm cũng sẽ đưa đường cho người thơ gặp mẹ và cha. Mẹ và cha là hình ảnh thân quý của mỗi đời người. Nhà thơ nào cũng có bài viết về mẹ và cha. Với Khánh Minh mẹ và cha không chỉ là là hiện thân của tình yêu thương và sự trìu mến mà còn là hiện thân của thơ. Cả hai đều là nhà thơ đã tạo nên hồn thơ Nguyễn Thị Khánh Minh.

Mẹ trong thơ Khánh Minh thật đẹp và thân yêu

Mẹ bây giờ. Mẹ ở đây
Đàn con ấm lạnh sum vầy sân Hiên
Ơn ngày. Bước hạc reo thềm
Ơn đêm. Ru giấc mẹ Hiền nở hoa
Mẹ ở đâu. Đó quê nhà...

10.2020

(Hiền là tên của mẹ. Như Hiên là bút danh)

Và đây, hình bóng cha trong trí tưởng lúc đêm về

Đêm. Con nhìn lên trời
Những vì sao rất nhỏ…
Những vì sao rất xa…
Xin một vì sao tỏ
Thắp mừng sinh nhật cha

Bóng mẹ theo với bóng cha thấp thoáng trong từng phút giây cuộc sống nhà thơ. Mẹ với chiếc áo dài cũ đem phơi trong nắng, chiếc áo đầm may cho con hồi nhỏ để mặc đi dự khai giảng ở trường của cha, ánh nắng trên thềm nhà với bước chân của mẹ, ánh đèn nơi phòng khuya…

Bóng mẹ rồi bóng cha hiện về đầy những trang thơ. Thấy cha về trong chiều nắng, mây trắng bay trên mái nhà xưa. Đêm thấy cha in bóng gầy lên vách ở trại Gia Trung…

Ôi bóng cha chập chờn bên những hình bóng khác: nải chuối xanh, chiếc gậy và tiếng mõ, những bông sứ rụng trên sân, con búp bê trên bàn học, chiếc đũa rau muống và những bong bóng xà phòng bay, cây hoa gạo bông đỏ đón cha về…

Cảm động nhất là hình ảnh cô bé ngồi nhớ cha trong đêm mùa đông gió về đập cửa:

Ơi giấc mơ cô gái nhỏ. Tan rồi những mảnh ngũ sắc. Cô bật những ngọn đèn. Mang rất nhiều ánh sáng đi vào giấc ngủ. Mang âm thanh trầm trầm của cha đi vào giấc ngủ. Trong túi áo ngày ấy cha đã để vào ba hạt dẻ khô cho mơ ước theo về…

…

Những bước chân xao buồn hàng cây phong trụi lá. Tiếng bài hát Mùa Giáng Sinh Xưa bay từ khung cửa ngỏ nhà ai. Giấc mơ ấu thời thì thầm trong căn phòng tối. Không thắp một ánh đèn. Không một ánh sao trên trời. Không một lời kể chuyện. Cô ngồi trong đêm. Nhớ cha. Nghe gió mùa đông đập cửa.

Và còn bao nhiêu hình ảnh về cha hiện về trong bóng đêm. Tất cả làm nên những câu thơ thật đẹp, thật xúc động…

Đêm đưa Khánh Minh về gặp tuổi thơ của mình để thấy mình bước hụt. Đêm tuổi thơ ấy cò giàn hoa giấy, có ngôi nhà trắng và bếp lửa bập bùng. Có cô bé ngồi đánh thẻ một mình và những đốm nắng trên sân và rồi cô bé mặc áo hoa đi dự dạ hội quên về. Ôi, ước mơ mình có mặt trong giấc mơ của cô bé.

Và đây hãy xem Khánh Minh vẽ bóng đêm. Với Khánh Minh, bức tranh đêm sẽ có đôi cánh chiêm bao, trái tim trong suốt, vầng trăng trên gối bài thơ, ngọn đèn, trang bản thảo, và hạt lệ, tiếng cười. Bức tranh siêu thực? Hỏi các họa sĩ xem đúng thế không. Riêng chúng ta xin hãy nghe:

Nếu bảo tôi vẽ bóng tối. Tôi sẽ vẽ
Những đôi cánh của chiêm bao mọc ra từ trái tim trong suốt. Vầng trăng trên gối ngủ bài thơ. Ngọn đèn cô đơn bên trang bản thảo. Những bóng đôi trong cuộc khiêu vũ diệu kỳ của hạnh phúc lung linh hạt sương hoan lạc. Những hạt lệ đang lau khô nỗi buồn trả lại tiếng cười ban sơ. Những hạt máu đang hoài thai cội nguồn nhiệm mầu hơi thở.
Những giấc mơ êm đềm trôi vào thực tại.
Tôi sẽ vẽ cả tôi đang vượt qua đêm dài. Tôi sẽ vẽ làm sao để người xem tranh thấy được. Bóng tối chỉ là ảo ảnh…

Phải chăng, như ta nghe Nocturnes của Chopin.

Khánh Minh không chỉ vẽ bóng tối mà còn vẽ bóng sáng nữa. Dựa vào cái bóng sáng ấy cô đi vào giấc mộng. Đây xin hãy xem những nét vẽ của nhà thơ:

Bóng trôi ra ngoài cửa sổ
Như với theo
Một cái gì đó vụt bay
Gió bay đi
Đêm bay đi
Giấc mơ bay đi
Chiếc cửa sổ bay đi
Nỗi chờ đợi cũng bay đi

Không còn gì
Không còn ai còn tôi
Rưng rưng
Bóng sáng
Người để lại

Còn nữa, còn nữa. Khánh Minh còn vẽ giấc mơ của hai em nhỏ Châu Phi: *Đôi mắt em buồn / Nơi đó mỗi đêm ngủ / Cồn cào một giấc mơ / Châu Phi xanh đồng lúa chín…* Hai thiếu niên Phi Châu này chết vì giá lạnh ở khoang bánh đáp máy bay, trên đường trốn sang Châu Âu. Trước khi đi hai em nói với bạn bè về ước mơ đi tìm một tương lai không còn đói nghèo cho quê nhà. Trong lễ tưởng niệm, mọi người nơi ấy đã gọi hai em là "Kẻ tuẫn đạo".

Rồi tới em bé Việt Nam bơi qua sông để tới trường học lấy chữ. Nước sông chảy xiết có thể cuốn phăng em đi. Nhiều em đã chết trên sông Mã, bến Chôm Lôm… Và rồi đây dòng đời nghiệt ngã sẽ cuốn em về trăm lối. *Giấc mơ em nhỏ Việt Nam.* Ôi sao mà buồn mà thương thế.

Và cũng buồn như thơ Khánh Minh viết về Larung Gar

Đêm nay. Có giấc mơ ra đi không về nữa
Ôi giấc mơ Larung Gar lung linh từng đêm tuyết trắng
Ôi giấc mơ Larung Gar bi hùng trầm mặc
…
Từng lóng gỗ xương khô thiêm thiếp
Nhớ sớm hôm tắm lời kinh kệ
Nhớ áo vàng bay
Đêm nay. Ôi giấc mơ Larung Gar. Nhẫn nhịn rách
Đỉnh núi lời kinh mắt ngước

Đêm nay. Tro tàn sẽ cất cao tiếng hát
Đêm nay. Người đi người đi
Trái tim Larung Gar trên tay nhỏ máu
Nối dài đường sáng
Giấc mơ Larung Gar tỏa thơm

Từng hạt tràng rơi là từng hạt gieo mầm
Đồng cải hoa vàng thức dậy
Lời kinh bay

Thơ về Larung Gar là thơ đẹp nhất. Ta thấy những hình ảnh siêu thực trộn lẫn với thực tại, tạo nên cõi giới tâm linh với những đổ vỡ đầy đau đớn: lóng gỗ xương khô, lời kinh kệ, áo vàng bay, tro tàn tiếng hát, đồng cải hoa vàng… Một bài thơ hay ít thấy trong văn học Việt Nam thời hiện đại. Ôi, Larung Gar tu viện Phật Giáo lớn nhất, vẻ đẹp huyền bí của Tây Tạng đang sụp đổ dưới bóng đêm do bàn tay của CS Trung Quốc.

Chờ đợi gì đây cho một ngày mai. Từ Tây Tạng đổ nát, cũng trong bóng đêm ta gặp bầy quỷ nhỏ có tên Cô Vy:

Chúng nhảy nhót trong thinh không
Bầy quỷ nhỏ với mình mẩy đầy gai đỏ

Trong cuồng phong bầy quỷ đỏ. Cái tựa đề nghe gợi hình và kích thích trí tưởng tượng của người đọc. Những hình ảnh nửa hư nửa thực nhảy múa trước mắt ta: những cửa sổ trên các tầng lầu mở ra và những cái chuông hình đầu người xuất hiện như trong phim hoạt hình. Rồi bóng người bác sĩ mang khẩu trang và đồ bảo hộ về thăm nhà đứng bên ngoài cửa sổ ra dấu chuyện trò âu yếm với đứa con nhỏ, bóng người nữ bác sĩ nằm ngủ bên góc tường bệnh viện mơ thấy đoàn tụ với gia đình chồng con. Còn đây, bóng người đàn ông đứng kéo vỹ cầm dưới một tàn cây một chung cư, những cái đầu thò ra từ những ô cửa sổ lắng nghe, lệ rơi… Rồi những đoàn xe chở quan tài rời thành phố khiến nhà thơ liên tưởng tới đám tang Mozart chỉ có mưa và con chó nhỏ tiễn đưa. Còn nữa, xin hãy nghe lời của nhà thơ:

> *Tôi thấy ấm áp và tràn đầy xúc cảm khi thấy Đức Giáo Hoàng làm lễ ban phước trước quảng trường không một bóng tín đồ, Andrea Bocelli hát thánh ca trước sân nhà thờ không một khán giả, khoảng trống mênh mông ấy phập phồng muôn triệu nhịp đập con tim nói cho chúng ta biết không khoảng cách nào có thể chia lìa và niềm thương yêu biết tìm nơi sẻ chia trú ngụ.*

Và mình cùng nghe bài hát của Roby Facchinetti, Khi mọi thứ kết thúc chúng ta sẽ cùng lại ngắm sao trời..., nơi chúng ta đứng dậy làm lại từ đầu từ những mất mát, từ những kinh ngạc đớn đau... bàn tay Người đưa chúng ta vào tình thương mênh mông tuyệt vời, như Andrea hát Amazing Grace trong ngày Phục Sinh, trong tay nhiệm mầu Người, chúng ta tái sinh...

Phải rồi. *Rinascerò. Rinascerai...* Và đây chúng ta hãy đắm mình trong lời thơ đầy nhân ái của tác giả:

Cháu bé ơi, khi nào bầy quỷ kia không còn đất sống, khi nào những cánh cổng tù của sợ hãi được mở, chúng ta lại được gặp, được ôm nhau chào thân thiết, bà sẽ kể cho cháu nghe chuyện của những thiên thần có thật, không bay trên trời cao, họ tất tả những bước chân nơi phòng bệnh mái đầu họ cúi bên bệnh nhân đôi tay họ là đôi cánh trái tim, những thiên thần cháu sẽ được gặp tận mặt nói lên lời cảm ơn họ đã chiến đấu suốt mùa cuồng phong của bầy quỷ nhỏ mang những gai hình vương miện sa tăng, bầy quỷ mà chúng ta biết được gốc gác tuổi tên.

Nhà thơ Nguyễn Xuân Thiệp, NTKM, 2014

Còn nhiều, còn nhiều nữa… Trang thơ của Khánh Minh đầy thi ảnh và cảm xúc, vừa siêu thực vừa hiện thực, khiến nước mắt rơi… Đúng vậy. Đọc ĐÊM của Nguyễn Thị Khánh Minh ta gặp những ánh mắt nhìn trong sáng đầy ý thơ, với những cảm xúc nhân bản. Ở đó, nắng và hương cỏ và đêm tan vào mộng mị chiêm bao, tạo thành một thực tại huyền ảo. Đọc Đêm của Nguyễn Thị Khánh Minh để cảm nhận ngôn ngữ thơ tinh tuyền của tác giả và những hình ảnh sáng tạo như dưới cái nhìn của tuổi thơ. Ôi, xin cất giữ làm của cải cho đời sau.

NGUYỄN XUÂN THIỆP

Thành phố Garland, tháng 7. 2021

NTKM và Lê Giang Trần,
buổi RMS tập thơ lục bát
của NTKM 2023

Âm Sắc Mộng Còn Lang Thang Giấc Mơ Trong Cuộc Sống - 2021

Nhà Thơ Lê Giang Trần

M*ộng còn lang thang giấc mơ trong cuộc sống* là câu thơ của thi sĩ Nguyễn Thị Khánh Minh, bất ngờ tôi, như nốc ly rượu đỏ cất lâu năm ngây ngất dịu dàng. Tập thơ đề tựa ngắn gọn: "ĐÊM", có hai tiêu đề chính "bóng sáng" và "bóng tối", nên tôi gọi là "âm sắc". Chữ "sắc" ngoài nghĩa giản dị màu sắc còn chuyên chở vài ý nghĩa khác, như sắc thái, sắc hình, sắc tướng, sắc danh…, đặc biệt trong ngôn ngữ Phật giáo, sắc còn tượng trưng cho vật chất. Khoa học vũ trụ cũng dùng tiêu biểu cho "vật nhìn thấy được" để phân biệt với "chất tối" / dark material, thứ vật chất mà trí người chưa biết tới, giống như không nhìn thấy được tia tử ngoại hay X-Ray, hồng ngoại tuyến v.v… Như vậy, ánh sáng thuộc về vật chất. Phật nói, vật chất thì sinhhoại, không tồn tại vĩnh hằng. Ngày nay, hạt lượng tử Quantum cho con người biết thêm, vật chất như chính nó, có lưỡng tính, một tính (hiện ra) hạt và tính kia (biến thành) sóng. Sóng vô hình vì mắt người không nhìn thấy. Kinh Phật có tả những thế giới "vô sắc" hay "vô hình" trong vũ trụ, nhẫn đến xứ phi-tưởng, phi-phi-tưởng (ẩn dụ?).

Sơ lược để trở lại với bóng sáng và bóng tối của nhà thơ Nguyễn Thị Khánh Minh, ngầm mang một ý nghĩa khá quen thuộc, là "ảo ảnh" [*Bóng tối chỉ là ảo ảnh* – NTKM]. Từ ngữ mang ý nghĩa "không có thực" này đối với "tự ngã" con người rất bị đố kỵ. Phật khẳng định "bản ngã là thứ không có thật", con người trở nên khủng hoảng trầm kha, bởi trí óc tự cho nó chính là chủ nhân ông cái thân đựng nó, nên lý trí hách dịch tuyên bố *"tôi tư duy nên tôi hiện hữu"* [Descartes]. Nếu nói một cách nghiêm túc, con người từ đó "biết buồn".

**

Nguyễn Thị Khánh Minh ấn hành tập thơ Ký Ức Của Bóng năm 2013. Bóng đã là một đối tượng tư duy của thi-văn sĩ thơ mộng này. Bóng trở thành chữ mang dấu ấn nàng, Du Tử Lê bấy giờ, viết về văn chương óng ả của nàng, như sau:

> *"Tôi nghĩ, một ngày nào, gặp lại Nguyễn, tôi sẽ nói:*
> *"Cảm ơn Khánh Minh. Cảm ơn những lượng phù sa mà, Khánh Minh đã bù đắp cho những sạt, lở chữ nghĩa nơi dòng sông tản văn của chúng ta, hôm nay."*
> *Từ đó, tôi thấy tôi đã cùng gió… bay lên. Bay lên.*
> *"Bay lên. Gió ơi."*
> (DU TỬ LÊ)

1. BÓNG SÁNG

Bài đầu tiên mở ra cánh cửa bóng sáng:

"Bóng trôi ra ngoài cửa sổ
Như vói theo
Cái gì vụt bay

Gió bay đi
Đêm bay đi
Giấc mơ bay đi
Chiếc cửa sổ bay đi
Nỗi chờ đợi cũng bay đi

Không còn gì
Không còn ai còn tôi
Rưng rưng
Bóng sáng
Người để lại
…
Tôi đi trên con đường khúc khuỷu của mộng
Dựa vào nó
Tôi làm đầy những lỗ hổng của giấc mơ trong cuộc sống"

Đoạn kết bài thơ, nói một cách thơ mộng:

Ánh sáng trong tôi nói
"Cái sáng từ tôi đây
Hãy dùng nó làm khiên
Hãy dùng nó làm đèn
Hãy dùng nó để tỏ
Với lòng ngươi đêm đen"

Và, ở bài "Mất Ngủ", bóng sáng chợt nhú mình bóng tối:

"Sợ bị bỏ lại một mình trong giấc ngủ
Không còn gì chở che
Bóng tối sẽ thò tay vào
Thổi tắt cái lấp lánh của giấc mơ tôi vừa thắp lên"

Một nỗi khoắc khoải BÓNG TỐI tràn về, MỘNG ẢO bước vào, nơi cuối bài "ý nghĩ lúc chờ xe":

"Trong khúc khuỷu bóng tối
Tôi phải đi bao nhiêu lần giấc mộng
Để ban mai?"

Bóng và Mộng còn được nhận diện sắc màu huyễn hoặc khi người cha từ nay chỉ hiện hữu trong giấc mộng người con, Hình chỉ còn là âm sắc của Bóng, qua bài thơ "nhớ cha", (trích đoạn):

"Cha đi vào giấc mộng
Trời mở cõi thong dong
Nhẹ rồi phương này bóng
Tàn tro một hư không"

Nhập mộng rồi cũng rời mộng, dù chỉ là giấc mộng bí mật đang xảy ra trong không gian tỉnh thức, nơi một cảnh chùa, tàn tro của người cha được gửi gắm vào huyền diệu Phật pháp, người con yêu cha thầm thì từ giã và vỗ về lòng mình:

"Thôi con về. Khép cửa
Chùa yên. Một tĩnh ở
Tro tàn rồi bụi lạnh
Rồi quen dần. Nỗi nhớ..."

Thi thoảng chỉ cần "một nhịp dừng", sát-na thời gian đứng lại ấy chợt lóe lên giấc mơ hay những tiềm ẩn "ước mơ":

"Biết đâu một nhịp dừng thơ dại
Tôi lại về kịp giấc tôi mơ..."

Nhà thơ cho biết ở bài thơ khác, "giấc mơ cô gái nhỏ", được trang bị đáng ngạc nhiên:

"Cô bật những ngọn đèn. Mang rất nhiều ánh sáng đi vào giấc ngủ. Mang âm thanh trầm trầm của cha đi vào giấc ngủ. Trong túi áo ngày ấy cha đã để vào ba hạt dẻ khô cho mơ ước theo về..."

Câu thơ trên có một chi tiết làm tôi nhớ đến bộ phim cổ trang Nam Hàn gần đây, dựa vào huyền thoại một vì vua trẻ băng hà mà sau đó dân gian thấy chàng vua trẻ trung này là một anh hề lưu diễn. Chất liệu để phim dựng thành cốt truyện một anh hề bị bắt làm vua giả, thế mà được kính trọng như một minh quân. Rời bỏ vai tuồng làm vua, trên đường trở về đời sống thường dân, anh ta bị xạ tiễn ám sát và mất tích. Trong đau khổ tận cùng sau đôi năm chờ đợi mỏi mòn, người yêu chàng tin theo một tập tục cổ xưa trong dân gian là cắn bể một vỏ hạt dẻ rồi cầu xin thành tựu mơ ước lớn nhất trong đời mình thì sẽ được toại nguyện… và hai người đã sum vầy như một giấc mơ… Ba hạt dẻ khô kỷ vật là của anh hề tặng cô gái con quan với lời kể sự tích dùng để cầu xin đạt ước mơ, là chi tiết tình cờ trùng hợp thơ mộng thú vị. Điều này mang ý nghĩa khi con người có một ý lực mãnh liệt, người ấy có thể đạt được ý nguyện của mình.

Thơ đôi khi mang tính triết lý thơ mộng, có khi là trăn trở khoắc khoải, có lúc bâng khuâng nỗi phù du ngắn ngủi kiếp đời… Tựu chung, con người đều có tư duy về dòng luân hồi bất biến của SỰ SỐNG, quy trình bốn KHỔ; từ tiền đề Tứ-Đế mà vang câu Bát Nhã: *"Sắc tức thị Không / Không tức thị Sắc"*, con người nên nhận chân lẽ Vô Thường. Bởi vì cái "Đang Là" thật ra là cái "đang Diễn Biến". "Niết bàn" là "thái độ" chứ không phải "trạng thái". Kinh Pháp Cú nói rằng *"chúng ta là những gì chúng ta suy nghĩ",* chính *thái độ tư duy đó* quyết định ta mãi "địa ngục" hay trở nên "thiên đàng". Thái độ bừng sáng là thái độ thiên đường.

Ngôn ngữ chỉ tượng sắc tượng hình trong giới hạn, tuy nhiên ngôn ngữ thi ca chan chứa tính siêu thực, ngữ-độ diễn đạt dồi dào trừu tượng, tạo cảm tưởng thưởng thức được hương vị hay mùi vị. Người xưa đặt thơ lên đỉnh cao văn đàn không phải là tâng bốc hồ đồ.

2. BÓNG TỐI

Bóng tối không thể tự NỞ ra bóng sáng. Ánh sáng thì xóa tan bóng tối. Nhưng ánh sáng không trường tồn, mặt trời sẽ đến lúc đốt cạn lửa, một tinh tú đủ tiêu chuẩn khi chết co rút thành hố đen. Lý thuyết HỐ ĐEN bùng nổ sinh ra vật chất và ánh sáng, ngày nay đã được chứng minh và công nhận. Tuy nhiên, vũ trụ mang một màu tăm tối chứ không chan hòa sáng, thứ ánh sáng định nghĩa theo con người trong "chiều không-thời gian" dành cho sinh vật sống ở trái đất.

Về mặt tâm linh, sự "bừng sáng tâm thức" là mục tiêu của người tu hành đạo pháp để siêu việt ra khỏi cái gọi là "vô minh", bấy giờ

"Tâm Linh" bừng sáng câu thông cùng vũ trụ, ví giống như hạt nước hòa nhập vào đại dương nên trở thành đại dương. Như vậy, bóng tối là loại đối tượng được nhìn ngắm một cách thi vị ẩn mật... Nguyễn Thị Khánh Minh phát biểu thơ mộng như sau:

"Nếu bảo tôi vẽ bóng tối...
... Tôi sẽ vẽ tôi đang vượt qua đêm dài.
Tôi sẽ vẽ làm sao để người xem tranh thấy được.
Bóng tối chỉ là ảo ảnh*..."*
[người viết bài ghi câu chữ đứng]

Bài thơ đầu tiên của tiêu đề "bóng tối" như sau:

hai bóng

1.
Ai vẽ được bóng khuya đi
Cho tôi đọ với bóng về. Của tôi

2.
Đừng bật thêm đèn nữa
Ngày đã sáng lắm rồi
(Xin lỗi) hay vì con mắt tôi
Đã quen rồi bóng tối...

Nhà thơ KM quy cho *"bóng tối chỉ là ảo ảnh"*. Đây chính là mấu chốt tư duy chuyển tải ẩn mật trong hai tiêu đề về bóng của thi tập ĐÊM. Nàng thơ có lý do sáng tạo hai nhân vật bóng sáng và bóng tối chào đời từ các tố chất, như bài thơ "Lý Do" dưới đây:

Mặt trời
Trong phút giây thức dậy đẹp đẽ nhất
Chàng mở mắt
Và trái đất có bình minh

Trăng
Nơi cao lồng lộng
Nàng hỏi bằng ánh mắt thơ ngây nhất
Và đêm có đêm rằm

Bóng tối
Trong lấp lánh hỏa mù
Hắn giấu mặt
Và đêm tràn ác mộng

Trong phút giây hạnh phúc nhất
Nàng nhắm mắt
Và. Đêm. Trăng mật

Trăng-mật hay *mật trăng* hay *mật-quang*, *"ánh sáng của đêm"* là thứ ánh sáng mà giấc mơ chung tình chung thủy, không phải ánh sáng của ngày; giấc mơ "mù lòa" trong bóng sáng và "rực rỡ" trong bóng tối:

"Bóng tối khiến giấc mơ thăng hoa
Im lặng khiến giấc mơ tràn đầy
Hiến dâng khiến giấc mơ rực rỡ
Từ đó
Giấc mơ không còn biết một thứ ánh sáng nào ngoài đêm"

Còn *Bóng-tối-đêm* thì dường như là chất xúc tác nẩy mầm vươn lên nguồn sâu kín:

"Đêm đang đi qua giấc mơ của hoa
bằng những bước tự mãn
nuốt hết tinh túy sắc mầu
phủ dụ khát vọng chồi non
Mãn khai cảm xúc
…
Khi đi ngang mặt hồ phẳng lặng ngập ánh trăng
Đêm mới vỡ ra
Ảo ảnh những thú vui điên rồ
Đã từng đồng lõa"

Âm bản của bóng là *đêm*, âm bản của hình nhân là *cõi mộng*, âm bản của đời là *bóng*: tam đoạn luận này làm cho *"con bóng"* [hay "con người?"] thảng thốt kêu lên: *"bản lai diện mục con bóng là giấc mộng ư? Hay bản lai diện mục của giấc mộng là con bóng?"* "Trang Tử Bướm hay Bướm Trang Tử?" Thơ bỗng hóa thân Triết:

âm bản

Đêm dày đêm
Con bóng đi đâu
Hun hút chiêm bao
Đòi hình nhân thế mạng

Cõi mộng du
Mù mịt đường về
Hình nhân thất lạc

Thảng thốt giấc mộng
Con bóng khóc
Một đời âm bản

Trong bài thơ "Giấc mơ Larung Gar", qua lăng kính "bóng tối ăn mòn ánh sáng", nảy sinh một tâm trạng "nhớ", hốt hoảng vỡ ra:

"Đêm nay. Mảnh thời gian xô lệch
Bóng tối ăn mòn ánh sáng
Thềm gạch hốt hoảng dấu chân
Đau lòng tiếng vỡ
Từng lóng gỗ xương khô thiêm thiếp
Nhớ sớm hôm tắm lời kinh kệ
Nhớ áo vàng bay"

"Như tôi vừa nghe. Giấc mơ nào thời trẻ
Đêm nay khóc cùng vệt mầu dở dang nơi phòng tối
Có tiếng gào
Ưng ức bầy tranh
Khóc nhớ..."
[Nhớ Xanh Trong Tranh Người]

Nhớ, là tập quán của tâm hồn. Quên, là chiêu thức của lý trí. Nhớ là từ bi, Quên là trí dũng. Qua sông quên thuyền, lện đường đừng nhìn lại. Nhưng Tình yêu thì mơ trọn đời, Người yêu thì nhớ trọn kiếp. Buồn thì hằng nhớ, Vui thì chóng quên. Thế giới nhị nguyên đối đãi, âm dương cần nhau, bi-trí hỗ tương nhau, ngày-đêm gắn bó nhau; bóng sáng bóng tối chẳng qua do "thời gian xô lệch" mà thành hiện tượng. Hiện tượng là "thái độ" (hay "động thái" theo kiểu thời đại), hiện tượng không là trạng thái, mà động rồi tĩnh, hiện rồi biến. Thế giới nhị nguyên bị gọi là thế giới vô thường, từ đó tâm thức trở trăn. Ảo và Mộng trở thành sầu miên viễn của tự ngã.

Nguyễn Thị Khánh Minh qua văn chương cho thấy tàng chữ nghĩa tâm hồn nàng thuần ròng chất liệu trong sáng, thiện lành, óng ả tươi đẹp, xanh thắm hy vọng, lung linh sức sống; dù diễn tả một nỗi buồn trầm trọng vẫn không bao giờ dìm buồn xuống "vũng lầy của chúng ta" như nhạc Lê Uyên-Phương, mà thả buồn bay lãng đãng. Tâm tính chữ nghĩa nàng không bao giờ đọc lên cảm thấy chán đời, thất vọng, bi quan; giống như một nàng tiên có bao giờ thốt lên lời cay nghiệt với ai.

"Hãy đến đây. Và hát cùng nhau
Chuông đêm rung. Và. Người về. Dẫn lối
Ô. Cuối trời vừa bật một vì sao"
[Và. Trở lại]

"Vào gác hoàng hôn xin một chén
Tím mây bay uống cạn mộng mơ chiều
Mai thức giấc thấy mình thơm một đóa

Vào đóa hoa xin lòng mật ngọt
Nói ra lời hiền hậu như hương
Bay theo chim biết sum vầy tiếng hót
...
Vào hơi thở xin thêm ánh sáng
Cõi mộng người bóng tối tủa như tên
Cứ niệm và đi. Cứ nghe và lắng"
[Nương náu]

Tập thơ ĐÊM không thơ mộng dịu dàng như "bóng bay, gió ơi" có lẽ chợt người thơ nhận ra Bóng đã Già. Cặp bóng sáng và bóng tối trở thành "bóng tươi" và "bóng héo", trưng ra trong lăng kính vạn hoa phù trầm phù vân phù du phù dung, biến ảo trôi theo tư duy của người thơ, mà sao tôi thấy như những áng mây trôi buồn lang thang, như trong bài thơ *Tượng Bóng*:

"Bóng cũ theo người già năm tháng
Lòng ai bấc lụn xuống đêm thâu
Khuya bốc mộ chiêm bao còn ảm đạm

Tội con mắt mấy đời lệ hạt
Hai dòng đi kéo nụ đười ươi
Bóng ngửa mặt xót hình nhân dị dạng

Cơn nhớ bao lần đau lột xác
Vết già kham nữa vết thương xanh
Hình vỡ bóng một niềm đau đã khác"

Và hai câu thơ thật buồn:

"Thảy vào cùng tận đêm khuya
Những đa đoan những mộng mê một đời"
[Phía bên kia]

Đương nhiên có bài thơ chủ đề ĐÊM, rồi liền đó ĐÊM TÀN, cặp đôi Bóng Sáng/Bóng Tối, Sinh/Hoại, Nở/Tàn. Đêm nở ra:

"Phương đông im như ai vừa sập cửa
Ngày oằn vai cõng tối. Nắng theo đi
Để lại một trời đêm chết đứng"

Và đêm phai tàn:

"Đêm vừa tắt hết nhớ quên
Phù sinh chiếc lá bên thềm rớt vai
Nhớ nhau. Kia nắng một vài
Tìm nhau. Tiếng hót ở ngoài bình minh"

Nỗi buồn, đôi khi trớ trêu nghịch lý nghịch pháp nghịch ngợm:

"Tôi nhóm lên một ngọn lửa
Gió thổi tắt đi

Tôi nhóm lên một ngọn lửa nữa
Gió lại thổi tắt đi

Khi tôi không còn hy vọng
Thì gió
Lại làm những que tàn kia bắt lửa..."
[Bắt Đầu]

Thi sĩ khép lại tiêu đề Bóng bằng bài thơ "Sau dấu chấm hết", như tự sự về mệnh hệ những chất xúc tác: *Bóng, Giấc mơ, Ảo ảnh, Ánh sáng, Đêm, Hy vọng*, những thứ tôi gọi là âm sắc, âm bản của Hồn-Người:

"*Dường như*
Tôi viết bài thơ này trong bóng tối
Giấc mơ. Ảo ảnh sáng của người nhìn trong đêm
Hy vọng. Ảo ảnh nước của người đi trên đường nắng bỏng"

Nối những tư duy trăn trở nằm rời rạc, như ghép những mảnh hình vụn ăn khớp kết thành một bức tranh, bức tranh *"mộng còn lang thang giấc mơ trong cuộc sống"* âm sắc là gam màu của bóng sáng và bóng tối giao thoa chập chờn ảo ảnh. Cuối cùng của một hành trình vật chất hoàn mãn, nó trở thành phế tích, nó tan thành ảo ảnh, nó trở thành Không-tính, trở lại sóng Vô-âm, vô tướng vô bóng. Tàng ẩn trong Không chờ phát sinh Có. Đó là bản lai diện mục của Tự-thể. Đó là câu thần-chú rền sấm: *"Sắc tức thị Không / Không tức thị Sắc"*. Đó là mạn-đà-la Không chợt tức thì thành Sắc / Sắc lại tức thì thành Không. Đó là liên-khúc chủng-tử luân-hồi, là bốn mùa sinh-khí luân-vũ, sinh-lực âm-dương hợp giao…

Tâm thức là đối tác của nhị nguyên. Bóng đối tác với Hình. Thơ là ánh mắt ngắm nhìn vạn hữu diễn biến, trời đất đóng kịch, gió nắng pha màu, tuyết mưa pha âm; bằng ống kính vạn-hoa, con tim ngắm nhìn như thiền-quán. Thi sĩ Nguyễn Thị Khánh Minh thảng thốt kêu lên, *"Mộng còn lang thang giấc Mơ trong cuộc sống"*. Thiền sư Mãn Giác thảng thốt kêu lên: *"Mạc vị xuân tàn hoa lạc tận / Đình tiền tạc dạ nhất chi mai"* [*Cáo tật thị chúng*, hai câu kết, Mãn Giác (1052-

1096)] *"Chớ bảo xuân tàn hoa rụng hết /* Đêm qua. sân trước. một cành mai" (Thích Thanh Từ, dịch)

Bukko Kokushi hay Mugaku Sogen (Vô Học Tổ Nguyên) (1226-1286) thì ngược lại, làm tôi thảng thốt khi đọc hai bài thơ thiền sư này:

lâm đao kệ

Càn khôn vô địa trác cô cung
Hỷ đắc nhân không pháp diệc không
Trân trọng Đại Nguyên tam xích kiếm
Điện quang ảnh lý trảm xuân phong.
(Bukko Kokushi)

Vũ trụ không nơi đơm gậy chiếc
Vui thay nhân pháp thảy đều không
Nâng cao Đại Nguyên ba thước kiếm
Phóng tia điện chớp chém gió xuân.
(Đào Nguyên Minh dịch)

Xếp lại tập ĐÊM khi đêm tàn. Bắt chước, tôi thơ, *đừng tưởng Bóng tàn, Hình tan mất / lìa Mơ, hình Mộng lượn trong tim.*

Bấy giờ trời đâm mây ngang. Tôi đâm mình vào mộng.

bắn với cây cung gãy

Cung đã gãy; tên đã hết.
Trong phút giây khẩn yếu này
Buông hết mọi nghi ngờ.
Bắn không chút ngần ngại.
(Bukko Kokushi, *Đào Nguyên Minh dịch)*

LÊ GIANG TRẦN
(Little Saigon, ngày 15.9.2021.
(bài bạt tập thơ Đêm)

Ơn Bạn.
Lục Bát Diễm Kiều, Khánh Minh (2023)

Duyên

Lục bát KM đã được đọc, trân trọng và được diễn giải bởi những tên tuổi trong làng văn& thơ ngời sáng.

Khi thấy phong bì có địa chỉ KM, D biết là tập thơ mới, KM hứa gửi, vội vàng bóc bì thơ, thoảng mùi hương lavender lay nhẹ…

Chuyên ép hoa làm bookmark, D nghĩ có lẽ hương lavender từ nhánh oải hương KM ép trong quyển thơ thay cho bookmark chăng? Cầm quyển thơ mỏng trên tay, duyên bói trang sách, bắt được chữ DUYÊN, tò mò ngừng lại: *duyên lành nở một đóa hoa** mới hay bạn viết bài thơ cho mình *.phải chăng là mộng. đang đi…*

Hạnh phúc thay: khi ẩn vào giấc mơ, trong giấc mộng, bạn không quên gọi: *duyên ơi, lương hỡi, mai à, thu ơi…* tiếng gọi chân quê như tiếng trẻ đùa vui trên cánh đồng xanh ngày nắng hạ. tiếng gọi bạn, lời lục bát xuất từ tim, có những thương yêu đùm bọc, có ân cần, ngợi ca, có vỗ về thương mến, cần thiết cho nhau. thương quá là thương!

Mùa này D không tìm được lavender ép làm bookmark, nhành oải hương cổ tích, xưa bạn hay nhắc đến. hoa mình yêu thích nhất từ mùi hương đến hình dáng như nhánh lúa non. lần đầu đến thăm KN, D ôm chậu hoa tím nhỏ, nay hoa đang vui nở trong vườn bạn, may còn có cọ sơn, vẽ cho bạn vài nhánh hoa.

- Ơn Bạn. Lục Bát Diễm Kiều, Khánh Minh

DUYÊN

(email Mar 6 2023)

NTKM và Duyên, 2024

Tơ Vàng Lục Bát
Nguyễn Thị Khánh Minh (2023)

Ca Sĩ Thu Vàng

Chúc mừng tập thơ của Khánh Minh đã được những cây bút quý giá ngợi ca để người đọc nhận được chân ý của nàng thơ với những dòng thơ lạ lẫm này.

Rất tâm đắc cái tựa ***"Những sợi vàng chắt chiu"*** nhà văn Phan Tấn Hải dành cho thơ Nguyễn Thị Khánh Minh. Có gần gũi với bạn mới biết Khánh Minh hết lòng mê thơ và "chắt chiu" ý, tứ, ... dường nào!

Nhà thơ Phan Tấn Hải viết tường thuật đầy tính văn chương, đọc như bị cuốn hút, mất tong giấc ngủ giữa khuya, phải đọc tiếp... đọc tiếp như người mộng du... Đọc và rất cảm động khi cứ nghĩ nàng phải mất nhiều trăn trở, nhiều thời gian để có được những vần thơ, con chữ thật mới mẻ, khác lạ cho thể thơ nghìn năm, với nhiều thế hệ thi sĩ đi qua, không dễ gì bước tránh được con đường mòn trên nền đất chật hẹp. Nhưng nàng đã làm được một cách thật tự nhiên, bởi bạn đã sống trọn vẹn với thơ, trăn trở với chữ hết lòng! Đọc có khi nghe như không phải lục bát mà lại lục bát hay, lạ. Thế mới là lục bát Khánh Minh!

Nàng như bất chấp vần điệu nhưng khi đọc những ngắt nghỉ vẫn cho người đọc bắt được vần điệu truyền thống một cách rất tự nhiên, không bị gò bó. Đó là sự thú vị khi đọc những vần thơ mới mẻ của Khánh Minh! Nàng đã mở ra một khung trời mới cho thể thơ hấp dẫn ngàn năm này của Việt Nam.

Cảm ơn anh Phan Tấn Hải đã phân tích ngọn ngành về cái mới của *Lục Bát Khánh Minh*, nhà văn đã tung tỏa chữ nghĩa thật chân thành và tài hoa trong cơn mê chữ, mê thơ của mình, để người đọc cảm nhận được chân ý của nàng thơ.

Bài thơ *"Bên kia những dòng thơ"* của anh Phan Tấn Hải hay quá, đã nói hộ cho người đọc nhiều điều.

Chúc mừng tập thơ lục bát của Khánh Minh đã được những cây bút quý giá: Các nhà thơ, nhà văn, họa sĩ: Cung Tích Biền, Vũ Hoàng Thư, Trịnh Y Thư, Phạm Cung, Trần Thị Nguyệt Mai... với những lời, những nét vàng, và chung tay để người đọc rung cảm thể thơ thật bình dị đáng yêu, mà cũng vô cùng làm khó cho giới sáng tác này cảm được chân thơ, chân ý của nàng thơ.

THU VÀNG

(e-mail Mar 4 2023)

Ntkm và Thu Vàng, trong đêm nhạc Thu Vàng 2014

Lục Bát Nguyễn Thị Khánh Minh - Để Mải Tìm. Mải Đi (2022)

Nhà Văn Vũ Hoàng Thư

Đầu tháng 12 u mù thương nhớ. Mây xa xăm kéo tụ quanh trời. Chờ mưa, mưa không đến. Đến hay không đến, đẹp ở chỗ đợi chờ, như thể Hồ Dzếnh *"em cứ hẹn nhưng em đừng đến nhé"*. Thi sĩ làm bộ dửng dưng nhưng khối lòng lên mưng ụ. Trông đợi một điều bất khả thường mênh mang một khối sầu cô độc. *"Con người là sinh vật duy nhất biết mình cô đơn"*, Octavio Paz bảo thế. Thi sĩ, họ vốn ít nói mà khi mở miệng thì dàn trần kết tinh. Như khi đọc hai câu thơ dưới đây,

Bóng không đổ xuống, mà buông
Như chiếc lá đã kiệt hồn nhựa xanh…

Người đọc có nghe thấy lung linh bất tận của trống vắng ập tràn? Bóng không theo hình, bóng rớt xuống như buông. Lối chơi chữ tài tình vì buông cũng là bỏ. Buông ra, một lối phủ nhận để phân thân, ta muốn từ bỏ chính ta. Mệt mỏi như chiếc lá kiệt hồn. Nhựa vẫn còn đấy không mất, chỉ là "hồn" đã ở nơi nao. Ôi cuộc lữ thăm thẳm và chênh vênh. Khi bóng đã bỏ đi, liệu hình sẽ tồn tài? Thi sĩ giằng xé hỗn mang trong cơn cuộc hiện sinh. Ai trong chúng ta không có lúc ở ngã ba đường? Thế nào là chọn lựa?

Và một ngày như thế, tôi đọc tập bản thảo "Thơ Lục Bát" của Nguyễn Thị Khánh Minh. Tác giả đã xuất bản hơn 10 tập thơ nhưng tập "Thơ Lục Bát" được để dành cho đến hôm nay mới ra mắt bạn đọc. Có lẽ, có một thân ý phía sau? Cô tâm sự "*Lục bát thân thuộc như hơi thở*" và "*Lục bát như 'miếng cơm mớm'*" mang sức sống cho cô vào đời. Thì ra vậy, tác giả sống chết và trân trọng lục bát trong từng giây phút bình sinh.

Lục bát là xương cốt thi ca Việt, như thơ Đường của Trung Hoa, như waka, haiku của Nhật Bản. Từ hội Đạp thanh lân la đoạn trường tân thanh Nguyễn Du, đến kỳ ảo nửa bãi nắng chia Lửa Thiêng Huy Cận, qua trùng phục quy hồi thể nghiệm tồn lưu Bùi Giáng, và đương thời lục bát hàn lâm ngắt dòng bậc thang hằng hằng nội công Hoàng Xuân Sơn... Nhờ thế, tuy vẫn giữ âm điệu 6/8 nhưng lục bát vẫn tiếp tục "mới" theo thời gian và mở rộng qua tài năng phi phàm thâm viễn rất mực của các kỳ danh thi sĩ vừa nêu. Cũng từ đó nảy sinh lục bát biến thể. Lục bát biến thể có thể tóm tắt dưới dạng những hình thức như biến đổi cấu trúc bằng trắc, số câu lẻ trong bài thơ thay vì chẵn như lục bát nguyên thủy, câu bát kéo dài thêm âm tiết như nói lối, hiệp vần không nhất thiết phải ở chữ thứ 6 của câu bát.

Thử đọc bài thơ "Ngơ Ngác" của Khánh Minh trong hình dạng lục bát biến thể. Cô gọi thể thơ mới này là *"lục bát biến tấu"*.

Đang ở đâu trên dòng nhạc
Một nốt tôi ngơ ngác. Không lời

Đang ở đâu trên chiều rơi
Rơi mãi rơi. Bơ vơ tôi. Viên cuội

Đang đi đâu trong bóng tối
Bóng theo sau. Chỉ lại mỗi mình đi

Đang đi đâu hay bước về
Chỉ biết bây giờ. Quanh khuya. Đầy gió…
(Ngơ ngác)

Từng hai câu một của bài thơ như nhịp bước gõ xuống vỉa hè khô, nhờ vào âm bằng trắc đã được hoán chuyển vị trí. Như những tiếng nện gót của một mình ta trên đường chiều. Một mình. Bước tới và nhìn lui, chỉ còn một bóng của chính mình vãng lai. Người bỗng rơi như Lời. Lời mở những tầng khí hậu của tự do, của thênh thang khi mọi ràng buộc đã dứt. Rơi tự do. Trọng lực thu hút vạn vật trở về mặt đất. Buổi chiều không là vật thể nên không bị chi phối bởi lực Newton. Chiều là điểm mốc thời gian giữa ngày và đêm, giữa ánh sáng và bóng tối. Chiều rơi làm ta tư lự, chạnh lòng. Đối diện với đổi thay, tịch liêu liền hồ đồ dấn tới, gợi khêu cõi hồn bàng bạc hoang vu ở tranh sáng tranh tối hoàng hôn. Tôi đang rơi cùng với chiều, rơi tự do để đến điểm chấm dứt, hủy diệt của một thân phần nhỏ bé? Liên tưởng làm thi ca bật tiếng. Có phải đời ta bơ vơ như viên cuội lẻ loi cuối góc trời? Viên cuội vô danh từ nơi không đâu rơi xuống, chẳng ai quan tâm như hoa Nazuna nhỏ nhắn bên vệ đường của Basho? Thấy cái đẹp của viên cuội rơi, của hoa dại ven đường là thấy cái tính bình đẳng của vạn vật, không phân biện những nhỏ nhoi vốn bị lãng quên. Đọc bài thơ *"Ngơ ngác"* không khỏi không nhớ đến những câu thơ khác, câu thơ của Huy Cận chẳng hạn,

Chim nghiêng cánh nhỏ bóng chiều sa
(Tràng giang, Huy Cận)

Sa là rơi chậm nên chim thong thả nghiêng cánh theo nhịp chiều buông, trong dự phóng chậm rãi khoan thai. Khi người sống trong cùng tận của chập chùng, mọi biến cố dập vồ trong nhoáng chớp, chiều rơi và tôi rơi,

Rơi mãi rơi. Bơ vơ tôi. Viên cuội

Rơi. Bơ vơ. Viên cuội. Những chữ nghĩa gọi thơ trong mắt chớp giữa cuộc đời bủa vây. Cái đang là, bây giờ, *Đầy gió*... Thơ mộng nằm ở niềm ước ao không nói, mạch ngầm trỗi dậy ở *Quanh khuya*. Gió sẽ hất tung lên cho chu kỳ ngơ ngác đừng tái diễn. Lẽ nào ta xoắn mãi không rời trên nốt nhạc, trên chiều rơi, trong bóng tối, trên bước về, mãi không thôi? Ở đó, đời.

Một đôi khúc khác, ngập ngừng, tưởng thiếu âm tiết lục bát, nhưng không, cụt hẫng để làm cao trào dâu bể, tang thương để nghe lòng thắm tiếng yêu ngự trì.

Dòng sông hay dòng lệ
Về đâu. Tan một bể xanh dâu
Xin nhìn thấu nỗi đau

Để mà còn nhận ra nhau
(Bên bờ)

Đếm chữ là những câu 6, câu 8. Cũng vần đấy nhưng trúc trắc chấm phá. Lục bát đổi chiều, đem âm trắc về ngụ nơi thể điệu bằng. Ừ phải phá cách, đổi thay cho ra lẽ bát ngát như nhiên, cho tuệ thông tinh thể.

Tôi ngồi lại. Một nốt nhạc
tím. Và chiều, một khúc hát bay xa
Rưng rưng mầu lá trên hoa
Một vệt sáng ngày vàng. Pha tĩnh vật
(Tĩnh vật chiều)

Người đời thường nói bỏ mồi bắt bóng. Khánh Minh không như thế. Bóng là một ẩn ngữ trong thơ của cô. Cô mượn bóng làm người quan sát về chính mình. Có phải khiếm diện là bề mặt khác của hiện hữu? Ta định nghĩa ta bằng một cái-không-ta? Như cái chết thiết lập căn cớ nguyên ủy cho hiện sinh kỳ tác ở chốn phù du. Con người chẳng hiểu thế nào là sự sống cho đến khi cái chết trờ tới. Và rốt ráo là chỉ khi riêng mình cùng bóng đối thoại với nhau, khi ấy cô đơn thăng hoa cho thi ca phối mở. Cơn cuộc khơi nguồn mạch giếng tân thanh trong u nùng bừa bãi trần gian. Cô không nói nhiều, chỉ dăm câu hôn phối với hư không cho thành tựu tấm gương soi rọi chính bản thể của mình, có thể gọi đó là một dấn thân toàn bộ trong tịch mịch chan hòa chăng?

Ai vẽ được bóng khuya đi
Cho tôi đọ với bóng về của tôi
...
Ta buồn. Ta ở một mình
Ta vui. Ta ở hai mình trong khuya
Nhỏ to chiếc bóng cận kề
...
Bóng nào chẳng chịu chia tan
Tôi nào có đó. Một vàng võ khuya
...
Khuya còn để lại ngọn đèn
Mai anh về lại mà xem bóng chờ
Em còn để lại bài thơ…
...
Mầu rêu xóa hết đá xanh
Đố đêm xóa nổi cái vành vạnh trăng
...
Chiều đi. Rồi đêm. Không hay
Chỉ hương hoa mới biết đầy bóng trăng

Tập *Thơ Lục Bát* gồm có ba phần: *Lục Bát Tạ Ơn, Đồng Dao Ta, Tháng Năm Là Mộng Đang Đi*. Suốt mấy trăm bài thơ lục bát, hay lục bát biến thể, Khánh Minh đưa người đọc từ nắng gió vờn reo kẽ lá, đến chỗ thân thiết báo hiệu bình minh, lại có lúc niêm hoa vi tiếu nói lời ẩn mật vô ngôn,

Lặng im là chỗ em ngồi
Thinh không là chỗ của lời. Đã xa

Cô tạ ơn những gì cuộc đời đưa đẩy giữa đến và đi, những ân tình trần gian hạn hữu. Nhất là đối với thơ,

Từ đây lòng ở với thơ
Bảo nhau thôi nhé. đừng ngờ nghìn năm

...
Dặn đừng nhớ. Để được quên
Dặn đừng đến. Để mải tìm. Mải đi

Hành trình ấy là hành trình thơ người thơ Khánh Minh mải đi. Như một lời nguyện cô hằng mang giữ tự ấu thời. Con đường ấy có khi khởi động chan chứa lưu ly, có khi chon von tuyệt đỉnh mịt mùng, *Thưa người, lệ chẳng đặng đừng, nên rơi*. Nhưng đã sao, hạt lệ ấy là minh châu, là kết tinh riêng biệt thượng thừa cốt cách, là đáo bỉ ngạn sau khi bước ra từ nỗi đau,

Hỏi tôi hạt lệ ấy tìm ở đâu
- Thưa, tôi nhặt ở tim đau…

VŨ HOÀNG THƯ

Tháng 12, 2022

Những chữ in nghiêng trong bài là thơ trích từ tập "Thơ Lục Bát", Nguyễn Thị Khánh Minh.

Trịnh Y Thư, NTKM, Trần thị Nguyệt Mai, anh chị Vũ Hoàng Thư, tại buổi RMS Tản Văn Thi do Tô Đăng Khoa tổ chức tại nhà riêng của anh, 2018

Đọc Thơ Khánh Minh, Tháng Năm Là Mộng Đang Đi (2023)

Nhà Thơ Đỗ Hồng Ngọc (Đỗ Nghê)

Khánh Minh tâm sự: *"Với riêng tôi, Lục Bát thân thuộc như hơi thở. Cha mẹ tôi kể thường ru tôi ngủ bằng những câu thơ lục bát. Như thế thì chưa biết nói đã được nhạc Lục Bát ấp ủ trong từng hơi thở đầu đời. Cứ thế mà bén rễ, ăn sâu vào cảm thức, cho đến khi bật ra thành câu thuở chập chững làm thơ…*

Và tôi đã cảm nhận rằng Lục Bát, dù mang nét chân phương như ca dao, vè, hay đầm đẫm nét sang cả của một Sáu Tám thâm viễn u u, thì ở mỗi tính cách, Lục Bát vẫn có sức quyến rũ riêng.

Tôi đã gom lại những bài Lục Bát của mình để có được một tặng phẩm nhỏ này như một tri ân Lục Bát, như quả thu được từ hoa lời ru của cha mẹ, như sợi tầm chắt chiu gửi cho Đời cho Người…"

Khánh Minh có lần cho biết, trong bài phỏng vấn của Lê Thị Huệ trên gio-o.com: *"Tôi vẫn luôn luôn viết từ cảm xúc tức thời của mình, về những điều tôi chợt thấy, hay về những điều ám ảnh và trở đi trở lại trong ý nghĩ mình, và tôi thường diễn đạt theo một thi pháp trong sáng nhất, trong sáng với nghĩa dễ hiểu, không nhiều ẩn dụ. Tôi mong là người đọc thơ tôi cảm được cái Thơ của nó không qua suy nghĩ. Một cái hiểu và cảm tức thì".*

Nhiều người cho rằng Lục bát thì *"dễ làm mà khó hay"*, nên phải làm mới, đưa kỹ thuật hàn lâm vào để nâng cao, để có thứ lục bát *"đầm đẫm nét sang cả của một Sáu Tám thâm viễn u u"* thì tôi chịu thua! Theo tôi, làm mới lục bát đúng là một chuyện không dễ và... không cần. Nó là một thứ tiếng nói. Tiếng nói Việt. Cho nên cách tân lục bát để "hàn lâm" nó chỉ gây thêm khổ cho cả người thơ và người đọc.

Nhiều bài lục bát hàn lâm, sang cả u u, tôi ráng hiểu, thấy khâm phục, nhưng lạ, sao không thấy hay! Đành cười mình dốt đặc! Hay, với tôi là cái đọng lại, cái ngẩn ngơ sau những câu chữ buột miệng, tình cờ... kiểu như *thò tay ngắt một cọng ngò / thương anh đứt ruột giả đò ngó lơ...* Phải, thứ lục bát của ca dao tôi, của tâm hồn tôi. Nó quê mùa, nó chơn chất. *Trèo lên cây bưởi hái hoa / Bước xuống vườn cà...* Nó cứ trơn tuột như vậy, bước xuống vườn cà để làm gì? Để hái nụ tầm xuân. *Nụ tầm xuân nở ra xanh biếc / Em có chồng rồi anh tiếc lắm thay.* Ai bảo nó là lục bát. Ai bảo nó không là lục bát. *Ba đồng một miếng trầu cay / Sao anh không hỏi những ngày còn không / Bây giờ em đã có chồng...* Vậy đó. Nó cứ tuồn tuột. Mà nó bứt rứt, mà nó thốn đau, mà nó day nghiến, mà nó dằn vặt... có khi đến trọn đời. Với tôi, còn là thứ lục bát *con cò mà đi ăn đêm*, trông trời trông đất trông mây... toàn là những nỗi đau, nỗi mong, nỗi đợi. Lục bát như vậy nó không cần đi vào sang cả u u, phải vật vã truy tìm, mà nó đi thẳng vào tim với rung động sáu cách...!

Tháng Năm Là Mộng Đang Đi... của Khánh Minh là một tập thơ luc bát lạ, nó vừa "sang cả u u" lại vừa "chơn chất thật thà", đầy những kỷ niệm nhỏ to với bạn bè khắp chốn. Bởi nó là mộng. Mộng thấy quê nhà là nét dễ mến nhất, "khánh minh" nhất. Mộng thấy biển xanh. Thấy bóng nắng. Thấy cổ tỉnh. *"Vằng vặc một tấm lòng / Giếng xưa trăng rọi bóng" (trạm trạm nhất phiến tâm / minh nguyệt cổ tỉnh thủy.* Nguyễn Du).

Vòng tay mở rất quê nhà
Trông lên đôi mắt đã là quê hương
Tôi biết nhà thơ muốn viết đã nhòe quê hương…
(tháng năm là mộng đang đi)

Và ta hiểu nỗi cô đơn dằn vặt thế nào trong cảnh sống xa quê của một người có tấm lòng "cổ tỉnh".

Nói thầm
Gọi thầm
Hát thầm
Luôn luôn như thế
Lặng câm
Một mình
Như cơn sốt nặng làm kinh
Bật lên tiếng gọi thình lình. Giữa đêm
Thì ra vì quá lặng im
Sợ quên. Nên gọi. Để tìm mình thôi
(Nói thầm)

Bỗng nhớ Thanh Tâm Tuyền hơn nửa thế kỷ trước:

Tôi gọi tên tôi cho đỡ nhớ
Thanh Tâm Tuyền Thanh Tâm Tuyền.
(Tôi không còn cô độc, 1956)

Không dừng ở đó, tháng năm là mộng đang đi lại là nỗi tìm về.

Về trong tiếng gọi cội nguồn
Một tâm xao động. Một hồn tịch nhiên
Lắng vào lời của vô biên
Nghe trong ta nở một miền cỏ hoa.
(NHƯ)

Lắng vào lời của vô biên / Nghe trong ta nở một miền cỏ hoa. Phải rồi. Đó mới chính là Khánh Minh. Là nghe tiếng gọi cội nguồn, là nghe lời nói của vô biên, là đã trở về với Như Lai thực tướng. Thầy Phước Hậu năm xưa (1862-1949) đã ghi nhắc:

"Kinh điển lưu truyền tám vạn tư
Học hành không thiếu cũng không dư
Năm nay nghĩ lại chừng quên hết
Chỉ nhớ trên đầu một chữ NHƯ."

*

Tôi thử đi tìm ca dao trong lục bát Khánh Minh. Có đó.

Vậy mà mình đã quên nhau
Lời ca dao cũ vọng đau tháng ngày
Sẻ chia một thoáng gừng cay
Muối tình phai giữa biển đầy lãng quên
(Gừng cay muối mặn)

Ôi, biển đã hết mặn rồi sao? Gừng đã không còn cay nữa sao?

Lúc đầu tôi định chỉ trích vài câu trong *Bùa Quê* thôi mà không cầm lòng được, đành trích nguyên bài *"Lá bùa hộ mệnh"* này. Và như vậy tôi mới thấy nhà thơ rõ hơn, ngôn ngữ "bùa mê thuốc lú" rõ hơn.

Quen hơi bóng nắng tre xanh
Cho ngơ cho ngẩn khi mình đi xa
Ếm vào chân nỗi nhớ nhà
Đường chông chênh lạ vẫn à ơi quê
Cứ như ai dắt bước về
Chợp con mắt lại bùa mê bóng làng
Hàng cau xanh biếc thời gian
Mầu hoa bí vẫn nở tràn giấc mơ
Bước non bước biển bây giờ
Mênh mông một khoảnh ao xưa, là nguồn
Lá bùa hộ mệnh – quê thơm –
Chở tim đồng nội, che rơm rạ lòng
Biển khơi, nhớ ngụm giếng trong
Nắng mười phương, vẫn hương đòng lúa hoa
Núm quê chiu chắt con xa…
(Bùa Quê)

Không chỉ vậy, thấm đẫm nơi Khánh Minh còn là cõi Phật, với Nghiệp, với nhân quả, với "*mũi tên nào để vết thương / thôi thì đau, để nhẹ nhàng cái vay*".

Mũi tên nào để vết thương
Thôi thì đau, để nhẹ nhàng cái vay
Hạt vơi đong nỗi hạt đầy
Ơn trời, mưa bóng mưa mây thôi mà
Đi đi. Đường hãy còn xa…
(Dặm trường)

Tôi cũng nghĩ vậy. Đi đi. Đường hãy còn xa.

ĐỖ HỒNG NGỌC (ĐỖ NGHÊ)

Nguyên Tiêu, Quý Mão (5.02.2023)

Lục Bát Nguyễn Thị Khánh Minh
Tơ Tóc Cũng Buồn (2023)

Nhà Thơ Trịnh Y Thư

1.

Trong một lần trò chuyện thân tình về thơ và các đề tài liên quan đến thơ, nhà thơ Nguyễn Thị Khánh Minh có bảo tôi rằng thơ của chị luôn luôn "được chỉ đường bởi những giấc mơ." Rằng chị "*nhìn thực tại qua lăng kính của mơ.*" Vì sao ư? Vẫn theo lời chị, vì "*thực tại có quá nhiều điều tàn khốc càng lúc càng đẩy con người vào niềm vô vọng.*" Chị tự thú nhận là người quá nhạy cảm với sự đau đớn mà con người gây ra cho nhau về thể xác cũng như tinh thần, nên chị "*muốn dùng ánh phản chiếu đẹp đẽ của mơ để khơi dậy niềm hy vọng.*" Theo chị thì thơ và mơ tuy là hai thực thể tách biệt nhưng chúng xoắn xuýt lấy nhau, như cặp tình nhân ở độ nồng mặn nhất của tình yêu, cái này xuyên thấu cái kia, và ngược lại. Có lẽ bởi thế, chị rất thích câu nói của Hans Sachs, thi hào người Đức sinh sống vào thời Trung đại, "*Tất cả cảm hứng thi ca đều chỉ là giải mã những giấc mơ,*" mà chị dùng như một trích ngôn trong tập thơ *Ngôn Ngữ Xanh* xuất bản cách đây ít lâu.

Đoạn chị giải thích thêm, một cách chi li, rạch ròi:

> *"Nhà thơ dùng thơ, cách khả dĩ nhất để diễn đạt được cái bất-khả-tư-nghị của mơ, đặt một cái không biên giới vào cái hạn hẹp của ngôn từ, cũng vì vậy đẩy họ bứt phá ngôn ngữ, làm sao để đem cái phi thực huyễn ảo ấy hiển lộ dưới ánh sáng của lời, do tác động qua lại đó nên có thể nói viết văn, làm thơ, là một cuộc đuổi bắt dài. Khởi đi từ giấc mơ, nhưng hành trình thơ là dặm trường sáng tạo, đi tìm Giấc Mơ."*

Kỳ thực, mỗi con người chúng ta, ai nấy đều sở hữu một thế giới tiềm ẩn bên trong trí óc mình. Gọi thế giới ấy là tiềm thức, siêu thức hay vô thức đều đúng. Đôi khi, bằng cách này hay cách nọ, ý thức đi vào thăm dò vùng đất đầy khói sương mờ mịt đó và lôi ra không biết bao nhiêu khối quặng tinh ròng để người nghệ sĩ, qua ý thức và tài năng, biến chúng thành nghệ thuật. Thế giới trong cõi mù sương ấy là cái gì bí nhiệm đen tối, nhưng lại cung cấp cho ta những chất liệu phong phú nhất trong thao tác sáng tạo. Khổ công gọt giũa khối quặng tinh ròng lấy ra từ vùng đất sâu thẳm là công việc của người nghệ sĩ. Bởi những chất liệu "sống" ấy không phải nghệ thuật, nó chỉ là nghệ thuật sau khi đã được nhà nghệ sĩ, nhờ tài năng và một tấm lòng, một niềm tin son sắt, chuyển hóa thành tác phẩm.

Nguyễn Thị Khánh Minh là một nghệ sĩ như vậy. Với tập thơ mới nhất của chị, *Tháng Năm Là Mộng Đang Đi* (Văn Học Press xuất bản, 2023), tôi càng tin chắc vào điều này.

> *Vừa pha mầu theo bình minh*
> *Đã vỡ òa theo dòng xanh. Của nắng*
> *Tung ban mai. Ngày sóng sánh*
> *Tràn xuống đây. Sân gạch. Vẽ bóng rơi*
> *Đúng nơi bóng ấy. Tôi ngồi*
> *Mỗi sáng trông lên biển trời. Quê cũ*
> (Quê cũ)

Ký ức luôn là nỗi ám ảnh lớn của Nguyễn Thị Khánh Minh Ký ức của bóng là nhan đề một tập thơ khác của chị. Ký ức bộn bề bủa vây tâm cảnh chị. Ký ức nằm sâu trong tiềm thức, bỗng một hôm, nhờ một thanh âm, một cảnh sắc, một cảm xúc bất chợt, thậm chí một từ, dấy lên và ý thức chụp bắt được, chuyển hóa thành thơ. Ký ức về "dòng xanh" của một con sông trong tâm tưởng, trên đó có nắng bình minh vỡ òa. Sân gạch hanh hao. Và cái bóng. Đúng nơi bóng ấy. Tất cả như hòa quyện trong một tâm cảnh vừa cảm hoài vừa mang mang hoài nghi, như thể không biết đó có thực là cái gì mình từng trải nghiệm hay không. Đường biên giữa ký ức và thực tại như bị xóa mờ. Ký ức là thực tại và thực tại là ký ức. Để chỉ còn biết "*trông lên biển trời*" mà tưởng về quê cũ.

Đa phần các bài Lục Bát (ít có bài nào dài quá năm, sáu khổ thơ) của Nguyễn Thị Khánh Minh trong tập thơ này đều có chung một khí quyển như vậy, một khí quyển rất Nguyễn Thị Khánh Minh, được định hình từ những Giấc Mơ, và qua chữ nghĩa diễm ảo nuột nà của chị, chúng cho người đọc yêu thơ nhiều cung bậc cảm xúc, mà mỗi cung bậc là một chiêm nghiệm khác nhau của thần cảm, linh cảm hay trực cảm. Thơ Nguyễn Thị Khánh Minh có xu hướng thiên về trữ tình, không nặng lý trí, không nghiêng về triết học siêu hình, mà ngả về mặt cảm xúc nhiều hơn, và qua chữ nghĩa óng ả đầy bùa phép của chị, nó là thứ cảm xúc đi thẳng từ trái tim thi nhân vào trái tim người đọc.

Thơ chị có nhiều thi ảnh, gần như bài nào cũng có những thi ảnh lấy ra từ thiên nhiên, con người, cuộc sống, như một ống kính vạn hoa, để từ đấy cảm xúc phóng chiếu lên nền một tâm cảnh nền nã, dịu êm. Những thi ảnh ấy đóng vai trò ẩn dụ, hoán dụ trong thơ chị.

2.

Toàn tập thơ *Tháng Năm Là Mộng Đang Đi* của Nguyễn Thị Khánh Minh là mấy trăm bài lục bát. Đây quả là một thách thức về hình thức biểu đạt, bởi không dễ dàng chút nào để duy trì tính nghệ thuật và cùng lúc giữ cho người đọc sự thú vị xuyên suốt khi đọc từ bài này sang bài khác. Tôi nghĩ Nguyễn Thị Khánh Minh đã có sự tự tin vững vàng hiếm có khi làm như thế.

Thể thơ tục bát từ nhiều năm đã không được nhiều nhà thơ, nhất là những nhà thơ trẻ, chọn làm hình thức biểu đạt tâm tư mình. Kỳ thực, nó bị bỏ rơi một cách buồn bã. Một thể thơ truyền thống của dân tộc, gắn bó với tâm hồn Việt Nam cả nghìn năm, ngày nay bị quay lưng lại, bị ruồng rẫy một cách đáng thương? Phải chăng nó không còn thích hợp cho những thao tác sáng tạo mới? Phải chăng niêm luật thơ lục bát gò bó quá, âm nhạc trong thơ lại đơn điệu, dễ nhàm chán, ý tình chẳng thể nào biểu đạt cho trọn vẹn? Phải chăng tính cách trữ tình, ý nhị của lục bát cũng kềm hãm, không cho bốc cháy những tứ thơ mãnh liệt, khốc liệt khiến nó không còn phù hợp với tiếng nói và nhịp đập của thời đại? Người ta chán thơ lục bát bởi dễ làm nhưng khó hay. Và vì khuôn sáo. Khuôn sáo ở những chỗ gieo vần, một hình thức làm cho đầy, lấp đầy những khoảng trống để "bắc cầu" cho những từ quan trọng hơn trong bài thơ.

Tôi tin là, qua tập thơ *Tháng Năm Là Mộng Đang Đi*, Nguyễn Thị Khánh Minh đã khắc phục được gần như tất cả những nhược điểm trên của thể thơ lục bát. Hãy lấy ra một bài thơ tiêu biểu:

Tôi ngồi lại. Một nốt nhạc
tím. Và chiều, một khúc hát bay xa
Rưng rưng mầu lá trên hoa
Một vệt sáng ngày vàng. Pha tĩnh vật
Rót đầy ly chiều ong mật
Hứa hẹn tôi về một giấc nắng mai
(Tĩnh vật chiều)

Trong một bài thơ vỏn vẹn sáu câu, Nguyễn Thị Khánh Minh đã áp dụng kỹ thuật vắt dòng (nhạc/ tím); chấm câu bất định; vần trắc thay vì vần bằng (nhạc/ hát – mật/ giấc); nhịp tiết 3-3 thay vì 2-2 thông dụng. Sự phá cách như vậy đã khiến bài thơ lục bát bỗng mang một diện mạo mới mẻ. Nó khiến người đọc thơ có một cách cảm thụ khác, vì trúc trắc nên nó bắt người đọc phải dừng lại suy ngẫm thêm ở những chỗ trúc trắc. Người đọc, nhờ vậy, có thể tự tiếp dẫn bước qua đường biên của bài thơ để tìm kiếm, thăm dò những cầu vực mới, những khả thể mới.

> *Tính nhạc của thơ lục bát phá cách trong thơ Nguyễn Thị Khánh Minh cũng thay đổi. Ngữ nhạc và cú điệu hai câu đầu bài Tĩnh vật chiều là nghịch âm, nhưng ngay tức khắc câu lục tiếp theo là thuận âm, và người có óc thẩm âm nhận ra ngay đây là phương cách chuyển cung rất thường thấy trong âm nhạc. Câu bát tiếp theo câu lục trở về nghịch âm cho đến hết bài thơ. Nó gây cảm giác bâng khuâng khó tả. Hiệu ứng của câu chữ, thi ảnh tương thích với ngữ nhạc là sự thành công của bài thơ.*

Thủ pháp hai thi ảnh hoặc hai phạm trù hoặc hai ý tưởng trái ngoe đặt liền kề (tiếng Anh là incongruous juxtaposition) cũng được Nguyễn Thị Khánh Minh chú trọng, tuy không nhiều, và khi áp dụng, chị tìm kiếm sự tương hợp chứ không phải tương phản. Thí dụ là câu *Rót đầy ly chiều ong mật* trong bài thơ trên.

Nói như thế, tôi nghĩ Nguyễn Thị Khánh Minh là nhà thơ quan tâm nhiều đến từ và cảm xúc do từ đem lại. Nhưng vũ trụ thơ của chị là vũ trụ trong đó từ và nghĩa luôn luôn đi kèm sát nhau, ta không thể tách rời ý nghĩa của thơ ra khỏi ngôn từ. Mỗi con chữ trong bài thơ đều có ý nghĩa của nó, giữa những con chữ cũng có một ý nghĩa hữu cơ nào đó, nhưng đừng đòi hỏi, gán ghép hoặc phán quyết một ý nghĩa tổng hợp có tính áp đặt nào ở ngoài bài thơ. Và đừng đòi hỏi Nguyễn Thị Khánh Minh cho ta một thông điệp hay một dụ ngôn. Các thứ đó không có trong bộ từ vựng của chị. Chị chỉ giản dị ao ước những điều thật giản dị để hòa nhập với nhân sinh, để *Một vòng tay. Ấm nỗi tình nhân gian.*

Đem về. Một vạt nắng trong
Mở trang giấy ép một lòng ban mai
Hỏi con nắng. Đã vì ai
Để trang giấy mở thơm hoài bình minh
…
Mỗi buổi sáng. Một nụ cười
Đóa hướng dương nở mặt trời của tôi

Dưới kia một dòng sông trôi
Nước đi nước chở một nôi nắng đầy
Lòng tôi chở cánh mây bay…
(Ơn ngày bao dung)
…Dường như chưa vẹn yêu thương
Xin trở lại. Về gần hơn. Bước mình
Về gần hơn. Mặt đất xinh
Một vòng tay. Ấm nỗi tình nhân gian
(Ơn nụ cười)

3.

Em hỏi anh đâu Niềm Vui
– Em ơi hãy nhóm tự bùi nhùi tim
Lửa hoa theo đó mà tìm
(Hỏi đáp giữa em-anh)

Đi tìm hạnh phúc, đối với Nguyễn Thị Khánh Minh, là sự trở về, trở về bản thể uyên nguyên, với chính con tim mình. Hạnh phúc đó không ở đâu xa và nó giản dị lắm, bởi nó chỉ là ước muốn tha thiết *Nhìn nắng bình minh chan hòa; Soi gương cho tỏ nụ hoa, nụ cười; Nhẹ nhàng mà thác mà ghềnh; Nhìn xem hạt sương im trên cành…*

Hơn ai hết, Nguyễn Thị Khánh Minh ý thức được một hạnh phúc như thế, để đạt tới lại không dễ dàng chút nào, bởi nó đòi hỏi người phải quay về với Như sau khi hiểu thấu nỗi đau của cát bụi. Cực kỳ giản dị nhưng lại vô vàn khó khăn thực hiện. Quả là một nghịch lý. Và cách duy nhất người có thể làm được là hãy trực diện nhìn *thấu nỗi đau.*

Về trong tiếng gọi cội nguồn
Một tâm xao động. Một hồn tịch nhiên
Lắng vào lời của vô biên
Nghe trong ta nở một miền cỏ hoa
(Như)

Dòng sông hay dòng lệ
Về đâu. Tan một bể xanh dâu
Xin nhìn thấu nỗi đau
(Bên bờ)

Rất nhiều bài thơ của Nguyễn Thị Khánh Minh chứa đựng ý niệm đó, như những biến tấu từ một chủ đề, một chủ đề có lẽ đã có từ nhiều ngàn năm trước mà sao người vẫn vật vã trong mê lộ.

Tầm xuân mơ giấc bình thường
Những bước đi. Những con đường sớm mai
Sau lưng khuya khoắt đêm dài
(Tầm xuân hóa hiện)

Nguyễn Thị Khánh Minh ý thức rất rõ về sự hữu hạn và nỗi bấp bênh của kiếp nhân sinh. *Rơi* là một bài thơ tương đối dài so với những khúc thơ khác trong tập thơ, nói về điều này. Đó là một bài thơ tôi tâm đắc, bởi chỉ trong một bài thơ ta có thể có cái nhìn trải rộng bao quát về kiếp người, từ lúc *Rơi vào bụng mẹ đầu thai*, cho đến lúc *Hóa thân sương hạt chơi vơi cõi ngoài.* Và giữa hai mốc điểm đến và đi đó, là:

Tan sương bao kiếp giấc mơ
Trôi đi bao nỗi ngẩn ngơ kiếp lời
Dường như là tôi đang rơi…
(Rơi)

Thấu hiểu sự mong manh vô thường của kiếp người, chị biết ơn cuộc sống hơn. Với tâm thức đó, trần gian đối với chị trở thành nơi *Để lòng rộng mở để hơi thở đầy,* cho chị yêu thương người, cho chị quý từng hơi thở trong từng sát na.

Ô trần gian có phải nơi
Để lòng rộng mở để hơi thở đầy
Cho tôi biết cuộc sống này
Từng phút trôi là từng giây sống đời
Từng thương yêu. Để yêu người
(Ơn trần gian)

Hay, ở những khúc thơ khác:

Sáng nay trời đất như thường
Mà ô hay một tấm gương diệu kỳ
Vỡ hoài dưới bước ta đi…
Rồi nguyên như cũ, lưu ly đất trời
(Một thoáng)

Vỗ tay tàn cuộc mông mênh
Nghe dâu xanh thở nổi nênh phận người
Sinh khóc tử khóc như cười
Vút cao trái bóng, cõi đời mây bay
Thưa người, ngọn gió ngất ngây…
(Trò chơi con trẻ)

4.

Bạn có thể không hoàn toàn đồng ý với nhận định của tôi về thơ Nguyễn Thị Khánh Minh, nhưng chắc chắn bạn phải đồng ý một điểm: thơ chị là những đóa hương diệu kỳ đánh động trái tim ta, cho nó niềm cảm xúc dạt dào, và toát ra từ câu chữ là nỗi niềm thương yêu nhân hậu, cảm thông trọn vẹn với cuộc nhân sinh. Cái đau, nếu có, thì cũng có thể khỏa lấp được bằng thương yêu và hy vọng. Cái đau của chị không quằn quại thê thiết, nhưng không phải vì thế mà nó thiếu chiều sâu đậm đà. Ngược lại là đằng khác.

Mai về
Một cõi riêng em
Gửi năm tháng lại
Bên thềm thời gian
Ngày xanh
Nếp nếp từng trang
Lời thơ chưa cạn
Đôi hàng chữ khô
Tàn hơi một cuộc mong chờ

Hoang mang con nước nằm mơ cội nguồn
Dăm lời thề thốt trôi suông
Nghe ra tơ tóc cũng buồn biển dâu…
(Tơ tóc cũng buồn)

Có thể nói bài thơ này gói ghém trọn vẹn tình ý của nhà thơ Nguyễn Thị Khánh Minh. Chia sẻ được với chị là hạnh phúc của người đọc chúng ta.

TRỊNH Y THƯ

2023

NTKM, Trịnh Y Thư, Nguyệt Mai, Trúc Chi.

Về Một Tản Văn Dị Thường

Nhà Văn Phan Tấn Hải

Tôi có nhiều kỷ niệm với văn học từ trung học, thời của những lớp đệ thất (lớp 6) trở lên. Văn học với tôi là hình ảnh một cô giáo đứng trước lớp, tay cầm một cuốn truyện, có lúc một cuốn thơ, và có lúc một sách giáo khoa... Thời đó Việt văn chia ra làm đôi, gọi là cổ văn và tân văn. Và giờ văn nào cũng chắp cánh cho tôi bay bổng, nơi một thế giới được dựng lên từ những lượn sóng muôn trùng của chữ.

Cô giáo đọc dịu dàng, các âm vang được cô nói lên bay lơ lửng trước mặt bọn học trò, làm chúng tôi như bị hớp hồn, và rồi các chữ đó biến mất như những chiếc lá mùa thu trong trí nhớ về ngày đầu tới trường của một cậu bé.

Có những lúc giọng cô giáo đọc trầm bổng, đọc kinh ngạc, đọc thổn thức khi tới đoạn Ngọc giựt vạt áo chú tiểu Lan nơi sân Chùa Long Giáng và sững sờ thấy lộ ra một bầu ngực.

Và có lúc giọng cô giáo trầm lại, đọc từng chữ trong những câu "đánh cho để dài tóc, đánh cho để răng đen" khi Vua Quang Trung dẫn quân ra trận...

Những giờ được nghe, được đọc văn như thế đã làm cho tôi ngây ngất, cả khi bọn học trò chúng tôi đã phóng ra khỏi lớp và lên xe đạp về nhà. Không bao giờ tôi quên những buổi chiều tắm gội trong mùi hương văn học như thế. Nhiều thập niên sau, cảm giác này tôi đã gặp lại khi đọc một cuốn tản văn rất mực dị thường.

*

Đó là khi tôi mở ra đọc từng trang bản thảo Tản Văn Nguyễn Thị Khánh Minh (NTKM). Có những lúc tôi ngưng đọc, tôi đứng dậy và tôi lùi xa bàn một chút... để nhìn về các trang giấy, xem có thật những chữ của NTKM đang bay lơ lửng trước mắt mình như tôi vừa thoáng thấy. Những lúc đó, tôi tự hỏi, làm thế nào nữ sĩ họ Nguyễn có thể viết được như thế: hơi thở nào đã làm những dòng chữ đã nằm chết trên trang giấy hốt nhiên bay lên, rời ra hỗn loạn như nghịch phá, và rồi cũng hốt nhiên các dòng chữ chui trở lại ngay ngắn như cũ trên bản thảo tập Tản Văn.

Viết được như thế, như NTKM, không phải là viết bằng giấy và mực. Cô không viết bằng giấy mực; cô viết bằng tất cả những gì cô tiện tay nhặt được, cô viết bằng tất cả những gì cô thò tay quơ được – đó là sông, là suối, là trí nhớ những năm thơ ấu, là tiếng cười và nỗi lo của những bạn văn từ VN và bên này, là những cảm xúc về hình ảnh tuổi trẻ Hồng Kông dựng lều giữa phố – thế đấy, cô ép tất cả vào chữ. Và do vậy các chữ này cuồn cuộn sức sống.

Trên trang giấy của nữ sĩ họ Nguyễn, đó là những âm vang sóng biển Nha Trang, là tiếng còi tàu xe lửa khi người cha của cô từ giã cả nhà để đi dạy học xa, là những giọt nước mắt lo sợ của gia đình khi người cha bị bắt dẫn đi, và tận cùng là chất thơ của văn học Việt. Nơi đó, giữa những dòng chữ cũng là nỗi giận khi dò lại án oan của Nguyễn Thị Lộ...

Tôi đọc Tản Văn Nguyễn Thị Khánh Minh và kinh ngạc về chất thơ, về tính thuần Việt trong ngôn ngữ nơi đây. Chữ trong tản văn của nữ sĩ họ Nguyễn dùng thuần Việt, hay rất ít dùng chữ Hán-Việt, và độc giả có thể nhìn thấy hình ảnh cô gái nhỏ bước ra khỏi trang giấy, và cô ngẩn ngơ nhìn mọi thứ chạy lùi... Như trích đoạn sau từ bài "Theo Cảm Xúc Mà Đi"

> "*... Nhắm mắt lại. Phút này đây.*
> *... như nghe được hương trâm trâm bên vệ đường rầy xe lửa về quê nội, ai biết được mầu lấm tấm ngũ sắc kia đã cấy trong tôi mùi quyến luyến quê nhà đến vậy. Hễ chìm vào là nghe tiếng xe lửa xập xình, ánh nhìn cô gái nhỏ chạy lùi theo những hình ảnh vụt qua, bụi cây, ngọn núi, chiếc cầu nhỏ, những ô lúa xanh và con mương ốm chạy ngoằn ngoèo theo bờ ruộng. Lại như nghe được cả mùi thơm của đất bùn, đất ải quyện lẫn mùi phân trâu bò, mùi rơm rạ trong nắng trưa. Nếu không có một tuổi thơ gắn bó với mùi hương ấy thì chắc tôi không thể nào cảm được trọn vẹn cái êm ả, bình yên, mộc mạc của một làng quê, không chia được với ai nỗi nhớ nhà, không xẻ được với ai niềm hạnh phúc có một "nhà quê" để gậm nhấm lúc chia xa...*" (hết trích)

Hay như trong bài "Bồng Bềnh Quê Nhà" khi nữ sĩ họ Nguyễn nói về một lựa chọn:

> "*... Nhưng nếu, để đổi lấy văn minh mà mất hết trơn cái nhịp, cái mùi gần gũi ruột thịt như thế, tôi chọn, thà đi về trên con đê bên đường rầy xe lửa ngắt một nụ trâm trâm mà hút mật ngọt, thà trở lại quê nhà, tắm trong đêm dưới ánh trăng bên cái giếng gạch xưa đóng đầy rêu, cười rúc rích với người chị đang tuổi dậy thì, chị Bích ơi, em biết sẽ có ngày chị em mình lại về nhà nội và tắm khuya bên bờ giếng ấy, phải là đêm có trăng để em thấy được những mảnh sáng bắn tung tóe từ làn da trắng của chị, hẹn thế nhé, nhưng đừng dọa em, dưới giếng có con rắn thật to nghe, mà cho dù thế cũng không cưỡng được em cái thích tắm dưới trăng khuya bên giếng gạch cũ của bà nội đâu, chị Bích à.*" (hết trích)

Đoạn văn trên dùng chữ thuần Việt. Người đọc thấy hình ảnh hai cô bé tắm khuya bên giếng, kể lại qua ánh sáng mùa trăng và tiếng khua nước nhẹ nhàng như dòng chảy ca dao. Cảnh hiện lên trước mắt người đọc, với tiếng cười rúc rích lẩn khuất sau các dòng chữ trên giấy – nơi đó, giữa chữ vẫn còn hơi mát của giếng khuya. Làm sao viết được như thế...

Bây giờ, xin mời bạn đọc những dòng chữ sau, từ bài "Mưa Nắng Thềm Nhà." Nơi đây, nữ sĩ họ Nguyễn kể về những trận mưa quê nhà, và các dòng chữ đã bật lên tiếng tí tách, làm trang giấy phảng phất vị mặn của nước mưa vùng biển (mà có mặn không?), và chữ cũng bật lên một tiếng nói chở theo một nửa của cát trắng biển xanh (cũng lạ, làm sao đọ nổi một nửa):

> *"... Bởi từ bé, tôi rất thích mưa... Cho đến giờ, vào những đêm có mưa, cuộn mình trong chăn, tôi vẫn mường tượng tiếng mưa rơi trên mái ngói ngôi nhà ba mẹ ở đường Đống Đa tuổi nhỏ. Mưa Nha Trang, ai biết không, có mùi biển, đến nỗi tôi đã thử uống nước mưa xem có tí mặn nào của biển không, chẳng chút mặn, mà sao lại ngọt đến thế, tôi nhớ như in cảm khoái trong lành thấm xuống cổ mình lúc ấy, rất khác nước uống mà bà ngoại đã đun sôi, thế là từ ấy, khư khư ý nghĩ chỉ có nước mưa ở Nha Trang là ngọt như thế, vì nó được cất từ hơi biển mặn ư? Nơi đó cái gì cũng mang mùi biển, vị biển, hương biển, nắng, gió, đất, cát, khí trời ban đêm, cả mái tóc bay và làn da rám nắng của các cô gái nhỏ nữa, giọng nói thì đương nhiên là của biển rồi, mặn mòi, thực thà, hồn nhiên. Giọng tôi chỉ được một nửa của cát trắng biển xanh thôi..."* (hết trích)

*

Văn của nữ sĩ họ Nguyễn lúc nào cũng đẹp và thơ mộng, cũng xao động với những âm vang và hình ảnh, cũng lấp lánh tiếng khua động và mầu sắc.

Bạn văn... NTKM viết rất trân trọng về hai bạn văn – Nguyễn Lương Vy và Nguyễn Tôn Nhan – Nói bạn văn, vì là bạn của chữ. Cũng là bạn trong đời thực, dù có khi đã đọc từ khi mới lớn và rồi nhiều thập niên sau mới gặp – như khi cô ghi về Nguyễn Lương Vy, người nữ sĩ gọi là "Một Người Thơ hát âm giữa đôi bờ sinh tử", trích:

"Hồi 17 tuổi, tôi đã chép vào cuốn sổ ghi chép của mình, những câu thơ của NLV từ một tạp chí, chẳng hiểu sao mà hình ảnh và những chuyển động trong 4 câu thơ hòa quyện vào cùng một không gian một cách nhịp nhàng đến thế: Biển đắp một toà sương / Lạnh đôi bờ vú nhỏ /Nàng tắm trong tịch dương / Núi gầm lên khóc nhớ...

Giữa cái cô liêu của tịch dương và tiếng gầm vô thanh hạt lệ núi cùng đôi bờ lạnh, nhỏ, khói sương kia có một nhịp tương giao rất đỗi quạnh hiu, và cũng quá thơ mộng trong 20 âm, ẩn hiện bóng chiều tàn. Mãi đến 40 năm sau, tôi mới gặp được người viết, NLV, (viết bài thơ nầy vào năm 16 tuổi). Gặp được, là nhờ cái cười vô vi, cái vẫy gọi hý lộng cuộc đời của nhà thơ Nguyễn Tôn Nhan..." (hết trích)

Tôi đã khựng lại, đọc lại những dòng chữ trên trang giấy mới in nhưng như đã úa vàng theo ký ức: Mọi chuyện như dường không có thực, chữ của NTKM phả lên những sương khói khi kể về 40 năm cách quãng của bốn dòng thơ NLV, và về "cái cười vô vi, cái vẫy gọi hý lộng cuộc đời" của Nguyễn Tôn Nhan. Nữ sĩ trân trọng với thơ như thế – thật hy hữu vậy.

Hay như khi viết về nhà thơ Nguyễn Xuân Thiệp, nữ sĩ đã ghi xuống giấy:

"Với trữ tình NXT, hình ảnh và chữ mang hồn phách của Đẹp, không, tôi muốn dùng chữ diễm lệ, đẹp, buồn và thơ... Muốn đọc thơ NXT dường như phải giống như người xưa chơi đàn cầm, nghe nói muốn gảy đàn cổ này, tâm phải thật lặng tiếng đàn mới tỏ..."

Trân trọng với bạn văn, không chỉ với người đương thời. Chữ của NTKM trở nên buồn và phẫn nộ, khi viết về một bạn văn đã xa nhiều thế kỷ trước: Lễ Nghi Học Sĩ Nguyễn Thị Lộ, người tình của Nguyễn Trãi và là người có chiếc trâm cài tóc được các nhà khảo cổ Hà Nội đào thấy từ một chiếc cũi giam tù khai quật khi tìm hiểu về thảm án Lệ Chi Viên, mà báo Người Cao Tuổi kể lại:

"... người ta đào ao, vật đất lên làm trại chăn nuôi dê, rồi đã phát hiện thấy một khối gỗ xếp theo hình cũi lợn, mộng rất khít không tra đinh, kích thước 4m x 4m, các thanh gỗ kích thước không giống nhau: 4m x 0,20m x 0,40m. Lúc mới đào gỗ mềm như bún, để một lúc thì khô cứng như đá. Anh Nguyễn Văn Hải, cháu cụ Nguyễn Đăng Nông, nhặt được một chiếc trâm cài búi tóc phụ nữ dài 15cm ở trong cũi. Dư luận người ta cho đấy là trâm của bà Lộ, sau khi bị chém, tử thi chôn cùng cũi... Vậy mà những di vật cực quý ấy nay cũng không còn..."*

Và bây giờ, NTKM ghi lại cảm xúc về Nguyễn Thị Lộ:

"Đọc thấy ngùi, giận. Một tài nữ, là Lễ Nghi Học Sĩ đầu tiên trong nền giáo dục Việt Nam, bị kết tội oan và chết thảm, để lại một dấu vết quá là thơ mộng, mong manh, một cây trâm cài tóc trong cũi tử tội, thế mà định mệnh khắt khe còn theo đuổi để nó mất dấu...
Nghe như trong nắng gió miền Nam Calif. lung linh những trang sử bi thương từ cái chết ai oán kia, có phải là hương tóc theo về từ chiếc trâm lay động màn bụi thời gian? Và trong gió trời tự do, tôi sẽ lần theo hương tóc ấy để tìm dấu chiếc trâm cài, thưa Người." (hết trích)

Nơi tản văn khác, NTKM đã gọi Du Tử Lê là "dòng sông hẹn hò biển cả." Nữ sĩ viết:

"... Hình ảnh trở về và tìm thấy mình trong dòng sông, tôi thấy thấp thoáng khi đọc thơ Du Tử Lê. Bước thư sinh khởi đi, đến mấp mé hoàng hôn. Một dòng sông dài. Một chặng tâm thức riêng người. Cất bước bắt đầu hay chợt dừng, cũng chỉ vì một lời hẹn, với mênh mông. Gần 60 năm đong đưa với nhịp chảy dòng sông thơ. Trong đó có những gập ghềnh, đương nhiên, của cuộc kiếm tìm."

Bạn văn. NTKM cũng viết về một nhà thơ, người nữ sĩ gọi là "thi sĩ đi trong thời gian của mình những bước thao thức của giấc mơ, người thơ Lữ Quỳnh."

Nữ sĩ cũng viết một họa sĩ, "hơi cọ đầy lửa, lửa xanh khơi từ trái tim phết lên tranh sắc mầu của hy vọng, họa sĩ Đinh Cường."

Hay khi viết về những bạn trẻ ở Hồng Kông, đang ngồi biểu tình giữa phố gió sương với "Mùa thu, những chiếc ô và dải nơ vàng". Nơi đó, nữ sĩ họ Nguyễn viết:

> *"... hình ảnh những chiếc ô, những dải nơ vàng. Nó như tiếng phong linh trong trẻo vang lên, đánh thức người ngủ gật bên hiên. Nó như vạt óng ả phết lên mùa thu hiu hắt của mọi tâm trạng này. Nó mang chất lãng mạn. Nó là cái gì như sinh khí..... ai cũng cầm theo dù, để che mưa nắng, nhưng khi bị vòi rồng xịt nước và hơi cay thì nó trở thành một thứ bảo vệ, họ nằm xuống để tránh vỡ hàng ngũ và phủ lên nhau những chiếc dù. Như hàng ngàn cây nấm nhỏ đủ mầu mọc lên sau trận mưa của nghìn tấm lòng trẻ trung đang sống cho lý tưởng của mình..."*

NTKM trầm lắng xuống, khi viết về cha:

> *"... Không hiểu sao cuộc đời cha cứ đong đưa tù ngục, của cả hai phía. Tôi nghĩ cha tôi thật sự là người mơ mộng. Tại vậy, mà ông đúng là cây cô độc, như ông viết trong một vở kịch dở dang. Dang dở như sự nghiệp và hoài bão của ông...*
>
> *... Hồi đó, tiễn cha đi dạy học xa, tôi vừa đủ tuổi để biết chia tay là rất buồn. Cha ôm mẹ, ôm tôi, và tôi luôn được nghe, lúc cha bước lên mấy bực toa xe lửa, quay đầu lại, ba sẽ về sớm thôi mà, tôi đã là một đứa con hạnh phúc khi luôn được đón bước cha về ... Dạo ở tù về, cha lặng lẽ. Mỗi sáng cha qua làm vườn bên sân chùa, bữa cơm nhà có thêm rau cải non, trái khổ qua... Sáng dắt xe đạp ra cổng, tôi nhìn theo dáng áo nâu với cuốc trên vai khấp khểnh trên con đường hai bên không phải là ruộng xanh mà là những căn nhà phố, tôi tự hỏi lúc ấy cha nghĩ gì. Tối thì cha thường xuyên thức khuya, nhìn qua cửa sổ, tôi cảm thấy một nỗi cô quạnh xót xa với cảnh ánh đèn vàng yếu và mái đầu cha cúi trên trang giấy..."* (hết trích)

Cúi đầu trên trang giấy. Lẻ loi. Hình ảnh người cha trong trí nhớ nữ sĩ như thế, trở thành những vệt chữ trên trang giấy tản văn và tôi đang thấy nét mực in như nhòe đi khi cô viết: "Hình cha mờ như có hơi nước, dường như vừa sóng sánh trên vô chung thời gian..."

Và nữ sĩ bùi ngùi khi viết về Sài Gòn, nơi đã hòa lẫn vào giấc mơ của cô:

"... A, tôi biết rồi, chính sợi tơ hẹn ước lênh đênh trên đường mộng ảo này dẫn tôi về, thành phố mang tên Sài Gòn, nơi tôi đã lớn lên, chỉ nơi này tôi mới lọt được vào nếp gấp xô lệch của thời gian, trở lại mọi thứ, như cũ, thời hai mươi vàng mười, lời tình tự mưa đêm thơm mùi hoa sứ, mùa hạ ướt những cơn mưa mà cho dù bao nhiêu lần được làm người nữa, nếu còn là mình, tôi còn nghe tiếng rất trong của nó rơi trước hiên nhà che chắn cho tôi một giấc mơ. Một nhịp chảy diễm ảo đang đồng hóa tôi, tôi có đang trôi đi hay mãi mộng mơ đứng bên cổng cổ tích nhìn cánh bồ câu ngậm thư đưa tin yêu về...

... Một thời sinh viên chúi đầu vào sách vở, cho đến một ngày, đến trường bỗng ngỡ ngàng, bọn con gái chúng tôi hỏi nhau với giọng thảng thốt, sao lớp vắng thế này, bọn con trai đâu cả? ra năm đó nếu tôi nhớ đúng,1972, vừa có một luật động viên đôn quân, tôi lúc đó như bị va đầu vào tường, cú đập choáng người...

... Tôi thấy qua nắng muộn ánh mắt của những cô gái hai mươi, Châu Tỷ, Liêm, Liên, Gấm, Hoa, Xuân... và tôi, nhìn nhau, biết rằng, từ hôm ấy, tin chiến sự là vết mực đen phết trên từng trang sách học." (hết trích)

NTKM viết về 16 năm thời thơ ấu ở Nha Trang:

"Nếu tôi là họa sĩ, có lẽ những giọt nước mắt xa Nha Trang sẽ được vẽ bằng một mầu sắc nào đó rất lung linh trong một bức tranh nắng, có đôi mắt to của một cô bé 16 tuổi đựng suốt năm tháng ấu thơ dạt dào tiếng sóng, một ngày con sóng bật ra khỏi khóe mắt thành những hạt lệ, nên nó sẽ là một mầu rất

mặn biển, để người xem tranh biết được nỗi chia lìa đó đã cứa xót lòng tôi đến thế nào.

Tôi không là họa sĩ, chỉ mong ký ức dẫn lời để có thể phác họa được cùng người một cách diễm lệ hình ảnh 16 mùa nắng Nha Trang, Nha Trang nhi đồng, Nha Trang dậy thì, và, Nha Trang lớn lên xa vợi, giật lùi sau chuyến xe lửa đang chở tia nhìn nuối buồn đau ngày tôi bị gỡ đi cái núm gió nắng mặn mòi ấy. Thế nên tôi cứ khắc khoải khi đêm về thốt nghe như có tiếng tầu lửa vang bên ngoài cửa sổ." (hết trích)

Và ký ức NTKM ghi về nhà sư Tuệ Sỹ:

"Rồi, chúng tôi được nghe và thấy Sư ngồi đàn, một Sư Nhà Thơ gõ trên phím những nốt nhạc của tâm hồn. Tôi tặng Sư tập thơ Bùa Hương, và dĩ nhiên tôi không để lỡ cơ hội có được chữ của Sư trong bản duy nhất của riêng kia. Và thủ bút của Sư, bằng chữ Hán lẫn Việt câu thơ: Ngược xuôi nhớ nửa cung đàn / Ai đem quán trọ mà ngăn nẻo về...

Giở xem lại những chữ ký ấy lòng run như đang mở xem viên ngọc quí." (hết trích)

Nữ sĩ cũng ghi lại kỷ niệm với nhà thơ Bùi Giáng:

"... thấy ông ngồi nơi góc vườn, trên chiếc võng dưới bóng mát gốc cây to treo đủ thứ lỉnh kỉnh. Mầu áo xám, khăn gì quàng cổ không biết, gầy guộc, khuôn mặt ông, nụ cười móm trẻ con, nhưng ánh mắt cực sáng sau cặp kiếng...

Tôi ngồi nửa quỳ bên cạnh võng đưa ông chén rượu nhỏ. Ông cầm tập thơ TTCB của tôi dứ dứ lên xuống, qua có tập thơ của cô ở một cái gánh de chai à nhen. Rồi biết thêm, mới đầu nó có một cái giá còn rẻ hơn bèo, nhưng sau đó thì bà ve chai lại cho không. Không giá, nhưng với tôi lúc ấy, tập thơ nhỏ của tôi lại vô giá từ lời khen của ông..." (hết trích)

Cũng có lúc Nguyễn Thị Khánh Minh ngang ngược, cãi với thời gian khi gặp tiểu thư Lưu Na, và rồi dịu giọng khi viết về Nguyễn

Đình Thuần, Lê Giang Trần, Trịnh Y Thư, Tô Đăng Khoa và Phạm Quốc Bảo:

> *"... Vòng tròn tiếp đến một cô bé, mà tôi đã không cho cô chào tôi bằng cô, chị đi, cho tôi hưởng chút thanh xuân của cô, nhé, Lưu Na. Có ai đọc những tùy bút của cô rồi gặp, hẳn là phải ngạc nhiên, như tôi lúc ấy, cái trẻ trung tươi măng lại ẩn dấu suy tư tre già đến thế, ra trong ánh mắt ấy có riêng cái nhìn cùng chữ, để tin cậy trao gửi thẳm sâu của suy tưởng và tâm hồn.*
>
> *Còn mái tóc trắng mây kia nữa, giọng Huế, âm thấp như nốt nhạc trầm rơi xuống chiều, họa sĩ Nguyễn Đình Thuần, người vẽ những giấc mơ và con gái mầu xanh...*
>
> *... Có sáng Gypsy ngồi nhìn trời đầy xanh đất đầy nắng, có chàng nhà thơ hay buồn trĩu như mây sắp mưa, Lê Giang Trần, ở đời này hưởng biết bao buồn vui nhưng vẫn là trạm để bạn quá bước thôi sao ... Sáng đó nói chuyện được nhiều với nhà văn, nhà thơ TYT mới thấy được vẻ trầm tĩnh và những nhận xét sắc nét của anh về cuộc sống cũng như văn chương nghệ thuật...*
>
> *... Tôi cũng được biết một khuôn mặt trẻ mà tôi rất cung kính về sự thông hiểu Phật pháp, Tô Đăng Khoa.*
>
> *Nắng ký ức loé lên một bức tranh sắc mầu buổi xế Santa Ana. Có tiếng cười rất bằng hữu của một người anh cả, Nhà Văn Phạm Quốc Bảo, người sở hữu một văn phong điềm đạm, và những nhận xét tinh tế..."* (hết trích)

Nữ sĩ cũng hiển lộ nét trân trọng khi viết về sáng tác văn học mà cô gọi là "gói mở nỗi niềm" và về cảm xúc ngưỡng mộ các nhà văn nữ:

> *"... Tôi có duyên gần gụi với việc viết, và lần hồi biết lấy từ mớ bòng bong cuộc sống những dây tơ thời gian để gói mở nỗi niềm. Với riêng tôi, đó là những sợi tơ tim óc chứ không phải là món đồ xa xỉ, để tôi biết quí trọng, dùng, và hưởng,*

một cách nâng niu, như ơn phước. Đó không phải là một ghé chân dự một cuộc vui, bữa tiệc, rồi về. Chí cốt với chữ, đối với một phụ nữ, bạn hỏi tôi có gặp khó khăn nào không. Tôi nghĩ những điều ảnh hưởng tương đối vào việc viết lách, không xem là khó khăn, đó là công việc hằng ngày mình sống, có trách nhiệm và phải chu toàn bổn phận của mình. Tôi không nói đến những thứ mà người ta đặt để cho phụ nữ gọi là thiên chức. Tôi đảm nhận những việc tôi ý thức là của tôi, càng viết tôi càng nhận thấy điều đó thật cảm động.

Và, bất cứ lúc nào trái bóng ấy đến rủ rê, tôi bay. Cho nên, tôi rất ngưỡng mộ các nhà thơ như Lê Thị Huệ, như TrangĐài Glassey Trầnguyễn, ... vừa viết (mà viết hay nữa mới chết người ta chớ!) vừa chuyện nhà, chuyện con, lại gánh vác công việc một cách rất đáng nể ngoài xã hội nữa." (hết trích)

*

Tôi đọc Tản Văn Nguyễn Thị Khánh Minh và đã nhìn thấy gió biển Nha Trang đang lật sang từng trang giấy, và đã nghe rì rào xao động từ những dòng chữ mê hoặc, những chữ ướp tẩm mùi hương như quen mà rất lạ, rất thuần Việt. Vâng, một mùi hương văn học, mà nữ sĩ có nơi gọi là Bùa Hương.

Khi trang cuối bản thảo Tản Văn khép lại, tôi vẫn còn ngửi thấy mùi hương này phảng phất chưa ngưng.

PHAN TẤN HẢI

Đọc Tản Văn Bóng Bay Gió Ơi Của Nguyễn Thị Khánh Minh

Nhà Nghiên Cứu Văn Học Tô Đăng Khoa

PHẦN 1.
VỀ TÍNH HỘI TỤ CỦA "MỘT TẢN VĂN DỊ THƯỜNG"

Bóng Bay Gió Ơi là tác phẩm thứ chín của Nguyễn Thị Khánh Minh (NTKM) phát hành đầu năm 2015. Đó là tập tản văn mà Phan Tấn Hải gọi là "một tản văn dị thường" trong lời bạt cuối sách. Theo chỗ tôi hiểu, sự "dị thường" đó chính là tác dụng của ngôn ngữ NTKM lên tâm thức của người đọc.

Thành công NTKM trước hết về mặt mỹ học là cách chọn chữ rất chuẩn xác để lột tả những nét riêng và chung của những cảm xúc phổ quát, thuần khiết, tiềm ẩn trong các mối liên hệ linh thiêng huyền nhiệm giữa người-với-người và người-với-thiên-nhiên. Các tản văn được viết ra đều đẹp như thơ, thâm trầm, nhẹ nhàng, và bay bổng như là "bóng bay gió ơi." Nhưng ở tầng sâu hơn, sự phối hợp tài tình của những con chữ trong tản văn NTKM đã thành tựu một sự kiện "dị thường": nó truyền tải những ký ức (rất riêng tư) của NTKM thẳng đến tầng sâu vô thức của người đọc. Tại đó, chúng đánh thức những ký ức rất xưa cũ trong lòng ta, những ký ức mà tưởng chừng đã vĩnh viễn bị chôn vùi trong những bôi xóa của thời gian trong suốt một đời lang bạt.

Phút này đây, trong tâm thức của người đọc, một tác dụng "dị thường" xảy ra: biên giới của thời gian, không gian bị xóa nhòa. Ký ức ngủ quên bấy lâu được đánh thức bởi ngôn ngữ NTKM sẽ tái hiện thành cái-đang-là của thực tại ngay trong tâm thức người đọc.

Phút này đây, thực và mộng đan lẫn vào nhau, ký ức riêng lẻ của tác giả và độc giả sẽ hòa tan trong phối cảnh ngôn ngữ NTKM để trở thành một "ký-ức-chung." Nói cách khác, ngôn ngữ NTKM sẽ đánh thức các ký ức trầm ẩn rất sâu tiềm thức của chúng ta và đưa nó về, tái hiện ngay trên hiện tại để cùng với tác giả chiêm nghiệm lại tất cả "cảm xúc phổ quát" của những mối liên kết huyền nhiệm giữa một "thực-tại-người" với "những-cái-còn-lại" của vũ trụ bao la.

Thành quả đáng kể nhất của các "tản văn dị thường" chính là sự hình thành, và sự gìn giữ lại một "ký-ức-chung" giữa tác giả và những độc giả có thái độ trân trọng thích đáng đối với giá trị của ngôn ngữ. Chính cái "ký-ức-chung" này sẽ trở thành mối liên kết huyền nhiệm khác mang ý nghĩa hội tụ. Nó thiết lập ra "ngôi-nhà-chung" và cho phép chúng ta an trú trước cơn "bão cát sa mạc" của thời gian. Nó cho phép chúng ta chỉ trong một-niệm, nhắm mắt lại, khép lại hai hàng mi là có thể kinh nghiệm trở lại *"niềm hạnh phúc có một "nhà quê" để gậm nhấm lúc chia xa..."*.

Sự "dị thường" của việc nhận ra "ngôi nhà chung" này là: Ngay cả ý nghĩa của cái chết, mà bản chất chỉ là một sự chia xa, cũng không làm chúng ta nao lòng được nữa. Vì lẽ? Vì chính ta đã biết được "lối về" của ngôi nhà chung đó, và ta cũng "biết như thật" thế nào là "niềm hạnh phúc có một nhà quê."

Vì thế, tuy hình thức của bút pháp là tản văn, hiểu theo ý nghĩa phân kỳ, lang bạt; nhưng nội dung của các "tản văn dị thường" này của NTKM lại mang ý nghĩa của hội tụ. Đó là "sự hội tụ" của một "nhà quê chung" không có phân biệt sắc tộc, biên giới, giới tính, hay tôn giáo.

"Sự hội tụ" này được thành tựu không phải qua các khẩu hiệu ồn ào kêu gào đoàn kết, không qua các cuộc cách mạng đẫm máu, không qua lý luận suy diễn của chủ nghĩa duy lý, duy vật; mà qua của những "cảm xúc chân thật vàng ròng" của các mối liên hệ linh thiêng, huyền nhiệm giữa người-với-người và người-với-thiên-nhiên.

Một tản văn nhưng lại có tác dụng hội tụ rất thần diệu như thế thì thật đáng để được gọi là "một tản văn dị thường!" Một cách nào đó, với ngôn ngữ tuyệt mỹ và chuẩn xác của mình, NTKM đã làm cho tái hiện lại trọn vẹn ký ức riêng/chung cho cả chính mình và độc giả với tất cả chi tiết và sự tinh tế đến độ kinh ngạc.

Giờ đây xin bạn hãy thử thả lỏng chính mình và làm y theo lời hướng dẫn cụ thể của tác giả để thử kinh nghiệm ký ức chung đó, tức là bạn hãy khoan thai làm theo đúng trình tự các bước chuẩn bị như sau:

(1) Theo cảm xúc mà đi.

(2) Nhắm mắt lại.

(3) Phút này đây.

Và sau đó hãy buông, phó thác cho ngôn ngữ NTKM làm công việc "dị thường" của nó:

"Theo Cảm Xúc Mà Đi":

"... Nhắm mắt lại. Phút này đây.

... như nghe được hương trâm trâm bên vệ đường rầy xe lửa về quê nội, ai biết được mầu lấm tấm ngũ sắc kia đã cấy trong tôi mùi quyến luyến quê nhà đến vậy. Hễ chìm vào là nghe tiếng xe lửa xập xình, ánh nhìn cô gái nhỏ chạy lùi theo những hình ảnh vụt qua, bụi cây, ngọn núi, chiếc cầu nhỏ, những ô lúa xanh và con mương ốm chạy ngoằn ngoèo theo bờ ruộng. Lại như nghe được cả mùi thơm của đất bùn, đất ải quyện lẫn mùi phân trâu bò, mùi rơm rạ trong nắng trưa. Nếu không có một tuổi thơ gắn bó với mùi hương ấy thì chắc tôi không thể nào cảm được trọn vẹn cái êm ả, bình yên, mộc mạc của một làng

quê, không chia được với ai kia nỗi nhớ nhà, không xẻ được với ai kia niềm hạnh phúc có một "nhà quê" để gậm nhấm lúc chia xa...

... và mênh mang hồ sen của một ngôi chùa sư nữ ở cạnh nhà thời thơ ấu, chắp cho tâm linh ta đôi cánh... có phải không trong tiếng tập vần hai chữ nhân ái thấm đẫm hương tinh khiết của cánh sen hồng, và tiếng chuông chùa đi chậm?

... và phổ độ hơn hết trên đời, "ba ơi mẹ ơi!" tiếng gọi đánh thức từng tế bào nhỏ trong thân thể ta, xao xuyến những dòng li ti màu đỏ đang chở nhịp sống. Mỗi bước ta đi là say mê theo mùi hương núm ruột đã một lần cắt lìa khỏi ta trong giây phút nhiệm mầu của khai sinh, "con ơi!" tiếng oa oa cột ta một kiếp người, lặn lội trôi theo...

... có phải hương một lời gọi ủ từ đóa hoa tiền kiếp, tới giờ long lanh nở đá vàng, cùng nhau nắng sớm mưa khuya, "mình ơi!" ...

... tiếng hòa âm trong phút giây gọi "bạn ơi!" này bàn tay nắm lại cùng nhau. Ngọn lửa nhóm sáng một vòng quây quần, mỗi lúc chúng ta lại chụm thêm mỗi nụ cười, hương bầu bạn cho ngắn lại đêm thâu đường dài bạn hỡi..."

Sau mỗi tiếng gọi nhau: "ba ơi!, mẹ ơi!, con ơi!, mình ơi!, bạn ơi! bạn hỡi!", chúng ta như được kinh nghiệm trở lại, ngay trong phút này đây, những "cảm xúc vàng ròng" phổ quát nhất của những sợi dây huyền nhiệm và thiêng liêng kết nối chúng ta với toàn thể sự sống.

Đó là những tản văn tuyệt mỹ, nó lãng đãng như những "ký ức của bóng." Nó bay bay trong gió (ôi "bóng bay gió ơi!") trong tiềm thức của ký ức chung/riêng không có thời gian. Tác dụng dị thường của nó là: *"chắp cho tâm linh ta đôi cánh... trong tiếng tập vần hai chữ nhân ái thấm đẫm hương tinh khiết của cánh sen hồng."* Chúng ta có nghe được gì không, trong âm vang của *"tiếng chuông chùa đi chậm?"*

Đọc những tản văn trên tôi chợt có một ý nghĩ: Ước gì tản văn NTKM được đưa vào các bài tập đọc vỡ lòng của các em học sinh.

Cũng như tôi đã từng học thuộc lòng bài tập đọc "Tôi đi học" của Thanh Tịnh. Tôi ước ao các em học sinh của các thế hệ mai sau sẽ biết cách gìn giữ các "ký-ức-chung" hay là "ngôi-nhà-chung" của những cảm xúc phổ quát về các mối liên kết rất huyền nhiệm của nhà quê, của ngôi chùa làng, của cha mẹ, của gia đình, của bạn bè đã được NTKM tái hiện trong những "tản văn dị thường" này.

Tôi cam đoan chắc chắn rằng những tản văn của NTKM nếu được dịch sang các thứ tiếng khác, thì "cảm xúc vàng ròng" đó vẫn không hề thuyên giảm hay mai một. Vì nó là cảm xúc chung mà con người ai ai cũng có. Ai sống trên đời này mà không có một quê hương? Không có một người cha, người mẹ, bạn bè, người thân?

Giờ đây giữa những xiêu đổ hoang vu của nền văn minh hậu hiện đại, chúng ta hãy cùng nhau gìn giữ, và giúp cho các hế hệ mai sau của con cháu chúng ta gìn giữ "ngôi nhà chung" cùng với "ký ức chung" đó:

"Căn nhà chung" đó phải chăng là "cái-quý-giá-nhất" trên thế gian này? Nó quý giá đến nỗi Bùi Giáng phải lặn lội trong sanh tử luân hồi từ ngàn xưa trở lại chỉ để trao tận tay cho chúng ta, phó thác cho chúng ta cùng nhau gìn giữ nó? Như là gìn giữ một "bảo bối" giữa sức tàn phá khôn kham của hư vô:

"Đời xiêu đổ từ ngàn xưa anh trở lại
Giữa hư vô, em giữ nhé chừng này" (Bùi Giáng)

Ôi! Nhà Quê chung! Xin em hãy giữ nhé: chừng này!

PHẦN 2. NGUYỄN THỊ KHÁNH MINH – BÓNG CON MÃNH ĐIÊU TRÊN DÒNG CẢM XÚC

Trong Phần 1, "Về tính hội tụ của một tản văn dị thường" chúng ta đã ghi nhận giá trị "hội tụ" của một "Nhà Quê chung" qua ngôn ngữ có tính chất tái tạo cảm xúc rất sinh động của NTKM. Trong phần 2 này chúng ta đặt câu hỏi là: "Do nguyên nhân nào mà NTKM lại viết được như thế? "Bí quyết" của sự thành công của NTKM nằm ở đâu?"

Thật ra "bí quyết" đó tạm gọi là "bí quyết" mà thực không phải là "bí quyết". Với tâm hồn nhân ái và rộng mở như NTKM, nữ sĩ sẽ không bao giờ giữ riêng cho mình "bí quyết" nào. Không những thế, NTKM còn có chủ ý phơi bày nó một cách rất trang trọng ngay trong tựa đề của bài thứ nhất của tập tản văn. Bí quyết đó nằm gọn trong năm chữ như là một tấm bảng chỉ đường: *"Theo Cảm Xúc Mà Đi"*. Nói cách khác: "sự quan sát tinh tế, như thật các cảm xúc của chính mình" là "bí quyết" thành công của NTMK. Chúng ta hãy nghe chính NTKM nói rõ hơn về điều này trong bài "Thơ ơi"- Ký Ức của Bóng (2013):

> *"...Lời tôi viết*
> *Là tấm gương soi cảm xúc tôi từng lúc,*
> *Tôi viết nên bài thơ*
> *Chẳng phải bằng con ruồi giả – như người ta câu cá"*
> (Trích "Thơ ơi!"- Ký Ức của Bóng)

Ở đây điều ghi nhận trước hết là NTKM không hề có ý khai thác cảm xúc của *giác quan thi sĩ* trời cho của mình để "câu" độc giả như người ta câu cá. Thi sĩ chỉ viết về cảm-xúc-thật của mình, trầm tĩnh quan sát nó, không hề bị dòng cảm xúc dâng trào đó nhận chìm hay cuốn trôi. Không những thế NTKM còn kiên nhẫn lắng nghe ý nghĩa của từng con chữ để chọn từ cho thật thích hợp và chuẩn xác, từ đó khai mở vùng trời hoàn toàn mới lạ cho ngôn ngữ Thi Ca. Bất cứ ai khi viết với thái độ trân trọng thích đáng như vậy đối với ngôn ngữ, và biết lắng nghe tiếng của từng con chữ, thì thành quả đương nhiên phải tới. Qua các tác phẩm của mình, NTKM đã phơi bày được cốt lõi tinh túy nhất của hoạt động tư duy của con người, tức là thông qua tư duy "mối-liên-hệ-sâu kín-giữa-cảm-xúc-và-ngôn-ngữ" được thiết lập. Sự thiết lập đó cũng chính là mục đích chính của tư duy: phản chiếu "cái-đang-là" của thiên nhiên, lên cấu trúc quy ước của ngôn ngữ thông qua "sự hội tụ" của các cảm xúc đang được kinh nghiệm trực tiếp trên tự thân. Vai trò của cái gọi là "thực-tại tự thân" (Heidderger gọi là Dasein) cũng được "tiết lộ" trong tiến trình tư duy này, nó như là một tấm gương soi giữa hai thế giới của cảm xúc và tư tưởng, mà trong đó Dasein là nhân chứng. Và từ đó, trong các tác phẩm của NTKM, chúng ta nhận thấy mối liên hệ giữa ngôn ngữ và cảm xúc được thiết lập như là “bóng” với “hình” trên “tấm gương nhân chứng” trong veo và rất mực nhân ái của NTKM.

Chính qua “sự phản chiếu” này mà những cảm xúc rất riêng tư, mong manh, nhẹ như cơn gió thoảng của thi sĩ sẽ hóa thân thành chiếc “bóng” đầy màu sắc bay rợp cõi thi ca NTKM. Chính qua “sự phản chiếu” này mà ranh giới giữa mong manh và vĩnh cửu cũng sẽ bị xoá nhòa.

“Bóng bay gió ơi” nhận thức trên bình diện đó, chính là hình ảnh ẩn dụ cho sự giải thoát của các cảm xúc hữu hạn được cảm nhận trong thân phận nhỏ nhoi của con người vào để hòa nhập vào cái vô hạn và không có thời gian của ngôn ngữ Thi Ca.

Tư duy, hiểu theo ý nghĩa của “sự phản chiếu” cảm xúc một cách như thật trên ngôn ngữ là điều cực kỳ khó. Nó đòi hỏi rất nhiều điều ở một thi sĩ. Trước hết, đó là thái độ điềm tĩnh chấp nhận vô điều kiện, toàn diện “cái đang là” của dòng cảm xúc. Tức là không có ý định, dù chỉ là mảy may, làm thay đổi, bám víu, hay là xua đuổi các cảm xúc, êm đềm hay khó chịu được cảm nhận trên tự thân. Thứ hai, nó đòi hỏi một thái độ kiên nhẫn, không vội vàng, để sống trọn vẹn trong “*phút mong manh giữa những từ*” để chọn ra “đôi ba hạt lúa chín” như là những từ ngữ “hột chắc” thật chuẩn xác và có độ phổ quát cao để mô tả các cảm xúc đó.

...Sau vụ mùa
Tôi chỉ đem về nhà được đôi ba hạt lúa chín
Chút màu vàng của nó lấp lánh trên tay
Làm tôi đã vô cùng sung sướng...
Bài thơ hoàn tất, dù là một điểm hẹn quyến rũ,
Nhưng phút mong manh giữa những từ
Lại là lúc đoá hoa đang nở. Đang tỏa hương.
Tôi có gì đâu phải vội.
(Trích “Phút Mong Manh Giữa Những Từ”)

Chính vì không vội vàng, không bị quyến rũ bởi sự hoàn tất một bài thơ, mà thơ của NTKM lúc nào cũng như một *"đoá hoa đang nở. Đang tỏa hương."* Hương vị Thi Ca và các cảm xúc được chuyên chở bằng ngôn ngữ NTKM trở thành các "cảm xúc đang là" trong lòng người đọc ngay trong phút này đây.

Nói tóm lại, cái nhìn thấu suốt các cảm xúc vi tế của tự thân và thái độ bình thản, kiên nhẫn, khiêm cung đối với cách chọn ngôn ngữ diễn đạt trọn vẹn nội dung các cảm xúc đó chính là yếu tố thành công của NTKM. Điều này được độc giả tự cảm nhận trực tiếp trên các tác phẩm của NTKM. Qua các tác phẩm đó, chúng ta nhận ra hình bóng của một "con mãnh điêu trên dòng cảm xúc". Đó là hình ảnh của một con "ó biển" (seahawk) mà không biết có phải là tình cờ hay có chủ ý, hình ảnh con mãnh điêu đó cũng xuất hiện trong chữ "ó" màu đỏ duy nhất trong tựa đề tập tản văn: "Bóng bay gió ơi*" toàn màu đen. (*Hình bìa của Bóng Bay Gió Ơi xuất bản năm 2015)

Con ó biển là một loại mãnh điêu có tốc độ bay rất nhanh và đặc biệt là đôi mắt rất tinh anh, có khả năng nhìn thấu suốt các loài cá đang bơi dưới dòng nước, ngay cả ở một độ cao trên 1600 mét.

Cũng giống như thế, NTKM chính là "con mãnh điêu trên dòng cảm xúc" của nhân gian. Thi sĩ có một cái nhìn thấu thị các "cảm xúc đang là" của tự thân. Thi sĩ cảm nhận được tính cách mong manh dễ tan vỡ của các cảm xúc cho nên đã dùng ngôn ngữ thi ca để "phổ độ" cho chúng thành những "bóng" và thả cho các cảm xúc đó bay rợp cõi Thi Ca của mình. "Bóng Bay Gió Ơi" là tiếng reo mừng, mang ý nghĩa của một sự ký gởi "cái mong manh" vào "cái vĩnh cửu". Sự gửi gấm đó là giấc mơ rất thơ và đầy tính nhân ái của một "con mãnh điêu trên dòng cảm xúc."

Đối với NTKM thì: *"... Lời tôi viết, Là tấm gương soi cảm xúc tôi từng lúc"*. Đó là lý do vì sao tôi mượn hình ảnh ẩn dụ của "con mãnh điêu trên dòng cảm xúc" để nói về thi sĩ NTKM với tất cả lòng biết ơn trân trọng. Thi sĩ nhìn rất rõ các cảm xúc như con ó biển nhìn thấy cá bơi lội dưới dòng nước. Với tốc độ và sự chuẩn xác khó tin, con ó biển lao mình vào dòng nước và quắp con cá bay lên không trung. Cũng thế với sự nhạy bén và chuẩn xác trong ngôn ngữ, NTKM đã quắp chính xác các cảm xúc riêng của mình biến chúng thành phổ quát và thả nó lên vòm trời Thi Ca cho tất cả chúng ta cùng thưởng lãm. Hãy nhìn kìa: "Bóng Bay Gió Ơi"

Trong sự "phơi bày" về cái-đang-là của cảm xúc này, chúng ta nhận thấy rằng "cái-đang-là" được đưa vào trong ngôn ngữ diễn đạt của Thi Ca. Ngôn ngữ Thi Ca trở thành "nhà quê chung" cho "cái-đang-là" an trú. Căn nhà chung của ngôn ngữ Thi Ca này là nơi cư ngụ và "hội tụ" của các hoạt động tư duy con người. Những ai tư duy, và sáng tạo với ngôn ngữ chính là người quản gia của căn nhà chung này.

"Căn nhà chung" đó, còn được NTKM khai triển một cách cụ thể hơn qua hình ảnh "Mái Ấm". Hãy nghe lại ngôn ngữ mà NTKM sử dụng để mô tả một "Mái Ấm" đó:

"Ngôi nhà, nơi không chỉ là những người trong một gia đình sống với nhau, mà còn là chia sẻ một cách rất người với không gian đó nữa, làm cho ngôi nhà ngoài hình thức cụ thể, còn có một nội dung "phi vật thể" rất đỗi sống động. Nó có chung với mình những trôi chảy thời gian, hòa cùng nhịp đập mỗi ngày sống, nên nói thật đúng, nó là một người thân, hơn nữa, một người anh cả chở che, và chiếm một chỗ rất đường bệ trong kho ký ức của mỗi người trong gia đình, tôi tin thế... Theo tôi, một ngôi nhà đẹp là ngôi nhà mà khi bước vào, người ta cảm được ngay cái đang là của nó, là khí ấm."

Xin cám ơn Khánh Minh đã cho tôi một cảm nhận rất cụ thể rõ rệt về "cái-đang-là" của một "Mái Ấm". Cám ơn ngôn ngữ trong veo của Khánh Minh đã giúp tôi tái hiện lại một vùng "Ký Ức của Bóng". Và sau cùng cảm ơn Khánh Minh vì tôi đã nhìn thấy "sự giải thoát của Bóng" đi từ cái mong manh hữu hạn đến cái miên viễn không có thời gian trong "Bóng Bay Gió Ơi."

TÔ ĐĂNG KHOA

Califorina 03.11.2015

Đọc 'Lang Thang Nghìn Dặm' Của Nguyễn Thị Khánh Minh, 2017

Nhà Thơ Nguyễn Xuân Thiệp

Lang Thang Nghìn Dặm là tập tản văn của Nguyễn Thị Khánh Minh viết về văn chương/nghệ thuật của 26 nhà văn / nghệ sĩ: Phạm Quốc Bảo, Nguyễn Thị Thanh Bình, Lê Phương Châu, Đinh Cường, Phạm Thu Dung, Hoàng Duy, Khuất Đẩu, Nguyễn Tiến Đức, Phan Tấn Hải, Nguyễn Quang Hiện, Nguyễn Âu Hồng, Tuấn Khanh, Lữ Kiều, Du Tử Lê, Nguyên Minh, Đỗ Hồng Ngọc, Nguyễn Đức Cường, Lữ Quỳnh, Hoàng Xuân Sơn, Nguyễn Xuân Thiệp, Nguyễn Hồi Thủ, Vũ Hoàng Thư, Trịnh Y Thư, Lê Giang Trần, Thu Vàng, Nguyễn Lương Vy.

Đọc tản văn của Nguyễn Thị Khánh Minh – *Bóng Bay, Gió Ơi* chẳng hạn – nhiều người bị mê hoặc bởi vẻ đẹp của tác phẩm. Tầng

tầng những vẻ đẹp hiển lộng trước mắt: vẻ đẹp của tu từ, vẻ đẹp của hình ảnh, ý tưởng và cảm xúc. Nói chung là nghệ thuật trứ tác và tâm hồn của Nguyễn Thị Khánh Minh.

LANG THANG NGHÌN DẶM…

Thú thiệt khi nghe tác giả nói sẽ lấy cụm từ *Lang Thang Nghìn Dặm* làm tựa đề cho tập tản văn của mình, tôi không nhìn thấy ý nghĩa gì đặc biệt cả. Bây giờ đọc lời mở đầu tác phẩm mới ngộ ra:

> *Có ai đó lại nói, con đường từ trái tim này đến trái tim nọ là con đường thăm thẳm của cảm thông, lại có khi chỉ cần nghe một nhịp đập của cảm ứng là khoảng cách trở nên vô nghĩa.*

Trên hành trình nghìn dặm này, tôi đã cảm được điều vô nghĩa ấy của không gian tâm linh. Một hành trình mà theo Tim Cahill thực sự không phải được tính bằng dặm mà bằng những người bạn… Mời các bạn đọc hết lời đầu sách của tác giả để biết ta sẽ gặp những gì cùng với những người bạn ấy.

Đọc *Lang Thang Nghìn Dặm* của tác giả, ta lại thấy mình một lần nữa bị mê hoặc bởi vẻ đẹp của văn chương NTKM.

> *Chiều ấy rất nhiều gió / đàn chim nhớ phố bay về. Và ta thấy Đinh Cường như một linh hồn trong suốt đang bay. Và trái tim ai kia mãi lang thang ngoài nghìn dặm khi ngoại chờ bên kia sông để nhận một đóa hồng. Và ai, ai về như hài cỏ trong lặng im của lá. Tôi bắt gặp hồn chữ (của VHT) phiêu du trong âm âm tiếng gió va vào ô cửa kính, trong ảo hóa mây trời trong dòng mưa vũng nắng. Đọc thơ người thấy mình nhỏ bé đi dưới cái huyễn lộng, hay chỗ nào, vì sao hay, hỏi như hỏi mây xanh, theo như đuối dòng nước trôi hoài kia. Chuyện trăng tàn là chuyện gì, chưa nghe thấu nỗi đã thấy rúng động. Trăng tàn giật mình thấy sững sờ cái núi lạnh biển im, tấm lòng kiên định băng khiết. Vân vân… Những con chữ của khánh minh như những cái lá, những tia nắng đưa ta vào cõi thơ, cõi đẹp.*

Còn hơn thế nữa, đọc *Lang Thang Nghìn Dặm* ta sẽ thấy cái thấu thị của tác giả khi phân tích những tác phẩm bằng cảm xúc mình. Nhưng xin đừng nghĩ rằng đây là những bài essays, những tiểu luận nặng tính cách phê bình, nhận định, kiểu như Tác Giả Và Tác Phẩm. Phải nói rằng bao nhiêu năm nay chưa hề có một tác phẩm viết về văn học như Lang Thang Nghìn Dặm. Tác giả đã nhìn bằng con mắt tâm linh con mắt thơ và thấy được ở Lữ Kiều chàng lãng tử của thời gian, ở Phan Tấn Hải người về như mộng, ở Lữ Quỳnh con mắt của giấc mơ, ở Nguyễn Hồi Thủ cánh chim cô độc, ở Vũ Hoàng Thư hạt nắng phiêu du, nghe trong giọng ca Thu Vàng tiếng hát của gió, thấy ở tám câu lục huyền âm và năm câu năm chữ của Nguyễn Lương Vỵ những viên cuội thời gian lung linh…Và tiếng hài cỏ của Trịnh Y Thư. Và dòng sông ra biển của Du Tử Lê… Và…

Tất cả là những bức tranh của Nguyễn Thị Khánh Minh. Những bức tranh không treo trong phòng triển lãm mà nhìn thấy trên khắp mọi chốn mọi nẻo đường. Ở những con đường nắng Nha Trang. Ở góc phố Duy Tân với lá dầu bay và tiếng cười của bạn bè. Ở những quán cà phê La Pagode, Givral, Khúc Ban Chiều, Thềm Xưa, Oldfriends, Trieste, Gipsy, Mozart… Trên bãi biển Nha Trang, Sunset Beach. Ở Thong Dong Ca. Trong liêu chùa Già Lam thắp đèn khuya ngồi kể chuyện trăng tàn. Trong khu vườn ở Gia Định với nhà thơ và chiếc võng treo cùng sách vở. Ở bất cứ nơi nào có bạn bè, và văn chương nghệ thuật.

Tới đây thì người viết không còn lời để diễn tả hết vẻ đẹp trong văn NTKM. Xin mời các bạn cầm cuốn *Lang Lang Thang Nghìn Dặm* lên và tự mình khám phá những vẻ kỳ ảo trên từng trang văn của thi sĩ mến yêu.

NGUYỄN XUÂN THIỆP

Garland, ngày 19 tháng 4. 2017

Nguyễn Thị Khánh Minh
Người Nối Đường Tơ

Nhà Thơ Trần Thị Nguyệt Mai

Ở cuối mỗi điện thư, chị thường ký tắt km, chữ nhỏ, không hoa. Là "khánh minh". Ai cũng hiểu như vậy. Nhưng bỗng một hôm anh Đỗ Hồng Ngọc khám phá ra: km là kí-lô mét.

khánh minh viết tên mình
km khiêm tốn
thư từ bè bạn
nhiều lúc đọc nhầm
thành kilomet
nhiều lúc hỏi thầm
từ đây đến đó
bao nhiêu khánh minh?
(km - đỗ hồng ngọc)

Khám phá này thật hay và cũng thật đúng với "tên" của chị nữa. Vì, bằng trái tim mẫn cảm và ngòi bút thơ mộng, chị đã như một gạch nối đưa thơ văn vào trong tim người đọc với những bài giới thiệu thật đặc sắc. Và, hẳn nhiên, tác giả rất cảm động vì được chia sẻ. Như là: "Nguyễn Lương Vỵ, người thơ hát âm", "Bất chợt thơ Nguyễn Xuân Thiệp. Và gió…", "Du Tử Lê, dòng sông hẹn hò biển cả", "Lữ Quỳnh, Thơ. Và con mắt của giấc mơ", "Lữ Kiều, chàng lãng tử của thời gian", "Khuất Đẩu. Và cõi đẹp", "Phan Tấn Hải. Người Tới Như Mộng", "Lê Giang Trần. Chiếc vòng kim cô nhớ", "Vũ Hoàng Thư. Hạt Nắng Phiêu Du", "Hoàng Xuân Sơn. Quỳnh ơi, hồn nhiên một đóa...", "Ngoại chờ bên kia sông", "Trịnh Y Thư, lắng nghe hài cỏ", "Nguyên Minh, chân kiến dặm trường", … [1]

Nhớ có lần anh Khuất Đẩu nhờ giới thiệu sách của anh trên blog TTNM theo mẫu do Tương Tri thực hiện, nhưng tôi đi bằng một bài viết của chị như sau:

Sau khi đọc bài điểm sách "Khuất Đẩu. Và Cõi Đẹp" của nhà thơ Nguyễn Thị Khánh Minh, một số bạn muốn tìm đọc nên viết thư hỏi địa chỉ mua sách... [2]

E nhà văn không hài lòng, tôi hỏi lại cho chắc: *"Nếu cần sửa đổi gì xin anh cho em hay..."*

Tôi đã thật vui khi nhận thư trả lời:

Nguyệt Mai ơi,

Như vầy là quá chu đáo rồi. Bài viết của KM có bút lực rất lôi cuốn, không cần thêm lời giới thiệu của TT. (trích điện thư riêng ngày 12/2/2016)

Anh Tô Thẩm Huy (người giữ mục "Đùa Với Đường Thi" trên tạp chí Văn Học trước đây, ký tên là Đàn Bách Kiếm) đã nhận xét về bài viết "Ngoại chờ bên kia sông" của chị, cảm nhận từ bài thơ "Bông Hồng Cho Mẹ" của Đỗ Hồng Ngọc, như sau:

> *Tôi không biết Nguyễn Thị Khánh Minh thân, sơ với anh thế nào, nhưng rõ ràng là chị đã cảm bài thơ của anh đến vô cùng, đến "tận cùng của đẹp", tận cùng của ý nghĩa sinh tử kiếp người, không khởi đầu, không chấm dứt. Thời gian tan biến mất. Thơ tuyệt, mà người cảm thơ cũng quá tuyệt. Anh thật là người may mắn có được người đồng điệu như thế.*
>
> (trích điện thư anh Tô Thẩm Huy gửi bác sĩ Đỗ Hồng Ngọc) [3]

Vì chị cũng là thi sĩ, nên văn chị đẹp tựa thơ. Tôi yêu từ những trang đầu tiên của "Bóng bay gió ơi", tập tản văn gần đây nhất của chị,

Nhắm mắt lại, phút này đây.
… nghe được hương trâm trâm bên vệ đường rầy xe lửa về quê nội, ai biết được mầu lấm tấm ngũ sắc kia đã cấy trong tôi mùi quyến luyến quê nhà đến vậy. Hễ chìm vào là nghe tiếng xe lửa xập xình, ánh nhìn cô gái nhỏ chạy lùi theo những hình ảnh vụt qua, bụi cây, ngọn núi, chiếc cầu nhỏ, những ô lúa xanh và con mương ốm chạy ngoằn ngoèo theo bờ ruộng...

Tôi đã theo chị "Bồng bềnh quê nhà" để cảm nhận được:

... mùi đất bùn khô dưới nắng, phải là nắng buổi trưa oi nồng, mùi lá tre, mùi cỏ bên vệ đường, mùi đống rơm trong sân gạch nhà và đặc biệt mùi phân trâu bò trên đường đất, quyện vào trong gió tre, bạn ơi tôi mong là bạn cũng đã từng ngửi thấy để có thể chia sẻ cùng tôi vì tôi không biết diễn tả thế nào, tôi gọi đó là mùi nhà quê, với tất cả thương yêu gắn bó mà tôi có được với nó…

Rồi đi vào "Mái ấm":

Chỉ cần cúi xuống bên cái võng thong thả theo nắng buổi sáng là có thể hái trong tay chiếc lá nham nhám, hương ngái của lá và hoa như chiếc thuyền thả tôi trôi về quê nội, hai bên đường hoa chùm bao phủ trắng xen lẫn sắc trâm trâm...

Đến "Mưa nắng thềm nhà":

Buổi sớm, trong yên lặng trầm, mọi thứ chuyển động nhẹ nhàng theo từng nhịp ánh sáng, lòng tôi cũng vậy, nhẹ bẫng, và như bay cao, không phải cái vụt lên ngẩn ngơ của một trái bóng tuột khỏi tay cầm, mà là cái lồng lộng của con diều còn có một sợi dây nối với một bàn tay. Có phải đó là cảm giác của lâng lâng trong khí trời chưa rối bởi muôn thứ âm thanh?

Qua "Đáy đĩa mùa đi", từ Hạ:

... Lộng ngát trời hè xứ lạ những đám mây ngày cũ êm đềm trôi về, làm tôi thấy yên lòng, lẫn một chút nôn nao của những gắn bó vừa nhú sợi rễ non...

tới Thu:

Trời ạ, gió và lá vàng, nó góp thêm vào ký ức hai mùa nắng mưa ngày xưa của tôi tiếng lăn giòn của lá khô, màu lá ruộm vàng nắng thu. Cái se lạnh chiều Calif. lăn tăn da thịt làm tôi tơ tưởng tiếng gió heo may Hà Nội và vốc cốm xanh rức trên tấm lá sen, chênh vênh những con đường phố cổ đang chờ tôi gõ bước chân hẹn hò, dường như mình đã có một ước hẹn với mùa thu nơi ấy?

rồi Đông:

Mùa Đông là một dấu chấm lửng lơ quyến rũ, từng bước đi đến điểm khép lại, cùng lúc mở ra lung linh nhịp hội hè cuối năm. Và cứ rơi vào điểm kết sổ này là ký ức lại đẩy đưa... Và, có phải người, trong bất ngờ một nhịp lẫy của thời gian, gửi tới mùa đông này vạt gió tơ lụa, ẩn mật một lời hẹn?

và vào Xuân:

Có một niềm vui mà tôi phải chia để thấm hết nỗi đầy, cuối năm của tôi đã được khép lại trong tiếng khóc đầu tiên của bé cháu gái, cái chớp mắt chào đời của bé như thể tôi vừa được mở ra một tấm thiệp đẹp đẽ nhất của đất trời với những lời chúc phúc, một trang mới tinh khôi, tràn trề nhịp chảy sinh động của dòng sống, rồi tôi sẽ có những chữ lần theo cái lật cái bò cái lẫm chẫm bước đi non tơ ấy… Tiếng oa oa như nắng trên cao đang vỡ ra trong ban mai tín hiệu của ấm áp, có phải cả hải hà đang tao nôi hạnh phúc ta không, bé bỏng ơi…

Hãy đọc đi bạn ơi, đọc cho hết cuốn tản văn này, theo cùng tác giả lần về những kỷ niệm, những ngày tháng cũ quá đỗi dấu yêu, có khúc vui, khúc buồn, khúc cô quạnh, khúc sâu lắng... Nhưng, dù như thế nào, đến cuối đất cùng trời ta cũng chẳng thể quên:

Đã hẹn đã hò, cũng ước cũng thề, thì dẫu con đường có dài, thời gian có mịt mù thế nào đi nữa thì cũng có lúc chúng mình sẽ gặp lại, nói cho sâu lắng đá vàng hơn, thì chúng mình sẽ tái ngộ, nối lại một đường tơ lơ lửng...

Cám ơn người thơ Nguyễn Thị Khánh Minh đã nối giùm một đường tơ mong manh hư ảo đẹp tuyệt vời để cho tôi có những phút giây tao ngộ hạnh phúc với kỷ niệm, với đất trời biển cả mưa nắng thuở nào ở quê nhà...

TRẦN THỊ NGUYỆT MAI

December 5, 2016

Ghi chú:

[1] Những bài này đã đi hoặc trong tản văn "Bóng bay gió ơi" hoặc trên các trang mạng văn chương.

Những chữ in nghiêng trong bài, nếu không dẫn nguồn, đều trích từ tập tản văn "Bóng bay gió ơi" của Nguyễn Thị Khánh Minh, nhà xuất bản Sống phát hành năm 2015 tại Hoa Kỳ.

[2] Nguồn: https://tranthinguyetmai.wordpress.com/2016/02/12/sach-truyen-cua-nha-van-khuat-dau/#more-17118

[3] Nguồn: http://www.dohongngoc.com/web/lom-bom-hoc-phat/nghi-tu-trai-tim-lom-bom-hoc-phat/ngoai-cho-ben-kia-song/

Ntkm, Trần Thị Nguyệt Mai, Thu Vàng

Khánh Minh,
Chữ Nghĩa Nơi Tấc Lòng (2022)

Nhà Văn Cung Tích Biền

Một số ít các nhà thơ nữ, không cứ là trong sáng tác, ngay đời thường của họ, đã là một bài thơ, là Thơ. Đó là sự thuần khiết về tâm hồn, sự hiền hòa, thơ mộng, thanh cao trong ứng xử. Họ là một cành dị thảo trong vườn hoa vốn đã đầy hương sắc.

Một hôm, được mời dự một buổi ra mắt một tập thơ của Khánh Minh, được mời phát biểu đôi lời, tôi nhớ tôi chỉ nói đúng mấy từ, *"Nói về thơ Khánh Minh ư? Khánh Minh, đã là Thơ rồi"*.

Khánh Minh là nhà thơ, viết cả văn.

Thường, một người làm văn, khi mần thơ, thường không được hay. Ngôn ngữ thô cứng. Chỉ rặt lý luận. Khen thơ ấy hay, chỉ vì nhà văn ấy đã khéo léo lôi kéo người thưởng ngoạn, thay vì thơ, đã đi đường tắt theo cái lý lẽ, lý luận về "cái sự đời" tương đối chặt chẽ do ông đưa ra. À, thơ hay, đúng vậy. Kiểu tam đoạn luận.

Nhà thơ mà viết văn? Cũng chẳng hay ho chi, trừ một vài tài năng hiếm hoi. Thi sĩ viết văn? Đó là cuộc sa đà vào tràng giang mơ mộng, cái chữ lênh đênh trôi dạt. Không cô đọng. Vì văn quá thơ, nên văn quá hiền. Rêu nhạt. Không có cái sắc sảo, ác, gọn, tỉnh táo như nhà văn.

Xem Tản Đà, một người mần thơ linh kiệt, như thần trời nói hộ chỗ thần tiên:

"Cửa động
đầu non
đường lối cũ
Ngàn năm thơ thẩn bóng trăng chơi
[đoạn cuối, thơ Tống biệt]

Mà / nhưng văn của ông? Thật là con đường rừng quanh co rối rắm, lẫn lộn lá xanh lá vàng, bờ cao, suối nước. Nói gọn, một khu vườn bấy lâu thiếu chăm sóc.

Khánh Minh, thơ và văn. Cô chưa đứng trên đỉnh. Cô chỉ lơ lửng chỗ sườn non. Nhưng, thế cũng là hân hạnh cho người đọc. Ở đây thấy được đồng bằng dưới kia, thấy biển, thấy cái nhân gian xanh lơ bàng bạc. Ở đấy, đã đầy đủ những biểu tượng của hiện thực, và bao la là biểu cảm với cái thế giới hư vô, huyền áo của tâm hồn.

Thơ và văn của Khánh Minh rất đều. Không cái nào là tay trái. Khánh Minh, người có hai tay mặt.

**

Những ai là người Việt, từng sống trong thời gian dài dặc ba mươi năm, dài hơn hai mươi năm nội chiến từng ngày. Trà trộn với chiến tranh, hòa bình, chia cắt, tù đày, mỗi người trong chốn nhân gian rủi ro ấy, không ai trốn khỏi những hoạn nạn, thương tích. Thương tích thể hình, thương tích hủy hoại sâu thẳm trong tâm/linh hồn.

Đủ kiểu thương tích. Mỗi người có, một, hai. Như ta có sẵn vài cái xương sườn trong cơ thể.

Khánh Minh không thoát ngoài. Khánh Minh đứng trong cái Bóng dĩ vãng. Thơ văn của cô là trĩu nặng nỗi cảm hoài, lắng trầm ký ức.

Hãy đọc *Một nhịp dừng* của Khánh Minh, Dừng ở nơi đâu? Nơi chốn sâu nỗi lòng. Dừng trong cơn mơ xanh biếc, rất long lanh những phận người.

Khánh Minh nhớ Cha. Ở ngoài ánh sáng, cô nói hộ cái hoàn cảnh tối tăm, cái tâm tư xám màu, của thân phụ mình đang trong trại tù Gia Trung.

MỘT NHỊP DỪNG

Khoảnh khắc những vòng tay. Hụt hẫng
Một vuông trời đêm, thức giấc
Bóng tối so dài hạt lệ...

Khoảnh khắc những đêm thầm, nỗi sợ
Nín cơn mơ, canh chừng lời nói mớ
Bình minh bật trắng âm u

Khoảnh khắc những bước chân, bóng hút
Đôi mắt ngó con đường đi, bỗng cụt
Mầu san hô đỏ dưới chân ngày

Khoảnh khắc dài theo tiếng gọi
Rốt lại một chiều câm tiếng nói
Đợi chờ đuối một giấc mơ

Khoảnh khắc vói theo mùa xuân trôi
Mầu hoa tím ở trên đồi
Thường về lao xao trong giấc ngủ

Khoảnh khắc những vòng xe lăn mãi
Biết đâu một nhịp dừng thơ dại
Tôi lại về kịp giấc tôi mơ...

2012

(Viết theo nỗi niềm của cha tôi,
những năm tháng ở trại tù Gia Trung)

Một bài thơ gây nhiều xúc động cho người đọc. Tâm sự, nỗi cảm hoài riêng tây ấy cũng là một tâm cảm chung của mọi người Miền Nam trong buổi kết thúc cuộc chiến chinh Nam Bắc.

Một sớm mai thức giấc, bàng hoàng nhìn ra, "Chúng ta mất hết cả rồi". Tan nát đời thường. Cạn kiệt những hy vọng. Chúng ta bị bao vây bởi những sợ hãi, khốn cùng trong tuyệt vọng. Một trại tù chung, bao la từ con đường đi phố thị đến những ai sống trong lũy tre làng. Không cứ là chốn Gia Trung, có rào kẽm gai cổng sắt, ngoài đời này, chúng ta cùng một cảnh chung, *"Một vuông trời đêm, thức giấc. Bóng tối so dài hạt lệ..."* Và, ngay trong giấc ngủ, vẫn "*Khoảnh khắc những đêm thầm, nỗi sợ. Nín cơn mơ, canh chừng lời nói mớ*"

Trong tháng ngày thảng thốt ấy, một cơn gió lạnh, thoảng, người đã rùng mình như lưỡi gươm đưa. Trong nắng, đã chảy đầy bao vết thương. Ráng chiều, lệ đỏ.

Một Nhịp Dừng. Bài thơ hay. Cấu trúc lạ. Ngôn ngữ đẹp, sâu lắng. Mỗi chữ/ từ, đã rõ lộ sự cần thiết trong Thơ, là *"Ý tại ngôn ngoại"*. Xác Chữ ở đây, mà Hồn chữ nơi Cõi ngoài, nơi lai láng mối giao hòa giữa tác giả và người thương ngoạn. Một tâm tình chung, trong hoàn cảnh, lịch sử chung chịu.

Và, hãy đọc một đoạn văn, Khánh Minh viết:

> *"Về, là về lại một nơi mình đã chia xa, một chốn cũ, nơi mình được ngồi yên lặng để bầu thân thuộc chuyền cho mình những dưỡng chất đã tiêu hao theo những dặm dài, để được nhìn thấy mình cùng không khí ấy mới mẻ thế nào, cũ kỹ ra sao. Hẳn sẽ là bước về nôn nao hối hả.*
>
> *"Về, là về cõi thời gian, một dòng chảy mơ không bờ bến, nếu không dành tâm tới lui với nó, khuấy lên hiện tiền một tiếng gọi, vén chút mù sương của ký ức, dợm một bước những phút giây sẽ tới, thì dòng chảy ấy sẽ hư vô. Nên bước về như thước phim quay chậm.*
>
> *"Và sẽ chập chùng trên đó những bước chân của xác phàm lẫn tâm thức. Nơi chốn ấy là Sài Gòn, thời gian ấy là Sài Gòn. Vâng, Sài Gòn....*
>
> *"Ngôi nhà ba mẹ tôi ngày trước, có hàng tràm bông vàng bên kia vệ đường, tới mùa hoa gieo phấn thì bụi vàng xác hoa li ti đầy trước ngõ.*

"Tôi đứng yên trước cổng, nếu có bấm chuông cũng sẽ không có ai mở cửa. Tần ngần cầm chiếc chìa khóa, tôi mở, tiếng lách cách nghe lạ như lâu lắm chưa từng...Tôi đi thẳng lên lầu nơi có bàn thờ, mùi gỗ cầu thang âm ẩm, tôi nhìn hình cha, một chút sợ sợ, không biết vì sao, có lẽ tại âm dương nghìn trùng trong căn phòng thờ im lặng, tôi đặt tay lên khuôn hình, ba ơi, con về với ba đây.

"Phất phơ mầu áo lụa mỡ gà bộ bà ba xô dạt tôi, A, tôi đã theo mầu áo này mà về.

"... Mầu áo tôi không quên cha tôi mặc tối hôm ấy. Buổi tối, như vậy thôi, đừng nhớ thêm gì nữa về thời gian..., một toán lính xông vào nhà tôi như một trận bão, túa lên những phòng và dồn 8 người gia đình tôi xuống phòng khách. Một tờ giấy được dơ lên, một lời được đọc. Đêm đóng lại theo từng bước chân của mỗi người được gọi lên phòng của mình.

"Tất cả phòng đều bị niêm phong. Có ai nghe tiếng một chùm chìa khóa quăng mạnh xuống mặt bàn gỗ như thế nào không, có thể không là gì nhưng đêm đó âm thanh ấy đã làm cả nhà tôi giật nẩy người. Đó là chùm khóa nhà. Và sau đó là tiếng loảng xoảng của những chiếc còng tay. Ba tôi đi, hai em trai tôi đi, bước lên một cái xe bít bùng. Họ đang bước vào bóng tối. Cùng đi là tất cả sách vở trong nhà. Tiếng những chiếc xe nhà binh như tiếng rú…

(Trích Lần Theo Mộng Ảo Mà Về)

Đoạn văn này khá sâu sắc. Lối hành văn và chữ nghĩa là của một tay viết dụng chữ già dặn. Cô đọng trong diễn tả nỗi đau thầm, nhưng thanh thoát, xanh lơ cái bình thản, của một người hiểu đời.

Chữ nghĩa thấy ra đơn giản, thực sự chúng bị xé bức, công phá bởi ký ức đau đớn, một dĩ vãng xám ngắt trong mù mưa thời thế.

Hà cớ gì người trở lại thềm nhà xưa với trọn niềm đau? Không hề là mộng ảo. Đây là Cõi đời thật. Về lại nơi cố quận, chỉ vì nhớ Cha mà về. Nhớ màu áo xưa. Nhớ Bóng tối phận người.

Một ngôi nhà xưa. Một nơi thờ phụng chừng vắng khói hương. Một người nhớ người, trong cái sầu lắng của nguyên-màu-kỷ-niệm.

Bùi Giáng xưa cũng nhớ người. Hỏi người mai sau, nhưng chính là nhớ người trong ngày tháng cũ:

"Em về mấy thế kỷ sau
Nhìn trăng có thấy nguyên màu sơ nguyên".

Một bài thơ lạnh. Nhưng Nhà thơ đáo để là chỗ này. Cái chuyển luân của kiếp người, và cái bất biến từ tự nhiên. Trăng, là trăng vạn đại. "Em" là em một kiếp khác. Không phải ***người*** khác. Sao vậy? Nguyễn Công Trứ đã từng cảm khái *"Kiếp sau xin chớ làm người / làm cây thông đứng giữa đời mà reo".* Nếu hậu kiếp được là một chủng loài khác, thuyết lý của nhà Phật cũng đồng ý vậy, thì "Em" của Bùi Trung niên Thi sĩ có thể là "Con nai vàng ngơ ngác". Bùi Giáng đã từng nói, *"Đứng ngã ba nhìn ra ngã bảy, nhìn xe cộ hóa hươu nai".*

Cùng văn phong ấy, Khánh Minh đã viết:

"Về, là về cõi thời gian, một dòng chảy mơ không bờ bến, nếu không dành tâm tới lui với nó, khuấy lên hiện tiền một tiếng gọi, vén chút mù sương của ký ức, dợm một bước những phút giây sẽ tới, thì dòng chảy ấy sẽ hư vô"

Cuộc xoay vần, chuyển luân kiếp người, tựu trung, chỉ trong cái đứng im, và lặng yên của Nguyên Màu. Vạn sự tự nhiên. Vạn vật như nhiên. Thiên hà ngôn tai. Trời đất nào có nói gì đâu. Chỉ lòng ta bối rối.

Một căn nhà cũ. Khánh Minh đã trở lại.

Thơ văn của cô, ra đi từ tấc lòng, trở về trong tấc lòng.

**

Tôi chỉ đọc một ít thơ văn của Khánh Minh. Và Cái nhìn của tôi có thể giới hạn trên ngần ấy. Nhưng chỗ chữ nghĩa cổ kim có cái lạ. Văn là người. Gặp người chỉ nhìn qua đôi mắt nụ cười có thể biết... rõ người. Dân gian thường bảo *"Coi mặt mà bắt hình dong".*

Đọc vài trang chữ biết chữ nghĩa ấy thế nào. Là, dâm tình Kim Bình Mai. Rổn rảng binh đao Tam Quốc chí. Hay đầm đầm cái vị hương tình Hồng Lâu mộng.

Đọc dăm ba chục chữ đã biết là văn Mai Thảo, với chữ nghĩa mới mẻ, dồn dập hoa mỹ, hay Bình Nguyên Lộc lời chậm rải tỉ tê, hồn nhiên của trời mây Nam bộ. Đọc dăm câu thơ, biết ngay thơ Nguyên Sa hay thơ Tô Thùy Yên.

Tất nhiên phải có cái tài mới có cái Mới, cái Lạ. Cái mới phải đa diện. Cái lạ phải thật sự là Lạ, khác thường, chỉ một, mới đóng dấu ấn vào trí não người.

Tôi hiểu, Khánh Minh cũng có cái ý thức "Đứng riêng mỗi mình". Đây là thái độ chân thiện, cần thiết trong mỗi người cầm bút.

Nhà văn Cung Tích Biền, NTKM,
người chụp: nhà thơ Trịnh Y Thư.
Tại buổi RMS Ngôn Ngữ Xanh - Chỉ Là Đồ Chơi,

Rât mừng, trong chừng mực, thơ văn Khánh Minh có một chốn riêng. “Mình không giống ai”. Và, mong sẽ không ai giống mình. Cô đã thành công.

Cảm ơn Khánh Minh đã cho tôi đọc một số tác phẩm của em. Và, viết những dòng này. Một tương phùng gió thoảng, trong tình văn hữu.

CUNG TÍCH BIỀN

Garden Grove một ngày cuối năm,
31 tháng 12 - 2022.

Trích Đoạn Cảm Nhận Về Thơ Nguyễn Thị Khánh Minh

Các Tác Giả: • VĂN GIÁ • LTT • VƯƠNG TÂN • DIÊN NGHỊ • TÔN NỮ THU THỦY • NINH GIANG THU CÚC • ĐÀO MỘNG NAM • TRIỆU TỪ TRUYỀN • ĐẶNG NGỌC NỮ • NGUYỄN ÂU HỒNG • TRẦN QUÍ PHIỆT • MỘT NGƯỜI BẠN.

• **NHÀ VĂN VĂN GIÁ** (Hà Nội): Tôi thật thích thú với vẻ đẹp của tiết tấu ngôn từ trong bài thơ *Cảm Giác Sóng* của Nguyễn Thị Khánh Minh. Bài thơ này không hướng tới một ý nghĩa rõ ràng. Nó chỉ đẹp trong âm điệu, trong tiết tấu của những âm thanh. Nó đặc biệt thành công khi nắm bắt và biểu đạt thật rõ rệt cái cảm giác trườn vỗ trồi sụt của con sóng, không phải con sóng thực tại mà là con sóng trong tâm tưởng. Hãy nhắm mắt lại nghe bài thơ vang lên từng âm thanh để cảm nhận hết vẻ đẹp sâu lắng dịu dàng của toàn bài. Bài thơ này tiêu biểu cho một luận điểm rất quan trọng thuộc về bản chất của thơ: không có nhịp điệu sẽ không thành thơ. Điều thú vị ở bài thơ là nhà thơ đã tạo ra một nhịp điệu của một loại thơ vắt dòng, ngôn ngữ đời thường, đem lại cho bài thơ một hình thể rất đỗi tự nhiên. *(Trích Đoạn trong bài Một Bài Thơ Tân Hình Thức Việt được cho là hay (?) Báo giấy Tân Hình Thức, Tháng 9.2016. Số 28)*

• **LTT** ĐỌC BÀI THƠ "BUỔI SÁNG ĐỌC BÁO" CỦA NTKM: Bài thơ phát hiện sự mới lạ trong những cái bình thường tẻ nhạt của đời sống. Chỉ từ vài cái quảng cáo trong một tờ tạp chí, tác giả đã dùng liên tưởng để dẫn dắt người đọc qua rất nhiều hình ảnh ký ức. Nhịp điệu của thơ thoải mái, nhẹ nhàng, nhưng đoạn giữa nhịp điệu trở nên dồn dập hơn với sự lặp lại của chữ "trắng" như cảm xúc đã đến cao độ vì những ký ức ngổn ngang. Bài thơ sử dụng thể thơ 7 chữ, phù hợp với nhịp điệu không nhanh không chậm, vắt dòng và vắt ý từ đoạn này sang đoạn khác, tạo nên sự chảy trôi vừa liên tục vừa ngắt ngứ, đánh thức và báo hiệu những hình ảnh, màu sắc mới. Sự liên tưởng là yếu tố chính trong bài thơ, tùy theo người đọc, sẽ còn kéo người đọc đi xa hơn nữa, về đời sống trong nước, ở xứ người... Một đặc điểm khác là thơ tân hình thức mọi chữ đều như nhau, không có chữ nào nổi bật hơn chữ nào, những chữ lặp lại thì cũng chỉ có tác dụng tạo nhịp điệu. Nói chung, với một thể thơ mới, bài thơ là một thành công, hài hòa các yếu tố… (http://thotanhinhthuc.org/old/THTHTML-L/LttPheBinhNTK-MThoBuoiSangDocBao.php)

• **NHÀ THƠ VƯƠNG TÂN**, Đọc thơ của cô gái nhà nòi này tôi đi từ bất ngờ này đến bất ngờ khác, tôi đã bị thơ NTKM chinh phục…Hai tập thơ mỏng đầu tay đã cho đời cả một thế giới thi ca ngồn ngộn với một thứ ngôn ngữ không lẫn với bất cứ ai, sử dụng thuần thục các thể thơ, nhưng theo tôi thành công hơn cả ở thể 5 chữ, 4 chữ. Thơ tình NTKM, theo tôi là những vần thơ bất hủ, nhưng những vần về thân phận con người cũng hay không kém. Xin có lời mừng một cây đàn muôn điệu… *(Trích thơ gửi tác giả ngày 24.10.1992, Mỹ Tho, ngày 24.10.1992)*

• **NHÀ THƠ DIÊN NGHỊ**: Thơ NTKM trân quí vạn vật thiên nhiên trong trẻo, sáng tươi, cơ hồ như tấm gương vừa phản ảnh vừa soi rọi, nhận diện vóc dáng con người và cuộc đời… hiện thực cùng siêu thực, hoặc lẩn tránh, loại trừ hay hội nhập thích ứng cho lẽ sống tươi đẹp và tồn tại lâu dài… Thơ NTKM cũng thấp thoáng màu sắc triết lý, về nhân sinh quan, về cái "Tôi" chan hòa yêu cuộc đời với tấm lòng nhân hậu, từ tứ thơ đó, cảm xúc của tác giả đã phác họa dòng thơ đượm chất thẩm mỹ, cùng từ ngữ, cấu trúc mới, vẫn duy trì trọn vẹn nhạc tính trong thơ. ...Tập thơ mang bản sắc sáng tạo riêng biệt, mới mẻ..., cảm xúc tế vi tuyệt diệu muôn loài mà có khi tác giả tạo dựng nên linh hồn, nên sự sống chính nó thông qua nguồn thơ cuốn hút và khơi gợi... *(Trích: Điểm Sách Đêm Hoa -trang Văn Học Nghệ Thuật, Thi Văn Cội Nguồn, số 3008, 31.3.2001, SanJose)*

• **NHÀ THƠ TÔN NỮ THU THỦY**: Tập thơ *Những Buổi Sáng* mang cả thế giới riêng ngập tràn hoa, cỏ, nắng, tình yêu và phận người những nỗi buồn, niềm vui sáng trong. Thơ chị khiến người đọc chợt nhận ra rằng đôi khi người ta vui sống là vì còn có một thiên đường trong lòng mình...

• **NHÀ THƠ NINH GIANG THU CÚC**, Đến với NHỮNG BUỔI SÁNG- Một trăm bốn mươi bốn bài thơ được viết từ tháng 4 đến tháng 10-2002, bình quân mỗi tháng Khánh Minh viết được 24 bài, người đọc thật sự mến phục sức sáng tạo của tim óc này, nhưng trước tiên phải nói đến niềm đam mê của tác giả với văn chương, với trò chơi chữ nghĩa. Viết-với nhà thơ NTKM là để thấy rõ mình hơn, để khẳng định sự hiện hữu: "*Thì ra vì quá lặng im / Sợ quên / Nên gọi / Để tìm mình thôi /* Sợ quên nên phải viết nhưng khi viết xong lại trăn trở u hoài: "*Khi viết xong một bài thơ / Tôi thường hay khóc /* – "*Đôi khi ở giữa bài thơ / Tôi cười / Ngu ngơ như vừa bị phỗng tay trên / Những chữ*" – "*khi viết xong một bài thơ / Tôi hụt hẫng / Như chưa thể xong lời*". Bất cứ viết bằng thể loại nào nữ sĩ cũng muốn nói lên triết lý của cuộc đời, quan điểm sống của bản thân... từng câu từng chữ được viết ra bằng tất cả nỗi bi hoan ngẫu cảm, bằng tất cả cái nhìn nhân ái độ lượng của người phụ nữ và bằng cả nỗi khát khao được sẻ chia cộng cảm.

• **NHÀ THƠ ĐÀO MỘNG NAM**, Hãy ngắm hồn thơ Khánh Minh nhập cõi hư vô: *Mai. Anh sẽ lại thấy em / Em với buổi sáng vẫn quen. Nhìn trời / Lặng im là chỗ em ngồi / Thinh không là chỗ của lời. Đã xa.*

Câu thơ "Nằm trong tử diệt nhớ giờ tái sanh" của Bùi Giáng không chỉ là lưới chài vớt thể phách Khánh Minh khỏi sông biển "Trận tiền tang hải" trầm luân, mà còn vớt luôn hồn thơ là "cái nắng lay" ra khỏi phàm thân là "cái bóng tối" nơi thơ Khánh Minh dưới đây: *Em ngồi đó hay chỉ là / Cái bóng tối của hôm qua còn đầy / Nhìn cho hết cái nắng lay / Chẳng bao lâu nữa đâu. Ngày lại đi* ... Bốn câu trên và bốn câu dưới cùng nằm chung trong một bài với cái tựa là Vẫn Thế. Một bài thơ mà âm dương lưỡng cực tranh giành, mà địa ngục thiên đường thuẫn mâu cận chiến sáp lá cà, lằn ranh chỉ còn mỏng như là lưỡi con dao cạo, vậy mà Khánh Minh đã len được vào giữa để đem đạo xuống đời, đem đời lên đạo, hầu mang lại cảnh an hòa cho cả ba cõi đất trời người, như nơi bài Ngạc Nhiên trong thi tập Những Buổi Sáng: *Mây trắng / Ngó xuống / Trần gian / Ngạc nhiên sao nắng vui tràn thế kia / Vậy trên này hay dưới kia / Cõi nào là cõi thuộc về trời xanh.*

… Bài thơ của Bùi Giáng có ấp ủ câu thơ của Khánh Minh ở giữa, tựa là Buồn Vui, nếu còn sống tới hôm nay và được đọc thơ của Khánh Minh bây giờ, chắc hẳn Bùi Giáng sẽ đổi tên đó thành dzui dzẻ và vỗ đùi ngâm hai câu trong bài Phút Giây ở tập Mười Hai Con Mắt của mình để tán thưởng Khánh Minh: *Về sau dzui dzẻ muôn ngày / Niềm đau quá khứ từ nay không còn. (Trích đoạn bài "Thơ Khánh Minh và Bùi Giáng", đăng ở Tạp Chí Thơ USA, 6.2004)*

• **NHÀ THƠ TRIỆU TỪ TRUYỀN:** "Thơ NTKM có thể minh chứng cho lời khái quát Thơ của Lê Quí Đôn: "Tình là người, Cảnh là tự nhiên, Sự là hợp nhất của Trời và Đất. Lấy Tình tham Cảnh, lấy Cảnh hội việc, gặp Việc thì nói ra lời… Cứ như thế có thể trở thành người làm được thơ tao nhã…" *(Trích từ bài "Chờ Sáng Để Được Bay Lên (Mục Đọc Sách báo Tài Hoa Trẻ năm 2002)*

• **NHÀ VĂN ĐẶNG NGỌC NỮ**: Phải chăng làm thơ là thiền đạo, và những bước vào thơ là những bước thiền… Bao xôn xao trần gian dường như chỉ là cái cớ để tác giả nương vào nhắc đến mặt kia của Động là sự Tịch Nhiên: *Về trong tiếng gọi cội nguồn / một tâm xao* *động, một hồn tịch nhiên.* Mặt trái của Động là Tĩnh, phải chăng sự hiện hữu của Tĩnh đồng thời với Động, nên đôi song sinh này luôn bàng bạc trong Cõi Thơ của Khánh Minh?

Nhìn thấy cuộc sống thiền chung quanh mà không một lời mô tả về trạng thái thiền của mình, đó chính là vị Thiền trong thơ Khánh Minh, và phải chăng Thiền đạo là như thế, chứ không phải là cái-để-nói-về?

Tự tánh của giống vô tình đâu phải không tình, khi đóa hoa Tâm duyên mùi hương tri ngộ bỗng thốt nên lời: *Nghìn năm cái sắc vô thanh / Hương từ độ nhập bỗng thành lời hoa / …*Nghe được nỗi lòng hoa cỏ, sống hết cái vô tận của khoảnh khắc, Thực tại ngự trị trong mỗi bài thơ không-chủ-đề-thiền của nhà thơ NTKM, đưa tôi nhìn lại hồn mình, để tìm thấy Thơ, và tận hưởng từng sát na dù-mang-tướng-buồn, vui của cuộc sống, cho vô thường cũng là thường, và cho mây len lén về trong đêm, đậu khẽ trên cành trúc, hay tàng lá trúc trong một đêm huyền nhiệm đã trở về nguyên thể dưới trăng, một lần là mãi mãi… *(tựa tập thơ Mây Trúc, còn bản thảo)*

• **NHÀ VĂN NGUYỄN ÂU HỒNG**: NTKM thường viết về những giấc mơ, nên điều đầu tiên tôi nhận được từ "Người Thơ" ấy là sự thơ mộng. Mặc dù có giấc mơ chan chứa những dòng "lệ sót", những giọt lệ nhỏ thầm trong đêm vì nhạy cảm quá mức với "Cõi Đẹp" và cảm xúc dồn nén trong *"Phút Mong Manh Giữa Những Từ"*, những giấc mơ ấy vẫn như những đóa hoa đang nở, đang tỏa hương. ...*Trên đỉnh âm thanh tiếng reo viền mi khép / Bầu trời tôi đang bay / Không cao hơn đỉnh núi ấy… Và, điều gì đổi thay dưới sức nóng kỳ diệu của tiếng thầm thì?* (Bầu Trời Của Tôi)

Lần đầu tiên em biết được "Sức Nóng Kỳ Diệu Của Tiếng Thầm Thì", nếu thực sự em đã cảm nhận rõ ràng về hạnh phúc, thì xin được chúc mừng. Tôi đã đi theo dòng cảm của "Người Thơ" ấy, từng đứng "*Dưới Chiều*" để theo dõi *con nắng nhỏ tàn hơi…*

Hình như tôi đã từng được "Người Thơ" ấy thầm thì rủ rê để cứ đứng ở bậc thềm, lắng nghe bước đi lặng lẽ của ngày cứ rạng dần, lắng nghe tiết nhịp của mùa đang đến, mở hết những giác quan nhạy cảm nhất để đón nhận *từ sự ấm áp của đất, hơi gió đêm từ phương Nam* còn sót lại đến *hơi ấm của vòm cây, của tổ chim, của sắc màu bình minh* và *nghe được hương của những loài hoa*… Tôi không chắc mình có đang bay lên, đang tới, hay đang rơi… nhưng tôi chắc một điều, rồi đây trong những trang văn xuôi của tôi nếu có những tổ chim với mẹ con nhà chim đang rục rịch lúc chạng vạng hay hương của những loài hoa tỏa ra cùng lúc với những tia nắng quý giá đầu xuân… thì đó chính là tiềm-thức-thẩm-mỹ đã hấp thụ từ NTKM. Tôi không có tham vọng *"mua đứt cho mình phút giây mong manh ấy"*, chỉ mong nhịp tim đồng cảm nếu có tàn phai hãy trở thành *"một mơ hồ vẫy gọi ở cuối chân trời"* như *Nơi Bắt Đầu Mùa Xuân.* (Nguồn: http://phovanblog.blogspot.com/2014/06/nhung-gi-toi-nhan-uoc-tu-nguyen-thi.html)

• **NHÀ VĂN TRẦN QUÍ PHIỆT:** Với các nhà văn lưu vong, như nhà văn lưu vong Nga Marina Tsvetaeva nhận xét, quê nhà "không phải là một qui ước địa lý mà là sự khẳng định hiện hữu của hoài niệm và máu huyết." Quê nhà, sự kết hợp của hoài niệm và tình cảm, là đỉnh cao của sáng tạo nghệ thuật mà Lê Thị Huệ gọi là *hồn* (hồn thơ). Cũng trong chiều hướng ấy, Nguyễn Thị Khánh Minh trong tùy bút xuất sắc "Bóng Bay Gió Ơi" so sánh thi hứng với chiếc bong bóng bay cao. Đây là lúc *hồn* biến thành ngôn ngữ hay từ ngữ. Nói cách khác, ngôn ngữ hay từ ngữ là phương tiện để *hồn* hay *quê nhà hóa thân.* Đối với các nhà văn lưu vong, quê nhà là động lực của sáng tạo văn chương và nghệ thuật…

Sự quan tâm đến tính chất nghệ thuật và văn chương hay nói rộng ra, lý thuyết sáng tạo văn nghệ như đã thấy ở Lê Thị Huệ và Nguyễn Thị Khánh Minh xuất phát từ sở thích cá nhân của tác giả cũng như tính phức tạp của văn chương hải ngoại… *(Nguồn: Trích từ bản in giấy: Gió-O Hai Mươi Năm Nắn Net. 2001-2021 Gió-O xuất bản.)*

• **MỘT NGƯỜI BẠN**, ĐỌC "BÙA HƯƠNG": Đây đã là tập thơ thứ sáu của Nguyễn Thị Khánh Minh. Tập thơ đầu tiên in năm 1991. Và từ đó những tập thơ lại lặng lẽ ra đời, mang một chút quà của con tim nhạy cảm đến với người yêu thơ. Cứ lặng lẽ như vậy, và miệt mài như vậy. Tôi vốn đồng điệu tâm hồn với người bạn văn chương của mình, thấy vậy cũng đâm ra bối rối. Chị ấy quả là một gương sống chí tình với thơ; hình như không có nỗi vui buồn nào trong lòng lại không được chị diễn đạt bằng thơ. Mười năm đã trôi qua. Có phải đâu là những cuộc vui chơi thoáng qua; đây là một sự gắn bó của tâm hồn. Điều ấy cho ta thấy chị đã trao gửi cho thơ một niềm tin quyết liệt biết chừng nào. Ở đời này còn có một người biết tin tưởng vào thơ đến thế, theo tôi nghĩ, thì sứ mệnh cứu rỗi của văn học đâu đã đến hồi mạt vận.

Nhìn chung, cảm hứng của Khánh Minh xuất phát từ hai nguồn suối: ở cực này là thiên nhiên bao quanh trong khi ở cực kia là nỗi buồn dịu dàng và dễ thương như một giọt nước mắt; giữa hai điểm cực đó, là một cánh võng làm bằng sợi tơ biếc xanh của tâm hồn..., từ đó thế giới thơ của Khánh Minh nảy ra những xúc cảm thánh thiện. Nguồn suối thiên nhiên trong thơ Khánh Minh là những hạt cuội nho nhỏ đã đến với bất cứ ai từ vũ trụ bao quanh hằng ngày, những giọt nắng trong veo, những lá cỏ, những ngày hôm qua vô danh; và ở một đối cực của thơ chị, là nỗi cô đơn, là cõi nội tâm giống như một bề mặt đại dương... Thật ra thì thế giới nột tâm của chị luôn có một ô cửa sổ mở ra bên ngoài…

Một niềm tin thánh thiện dành cho thơ, của một tâm hồn cao quý mà tình cờ tôi đã được gặp trong chuỗi ngày tháng hư vô mải mê rong chơi bên đời…

NTKM chụp bởi nhiếp ảnh gia Sue Cong, 2017

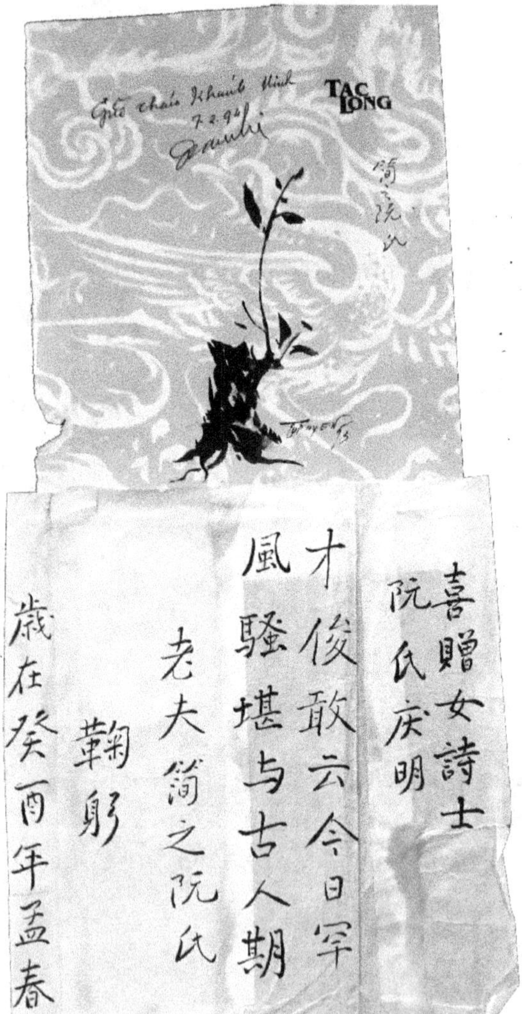

Thủ bút Giản Chi đề tặng Nguyễn Thị Khánh Minh .

PHẦN III-b
những bài thơ tặng

Học Giả
GIẢN CHI
(1904-2005)
Hỷ Tặng Nữ Sĩ Nguyễn Thị Khánh Minh

Hỷ Tặng

Tài tuấn cảm vân kim nhật hãn
Phong tao kham dữ cổ nhân kỳ

Lão phu Giản Chi Nguyễn thị
Cúc cung tại Quý Dậu niên mạnh xuân

(Ông già Giản Chi họ Nguyễn
Đầu xuân năm Quý Dậu)

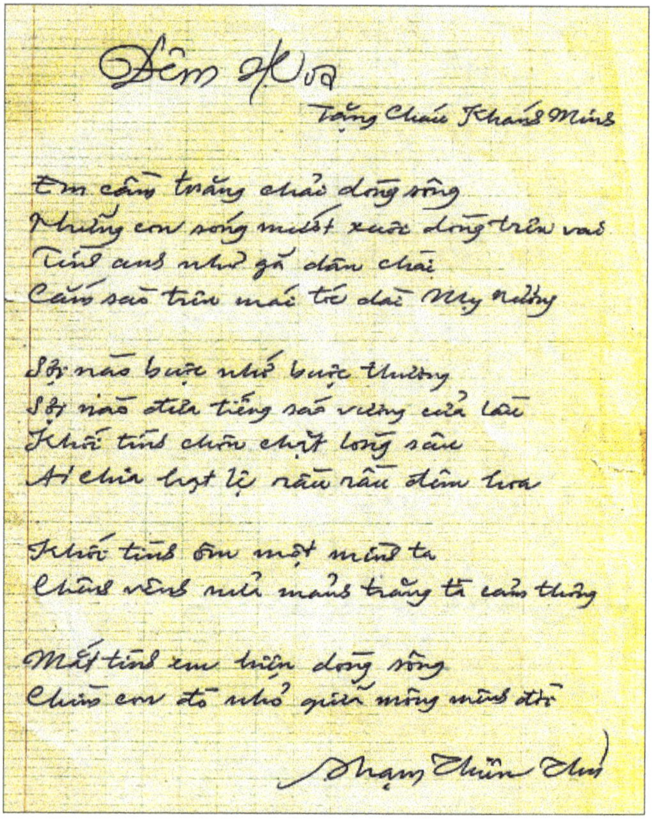

Đêm Hoa

Tặng cháu Khánh Minh

Em cầm trăng chải dòng sông
Những con sóng miết xuôi dòng trên vai
Tình anh như gã dân chài
Cắm sào trên mái tóc dài Mỵ Nường

Sợi nào buộc nhớ buộc thương
Sợi nào đứt tiếng sáo vương cửa lầu
Khối tình chôn chặt lòng sâu
Ai chia lợt lệ rầu rầu đêm hoa

Khối tình ôm một mình ta
Chênh vênh nửa mảnh trăng tà cảm thông

Mất tình em hiện dòng sông
Chiếc con đò nhỏ giữa mông mênh đời

Phạm Thiên Thư

Thủ bút
Phạm Thiên Thư
viết tặng NTKM
bài thơ Đêm Hoa

Nhà thơ Phạm Thiên Thư và NTKM, cư xá Bắc Hải,
Sài Gòn, 2008, chụp bởi Khánh Chương

Nhà Thơ
PHẠM THIÊN THƯ

Đêm Hoa

Tặng cháu Khánh Minh

Em cầm trăng chải dòng sông
Những con sóng mướt xuôi dòng trên vai
Tình anh như gã dân chài
Cắm sào trên mái tóc dài Mỵ Nương

Sợi nào buộc nhớ buộc thương
Sợi nào đưa tiếng sáo vương cửa lầu
Khối tình chôn chặt lòng sâu
Ai chia hạt lệ rầu rầu đêm qua

Khối tình ôm một mình ta
Chênh vêng nửa mảnh trăng tà cảm thông

Mắt tình em hiện dòng sông
Chìm con đò nhỏ giữa mênh mông đời

Phạm Thiên Thư
1999

Học Giả
THANH VÂN NDN
(1919 -2010)

Cha Viết Cho Con

Cha bẻ cành nguyệt quế
làm gia tài tặng con
cho ngát vườn hương thế kỷ
đôi tay thơ ôm vũ trụ no tròn

Trên quãng đường con bước tới
có bao mùa thổn thức
có bao mùa nhớ thương
chảy theo dòng trăng lụa
qua hồn con trôi giữa canh sương
nào những đêm xanh ý mộng
mái tóc dậy sóng
làm đại dương đón gió mây ngàn
đón trăng đáy nước
đón chim trời lạc hướng
nắng rừng hoang
giữa mênh mông
và sắc thu vàng giấc cũ. Có lời ru của mẹ
con cất lời ca tuổi trẻ
dìu muôn hoa bừng nở quanh vườn

lời thơ rưng trắng dòng tư tưởng
vẫn thắm xanh trời, ngát quế hương

1991

Nhà Thơ
NHƯ HIÊN

Mẹ Viết Cho Con

Gương nước trăng mùa
Soi từ ngàn xưa
Tràn về hoa bút
Lộng ánh trang thơ

Hàng đứng từ trái: Học giả Nguyễn Đức Quỳnh và phu nhân, nghệ sĩ Thanh Hùng, doanh nhân Lê Giáp Đệ. Hàng ngồi từ trái: trung tá Lê Thiện Giáo, nhà thơ Phạm Thiên Thư, Bác sĩ Trần Ngọc Ninh, nhà thơ: Lê Nghị, Thanh Vân, Như Hiên, hai người ngồi trước: một cô bạn, NTKM. (Hình chụp khoảng năm 1971)

Họa Sĩ
ĐINH CƯỜNG
(1939-2015)

1.

Trưa đang ngồi vẽ mùa hoa xương rồng nhận được tập thơ Nguyễn Thị Khánh Minh gởi tặng [1]

Nhận Tập Thơ Khánh Minh Tặng

lâu mới đọc được tập thơ hợp với mình
đầy bóng đổ và đầy những dòng lệ
phải say đắm lắm phải tha thiết lắm
mới làm nên những luống cày như thế

cám ơn ký ức của bóng cám ơn dòng lệ sót
người đi qua thời gian mộng mị
hay đêm tối vẫn nghe ra nhịp sống
nhịp sống như mặt trời và biển
lạ thay trưa nay đang vẽ mùa hoa xương rồng
nhớ những ngày đầu đến Mỹ qua vùng sa mạc Arizona
tôi thấy tôi là cây xương rồng tội nghiệp
Ném buồn vào tôi vậy. Trăm gai cây xương rồng [2]
lâu mới được một người quan tâm tới bạn đọc
như lời Wislawa Szymborska trích ở trang đầu
và lâu mới thấy lại một lời kêu trầm thống
đười ươi ơi như Bùi Giáng cũng hay dùng
cám ơn những bài còn chưa đọc của Khánh Minh…

Virginia, May 21, 2013

---

[1] Nguyễn Thị Khánh Minh – Ký Ức Của Bóng – nhà xb Sống & Phố Văn xuất bản 2013

[2] Ném Buồn – Ký Ức Của Bóng, trang 34

2.

Khi đọc thơ, sinh nhật mùa đông
của Nguyễn Thị Khánh Minh

Làm Sao Không Nhớ 2

Trưa mưa nhớ quán hiên nào
lá me vàng rụng hoa sao bay đầy
từ đêm là giã biệt ngày
mà còi tàu hụ khi rày tối căm

kéo chăn chưa ấm chỗ nằm
thấy sao còn sớm quen thầm thì ghi
người sinh hà nội từ khi
còn nhỏ lắm đã vào miền biển xanh
làm sao không nhớ cho đành …

Virginia, December 16, 2014
ĐINH CƯỜNG

Đinh Cường Lữ Quỳnh, NTKM, Thành Tôn, 2014

Nhà Thơ
HOÀNG XUÂN SƠN

1. Khai Sinh

Nhân đọc Ngôn Ngữ Xanh, Ntkm

vàng nhu về ôm dáng trời
trên vai tịnh mỏng
đẹp ngời thanh văn
vừa mới nghe như
lâm sàng
tao nôi hiện thực
mơ màng đản sinh
hương. là dụ của tàng kinh
tờ ngâu mảnh muội
vô hình nương
bay
mùa sâu
ân tứ vực bầy
cánh rêu hồng một vết
phây phẩy
chìm

HOÀNG XUÂN SƠN
dec 2017 / jan 2018

---

https://sangtao.org/2018/05/25/tang-tho-xanh-nhac-vang/#more-106423

2. Chút Ân Cần Cho Khánh Thi

Chợt nghe ngân khánh vang lừng
Sáng thơ sáng cả một vùng tạ thanh
Đẹp từ câu hát em, anh
Cám ơn đời có trường thành náu nương

HOÀNG XUÂN SƠN
25.11.2020

Thi Sĩ
TRỤ VŨ

Tặng Tác Giả Đêm Hoa

Cô bé mỏng như tờ lá mạ
Mà hồn cô chở cả trăng sao
Cái trăng sao nó rì rào

Cô bé mỏng giấc chiêm bao trưa hè
Mà gió thoảng bờ tre phơ phất
Hồn cô xao tổ mật ong thơm

Cô bé mỏng như cành rơm
Có khi mẹ thổi bữa cơm ban chiều
Mà hồn cô dậy triều hương cốm

Cô bé hoa rau muống vườn xưa...

TRỤ VŨ
7.1998

Nhà Thơ
TRẦN THỊ NGUYỆT MAI

Mộng

Soi vào biêng biếc cỏ hoa
Mới hay giấc mộng đêm qua. Là người
(Nguyễn Thị Khánh Minh - Sớm Mai)

Giật mình còn nhớ nụ cười
Con mắt như vẫn có đuôi. Theo hoài

Nhìn xem chiếc bóng đổ dài
Là tôi hay mộng giữa ngày. Rồi đêm

Lắng nghe chân bước bên thềm
Người hay mộng với nỗi niềm. Rất riêng

Xin còn ủ kín trong tim
Những thơ mộng nuôi lớn lên. Từng ngày
Một mình, mình biết, mình hay...

16.10.2022

Nhà Thơ
TRANGĐÀI GLASSEY-TRẦNGUYỄN

"Cách Của Thiền"*

nhờ Gió, ta quen
nhờ Thơ, ta ngộ

cách của Thiền, tương nhận
cùng mừng nhau chuyện nhà
em làm mẹ lần ba
chị đã lũy thừa kép **

những khoảng không hạnh phúc
chị gửi Gió lên đời
những trở trăn chát mặt
em theo O ra khơi

mình cùng trao, cùng nhận
thật tự toại, tùy duyên
"theo chị, đó là Thiền"*
biết cách trao, cách nhận

khi trao, ta trao tận
khi nhận, nhận hết lòng
hưởng tràn đầy lộc ân
hàm ơn người, trời, đất

trong cõi thiền vạn nẻo
duyên hạnh ngộ vuông tròn
chúc chị tâm bình an
một không gian mãn nguyện

tâm sơ cảm thọ tâm sơ
Hạnh Phúc trong từng hơi thở

(Web Gio-O)

---

*Chữ của Khánh Minh. *Một câu trong email mà Khánh Minh gửi tôi. do Gió O se duyên
**"Làm mẹ lũy thừa kép" là cách tôi gọi mừng Thi sĩ Khánh Minh làm Bà Nội.

Nhà Thơ
NGUYỄN ĐỨC CƯỜNG

Đêm Mười Phương Hoa

Cảm xúc từ thi phẩm Đêm Hoa NTKM, 1998

Trăng đã rằm lên một góc trời,
Cõi Tình im lặng của ta ơi!
Hãy về đây nhé! Em muôn thuở,
Mộng sẽ thành hoa bừng đêm khơi.

Biêng biếc từ trăng, đêm hóa thân,
Đêm rơi bẫn bặt xuống dương trần,
Cõi mù sương của yêu thương hỡi,
Hãy đọng vào hoa tiếng lệ ngân.

Hoa sẽ trầm ngâm đêm tỏa hương,
Ru ta trùng điệp giấc vô thường.
Mang mang đời rộng, em là mộng
Một thoáng về nhau, mấy đoạn trường.

Nghe tiếng thời gian bật khóc thầm,
Vọng về vô tận của thinh âm.
Dường như hoa nhuốm màu quan tái,
Rụng xuống mười phương một dáng trầm.

NGUYỄN ĐỨC CƯỜNG
1998

Nhà Thơ
VŨ HOÀNG THƯ

Gửi Nguyenthikhanhminh

mùa trăng khuyết
  phong linh rung
bóng ở khuya
  bóng ai chùng
lời đêm
lùa cơn mộng
âm bản lên
mặt nạ trêu. ở. đi. lềnh cuộc vui
thân thiết gọi tiếng ngọt bùi
trầm ngải bước
hình tới lui cõi chờ
từ đây lòng ở với thơ (*)
trổ nhánh khô
  nụ non mơ lú mời
bật âm khánh
bình minh khơi
trần gian bẫng
tạ ơn đời
tinh âm

VŨ HOÀNG THƯ
Thanksgiving 2020

(*) thơ Nguyễn Thị Khánh Minh

Nhà Thơ
LÊ GIANG TRẦN

Kí Lô Mét Thơ Mộng NTKM

Nàng có nhan sắc không tàn theo thời gian
Thời gian sống bên nàng chưa bao giờ phai tàn
Nói theo điệu Lục Tiểu Phụng
Nàng tung hoành thanh bút kiếm
Không bao giờ hạ mỹ nữ dung nhan

Ai đọc văn chương nàng
Có thể ngây người
Ẩn mật chữ ấy như tâm thiền giả
Làm gì có ánh buồn gương mặt
Không đóa sen nào buồn bao giờ

Văn là người
Tiếng cười là sinh khí
Sinh lực nàng có cả hai
Nàng nhìn ra từng hạt sáng yêu kiều
Con chữ là những hạt ngọc

Mọi thứ có tì vết
Óng ánh trong mắt nàng
Tâm hồn nàng như miếng da trừu
Lau tròng kính sạch trong
Lau viên đá thô hiện ra bích ngọc
Mọi thứ ô nhiễm trong sáng ảo diệu
Khi bút đũa thần nàng xuất thần
Ươm phép tim vào đối tượng

Tấm gương văn chương nàng
Phản xạ nhan sắc thiên thần
Rộn ràng âm nhạc thiên sứ
Ai có đôi mắt trẻ thơ
Nhìn thấy tỏa rực trí tuệ
Và dịu hiền tấm lòng
Đến người mù đọc bằng ký tự
Hình dung được từ bi

Hạt Quantum còn có Ngã
Từ sóng hiện hình
Không Ngã nào nơi Thơ văn nàng
Văn Thơ Nàng là một không gian
Chứa chan ánh sáng diệu quang
Dù có trót là bóng tối
Không thể là đêm đen dưới trăng vàng

Một hôm tôi đông đặc
Bốc hơi từ những "kí lô mét thơ mộng
Nguyễn Thị Khánh Minh."

(033117 khi kí lô mét NTKM)

Ghi chú: "kí lô mét" được nhà văn Đỗ Hồng Ngọc đặt ra nhân thấy Khánh Minh thường hay ký tắt km, nên tôi thích thú dùng cho bài thơ này.

NGUYỄN HỒI THỦ

Bài Thơ Tuổi Nhỏ

viết cho em khánh

Ta khóc muôn đời thân xác trai
Buồn xưa u đọng nét mi dài
Cuộc đời chưa gọi thân hồ hải
Cát bụi đâu buồn phận một mai

Tôi có cô em tóc mới cài
Tuổi đời mười một hay mười hai
Mà khi lơ đễnh tôi quên mất
Không nhớ rằng cô xinh giống ai

Nhiều lúc nguồn thơ gieo biển khơi
Đến bên cô bảo, anh Khôi ơi
Làm cho em một bài thơ nhé
Mất hứng ta kêu khổ quá trời!

Em thích làm thơ lắm phải không
Thì cứ làm thơ đừng lấy chồng
Đời em chẳng khác bài thơ mấy
Anh nói rồi em xem phải không

Mai mốt mười hai bến nước xa
Trường giang ngăn cách thời gian qua
Em ngồi đọc lại trang thơ cũ
Còn nhớ anh em ở một nhà

Rồi ở phương trời tắp gió sương
Với thân hồ hải mộng hoang đường
Anh đi gieo khắp tình xuân bạc
Gió lạnh hiu buồn: Em viễn phương

Tóc đã hoa râm mắt đã mờ
Nghiêng trời dĩ vãng một thời mơ
Em ơi em có còn be bé
Anh bế ru em thuở Ngọc Hà

Anh viết cho em bài thơ này
Ngày mai kỷ vật của anh đây
Em cười không hiểu, vừng răng nhỏ
Đôi mắt thơ ngây tóc chấm mày

Nhưng rồi đây nữa thì em hiểu
Gió bụi tung trời, cuộc tỉnh say
Anh viết bài thơ trên giấy trắng
Đôi hàng triêu lệ sắp vơi đầy

Nha Trang, 4.11.1963

Nhà Thơ
NGUYỄN LƯƠNG VỴ
(1952-2021)

Nếp Gấp Thời Gian

Tặng nữ sĩ Nguyễn Thị Khánh Minh

1.

Chẳng hề chi. Khi giã biệt. Đi.
Về xanh. Nhớ quá. Chim tử quy.
Chẳng hề gì. Khi thiên cao. Hát.
Chào nhau. Đẹp ngất. Đóa phong thi.

Nếp gấp thời gian. Vang tiếng hú.
Trong veo. Trong vắt. Vết thương tâm.
Đã trao biển nhạc. Trầm. Hương gió.
Đã lắng rừng âm. Ngát. Thạch cầm.

Ngát. Bông trời. Huyệt mộ. Chiều hôm.
Về xanh. Biếc quá. Lắng im. Hồn.
Sương hồng. Nắng xế. Khôn nguôi. Nhắn.
Khuya tận. Vời trông. Ánh lửa. Thơm.

2.

Ánh sao. Ngời. Bóng bạn. Hình ta.
A! Rưng rưng. Hiên nắng. Quê nhà.
Đỗ quyên. Hót. Tình sâu. Nghĩa nặng.
A! Bập bùng. Ánh lửa. Người-Ma.

Nếp gấp thời gian. Nhòa hạt lệ.
Long lanh. Lóng lánh. Khúc ly tan.
Niệm hoài. Ngất tạnh. Kinh Không Chữ.
Thấu tỏ. Nguồn cơn. Gió bạt ngàn.

Bóng bạn. Hình ta. Quảng trường. Mây.
Òa bay. Năm tháng. Sáng trưng. Ngày.
Hình ta. Bóng bạn. Đồng trăng. Lá.
Rúng động. Cầm dương. Xanh ngút. Cây.

3.

Chẳng hề chi. Khi giã biệt. Đời.
Lời kia. Mưa bụi. Núi sông ơi.
Chẳng hề gì. Khi chia tay. Mộng.
Niềm đau. Lau sạch. Phút giây thôi!

Nếp gấp thời gian. Kêu tính tịch.
Tình tang. Vàng óng. Bóng hình. Bay.
Phong thi. Đã tạnh chưa? Gom hết!
Nhật nguyệt. Vừa tan ư? Khôn khuây!

Vũ trụ lên đèn. Âm cố quận.
Cố nhân. Chân mộng. Thức ngàn thâu.
Ngàn trùng. Gót ngựa. Đằm. Thiên cổ.
Tính tịch. Tình tang. Vang. Bể dâu…

6.2016

Người Tới Như Mộng*

Tặng nữ sĩ Nguyễn Thị Khánh Minh

Khuya khoắt chờ người tới như mộng
Huyệt trời lá lệ đẫm muôn sao
Huyệt ta mắt đá ngây một bóng
Tỉnh thức trông vời nắng cổ lâu

Người tới như mộng như gió lụa
Như ánh sương sa vạt áo mềm
Lãng mạn âm cầm dương thương nhớ
Suốt đời mang theo trong hồn im

Khuya khoắt chờ người tới như mộng
Hay chờ người trong mộng bước ra
Muôn năm là sát na gay cấn
Thực hư tiếng dế trước hiên nhà

Mộng trong mộng chờ nhau khuya nhé
Huyệt trời bay và huyệt ta trôi
Cổ lâu ai có nghe chăng nhỉ
Hạt bụi thai sinh khóc rạng ngời.

NGUYỄN LƯƠNG VỴ
03.2017

---

* Chữ của Phan Tấn Hải
http://phovanblog.blogspot.com/2017/03/nguoi-toi-nhu-mong.html

PHẦN IV

hàn huyên - phỏng vấn nguyễn thị khánh minh

NTKM chụp bởi nhiếp ảnh gia Michael My, 2019

GIO-O Mười Năm 2001-2011

Phỏng Vấn Nguyễn Thị Khánh Minh - Tiếng Thơ Nữ Đương Đại & Vượt Trội

Lê Thị Huệ

Lê Thị Huệ: *Chào nhà thơ Nguyễn Thị Khánh Minh, hình như bạn viết nhiều thể loại. Đã từng soạn tự điển nữa. Bạn có thể cho độc giả Gió O biết các sinh hoạt trí thức của bạn?*

Nguyễn Thị Khánh Minh: Thân chào Nhà Thơ Lê Thị Huệ. Sinh hoạt trí thức, làm tôi hơi bối rối. Thật ra, đúng, để phân biệt những sinh hoạt linh tinh khác, nhưng riêng tôi, ngoài những việc làm để duy trì cuộc sống, tôi chỉ miệt mài với Thơ, chỉ Thơ, đối với tôi đó là sinh hoạt tâm linh và tôi chỉ thật sự tồn tại để được là mình trong những giây phút ấy, đến lúc nào thời lượng đó càng nhiều thì tôi càng nhận ra ý nghĩa của sự tồn tại.

Để trả lời câu hỏi, tôi muốn nói đến việc tôi soạn tự điển (chung với ba tôi,) vào thời gian tôi gặp rất nhiều khó khăn ở Việt Nam lúc đó (1995) một đầu nậu sách giao cho ba tôi soạn một cuốn tự điển

Việt-Anh-Hoa, ba tôi giao cho tôi làm và ông thì lo phần chữ Hoa, tôi mừng húm, vì lúc đó tôi đang bị bệnh, khi soạn cuốn tự điển này tôi vẫn thường xuyên phải nằm để viết tay, lúc đó không có computer, laptop gì cả, bị bệnh mà có việc để làm, không thấy mình vô tích sự, vừa có tiền nữa. Từ đó đẩy đưa tôi đến những công việc như thế, soạn những tập Danh Ngôn song ngữ… tôi hài lòng, cái, lấy ngắn nuôi dài (Thơ,) nhưng tiếc là cơ hội không nhiều. Sao tôi vẫn muốn thố lộ là, cái làm thỏa mãn được những đòi hỏi sâu thẳm tâm linh tôi, là khi tôi viết những bài thơ. Thơ là chuyện dài hơi, một đời, của tôi.

Lê Thị Huệ: *Trước khi định cư ở Hoa Kỳ, bạn sinh hoạt với văn chương với trong nước thế nào?*

Nguyễn Thị Khánh Minh: Tôi tốt nghiệp Cử nhân Luật ở Sài Gòn vào tháng 12 năm 1974. Tháng 4.1975 Sài Gòn thất thủ. Bao nhiêu cái mộng về văn chương của tôi phá sản. Thời đi học tôi thường tự bảo mình để thời gian góp một ít vốn liếng đầu óc, tiền bạc để thực hiện giấc mơ khi tốt nghiệp, tôi đã từng mơ làm một tạp chí riêng về văn thơ, một nhà xuất bản, sẽ đặc biệt hỗ trợ các nhà thơ, nhất là các nhà thơ trẻ, một nhà sách, sẽ để dành ra một nơi trưng bày Thơ cho các tác giả mà không lấy một phần trăm nào trên giá bán cũng như một đồng nào gọi là phí lưu kho, tôi đã mơ như vậy đó, và đùng một cái, tháng 4.1975, giống như con kiến chăm chỉ tha từng miếng ăn về đến tổ thì thấy tổ mình đã tan hoang. Tôi ngơ ngác, đang rất hăm hở cầm một đóa hoa đi đến nơi hẹn, tới nơi thì tàu đã chạy và người yêu đã ra đi. Những ước mơ của tôi cho tới bây giờ nghĩ lại tôi vẫn thấy nó chẳng khôi hài tí nào, nhưng bạn tôi có người đã nói thế. Mặc dù có thơ đăng báo từ năm 11 tuổi trên báo Ngàn Khơi (lúc nhà văn Chu Tử bắt đầu ra tờ báo này), tôi đã không đủ nội lực cũng như đam mê để bắt rễ được trong những sinh hoạt văn chương thời trước 1975, mà theo tôi bây giờ tìm đọc lại, thấy đó là thời kỳ thăng hoa cho các sinh hoạt văn học nghệ thuật, thời mà tôi thấy các bậc nhà thơ nhà văn đàn anh có được một không khí để sống cho những lý tưởng văn chương của mình. Họ làm nên một nền văn chương ở miền Nam cho đến 1975, gầy cho nó một chỗ đứng rực rỡ trong văn học Việt Nam.

Duyên để đến với những sinh hoạt văn chương ở trong nước, một quê nhà tôi vừa xa không bao lâu, không mặn mòi cho lắm, có lẽ do, một phần vì bệnh tật tôi không giao thiệp nhiều, một phần tôi cảm thấy một điều gì đó giống như là lạc lõng trong bầu không khí nhộn nhịp, không phải cái nhộn nhịp long lanh của một cái kính vạn hoa, không phải cái nhộn nhịp biết chừa chỗ cho cái im lặng của không vỗ tay. Vào thời điểm này dù gì cũng đã khác rất nhiều so với thời tôi in tập thơ đầu tiên, hồi đó, 1991, chỉ với câu thơ thế này: "Những bước chân cuồng quay/Gầm lên đòi đất hứa..." đã bị đục bỏ, mà tôi không được giải thích là tại sao. Sinh hoạt văn chương của tôi chỉ là in những tập thơ, lặng lẽ, cũng có thời cộng tác với một số bằng hữu để thực hiện một tạp chí văn chương là tờ Thời Văn, nhưng nó chết yểu.

Lê Thị Huệ: *Nhưng bạn là người đã cộng tác lâu năm với nhiều tập san văn chương hải ngoại, đặc biệt là Tạp Chí Thơ. Ngoài ra bạn còn xuất hiện trên các trang web văn chương hải ngoại từ những năm 1996, 1997, lúc mà những nhà văn trong nước còn chưa biết đến internet là gì, nếu tôi nhớ không lầm. Kinh nghiệm "giao lưu" của bạn giữa người sáng tác trong nước và các diễn đàn văn chương hải ngoại lâu năm hơn nhiều tác giả khác trong nước. Có thể nói tên tuổi nhà thơ Nguyễn Thị Khánh Minh nổi tiếng với giới cầm bút và bạn đọc ngoài nước hơn trong nước, được chăng?*

Bạn có thể nói về kinh nghiệm và cảm tưởng về những gì bạn đã trải qua với nền văn chương Hải Ngoại, với một nền văn chương vượt ngoài tầm kiểm soát của những "hội nhà văn Việt Nam" trong nước?

Nguyễn Thị Khánh Minh: Cám ơn bạn về một câu hỏi nhỏ trong câu này.

Tôi có mặt trong những trang web ở hải ngoại lúc mà tôi chưa có computer, là do tôi tặng thơ cho các bạn ở hải ngoại và họ đã post bài mình lên. Đó là lý do, khi có thể là tôi tậu ngay một cái, tôi dùng chữ tậu, để bạn biết thời đó mua một cái máy tính nó khó khăn như thế nào. Tôi không nhớ chính xác năm, nhưng cảm giác đọc bài thơ của mình trên một trang ở không gian vô hình như thế, thật là quyến rũ, cảm giác vui sướng, nó hơn nhiều một bài đăng trên báo giấy, từ đó tôi chọn cách này để phổ biến những thơ của mình vì nhanh, và… có nhiều người đọc hơn, đó là cái tham của người viết, và nhất là mình được phổ biến cùng được đọc những thơ văn mà trong nước bị kiểm duyệt. Dĩ nhiên, mới đầu thì không thể phân biệt rõ được đâu là đất lành, nhưng cái gì cũng phải có kinh nghiệm, nó mách bảo nơi nào để tiếng hót mình cất lên. Giờ thì tôi đã có mặt ở Gió-o đây, và một số trang mạng khác, ở đây muốn in sách thật thích, không phải chờ đợi để qua một cơ quan kiểm duyệt nào. Hội Nhà Văn, nếu có, theo tôi là một tập họp của những người cầm bút để trao đổi tri thức sáng tác, giúp đỡ tương trợ nhau trước những bức bách về mọi mặt trong đời sống, chứ không phải để kiểm soát, chỉ đạo hay ban bố đặc ân. Đó là cái may của nền văn chương hải ngoại, cái may đó phải đưa đến sự ra đời những tác phẩm có giá trị, phản ảnh sự thực, tôi luôn tin thế với tâm trạng thắc thỏm của người cầm viết, người đọc.

Lê Thị Huệ: *Hiện nay, nhiều nhà thơ Việt Nam không chú ý đến "nhạc chữ" của câu thơ Việt nữa. Mà hầu như phần lớn, sáng tác như là "nói chữ". Điều này theo tôi, thơ viết dễ, làm cho các tác giả sáng tác nhiều ơi là nhiều, vì "nói chữ" thì dễ hơn là "nhạc chữ". Không phải ai cũng có cái tai thính để nghe ra nhạc chữ. Nói ra như vậy tôi vẫn thấy để có được những bài thơ đọng lại với thời gian, thì dù bất cứ thể loại nào, nếu chúng là thơ, thì thơ ấy sẽ tồn tại. Theo Nguyễn Thị Khánh Minh, một bài thơ hay và đọng lại trong văn chương Việt Nam thì như thế nào?*

Nguyễn Thị Khánh Minh: Bạn có thấy như tôi, có những bài thơ đọng lại trong một thời gian dài, đôi khi là do thói quen tập thể? Thực tình tôi nói xin lỗi trước, bây giờ khi đọc lại những bài thơ được cho là hay, nổi tiếng từ lâu, tôi vẫn tự hỏi hay là mình không thấy được cái hay của nó? Theo ý riêng của tôi, một bài thơ, trước hết nó phải đúng là Thơ cái đã. Mà đúng là Thơ thì phải đáp ứng được cái, tôi cho là tối thiểu, là thẩm mỹ từ của Thơ. Cảm nhận Hay như thế nào? Đọc lên một bài thơ, phải buột miệng nói ngay, Hay! Không một sát na nào cho cái suy nghĩ lắm sự của lý trí. Là do cảm xúc của tác giả, thật, và mạnh mẽ đến nỗi nó "phát quang" đập thẳng vào từng tơ cảm xúc của người đọc để bật ra ngay như phản xạ, lời tán thưởng. Tôi có một kỷ niệm, hồi còn ở nhà, trong một buổi nói chuyện về "Làm Thơ, Đọc Thơ" với một số rất ít các nhà thơ nhiều thế hệ, tôi có nói về cảm nghĩ trên, một nhà thơ đàn anh, sau đó có đưa tôi xem một tập bản thảo của ông và nói, đọc và bài nào nói hay liền thì đánh dấu vào đó. Dĩ nhiên là một cảm giác chủ quan thôi.

Nói đến Nhạc chữ, mỗi một ngôn ngữ có một nhạc riêng của âm. Ngôn ngữ Thơ phải toát được nhạc riêng ấy, điều đó khiến bạn đọc thơ Việt Nam,Thơ của thế giới, nếu bạn không thật rành ngôn ngữ đó bạn không thấy được cái hay trọn vẹn, vì thơ, nó khác văn, đọc lên hiểu được ý rồi phải thấm được cả nhạc của chữ nữa thì mới "đã". Tôi tôn trọng nhạc trong thơ, điều đó không có nghĩa tôi khư khư cái trầm bổng cũ mèm, tôi cổ súy và trân trọng những thử nghiệm mới trong sáng tác, hay hay dở tồn tại bao lâu, chờ thời gian, có một số nhà thơ gần đây, đã có những khởi xướng về đổi mới Thơ, chỉ mới như viên cuội ném xuống mặt hồ gợn vài vệt nước lăn tăn, vậy mà chưa chi đã có những cái quắc mắt nhướng mày bĩu môi rồi, biết, đó tạo nên không khí của sinh hoạt văn chương, nhưng phải là một không khí lành mạnh trong đó có các nhà phê bình chân chính có trình độ, nhìn xa thấy rộng. Tôi thích đọc những bài thơ, kể cả lục bát, với những cách tân mà không phá đi nhạc tính của thơ, với những thể loại thơ có vần điệu luật lệ hẳn hòi như thế, nhưng nếu có được ý mới, từ mới sẽ tạo ra du dương mới cho Thơ (tôi thích những thơ mới kiểu này, nó không theo cái nghĩ sáo mòn.)

Nói như bạn, không nhiều người có cái tai để nghe ra nhạc chữ, thì đó có phải là một trong những thứ làm nên một bài thơ hay? Ngoài ra tôi xin lặp lại, sinh mệnh một bài thơ còn tùy vào, rất quan trọng, ý mới, hình ảnh mới, chữ mới và cả cảm xúc thực của người viết, nó tạo nên cái lực truyền tới người đọc.

Một người bạn hiền của tôi, một thi sĩ, thường hay cùng tôi bàn về vấn đề đúng như bạn đề cập: Nói Chữ. Thật ra, dù là "nói chữ", đó cũng là một cách "hát chữ" theo kiểu khác, vì đặc trưng của tiếng Việt là đa âm, khi nói cũng tờ tợ như "hát" rồi, huống gì là Thơ. Bạn thấy đấy, Thơ Tự Do vẫn có chất nhạc riêng của nó, tùy theo sở thích và tài năng của từng tác giả. Chính cái âm sắc phong phú đó, thi cảnh của từng chữ biến hóa rất đa dạng, làm cho từng câu thơ đa sắc, đa nghĩa hơn. Tôi không quan trọng hóa về hình thức biểu hiện của một bài thơ, mà chú tâm nhiều về việc khám phá cái đẹp trong âm sắc của những chữ khi nó đứng cạnh nhau, bật ra âm vang, chuyên chở được những tứ muốn diễn đạt. Nhiều khi nẩy ra một ý mới, một tứ mới, nhưng nếu không nhạy cảm, không "khéo tay" trong việc xây dựng cấu trúc cho chữ, cho câu thì mình sẽ bị hụt hẫng, bắt không kịp những ý, những tứ. Chính những điều vừa trình bày trên, khi đọc qua một câu thơ, một đoạn thơ, một bài thơ, âm vang của thơ sẽ "dội" ngay vào tâm thức của mình và để lại ấn tượng. Đây cũng là điều kỳ diệu của Thơ. "Thơ hay" còn tùy theo "gu" của mỗi người nữa. Bạn đừng lo, sáng tác nhiều ơi là nhiều, có vậy càng bật ra cái long lanh của những gì đó rất riêng.

Lê Thị Huệ: *Bạn nghĩ sao về tình trạng từ chối thơ hiện nay của độc giả Việt Nam. Rất nhiều độc giả Việt Nam giận dữ nói thơ hiện đại dở, không làm cho họ nhớ nhung và đọng lại câu thơ lên miệng như thơ lục bát trước đây.*

Trong bài viết "Thơ Ơi" tôi nói về cái "Trí Thơ" như một thúc hối độc giả Việt Nam nên ra khỏi cái "Tình Thơ" lục bát để bắt được tinh thần làm mới thơ của thơ hiện đại từ các tác giả Việt Nam. Phải công nhận độc giả Việt Nam hơi nản. Ở ngoại quốc lâu năm tôi thích việc họ có được một tầng lớp độc giả trí thức tốt, suy nghĩ độc lập, đông đủ để gây ảnh hưởng. Thành phần này mạnh và làm được việc là nhìn ra được những cái mới có giá trị và những tài năng mới, mới thật là mới, đáng chú ý, và dám hỗ trợ cho những lớp vốn trí thức mới chưa ai biết đến ấy. Tôi nhìn thấy chúng ta thiếu một tầng lớp trí thức như thế. Nếu không muốn nói tầng lớp trí thức của chúng ta thiếu tính suy tư độc lập, có tiền lệ là vọng ngoại một cách đần độn. Nói đi rồi tôi nói lại. Cùng một lúc tôi cũng rất ớn mấy ông mấy bà tác giả Việt Nam của ngoại quốc về hù và ém vào, gọi là "thơ mới, văn mới". Người ngoại quốc "sáng chế", rồi các ông các bà mang về thì làm sao tôi phục được. Giá trị của sáng tạo, đỉnh điểm của đẹp đẽ văn minh tiến bộ, nộp kho nhân loại là nhờ vào "cái thứ nhất và là tính đầu tiên" của tác phẩm. Bắt chước đối với tôi cỡ nào cũng là "bắt chước". Tôi chỉ phục khi nào chính các nhà sáng tạo là người sáng chế đầu tiên. Lại thêm nữa, chúng ta thiếu tầng lớp phê bình sắc mạnh có khả năng chỉ trỏ ra những giá trị đi trước của thơ văn sáng tạo có tầm vóc bất hủ.

Tất cả những yếu tố trên tạo ra tình trạng hiện nay là thơ đi đằng thơ, tác giả đi đằng tác giả, độc giả đi đằng độc giả. Đó là cái nhìn của tôi. Nguyễn Thị Khánh Minh nhận xét như thế nào về tình trạng này?

Nguyễn Thị Khánh Minh: Tôi không nghĩ có một tình trạng từ chối Thơ của độc giả Việt Nam. Có chăng, là thái độ thất vọng của họ khi tìm đến Thơ. Họ không tìm được món ăn đúng với sở thích họ hay chăng? Điều này là do thiếu những nhà thơ tài năng để đưa ra những sản phẩm tinh thần nói được tiếng nói của thời đại? Hay điều đó phản ảnh điều bạn nói, thiếu một lớp độc giả trí thức để nhận ra và hỗ trợ những tài năng, để tiếp nhận được những đổi mới để đẩy nó thành một phong trào, một khí thơ sinh động? Tôi cho rằng mọi khuynh hướng đổi mới Thơ cần thiết, trước hết, tài năng của nhà thơ, sau đó, để chở cái phong trào đó phải có một lớp phê bình gia trình độ, không thiên kiến, đem nó đến với độc giả, và sau cùng, nhưng quan trọng, có lớp độc giả thích ứng, tất cả những yếu tố này không riêng rẽ, không trước sau, mà gần như phải có cùng một lúc để tác động hỗ tương nhau. Làm thế nào để có được lớp độc giả như thế? Bạn có thấy rằng đó là công việc của cả một nền giáo dục hay không, một nền giáo dục mở rộng, và phải tập cho con người ta có những suy nghĩ và ý kiến độc lập. Xem ra…

Ở trên tôi có nói đến tài năng của người làm thơ. Một phần, có lẽ phải nói là thiên bẩm, còn lại, tất cả do hấp thụ từ giáo dục, học hỏi, kinh nghiệm để thăng hoa cái lộc trời cho kia, tôi không nói là học để có sự uyên bác trong Thơ, học để có một nhân cách, một thái độ đúng để hành xử với Thơ của mình, của người, một cá tính độc lập trong suy nghĩ, tất cả điều đó khiến họ sẽ cân nhắc, tôn trọng người đọc khi trình làng những tác phẩm của mình, và cả trong khởi xướng những đổi mới, tôi đồng ý với bạn, là cái mới đúng nghĩa là của mình, đầu tiên, không vay mượn, nhưng ở vào trong thời đại mà chúng ta được giao lưu với mọi khuynh hướng trào lưu văn học thì cũng khó mà tránh ảnh hưởng, vấn đề khi ta nạp một cái gì, cái đó có biến thành của mình một cách khác lạ và đặc thù của mình hay không, tôi có vẻ không quyết liệt như bạn, phải không?

Thứ nữa, khi một nhà thơ, một nhóm thơ nào đó khởi xướng hay thử nghiệm một cái gì mới, thì phải "cứng cựa" để đi cho được trong con nước ngược, kẻo không, thì, thôi, để tránh phong ba, buông chèo xuôi theo dòng cũ vậy…

Tôi không nhớ một nhà phê bình văn học ngoại quốc nào, tôi đã đọc từ lâu và còn nhớ, câu thế này, nếu các nhà thơ hiện đại không có độc giả, họ có thể tạo ra độc giả. Được vậy thì hẳn là sẽ không còn thơ đi đằng thơ tác giả đi đằng tác giả; độc giả đi đằng độc giả, như bạn cảm thấy? Thật buồn nếu không khí thơ của ta còn để cho người đọc phải có cảm giác như thế.

Lê Thị Huệ:

TỪ NHỮNG ĐIỀU NHƯ THẾ

Điều có thể cho tôi thoát khỏi đêm sâu
Là bước đi gần lại của vầng trăng tối
Điều có thể làm tôi trở lại
Từ lao xao phố hội
Là không khí tràn vào của bài thơ vừa mở
Là đốm lửa cô đơn một mình đối mặt
Điều có thể làm tôi tỉnh giấc
Là tiếng gọi thao thức giữa cơn mơ
Mộng du vào cõi bình an hơi thở
Điều làm tôi nguôi ngoai nỗi chờ
Là tiếng cười hối hả thời gian
Điều khiến tôi hóa đá
Là xôn xao từ ký ức một lời hẹn…

Điều làm tôi hóa bóng
Là xác thân
Nằng nặng kiếp người…

Một bài thơ rất Nguyễn Thị Khánh Minh

"Từ Những Điều Như Thế" không phải là một cái nền để gợi mở cảm xúc như phần lớn các bài thơ hay tiếng Viêt. Đây là một nền để gợi mở một lý luận, một lý tính. Tính chất lý sự sẽ khó mở nhạc lên. Thế nhưng bài thơ đầy lý sự của Nguyễn Thị Khánh Minh lại mở đầy những nhạc ngữ của bài thơ. Tôi đọc hết bài thơ và thấy thích lẫn thấy vừa ý vì một bài thơ nói những điều khó nói, mà vẫn cô đọng, có nhạc riêng của chữ, và chuyên chở được những điều gì đó sâu thẳm của suy tư. Thơ trong giai đoạn hiện tại, tôi thấy có hai người làm được điều này là Ngu Yên và Nguyễn Thị Khánh Minh. Thơ của Ngu Yên và Nguyễn Thị Khánh Minh ưa phát biểu đến triết lý sống nhưng đủ tư cách để gọi chúng là thơ. Vì Ngu Yên tạo được nhạc ngữ của Ngu Yên và Nguyễn Thị Khánh Minh có nhạc riêng của Nguyễn Thị Khánh Minh. Điều này thì thơ hay bắt buộc phải có, cảm xúc và nhạc ngữ. Vấn đề là thơ Việt diễn tả cảm xúc thì rất nhiều thơ hay. Nhưng thơ triết lý để đạt đủ tư cách là thơ hay thì cực kỳ khó. Vì thứ nhất triết lý mà không đủ thần công lực thì rất dễ trở thành nói mép và giảng moral hạng cá kèo về đời sống. Thơ triết lý đòi hỏi trình độ trí thức của người sáng tác làm sao để thuyết phục người đọc khó tính nhất có thể chấp nhận được. Nhưng cái khó hơn nữa là đã gọi là thơ thì phải có nhạc chữ để mua cảm xúc người đọc. Tôi vốn là một người đọc rất chú ý đến nhạc chữ của mỗi bài thơ của mỗi tác giả. Tôi thấy thơ Nguyễn Thị Khánh Minh đáng chú ý vì những điểm tôi vừa nêu ra.

Tôi muốn hỏi là bạn có thấy khuynh hướng thơ triết lý của mình như thế không? Và bạn có phải là người vốn chú ý về triết lý của các vấn đề đời sống?

Nguyễn Thị Khánh Minh: Đến lúc này thì tôi thấy càng cần thiết phải có những nhà phê bình văn học, dù rằng một nhà nghiên cứu văn học ngoại quốc, rất xin lỗi là tôi lại quên tên, vì tôi nghĩ mình không bao giờ sẽ làm việc nghiên cứu văn học cả, đã nói rằng, "các nhà thơ phải quên các nhà phê bình đi".

Tôi vẫn luôn luôn viết từ cảm xúc tức thời của mình, về những điều tôi chợt thấy, hay về những điều ám ảnh, trở đi trở lại trong ý nghĩ mình, và tôi thường diễn đạt theo một thi pháp trong sáng nhất, trong sáng với nghĩa dễ hiểu, không nhiều ẩn dụ, mặc khác, tôi cũng quyết không đánh đổi khía cạnh trí thức của Thơ để mua – tôi rất thích chữ này của bạn – những cảm xúc dễ dãi. Cho là tôi là người nhìn các vấn đề của cuộc sống dưới con mắt triết lý đi, tôi tự hỏi, có phải khi mình quá mẫn cảm đến mọi điều của cuộc sống quanh mình thì, vô hình chung, mình chạm đến mặt phải đối diện, chất vấn nó không? Mà như thế, tất "lý sự" rồi. Nhưng, tôi muốn nói nếu như theo nhận xét của bạn, nói triết lý dưới giọng được chấp nhận là Thơ như vậy, thì tôi mong là người đọc thơ tôi cảm được cái Thơ của nó không qua suy nghĩ. Một cái hiểu và cảm tức thì. Nói như học giả mà tôi quên tên ở trên, nhà thơ phải không cần đến những chữ chuyên môn của các nhà hàn lâm, chỉ cần một diễn đạt bình thường.

Bạn đề cập đến nhạc chữ trong thơ tôi, trên cũng có nói rồi, nhưng tới đây, tôi lại muốn nhiều lời thêm một tí, mở rộng phần trả lời câu 4. Một ý thơ bật trong một khoảnh khắc cảm hứng nào đó, lập tức, nhạc lấp lánh trên chữ. Ý, Nhạc, Chữ, cả ba hầu như cùng lúc, theo cảm xúc mà hòa quyện một cách rất tự nhiên, đó là điều kỳ diệu của phút giây làm Thơ (không biết các Nhà Thơ có đồng ý với tôi như thế?) như tôi đã nói ở trên, đó là lúc tôi thấy mình rất là hiện hữu. Đôi khi, một câu thơ, không cần phải "hiểu" vẫn máy động được tâm can, phải chăng, âm trong mỗi con chữ chính là hồn cốt của chữ? Và khi các chữ được gắn bó với nhau một cách như là "hòa âm" thì tạo nên Thơ hay, dù theo thi pháp nào đi nữa. Đầu óc hàn lâm sẽ giết chết thơ, nhưng cái "lý sự" của nhà thơ thì khác, nó là một thứ trực-giác-hồn-nhiên (tôi mượn chữ của nhà thơ Nguyễn Lương Vỵ) – "thấy" ngay lập tức – đó là cái gạch nối giữa Nhà Thơ và người đọc, có được điều ấy từ người đọc thì sẽ có nhiều thiện duyên cảm ứng với nhà thơ.

Lê Thị Huệ: *Thời đại chúng ta, các nhà thơ nữ tuôn ra tràn lan, và chúng ta ung dung nói về mọi vấn đề đời sống một cách thoải mái. Nhờ vận động nữ quyền của toàn thế giới nói chung, và của cơ hội do internet tạo ra. Bạn nghĩ thế nào về tiếng nói của nữ giới trong vận hội mới này? Bạn có vận động nào riêng?*

Nguyễn Thị Khánh Minh: Những quyền mà nữ giới chúng ta đang có, những việc mà phụ nữ khắp nơi đang làm, đang chúng tỏ vị trí, cách thế của họ trong mọi mặt của đời sống, là kết quả của những phong trào tranh đấu cho nữ quyền từ trước và vẫn tiếp đến nay.Tôi làm những việc có thể của một phụ nữ bình thường, tôi biết sử dụng quyền mà những nhà tranh đấu cho nữ quyền giành được, tôi hạnh phúc với những thiên chức của phụ nữ, tôi đảm nhận nó với một ý thức hãnh diện chứ không phải cái cách mà phụ nữ xưa bị đối xử, và tôi làm thơ để ca ngợi điều đó, nếu đủ tài năng thì sự ca ngợi ấy sẽ là một vận động theo cách riêng của tôi. Những việc mà Nhà thơ Lê Thị Huệ đang làm qua trang Gió-o đây, tôi cho đó không những là một vận động nữ quyền mà còn là sự chứng tỏ ý thức đúng về Nữ quyền, là gì, hành xử nó ra sao.

Nhân việc bạn nhắc đến là các nhà thơ nữ, nói về mọi vấn đề một cách thoải mái, tự nhiên tôi muốn nói tới cảm giác của tôi khi đọc những bài thơ nói về "cái nữ" một cách khiến tôi cảm thấy đó là một sự sống sượng, đó không phải là cách chứng tỏ nữ quyền, mà lại biến mình thành một, chẳng khác gì con búp bê đang khoe mình. Và tôi thấy một số nhà thơ nữ đã sa đà vào đề tài đó, và cho rằng hiện đại. Chứng tỏ, không phải ở cách thế phơi bày tuốt luốt một cách không cần thiết trên một bài thơ – như vậy, theo ý của tôi, chữ nghĩa đó với Thơ như đồng sàng dị mộng – mà phải chứng tỏ bằng cách nhìn và suy nghĩ của ta trên những vấn đề đó, sao cho người đọc ý thức về những tiến bộ của nữ quyền trong những mối tương quan. Tôi không thích những bài thơ nói về bản năng, một cách dung tục, và không cần thiết. Nhưng, nếu nó thật cần thiết, và dù phải động chạm đến những từ trắng trợn đi nữa, thì thơ ấy lại đem đến những cảm xúc đôi khi rất thấm thía, đau đớn, sững sờ cho người đọc. Với những bài thơ như thế, thì rất ấn tượng.

Thưa nhà thơ Lê Thị Huệ, những vấn đề mà bạn đặt ra ở những câu hỏi, nếu tôi có vốn liếng của một nhà nghiên cứu văn học, thì có lẽ tôi viết được một tiểu (hay đại) luận rồi, thế nên tôi chỉ trả lời được với tất cả những gì hiện có trong đầu của tôi với cảm nhận của một người làm thơ. Một mai, khi có thể, tôi sẽ viết chi tiết hơn với những dẫn chứng, dựa trên sườn những câu hỏi của bạn, thưa, được không?

Lê Thị Huệ: *Nguyễn Thị Khánh Minh cũng biết hiện nay Văn Chương Hải Ngoại, những người viết ngoài Việt Nam sẽ sử dụng ngôn ngữ Việt theo hoàn cảnh sinh sống của họ. Pháp, Đức, Nga, Hòa Lan, Nhật, Mỹ, Úc, Canada vv... Dù muốn dù không, họ xài Tiếng Việt như thế và các tác phẩm của họ là như thế. Cấu trúc và tiếng Việt của họ có thể khác với người trong nước. Và nền Văn Chương Hải Ngoại hiện rất mạnh trên Internet, nếu không muốn nói là chúng «dominate» trên Interenet. Và người trong nước hiện nay viết chêm tiếng Mỹ tiếng Tàu vào một cách hồn nhiên.*

Trong một thế giới xóa bỏ biên cương địa lý như thế giới Internet, bạn có thể nhìn thấy viễn tượng ngôn ngữ Việt mà chúng ta đang sử dụng sẽ biến thay theo chiều hướng thế nào?

Nguyễn Thị Khánh Minh: Đúng, người viết hải ngoại viết khác trong nước, điều đó rất thú vị đối với người đọc, Khác, là một điều cần thiết. Để thể hiện cũng như để tìm hiểu, học hỏi. Rất thích nếu đọc sáng tác của các nhà văn nhà thơ ở những nơi khác mà biết được đôi điều nơi họ sinh sống và điều đó ảnh hưởng tới họ ra sao, các bạn văn của tôi bên nhà rất thích tìm đọc những sáng tác ở hải ngoại và tôi cũng thấy ngược lại. Với internet, người viết trong, ngoài nước đọc lẫn nhau và sẽ dung hòa những khác biệt về cấu trúc cơ bản, nạp được của nhau những cái đẹp, mới. Ngôn ngữ phải phát triển và phát triển khác nhau theo thời đại, không gian. Thiết nghĩ các nhà chuyên môn nhiên cứu văn học, ngôn ngữ Việt nên bắt đầu làm, tập hợp lại một cách có hệ thống, từ bây giờ. Với lượng người làm thơ và đọc thơ Việt như hiện nay, tôi tin khi còn dùng tiếng Việt để sáng tác, tôi chỉ nói Thơ thôi, thì dù có thay đổi – chắc chắn và cần thiết phải thay đổi theo chiều hướng của thời đại tác giả đang sống – tiếng Việt vẫn giữ cái nhạc tính sắc huyền hỏi ngã nặng của nó. Việc chêm những tiếng ngoại quốc vào văn thì chấp nhận, nhưng, theo ý riêng của tôi thôi nhe, với Thơ (trừ tên, địa danh), thì sẽ làm bài thơ mang tính trào phúng, nếu không thật cần thiết thì không nên, tôi không cảm xúc khi đọc những bài thơ mang tính "thời trang" như thế.

Hạnh phúc là tôi vẫn thường được đọc những bài thơ (trên Gio-o, của một hai bạn thơ), mà khi đọc xong phải im lặng để cho cảm xúc thẩm thấu, để nghe trái tim mình rung lên, dịu dàng hay phẫn nộ theo người viết, thế thì không lý do gì tôi phải có một cái nhìn bi quan trong cái nhìn về viễn tượng Thơ ca Việt, Họ (tôi tin vậy) là những cái nhân trong mầm hạt đổi thay của ngày mai.

Lê Thị Huệ: *Bạn là một người duy nhất trong nhóm các cây viết vừa mới cọng tác với Gió O gần đây được mời để trả lời bản phỏng vấn 10 Năm Gió O này, chị có thể cho biết mục nào trên Gió O chị thích nhất. Bạn cũng biết là Gió O rất ít nhận được sự cộng tác của các tác giả nữ. Nguyễn Thị Khánh Minh có thể cho biết cơ duyên nào đã đến với trang gio-o.com?*

Nguyễn Thị Khánh Minh: Dĩ nhiên, tôi thích Thơ, khi mở cửa, đầu tiên là lướt một mạch xem có những gì, nếu có gửi bài thì xem thử thơ mình có được chọn không, sau đó sẽ ngừng lại ở tên một nhà thơ mình thích, đọc xong hết thơ mới để ý đến cái khác, phải nhiều ngày để đọc cho hết. Nói chung là rất nể sức làm việc cùng tri thức của người chủ trương để tạo được một sắc thái như thế cho Gio-o, người ta biết có một giá trị nhất định trong các sáng tác ở đây. Tôi đến với Gio-o, muộn phải không, không sao, bây giờ cũng được đền bù là người vừa mới cộng tác được bạn chọn để phỏng vấn kỷ niệm 10 Năm Gió-O.

Bạn dùng chữ *cơ duyên* tôi rất thích, con gió thổi tôi tới nhà gió-o là Thơ Nguyễn Xuân Thiệp, một người bạn gửi cho tôi cái link để đọc thơ, tản văn NXT, vậy là tôi mải miết lang thang trên trang Gió-o, tôi rất thích nội dung đa dạng, không thiên kiến, cả cái tính quyết liệt, trung thực của người chủ trương. Tôi đã tự hỏi và đã trả lời cho chính mình – có mặt ở Gió-o.

Cho đến gần đây, trong bài phỏng vấn Nhà Văn Hồ Đình Nghiêm, tôi được biết cảm nghĩ của bạn về tên gọi Nhà Văn Hải Ngoại, tôi rời VN để đoàn tụ gia đình, ở đây chưa được bao lâu, nhưng tôi rất thấm thía chia sẻ và trân trọng cảm nghĩ của bạn, và, càng thấy câu trả lời cho chính tôi là đúng.

Cảm ơn bạn, nhà thơ Lê Thị Huệ.

Lê Thị Huệ: *Cám ơn nhà thơ Nguyễn Thị Khánh Minh.*

12.9.2011

---

http://www.gio-o.com/GioOMuoiNamTQ.htm
http://www.gio-o.com/GioO10NamPhongVanNguyenThiKhanhMinh.htm

Hồ Đình Nghiêm Thưa Chuyện Cùng Nhà Thơ Nguyễn Thị Khánh Minh

Hồ Đình Nghiêm

YÊU TINH (2017)

Sáng hôm nay, nổi hứng, tôi bách bộ ngoài công viên nằm gần nhà. Cây cỏ chưa bị mùa màng tác hại, thu đã về nhưng lá vẫn xanh. Trong đầu, quàng xiên hiện lên mấy câu thơ của Nguyễn Đức Sơn: *"Sáng mênh mông. Ta đi thơ thẩn trong vườn hồng. Ồ bông, ồ mộng, ồ không"*. Ở xa, có lùm cây nở những đốm bông lạ thường, bước tới gần lại nhớ những đoản văn chất đầy sắc màu của chị Khánh Minh, hồng, tím, vàng, đỏ, xanh lay động cùng "mưa nắng thềm nhà". Heo may đi ngang, tôi quá bộ trở về, tự cười thầm khi cố tình "đạo" một đoạn trong trang đầu cuốn tản văn *"Bóng Bay Gió Ơi"*:

Thời gian gần đây, có lần "tập đoàn" yêu tinh họp nhau lại tìm cách quấy phá con người. Một yêu tinh (HĐN) nói: *Phải nên hỏi "chị ấy" thu giấu thứ quý giá của con người ở đâu?* Một yêu tinh đáp:

Cũng dễ thôi, mày cứ thử gắp lửa bỏ tay người, vấn đề là mày liệu kham nổi không!?

Tuy mang tiếng là yêu tinh, nhưng tập đoàn ấy có đứa tin vào thánh thần. Nó ủy lạo một câu rút ra từ thánh kinh: *Gõ, cửa sẽ mở.*

*

***Hồ Đình Nghiêm** (HĐN): Thân chào chị Nguyễn Thị Khánh Minh. Văn kỳ thanh bất kiến kỳ hình, chưa đến mùa Halloween, chị thấy tôi có giống yêu tinh không? Tôi đến để xin chị viên kẹo bởi tôi nghĩ thơ văn chị viết quá đỗi ngọt ngào. Chị có rộng lòng đứng với tôi chừng nửa giờ ngoài thềm sương?*

Nguyễn Thị Khánh Minh (NTKM): Ở đâu đó có ai nói, ấm áp không phải là ngồi trước một lò sưởi mà là có người đứng cùng mình trước thềm sương, và hỏi một câu như vậy. Bây giờ đang đầu thu, tôi đang có niềm vui được tâm sự. Trong một bài thơ về Halloween tôi có viết về mấy con ma thơ (có tôi) đi tìm người nghe thơ: … Những con ma thơ, cầm sách. "Cù lét hay đọc thơ." Và cùng nhau im lặng. Nghe thơ… Giờ có người xin kẹo thơ. Thế thì chúng ta đều là những yêu tinh yêu thơ, đó không phải là Cõi Đẹp sao?

HĐN: Tôi bị chứng mất ngủ quấy phá, may chưa mộng du. Hoặc do mộng du mới được gần kề bên chị. Chị có phương thức nhằm trị liệu không? Tỉnh như sáo sậu có giúp chị ngồi viết được "những bức tranh"? (Tôi mượn ý của nhà thơ Nguyễn Xuân Thiệp khi bảo thơ chị đẹp như những bức tranh).

NTKM: Trị chứng mất ngủ hay trị mộng du? Mộng du và mất ngủ là liên hệ nhân quả qua qua lại lại? Tôi cũng đang bị mất ngủ kéo dài đây. Tối nào cũng đi mượn giấc ngủ từ viên thuốc bé xíu. Hãy hiểu mộng du theo cái nhìn của HĐN đi, giờ là phút tình cờ mộng du, tôi lọt vào cõi thơ để trò chuyện. Đó dường như cũng là lúc tỉnh như sáo sậu như bạn nói chăng? Tôi cảm thấy trong bất cứ lúc nào tôi viết là lúc tôi sống trọn vẹn nhất của từng phút giây, đại khái là phút tỉnh nhất. *Lạc vào một đêm mộng vừa. / Gặp tôi, bóng ngỡ tình cờ, mộng du…*

HĐN: Lần trước, tôi nhớ là có viết ở đâu đó, rằng chị đỗ xong Cử nhân Luật… rồi bù trất. Xin chị chịu khó hé lộ một chút bằng ba chữ: "Sau đó thì…" cho lắm người đọc bớt nôn nóng đợi chờ.

NTKM: Đó là đoạn thời gian mà đối với tôi là một vết thương hoài không dám mở băng dán… Vâng sau đó thì, gia đình gặp nhiều biến cố, tôi làm nghề dạy kèm anh pháp văn cho các em 6-12 tuổi, con cháu của bạn ba má tôi, vì họ muốn giúp đỡ, (cũng có con của cán-bộ trong xóm). Rồi đến nghề kế toán trong một công ty dược phẩm lớn hồi bấy giờ cho đến 1982 tôi phải nghỉ việc vì bị đau cột sống. Qua tới đây từ 2006 tới giờ thì bịnh dài dài, (phải mổ cột sống hai lần) có khoảng hai năm tôi làm thư ký đánh máy bán thời gian cho một tờ báo văn học nghệ thuật ở Nam Cali.

HĐN: Mỗi người trong chúng ta (kể cả yêu tinh) hẳn phải trải qua một giai đoạn gọi là vàng son. Tôi ngắm tấm ảnh "Mẹ và con" thật rạng rỡ chụp ở Sài Gòn tháng 12 năm 1974 và tôi hoài nghi đó có phải là chặng đường đáng nhớ của chị?

NTKM: Mỗi khi nhớ đến thời sinh viên, tôi thấy ký ức quả thật là một kho báu quý, cho dù biết rằng chẳng nên bận bịu, quá khứ là điều đã qua, ngày mai chưa đến, nhưng khi tôi quay về những hình ảnh cũ tôi cảm ơn là kỷ niệm đã làm cho phút hiện tại của tôi nở hoa cảm xúc. Bạn biết không, tôi tốt nghiệp vào tháng 12.1974, khóa cuối cùng của Luật Khoa Đại Học Đường Sài Sòn, năm đó Khoa Trưởng Vũ Quốc Thông lần đầu tiên tổ chức cho sinh viên tốt nghiệp được mặc áo như luật sư trong lúc lãnh bằng. Lần đầu và cũng là lần cuối. Ngày mà ba má tôi rất vui mừng. Dễ quên sao cái giá trị tinh thần ấy? Nên với tôi, đôi khi phải cần tìm về ngày qua để nạp năng lượng cảm xúc sinh cái mới cho hôm nay. Tôi thuộc dạng hoài cổ.

HĐN: Thời gian đó chị đã làm thơ viết văn chưa nhỉ? Tôi yêu thành phố "Nha Trang của chị" quá, yêu tới độ chưa dám viết xuống một đôi câu. Một phần, ngay cả chị còn sợ mang tội, phần khác sợ anh Vũ Hoàng Thư quở. Nhưng mà cần chi phải dụng bút, giờ đây kề cận cái danh xưng Nguyễn Thị Khánh Minh chừng như tôi đang nghe miền thùy dương cát trắng reo. Hồ đồ thêm chút nữa, Thâm Tâm đâu có đưa ai sang sông, tự dưng ai xúi mà ông nghe tiếng sóng ở trong lòng?

NTKM: Tôi làm thơ từ năm 11 tuổi, hồi đó báo Ngàn Khơi (báo này lúc đầu như là của Nhà Văn Chu Tử) mục thơ nhi đồng do Uyên Chuyên phụ trách đã cho tôi cái mác "thi sĩ búp bê" đấy. Xin lỗi nhớ cho là tôi đang nói chuyện thơ trong cơn mộng du. Cảm ơn là tiếng thơ cát trắng reo đã dội tiếng sóng trong lòng ai. Anh Vũ Hoàng Thư ơi, sóng Nha Trang và sóng Huế, anh đều có kinh nghiệm, vậy chớ âm ba nào làm anh mộng du? Giờ chúng ta chờ tiếng sóng của HĐN hòa âm…

HĐN: Trước khi sang Mỹ, chị có lần nào ra Hà Nội để thăm quê ngoại không? Tôi chẳng có điều kiện để đặt chân lên thủ đô, chỉ yêu thiết tha thành phố ấy qua những trang sách mượt mà ẩm sương của nhóm Tự Lực Văn Đoàn gầy dựng nên.

NTKM: Trong bài viết Bồng Bênh Quê Nhà, tôi có nhắc đến hai quê: Hà Nội và Nha Trang, Hà Nội quê ngoại là một giấc mơ khắc khoải, Nha Trang quê nội là giấc mơ đã được sống cùng. Hai giấc mơ bồng bênh như một nhịp nhàng của hơi thở. Sẽ có lúc trở về nơi làng hoa Ngọc Hà để nghe tiếng gió sớm lay động nụ tường vy trong tiếng oa oa chào đời của mình, mẹ tôi nói sân nhà hồi đó có cụm tường vy rất đẹp. Tôi chỉ ở đó tới vài tháng tuổi thì bà nội tôi kêu cả nhà về Nha Trang, lúc đó là năm 1952, cho nên, lớn lên biển ở trong tim, lớn lên da ngào muối biển, và Hà nội thì vẫn thường về mơ mớ giấc chiêm bao… nên nó rất đẹp trong tôi, qua văn của Thạch Lam.

HĐN: Nêu câu hỏi vừa rồi cũng chỉ nhằm nói lên ý chính: Tôi quê mùa chưa hề sang tới Calif. nhưng đã có chút cảm tình về nó nhờ đọc tản văn của chị. Theo chị, thơ văn có thể mang tới sức mạnh nhằm thu phục được yêu tinh? (tựa như cái hồ lô trong tay đạo sĩ vậy).

NTKM: Tại sao *Dưới Bóng Hoàng Lan* của Thạch Lam, *Thương Nhớ Mười Hai* của Vũ Bằng đã cấy dược những hình ảnh đẹp về Hà Nội nơi tôi? Tôi tin tưởng một cách mê tín vào sức mạnh của thơ văn. Nó tạo nên Cõi Đẹp. Và tại sao không thu phục được một loài ma đi tìm người nghe thơ, cũng như yêu tinh đi xin thơ, đi nghe đọc thơ? Tại sao nhà thơ cỡ Nguyễn Xuân Thiệp lại rung động bởi thơ đẹp như bức tranh và tại sao thơ lại để âm ba nơi cảm xúc một nhà văn cỡ HĐN? Đó chả phải là sức mạnh của thơ? Nói yêu tinh một cách thơ mộng như Hồ Đình Nghiêm, tự nhiên tôi nghĩ ra một điều, con đường vào cõi thơ văn trong sáng là con đường hướng thiện. Yêu tinh ơi, tìm đọc thơ để nhận chân hạnh phúc là mỗi lúc mỗi gần hơn cõi thiện. Khi đọc một bài thơ văn mình thích, tôi cảm nhận được điều thiện mà tác giả ấy đã làm cũng như điều thiện tôi đang làm. Cũng là một pháp tu?

HĐN: Mặt khác, theo tôi, chữ viết cũng có sự giới hạn của nó. Các bậc tài hoa Du Tử Lê, Nguyễn Xuân Thiệp, Phan Tấn Hải, Lê Giang Trần, Nguyễn Lương Vỵ và "tập đoàn" yêu tinh có đứa đã thu gom bao bồ chữ tốt đẹp nhằm ca ngợi chị, cá nhân tôi đi sau đành bất lực mót không ra thứ gì khả dĩ "ăn theo". Chị đồng ý về luận cứ đó không? Trong đối thoại giữa các bạn bè, chị luôn là người thắng áp đảo hay nhún nhường thua cuộc?

NTKM: Hồi trước khi đọc thơ văn của Hồ Đình Nghiêm trong Gio-o, tôi đã rất ngưỡng mộ, Nhà văn chủ biên Lê Thị Huệ quả có con mắt xanh. Tôi nghĩ mình không thể theo kịp những mới mẻ của người viết này, hôm nay lại được lời ngỏ đứng nói chuyện cùng mình nơi thềm mùa thu. Quả là mộng du. Bởi tôi là người nhát đối thoại, và gần như né tránh mọi tranh luận, nên không biết thắng thua. Khi nhận bài mà bạn gọi là tâm sự này, tôi toát mồ hôi, sợ hơn là khi đọc bài tiểu luận lúc thi tốt nghiệp Luật nữa, lạy trời là HĐN sẽ hài lòng như Giáo Sư Vũ Quốc Thông chấm điểm khá cho tôi.

HĐN: Chắc chị có biết Bửu Chỉ, họa sĩ nổi tiếng ở Huế? Ngoài tài năng trong lãnh vực hội họa, thời gian còn ở bên nhà tôi "mê" anh ấy qua cách nói chuyện đầy thuyết phục, bởi dầu gì anh ấy từng học qua Luật khoa. Một cử nhân Luật, nói có sách mách có chứng, hình bóng ấy có thích nghi với thế giới thơ mộng tuyệt chẳng nảy sinh ra chuyện bất ưng chất chứa đầy trong thơ chị không? Đọc thơ văn chị trí óc tôi buộc phải hình dung tới một thứ gì mong manh, nhưng khó đổ vỡ, hoặc cường điệu một chút, như sương giăng trên mặt hồ tĩnh yên. Cứ lãng đãng nhưng không tan biến. Chị có biết trong võ học có môn gọi là thuật phân thân? Như đôi vầng nhật nguyệt, chị biết cách dung hòa?

NTKM: Luật sư, nói chuyện hay và làm thơ chẳng bà con gì với nhau HĐN ơi. Tôi chưa hành nghề luật sư một ngày nào, nói chuyện lại nhút nhát, chút nương tựa vào thơ, mặt này coi bộ êm nhất, bằng chứng là có ít nhất một nhà văn nổi tiếng là HĐN đây đã hình dung ra tôi thơ như vậy. Tôi thấy không khó khăn gì, tôi sống như tôi là như thế, và tôi có một trái tim quyết liệt để đi đến với Thơ. Thơ là một người chỉ đường, tôi là đệ tử.

HĐN: Đã lâu, chị có phát biểu, đại ý đã là thơ thì tối thiểu phải chở được tính thẩm mỹ của Thơ? Tôi hoàn toàn đồng ý về thứ tạm gọi là căn bản đó, nhưng điều này vô tình trở thành rào cản cho những trường phái khác, nơi quy tụ các tay muốn thoát khỏi các quan niệm có sẵn. Chị có thông cảm cho sự "làm mới" ấy không?

NTKM: Trong bài phỏng vấn của Nhà Văn Lê Thị Huệ năm 2011 kỷ niệm trang Gió-o mười năm, tôi đã nói đến vấn đề này, khi tôi làm thơ tôi không hề bị một rào cản nào của những quan điểm về thơ văn thời đàn anh. Tôi chú trọng ý thơ, đến chất thơ của từ, nhưng điều đó không có nghĩa tôi không tôn trọng những phong trào cải cách làm mới thơ. Những nhà khai phá họ có cái nhìn thẩm mỹ khác nhau của thơ, phản ảnh thời đại họ đang sống, và họ chứng tỏ điều đó qua chữ thơ ý thơ của họ. Cũng đã có những thành tựu, cũng có những cái đang chịu thử thách. Những phong trào đổi mới tạo nên sinh khí trong văn chương nghệ thuật.

HĐN: Khi tôi theo học hội họa, sách vở người ta dạy rằng: Bạn phải biết cách giảm thiểu những đường nét, đôi lúc phải gián đoạn, đừng để cho đường viền kia liền lạc. Phải biết xoá nhoà đường biên giữa ánh sáng và bóng tối, hoặc trong một bức tranh, dựng xong bố cục, bạn phải nên chừa cho nó một khoảng trống, một lối thoát (cho người thưởng ngoạn tự suy diễn?). Tôi nghĩ điều này có "bà con" với một bài thơ hay. Nét đẹp của nó ngầm mang một thứ gì gần như bất toàn. Tôi có một ví dụ: Lắm người khen thơ của chị Trần Mộng Tú, lại có người đưa ý kiến "thơ hay nhưng cái vẻ đẹp ấy tròn trịa quá!". Ồ! Trăng khuyết có khi đẹp mông lung hơn trăng rằm sao? Có thể xin chị một ý kiến không?

NTKM: Tùy sự thưởng lãm của mỗi người. Tôi không dám lạm bàn về sở thích. Riêng tôi tôi thích cái bỏ lửng mênh mang ở câu kết một bài thơ Haiku. Tôi cũng thích tranh ít đường nét và sắc màu như trong tranh của họa sĩ tài hoa Bé Ký, chỉ với những nét đen, mảnh mà họa sĩ đã phổ hết vào đó những linh động của một gánh hàng rong, cái khoảng trống của tranh Bé Ký là cái ngầm sâu thẳm gợi nên âm thanh của không gian nơi những nhân vật đang sống. Trong bức Mẹ Con chỉ trên dưới mươi nét cong và nhanh. Mà thấy được mẹ con đang dắt díu nhau đi trong ngày rét và nói nhỏ lời thương yêu hẳn phải có của Mẹ. Thụy Khuê đã viết, "... với Bé Ký... Trước khi vẽ, bức tranh đã phải xong rồi, và đặt bút là kết thúc tác phẩm*" (*trích trang 41 trong tập tranh Quê Hương Mến Yêu của Họa Sĩ Bé Ký, USA 2002) Có phải vậy mà giữ được cái thần của cảm xúc ngay lúc ấy. Tôi nghĩ một số nhà thơ đã sáng tác thơ theo kiểu này, viết theo ý tứ dẫn mình đi với cảm xúc ngay lúc đó.

HĐN: Sẵn, xin cho tôi được "múa rìu qua mắt thợ". Tôi yêu mấy câu này, đoạn cuối trong bài thơ "Sông Thương Tóc Dài" của Hoàng Nhuận Cầm, hiện ở Hà Nội:

"mai đành xa sông Thương, thật thương
mắt nhớ một người, nước in một bóng

mây trôi một chiều, chim kêu một giọng
anh một mình náo động, một mình anh".

Đơn giản, mộc mạc, chân thành, nhưng nó tải được vào lòng tôi chút khuấy động. Chị có lời phản biện nào không, thưa chị?

NTKM: HĐN ơi, cảm ơn bạn đã gợi nơi thềm sương này mắt nhớ, nước thương, dù tất cả chỉ một-mình, ta cũng một mình sao ta bị náo động, vì cái nhớ làm ta chao đảo chăng? Đây lại là vấn đề sở thích, mà tôi vốn không tranh luận về sở thích của người khác, không thể nào bảo anh thích thế sai, là đúng, Một câu văn một câu thơ mà đánh động được mình là nhân duyên của mình với nó, câu thơ gieo vào lòng mình những diệu âm, kéo mình vào miên viễn của mộng tưởng, những điều ấy ở mỗi người mỗi khác, vì thế mà có những ngưỡng mộ khác nhau. Đó là hạnh phúc cho người viết. Sở thích của người đọc cũng là một điều giác ngộ cho người làm thơ.

HĐN: Nhà văn Phan Tấn Hải từng đưa thắc mắc: "Tại sao trong tuyển tập "40 năm thơ Việt Hải Ngoại" lại thiếu tên Nguyễn Thị Khánh Minh?" Chị có lợn cợn chút gì không? Riêng tôi thì đồ rằng chuyện ấy nào có gì quan trọng, bởi theo cách nhìn đầy "gây hấn" của nhà thơ Phan Nhiên Hạo, tuyển tập ấy chỉ có 5, 7 tác giả là đáng đọc! Căng quá. Đôi khi người ta gây nên lỗi lầm và đôi khi mình nên thở phào cho sự đãng trí ấy. Chị nghĩ sao?

NTKM: Đây cũng là chuyện sở thích. Tôi viết trước hết cho chính mình, mọi chuyện sau đó tùy nhân duyên, và tôi không có tham vọng lọt vào tất cả danh sách sở thích. Tôi rất cảm động bởi bài viết của Nhà văn Phan Tấn Hải. Có ai đó đồng cảm coi như mình đã gặp được bạn tri âm. Có được tri âm để có thể chia sẻ những văn thơ hay của người, hưởng giây phút ngọn cỏ đang rung lên bởi tiếng chuông nơi núi xa, đó là điều làm tôi tự tại hạnh phúc.

HĐN: Chị có thật lắm con. Nhà nêm chặt tiếng cười. Tôi chỉ mới trông thấy hai "cháu."

Ký Ức Của Bóng và Bóng Bay Gió Ơi mà đã muốn nói chuyện thâu đêm. Sương xuống đầy bên thềm và chị thì quên mang khăn quàng cổ. Ca từ của Trịnh Công Sơn có "con tinh yêu thương vô tình chợt gọi" thì con yêu tinh này e phải đến lúc quay gót. "Nhạc chiêm bao réo rắt. Đi đi những bước chân. Rất xanh. Bùa hương xanh".

Cảm ơn chị. Vào nhà nhớ kiếm viên thuốc. Sức khỏe là vàng mà thơ là kim cương. "Thắp bao nhiêu lần ngọn lửa. Đốt bao nhiêu lời. Vẫn không tận mặt được Thơ..." Tạm biệt chị.

NTKM: Lời chia sẻ này là một kết rất hay cho phút tạm biệt nơi thềm sương mù…

HỒ ĐÌNH NGHIÊM

thực hiện bằng điện thư,
cuối tháng 9, 2017

Nhà Thơ Triều Hoa Đại Phỏng Vấn Nhà Thơ Nguyễn Thị Khánh Minh. (2020)

Triều Hoa Đại

CHIM HÓT ĐẦU NGÀY

1-THĐ: *Đọc sơ lược về tiểu sử thì được biết chị là dân luật, thưa chị, tôi cũng đã một thời lang bang chốn ấy, cái thời mà: "Uống ly chanh đường thấy môi em ngọt" giờ nghĩ lại thấy nao nao , nghe đâu chị xong cử nhân một năm trước khi Sài Gòn bị "giải phóng", và cũng nghe đâu chị sang Hoa Kỳ chưa được bao lâu thế cho nên cuốn: Tuyển Tập Bốn Mươi Năm Thơ Việt Hải ngoại người ta đã bỏ "sót" tên của chị chỉ vì "chưa kịp mang nhãn hiệu "hải ngoại" đấy có phải là một điều đáng tiếc hay không?*

Nguyễn Thị Khánh Minh: Ngộ ghê, bài hát anh vừa nhắc, dân luật chị em tôi thường nhớ câu … *trả lại em yêu khung trời đại học, con đường Duy Tân cây dài bóng mát*, trong khi cánh kia thì, *uống ly chanh đường uống môi em ngọt…* Ai nhớ trường hơn? Mà anh có nhớ hàng cây dầu ở con đường Duy Tân ấy không? Chúng tôi gọi nó là cây nhạc ngựa, tên này là một bí mật của bọn tôi. Mỗi khi đến mùa hoa chín những cánh dầu bay lửng lơ mãi mới chạm đất. Trong kho kỷ niệm của tôi còn một cánh hoa dầu khô từ thời gian ấy. Giờ hàng cây dầu cũng xa vắng với cái tên Duy Tân rồi… Vâng, tôi tốt nghiệp Cử Nhân khóa cuối cùng của Luật Khoa Đại Học Đường Sài Gòn tháng 12.1974, trước biến cố 30.4.1975, 4 tháng.

Trở lại câu hỏi, ngoài nhà thơ Phan Tấn Hải, nhà văn Hồ Đình Nghiêm trong bài phỏng vấn tôi vào tháng 7. 2017, cũng nêu thắc mắc này. Tôi rất cảm ơn khi các anh đã quan tâm, và cũng xin trả lời thêm một lần. Những nhà biên khảo văn chương có quan điểm và nhận định riêng, ngay cả, sở thích riêng. Tôi không có mong cầu lọt được vào tất cả danh sách nghiên cứu, sở thích của mọi tác giả. Có duyên nào thì lành duyên ấy, nói theo nhà thơ nhà văn Đỗ Hồng Ngọc thì, vui thôi mà…

2- THĐ: Theo nhà văn Phan Tấn Hải thì chị là "một trong vài khuôn mặt thi ca dị thường", nhận định ấy theo chị có đúng chăng?

NTKM: Tôi rất cảm động bởi bài viết của Nhà văn Phan Tấn Hải. Có ai đó đồng cảm coi như mình đã gặp được bạn tri âm. Có thể chia sẻ những điều mình viết, cộng hưởng giây phút hòa âm với người cảm nhận, nhạc sĩ Phú Quang nói đó là điều an ủi cho người sáng tác, tôi thêm, đó là hạnh phúc.

3- THĐ: Những tác phẩm mà tôi được biết của chị thì gồm có: Tặng Phẩm, Trăm Năm (NXB Khánh Hòa, 1991), Tơ Tóc Cũng Buồn (NXB Văn Học 1997), Đêm Hoa (1999), Những Buổi Sáng (NXB Trẻ 2002), và sau là: Bùa Hương (Ý Thức Bản Thảo phát hành 2009), hình như những tác phẩm này đều được in ấn và lưu truyền ở bên trong Tổ Quốc?

NTKM: Đúng, thêm tập Hoa Mùa Cổ Tích (Thơ, tự xuất bản 2012) nữa, đó là những tập thơ tôi in khi còn ở nhà. Hai tập đầu in ở quê tôi, Nha Trang.

Chữ “bên trong Tổ Quốc” làm tôi thấy buồn. Việt Nam bị lênh đênh hoài cũng bởi sự trong, ngoài, bên này bên kia... Mỗi khi nhắc đến quê hương, tôi thích dùng chữ bên nhà…

4- THĐ: Và rồi từ đó đến nay chị đã có thêm được bao nhiêu tác phẩm?H

NTKM: Kể cả thơ và văn, tôi đã in ở Hoa Kỳ: Ký Ức Của Bóng (Thơ, NXB Phố Văn và NXB Sống, 2013), Bóng Bay Gió Ơi (Tản Văn, NXB Sống và NXB Chương Chương, 2015, tái bản năm 2019 bởi NXB Media Lotus), Lang Thang Nghìn Dặm (Tản Văn viết về các tác giả, NXB Sống, 2017), Tản Văn Thi (Thơ, NXB Văn Học Press, 2018), Ngôn Ngữ Xanh (Thơ, NXB Văn Học Press, 2019)

5- THĐại: Nghe đâu tập thơ mới đây: “Ngôn Ngữ Xanh” đã được nhiều văn hữu đánh giá là chứa đựng những giấc mơ, những giấc chiêm bao, mà khi đã gọi là chiêm bao thì phải có lành có dữ, chị có thể chia sẻ thêm về những giấc mơ lành, dữ ấy ra sao?

NTKM: Trong bài phỏng vấn tôi mới đây, tháng 1.2020 của Việt Báo Tuần Báo do Nhà Thơ Trịnh Y Thư thực hiện, cũng đề cập đến chủ đề Giấc Mơ. Đúng, đây là điều quyến luyến tôi nhất khi sáng tác. Đó không hẳn là những giấc chiêm bao – một mảng của đời sống vô thức– để giải mã siêu hình này thì thiển nghĩ không ai hơn Sigmund Freud (trong cuốn Lý Thuyết Giấc Mơ, một thời tôi đã đọc và có cảm giác sợ hãi). Anh nhắc đến lành dữ chiêm bao, làm tôi nhớ đến trong văn hóa người Mỹ bản địa, có một biểu tượng gọi là dreamcatcher, được làm thủ công bằng cành liễu uốn thành vòng tròn bên trong bện những sợi như mạng lưới, treo ở cửa sổ nơi có ánh mặt trời chiếu vào, họ tin rằng những giấc mơ trong bóng tối đều bị sa vào lưới này, và lưới có khả năng gạn lọc, chỉ giữ lại những giấc mơ đẹp, còn những giấc mơ xấu sẽ bị chết dưới nắng ban mai. Nó được xem như một thứ bùa bảo vệ. Tôi rất xúc động trước niềm tin thơ mộng này của họ. Tôi cũng có một cái treo trong nhà. Làm sao có thể bắt được những giấc mơ nhỉ? Đó là điều khắc khoải quyến rũ trên dặm thơ của tôi.

Nhưng. Giấc mơ ở đây không đến từ vô thức. Nó đến từ đọng lại của cảm nhận, cảm xúc những điều trong cuộc sống, nên trong đó dường như chứa đựng có phần nhiều hơn, ước mơ. Và vì nuôi dưỡng không mỏi mệt ước mơ và cũng vì ở vào một thời đại mà ước mơ gặp quá nhiều trắc trở, thử thách, nên tôi, (chắc không chỉ riêng tôi?) huyễn hóa nó qua thi từ rất đẹp là Giấc Mơ. Hành trình Thơ là một cuộc tìm kiếm dài giữa nhân quả, khởi đi từ giấc mơ để tìm giấc mơ. Mà hầu như bản lai diện mục của giấc mơ chỉ là… giấc mơ, nên Thi Ca nhân loại đã vô cùng giàu có đó chăng? Tùy theo phong cách, cùng sự chiêm nghiệm, họ kiến tạo giấc mơ ấy như một chiếc kính vạn hoa, vẽ ra một thế giới khác với thế giới đang sống với muôn vàn hiểm họa của hủy diệt. Riêng tôi thế giới khác ấy là Cõi Đẹp. Nơi con người sẽ tìm lại được cái *Nhân chi sơ tính bổn thiện*, để đối đãi với nhau bằng cái sơ tâm. Cho đến khi nào Cõi Đẹp ấy là một nơi chốn thực sự dưới trời trên đất này, thì con người vẫn còn nuôi giấc mơ. Cư dân của Cõi Thơ, đang từng lúc gieo cấy hạt ước mơ trong trẻo nhất của mình, đó là cơ hội may mắn cho họ sống sót và tồn tại để tiếng nói của họ được cất lên, vực dậy tâm lương thiện. Nơi đó anh sẽ được ngồi nghe Emily Dickinson đọc những vần thơ rúng động đất trời "Tôi chết cho cái Đẹp"

Có thể cho là tôi mơ mộng, nhưng biết sao được, mỗi người có cách riêng để lạc quan cất cánh, Flannery O'Connor có nói, "nhà văn là kẻ vẫn còn hy vọng trên cõi đời, kẻ không còn hy vọng không viết văn." (Trịnh Y Thư dịch)

6- THĐại: Khi viết thì điều đầu tiên mà chị nghĩ đến là gì, người đọc, đến từng lớp tuổi của họ hay là những gì gì khác? Nhìn lại những gì chị đã viết thì chị có vừa lòng không chứ theo nhà văn Đỗ KH thì trong số 20 truyện đã viết nhìn lại ông ấy chẳng vừa ý truyện nào?

NTKM: Chỉ nghĩ Viết. Chỉ có mình với cảm xúc tức thì lúc ấy và bài thơ đang được viết ra. Ai đọc là chuyện đến sau và không hẳn là một bận tâm, thậm chí có danh nhân nào đó tôi quên tên, đã nói đại ý, người viết có thể tạo ra độc giả cho mình. Thơ, có sức lay động rất chủ quan tùy thuộc tâm người đọc, cố thi sĩ Joseph Huỳnh Văn trong những bài tản mạn về Tại Sao Viết, có nói ý là, mỗi tác phẩm đến với người đọc như một cuộc tiếp xúc riêng tư. Emily Dickinson thì cho rằng *"thi nhân chỉ thắp lên những ngọn đèn, còn chính họ thì bước ra ngoài."* (Sakya Như Bảo dịch)

Vừa lòng ư? Có, nhưng cảm giác ấy tiêu tan rất nhanh. Thường khi in xong một tác phẩm, tôi thấy mình vừa hoàn tất một công việc, thấy vui vì ít nhất tôi đã thực sống, sống có ích, khi thể hiện được mình trong lúc viết. Tôi tự tin về hướng đi không thay đổi của mình, tôi tin tưởng vào điều mình viết. Nhưng về bút pháp, cấu trúc ngôn ngữ, và tích lũy nội lực hiểu biết, thì dĩ nhiên, người cầm bút nào cũng không ngừng tu luyện để chữ nghĩa "tinh" hơn, cái nhìn mới hơn, hầu chữ của mình đập cùng một nhịp, hay-hơn-một-nhịp, với thời đại mình sống. Những nhà thơ lỗi lạc trong lịch sử văn học nhân loại, ý, lời thường "đi trước" thời đại của họ, nữ văn sĩ nổi tiếng đương thời của Mỹ, Joyce Carol Oates, nói rằng, từng đọc thơ của Emily Dickinson rất nhiều lần, *"lần nào cũng cảm thấy những điều bí ẩn và mới mẻ."* Emily ở vào thế kỷ XIX (mất năm 1886 lúc bà 55 tuổi), Emily được gọi là một "Ẩn sĩ ở Amherst", hẳn trong căn phòng viết cô độc, Emily chỉ nghĩ đến viết và không bận tâm đến ai đọc thơ mình, để rồi một thế kỷ sau thơ ấy vẫn được coi là bí ẩn và mới mẻ. Có phải vì Emily sáng tác trong cô độc và sống trọn đời cho thi ca mà thơ bà có lực tuyệt vời xuyên không gian thời gian?

7- THĐại: Nói về thơ thì có người cho là "thơ là sự phát xuất tự nhu cầu của bản thân, còn văn xuôi đáp ứng nhu cầu bên ngoài" chị có đồng lòng như vậy?

NTKM: Làm thơ viết văn đều xuất phát từ nhu cầu bản thân trước tiên, ở họ, có bức bách họ phải cầm bút để giải bày những chiêm nghiệm về tâm linh, về cuộc sống, con người, về những vấn nạn cấp thiết của một thế giới đang ở trong thời kỳ hỗn độn, bạo động, về cả mong manh của những loài động thực vật trên bờ hủy diệt. Tùy theo chủ trương của người viết, nhất là về văn, muốn nhắm tới là gì. Khi người đọc muốn đọc những gì mình thích, họ đều tìm ra tác giả của họ. Thường thì các nhà văn quyết liệt hơn về những điều họ cần phê phán lên án, họ đào xới và bóc trần cái xấu không khoan nhượng khiến văn chương của họ như những cú đập đau đớn, phẫn nộ vào cảm xúc người đọc. Khi tôi đọc những tác phẩm như *Lời Nguyền* của Văn Mỹ Lan, *Cánh Đồng Bất Tận* của nhà văn Nguyễn Ngọc Tư, tôi cứ phải khép mắt lại mà kêu Trời ơi, đè nén sự run rẩy của mình. Những tác phẩm như thế là một bản tuyên ngôn, họ gióng tiếng chuông cảnh tỉnh con người nhìn rõ hơn cái mặt khốc liệt của cuộc sống cùng cái tàn nhẫn mà con người đối xử với đồng loại hay với các loài khác. Họ lên án cái ác để bảo vệ cái đẹp.

Thơ thì thơ hơn, họ khởi đi từ cảm xúc nội tại từ đó kết nối với cảnh quan, như thể một cánh hoa, hạt sương, hạt lệ, hạt máu, cùng sống với rung động của họ khiến Thơ là linh hồn của sự vật. Họ mở cánh cửa bị bỏ quên của tâm hồn để nhắc nhớ khả năng nhận ra và biết xúc động cái đẹp, cái lương thiện trong sâu thẳm mỗi con người. Họ ca ngợi cái đẹp để bảo vệ cái đẹp. Chẳng hạn, như trong thơ của Athur Sze, nhà thơ vùa đoạt giải thơ năm 2019 của Mỹ với tập *Sight Lines*, ông khơi gợi từ hình ảnh thơ ngây của ngọn tulip đang mọc, đóa hoa mận mùa xuân, mùi hương của ánh sáng, đến hình ảnh đầy đe dọa của khủng bố và cách mà con người đang hành xử đầy nguy hiểm đối với sinh thái, có phải Athur Sze đã sống cùng với dòng nhựa non của ngọn tulip và nhận được năng lượng kỳ diệu của mùi hương ánh sáng nên ông đã hết sức bảo vệ nó? Sự liên tưởng chập chùng những tương phản khiến thơ ông là một lời cáo buộc mạnh mẽ dưới sức rung động kỳ lạ của những hình ảnh thơ mộng. Cũng theo cách đó, thêm một lần, tôi muốn nhắc đến nhà thơ Trịnh Y Thư, trong tập Phế Tích Của Ảo Ảnh có đoạn... *thăm hỏi những con người bị lãng quên / nằm chen chúc / dưới đám ruộng / chiêm trũng / lúc giao mùa phất phơ...* Vừa cảm động vừa rùng mình khi nghe nhà thơ đánh động: ngọn lúa non ấy mọc lên từ di sản tàn khốc của chiến tranh – những thi thể bị lãng quên dưới đám ruộng – Đây không chỉ là nhìn, mà cả một sự quán chiếu. Cái cách đặt những đối cực giữa thơ mộng và bi thương như thế mang lại cảm xúc sâu xa nơi người đọc, tôi rất thích thi pháp này, nó khiến Thơ hiện thực hơn dưới cái đẹp diễm lệ của ẩn ngữ và thi từ. Dù bằng cách thế nào thì văn, thi sĩ, nhạc sĩ, họa sĩ, và những đạo diễn phim ảnh chân chính, đều cùng chung một lý tưởng, kiến tạo Cõi Đẹp.

8- THĐ: Nếu được phép nói về thơ của chị thì tôi nghĩ rằng chị là một con chim mới cất lên tiếng hót đầu ngày để gọi bình minh thức dậy ở hải ngoại bởi trong thơ của chị người ta nhận ra rằng những đen tối của vô vọng, những điều tàn nhẫn nhất ở cuộc đời này tiếng thơ ấy đã đẩy xa, xua tan bóng mờ của cái ác có đúng thế chăng?

NTKM: Cảm ơn anh. Nếu được gọi như thế thì xin được là một trong muôn một, góp tiếng hót nhỏ nhoi, cùng ca ngợi cái đẹp cuộc sống và con người. Tôi rất thích nghe tiếng chim hót sớm. Âm thanh khơi gợi giấc mơ trong trẻo của phút bắt đầu, phút hiện tại. Nó đánh thức và thúc đẩy tôi kiên trì trong việc bảo vệ cái đẹp, với vũ khí trong tầm tay, là Thơ. Tại sao tôi chỉ nói đến những giấc mơ và niềm hy vọng? Vì nhìn ra và cảm thấu được những mấp máy của sự sống, dù đến ngọn cỏ nhỏ nhoi, thì dường như những dây tơ vi tế nhất của tâm hồn được ngân nga, khi lời được viết ra trong tâm thái ấy thì ít nhiều nó cũng có lực chạm đến tâm hồn người khác. Thơ mộng lạc quan là liều thuốc giúp chúng ta sống và thêm sức mạnh để chống cái ác. Tôi thực sự bị chinh phục trước cảm xúc thơ mộng của Cao Bá Quát, *Một đời chỉ biết cúi đầu trước hoa mai*. Và Quách Thoại, *Ta sụp lạy cúi đầu* trước đóa hoa thược dược vừa nở bên hàng dậu. Và Tagore, ngẩn ngơ dừng lại bởi hạt sương lấp lánh nắng mai trên cành ngô bên hiên nhà… Và Bùi Giáng thúc thủ bên bờ, *Dòng sông chảy ai người xin níu lại…*, Và Joseph Huỳnh Văn thức trong đêm nghe *đóa hồng trăng dào dạt nở khắp đồng khuya…* Một chút dừng lại ấy sẽ khiến tâm hồn chúng ta mềm mại, thanh lọc bụi bẩn và thấy được cái tâm trong trẻo của mình cùng sống với giây phút hiện tại. Mỗi người, (nhất là các vị có quyền lực) nếu có được lúc dừng lại như thế để nhìn dưới chân mình, xung quanh mình những nhỏ nhoi không có gì tự vệ, hẳn sẽ bớt những quyết định gây tác hại cho hòa bình thế giới, phải không? Văn chương là gì nếu không là con đường đưa ta đến Chân Thiện Mỹ? Càng nhiều văn thơ như thế thì con người càng có nhiều cơ hội chạm được tới những mầu nhiệm của cuộc sống để rồi tác động lên cách cư xử của mình trên những mối tương quan. Đó là niềm tin của tôi.

9- THĐại: Đặt chân lên đất nước này đầu tiên chị cảm nhận được điều gì cái không khí tự do có được chị nghĩ rằng sẽ giúp ít, nhiều cho những sáng tác tương lai? Và khi đã hội nhập với dòng văn chương ở bên ngoài tổ quốc chị thấy ra sao, tương lai và sức sáng tạo của những nhà văn, nhà thơ có là một sự hy vọng để cùng là tiếng chim hót đầu ngày?

NTKM: Được viết. Được nói những điều mình suy nghĩ. Được nghe phản hồi những điều mình viết. Được trân trọng những gì mình viết ra. Được nhìn nhận bằng quan niệm thuần văn học. Đó là điều cần thiết cho bất cứ người cầm bút nào và ở bất cứ nơi đâu. Điều đó làm nền văn hóa nghệ thuật được phong phú đa dạng, không làm thui chột hứng khởi người sáng tác, họ có không khí ấy như một thứ của-riêng, hỗ trợ cho sự cống hiến của họ.

Ở hải ngoại, giới cầm bút Việt Nam mình được sống trong không khí như thế, họ viết những gì chính họ thấy cần thiết và cho lý tưởng của chính họ. Một số những tác giả trẻ ở thế hệ thứ ba, đã có những tác phẩm viết bằng Anh ngữ và đã đoạt những giải thưởng, đó là niềm hy vọng cho văn chương Việt Nam góp mặt vào nền văn học thế giới. Có thể kể Nhà văn Nguyễn Thanh Việt, Giáo Sư người Mỹ gốc Việt, đã nhận Giải thưởng Pulitzer dành cho cuốn tiểu thuyết đầu tay của ông, tác phẩm "The Sympathizer" vào tháng 4, 2016, (Mới đây, 2.2020, ông lại nhận giải "Justice in Action", là giải thưởng của tổ chức AALDEF, Tổ Chức Giáo Dục Và Bảo Vệ Pháp Lý Người Mỹ Gốc Á, công nhận các cá nhân có thành tựu trong nỗ lực thăng tiến công bằng xã hội, giáo dục). Có thể nhắc đến nhà thơ nhà văn Thanhhà Lại, với thi phẩm thơ xuôi *Inside Out & Back Again*, đã đoạt giải National Book và giải Newbery-Danh dự, thể loại Thiếu niên, và mới nhất, cuốn tiểu thuyết *Butterfly Yellow* của cô do nhà xuất bản uy tín HaperCollins xuất bản đã được giới văn học Hoa kỳ đánh giá là một tiểu thuyết xuất sắc (tin lấy từ Văn Học Nghệ Thuật Việt Báo). Những khuôn mặt văn học Việt Nam trẻ đã nhập vào dòng chính như thế là niềm lạc quan, hy vọng, xứng đáng là tiếng chim hót đầu ngày, nói theo anh, hòa vào bản giao hưởng văn học thế giới.

10- THĐại: Văn chương thì không có biên giới nhiều người nghĩ vậy, còn chị? Giữa trong và ngoài nước văn nghệ sĩ chúng ta có nên gần gũi, trao đổi để làm phong phú thêm cho cả đôi bên, không còn ranh giới và chẳng còn kỳ thị không để thành kiến chi phối. Chị có đồng tình như vậy?

NTKM: Ở thời buổi tràn lan các trang mạng xã hội, smartphone, người ta vẫn kêu là thời bùng nổ thông tin, với một click là người ta có thể đọc bất cứ, tất cả, biên giới không còn là vấn đề lớn nữa.

Năm 2011, trong bài Phỏng vấn của nhà văn chủ biên Gio-o nhân kỷ niệm 10 năm trang web này, tôi có trả lời vấn đề viễn tượng ngôn ngữ Việt, trong đó tôi có nhắc đến giao lưu văn học trong nước và hải ngoại. Tôi xin nhắc lại câu trả lời ngày ấy, trong thế giới internet không biên giới, thì đôi bên tha hồ tìm đọc lẫn nhau, các bạn văn của tôi bên nhà rất thích tìm đọc những sáng tác ở hải ngoại và tôi cũng thấy ngược lại, không những gần lại trong, ngoài với nhau mà còn tiếp cận rộng rãi văn học thế giới. Do môi trường, điều kiện sống, nên cách viết, cách nhìn và sử dụng ngôn ngữ Việt cũng theo đó có phần khác nhau về ngữ nghĩa lẫn cấu trúc. Tôi thiết nghĩ, khác, là một điều cần thiết khi nó có nghĩa bổ sung, người viết trong, ngoài nước đọc lẫn nhau và sẽ dung hòa, nạp được của nhau những cái đẹp, mới, đẩy đến sự đa dạng cho sinh hoạt văn chương. Ngôn ngữ phải phát triển và phát triển khác nhau theo thời đại, không gian. Cái hay, cái đẹp cái đúng cái thiện bao giờ cũng có sức mạnh lây lan, tự nó sẽ làm công việc xóa dần những nghi kỵ, thành kiến, kỳ thị.

11- THĐại: Văn học thì phải có chức năng của nó, mỗi giai đoạn lịch sử đều có những lớp nhà văn mới, kế tiếp cũng giống như ngoài biển thì hết lớp sóng này lại có những lớp sóng khác dồn dập mà xô bờ. Chị là một trong lớp sóng đang xô vậy thì những xây dựng tương lai để nhằm thay đổi ngôn ngữ để đạt được tiêu chuẩn bác học cho tác phẩm ngang tầm và phù hợp với bên ngoài chị (và theo chị) thì những nhà văn của chúng ta đã chuẩn bị cho công việc này chưa?

NTKM: Ở câu trả lời 7, 8, 9 trên của tôi, chắc cũng có thể đồng trả lời cho câu hỏi này.

12-THĐại: Nhiều người quan niệm:
a/ Viết văn là làm đầy tớ cho chính trị
b/ Làm thày cho chính trị.
c/ Chung một con đường với chính trị.
Thưa đó là quan niệm của mỗi người, nhưng ở đây tôi muốn được nghe về quan điểm của nhà thơ Nguyễn Thị Khánh Minh?

NTKM: Văn chương đứng ngoài những phạm trù có tính cách hữu hạn. Tôi nhớ câu trả lời của cố nữ sĩ Nguyễn Thị Vinh trong một bài phỏng vấn của Mặc Lâm: "Văn học có thể tương quan với chính trị, nhưng tuyệt đối không bị bó buộc phải phục vụ chính trị."

13-THĐại: Chị làm thơ có dễ dàng như Trần Mộng Tú bởi theo nhà thơ này thì: "Tôi thấy làm thơ dễ hơn viết văn, thơ tự nhiên đến như gió vậy, chẳng cần báo trước gì cả Vẫn với nhà thơ Trần Mộng Tú "thơ đến tìm tôi, gõ gõ vào ngực tôi mấy cái, giống như bạn ghé chơi tình cờ, mình nghe tiếng động của cánh cửa, mình phải ra mở, đón vào" nhưng với Đỗ KH thì lại bảo: "Làm thơ khó bỏ mẹ", còn với nhà thơ quá cố Tô Thùy Yên thì đại khái "... làm thơ thì ai cũng làm được, nhưng làm một bài thơ hay thì khó" chị nghĩ sao về những ý kiến vừa nêu?

NTKM: Đôi khi tôi cũng có kinh nghiệm như nhà thơ Trần Mộng Tú, sức sáng tác của TMT rất đáng nể, nhiều, và hay, thơ đã được đưa vào giảng dạy trong nhà trường của Mỹ. Theo tôi, làm thơ, chẳng thể nói là khó cũng không cho là dễ. Ai đó đã nói Nàng Thơ rất đỏng đảnh... Tôi tự thắc mắc, tại sao Thơ thì chữ Việt mình dùng Làm Thơ, còn Văn thì Viết Văn? Phải chăng "làm" ý nói rằng đó là một việc làm thực sự không lao tâm mà còn lao sức?

Ngay cả khi làm xong một bài thơ rồi đi nữa vẫn chẳng có cảm giác xong. Nói chung thì mỗi nhà thơ có kinh nghiệm riêng, chứng ngộ riêng trong việc sáng tác. Xin nghe Thi sĩ Hàn Mặc Tử: *Thơ chưa ra khỏi bút / Giọt mực đã rụng rời / Hồn ta chưa kịp nói / Giấy đã toát mồ hôi.* Nhà thơ Lê Thị Huệ thì: "*... Đấy là những lúc ngôn ngữ giao thoa với thân xác và tâm hồn, bỗng dưng thấy xác mình muốn nói thành lời. Bỗng nhiên hồn mình thấm đẫm những thanh rung của ngôn ngữ… Và một cảm giác rung động sâu sắc bật tuôn ra. Và ta bỗng muốn ghi chép lại. Thế là thơ." Nữ sĩ* W. Szymborska "*... Tôi luôn nghĩ về người ngồi đọc thơ tôi cho chính bản thân mình hoặc cho một người nào bên cạnh…," Nhà thơ* Nguyễn Xuân Thiệp: ... *ôm đất ôm cây / và muốn làm thi sĩ / chia sẻ bát cơm với trẻ không nhà / chuyện trò cùng người tuyệt vọng / đắp bài thơ lên những phận người...,* Bùi Giáng thì, *Một đôi lần con ghì siết hai tay / Nàng Thơ đẹp của trần gian ứa lệ / Bảo con rằng: hãy nhớ lấy phút giây...* Nhà thơ Nguyễn Lương Vy thì, *tu thơ là tu chữ…/…câu thơ nay kiên khổ / lì đòn chờ âm rung/chờ nát tan tri ngộ…*

Thi sĩ quá cố Joseph Huỳnh Văn đã nói, tôi nhớ đại ý, viết tức là tin tưởng vào chữ, một niềm tin đầy thành thực và cảm động (thơ mộng nữa chăng?), ông cũng nói, quá nhiều chữ nghĩa để làm thơ, nhưng không nhiều chữ nghĩa thành thơ. Vậy nói rằng làm thơ dễ hay khó?

14-THĐại: Phải yêu cái "Nghiệp" viết văn, làm thơ lắm lắm theo tôi thì những người cầm bút mới đủ can đảm với chữ nghĩa là bởi hơn ai hết họ hiểu rằng ở xa bên ngoài đất nước viết bằng tiếng mẹ đẻ chỉ để cho một số ít người đọc là một điều "đau đớn" không cùng, với lại chữ nghĩa ngày nay lại còn phải cạnh tranh với nền công nghiệp điện toán quả thực vất vả vô vàn. Thế thì theo chị chỗ đứng của văn chương thiểu số nằm ở nơi nao?

NTKM: Hãy nghĩ tới viết thôi, mọi chuyện sau đó có thời gian, nhân duyên sắp xếp. Mà anh nói sao, khắp nơi chỗ nào có người Việt thì những ấn phẩm văn chương Việt đều có người tìm đọc, đọc bằng ấn bản in ra cũng có, đọc trên mạng thì rất nhiều và nhanh, thơ mình viết ra tung lên mạng tức có người đọc ngay, vậy thì phải cảm ơn nền công nghệ điện toán chứ nhỉ. Tôi không cho *chỉ có một số ít người đọc là điều đau đớn*. Một số ít đó chia sẻ và có thể chỉ nâng đỡ được dù một tâm hồn đau khổ, hay góp một tiếng nhỏ nhoi để bảo vệ hơi thở quả đất này, là điều hạnh phúc, chí ít với tôi, điều đó trả lời cho tôi, tôi sống vì cái gì, tôi làm được gì, và tôi tồn tại ra sao trên từng phút trôi đi của thời gian.

15-THĐại: Muốn cho nghệ thuật khá lên chị nghĩ chúng ta có cần đến những nhà phê bình, theo nhận xét của nhiều người thì những nhà phê bình hiện nay họ chỉ có khen nhưng không có chê và như thế với cái đà sinh hoạt kiểu trùm mền, kiểu gia đình như thế làm sao mà khá được, anh có thể làm thơ, chị có thể viết văn nhưng để làm một nhà phê bình (chân chính) thì đâu có dễ để ai cũng có thể làm được. Chị nghĩ thế nào?

NTKM: Một nền văn học lành mạnh và phát triển, cần có một lớp phê bình gia chân chính, tài năng, sức hiểu biết, cái nhìn bao quát. Họ phải có sự công bằng và cung cách độ lượng của kẻ sĩ. Phê bình không phải là chỉ trích. Khen đúng chê đúng làm cho người viết cảm động rơi lệ, nó kích thích sức sáng tạo. Tôi thích nghệ thuật bình văn của Kim Thánh Thán. Khen chê của ông nhẹ như mây mà sâu thẳm như cao xanh khiến người viết giật mình suy nghĩ trong hàm ơn. Thiền sư Thích Nhất Hạnh có nói trong một bài pháp thoại rằng, nhà phê bình cần tự chủ và chánh niệm, giữ được chánh niệm tức có tự chủ. Gần đây tôi cũng rất thích các phát biểu của nhà văn Mỹ Joyce Carol Oates, bà đã trả lời trong một bài phỏng vấn như sau *"Cá nhân tôi thích đọc những bài phê bình nghiêm túc, có sức mạnh. Không có gì thú vị hơn khi được phân tích một tác phẩm mà ta yêu thích. Tôi không thích viết những bài phê bình chỉ trích và luôn cố gắng tránh nó khi có thể."* (vnexpress.net). Khi bà viết về các tác giả xưa như Emily Dickinson và Ernest Hemingway, bà dùng suy tư và tưởng tượng của bà về họ để dẫn độc giả có cái nhìn nên thơ và mới mẻ hơn về những tác giả đã được người đọc quá biết rõ về tiểu sử cũng như tài năng. Đó là một cách viết về tác giả tác phẩm một cách sinh động và thông minh, không thuần là bài nghiên cứu mà còn có giá trị văn chương bên cạnh những nhận định sâu sắc. Tôi nghiêng về phong cách này, cho phê bình gia.

THĐại: Buổi nói chuyện của chúng ta chắc là phải dừng ở đây thôi, mặc dù biết là còn rất nhiều điều cần được chị soi rõ ngọn ngành, nhưng thời giờ và nhất là tôi đã làm phiền chị quá đỗi mong chị bỏ qua cho. Chị có cần bổ túc thêm điều gì nữa không?

NTKM: Xin cảm ơn anh đã có ý phỏng vấn tôi. Những tin tức của các tác giả tôi lấy làm ví dụ để hỗ trợ sự trả lời trong bài phỏng vấn này, được lấy từ internet.

THĐại: Cám ơn chị Khánh Minh.

Bài trích từ tập sách *Trăm Cây Nghìn Cành*, Văn Học Mới phát hành năm 2020.

Nói Chuyện Với Nhà Thơ Nguyễn Thị Khánh Minh (2020)

Việt Báo

Lời tòa soạn: Cho đến năm 2019, nhà thơ Nguyễn Thị Khánh Minh đã có 12 tập thơ xuất bản, Ngôn Ngữ Xanh là tập gần đây nhất do Văn Học Press xuất bản và phát hành đầu tháng 10/2019 trên Barnes & Noble. Thơ chị cũng xuất hiện thường xuyên trên các trang mạng văn chương, trong và ngoài nước. Nhà thơ Du Tử Lê, khi còn tại thế, đã không ngần ngại nói "Thi Ca và Nguyễn Thị Khánh Minh là một hôn phối lý tưởng." Nhân dịp tập thơ Ngôn Ngữ Xanh ra mắt độc giả yêu thơ, Việt Báo hân hạnh được chị dành cho ít phút nói đôi ba chuyện, về thi ca cũng như phi thi ca. Dưới đây là nội dung cuộc nói chuyện.

*

***Việt Báo** (VB): Bà nhà văn Mỹ Joyce Carol Oates có lần bảo văn chương và mộng mơ có cùng một nguyên do, một động lực thúc đẩy. Thơ chị được nhiều người đánh giá là những giấc mơ, hay giấc chiêm* *bao. Nhưng không phải những giấc mơ Siêu thực, trôi ra từ tiềm thức hay vô thức, mà từ ý thức, từ một thực tại. Chị nghĩ sao về đánh giá này? Theo chị thì "thơ" và "mơ" có là một không?*

Nguyễn Thị Khánh Minh (NTKM): Đúng là thơ tôi luôn được chỉ đường bởi những giấc mơ. Tôi nhìn thực tại, qua lăng kính của mơ, vì sao ư? Thực tại có quá nhiều điều tàn khốc càng lúc càng đẩy con người vào niềm vô vọng. Cũng tại vì tôi quá nhạy cảm với sự đau đớn mà con người gây ra cho nhau về thể xác cũng như tinh thần, nên tôi muốn dùng ánh phản chiếu đẹp đẽ của mơ để khơi dậy niềm hy vọng. Theo tôi, Thơ và Mơ không là một. Cũng chẳng phải là hai. Hans Sachs từng nói "Tất cả cảm hứng thi ca đều chỉ là giải mã những giấc mơ." Nhân quả qua lại. Mơ là đòn bẩy. Thơ gần như là "phát ngôn viên" của Mơ, việc làm này vô cùng gian nan nhưng cực kỳ quyến rũ. Nhà thơ dùng Thơ, cách khả dĩ nhất để diễn đạt được cái bất-khả-tư-nghị của Mơ, đặt một cái không biên giới vào cái hạn hẹp của ngôn từ, cũng vì vậy đẩy họ bứt phá ngôn ngữ, làm sao để đem cái phi thực huyễn ảo ấy hiển lộ dưới ánh sáng của lời, do tác động qua lại đó nên có thể nói viết văn, làm thơ, là một cuộc đuổi bắt dài. Khởi đi từ Giấc Mơ, nhưng hành trình Thơ là dặm trường sáng tạo, đi tìm Giấc Mơ.

VB: Nguồn hứng khởi cho sáng tác, phần nhiều chị lấy từ đâu? Có phần nào trong đời sống thường nhật không?

NTKM: Có lẽ cái bấm nút đầu tiên kích thích tôi viết là sự mơ mộng. Khi những sự việc trong đời sống hằng ngày va chạm vào những giấc mơ, có khi đến tàn nhẫn, thì làm tôi muốn phải viết cái gì đó, nhưng thay vì chọn cách đánh thẳng vào trọng tâm tôi chọn cách khác, tôi muốn đưa ra hình ảnh một thế giới mà tôi vẫn thường gọi là Cõi Đẹp để khơi gợi niềm mơ ước và đánh động cái ác mà người ta chạm mặt mỗi ngày.

Cái cảm xúc thường xuyên nhận ra những điều ta đang sống, đang có đều rất mong manh, khiến tôi biết sống hơn, biết đón nhận tận tình hơn, những hạnh phúc bình thường trong đời sống hằng ngày, cả đến nắng mưa hoa lá cây cỏ chung quanh, tiếng chim hót sớm, cũng làm thay đổi không ít cách nhìn buồn rầu của tôi về cuộc sống. Chắc do vậy mà các bạn văn gọi tôi nhà thơ "thơ mộng." Thơ mộng là một trong những định nghĩa của lạc quan. Tôi muốn dùng thơ mộng như một hạt giống lành để cấy trong khu vườn ác mộng.

VB: Thiếu thực phẩm, thiếu tự do, người ta có thể chết. Nhưng thiếu thơ, không ai chết cả. Sự thật là phần nhiều người ta không quan tâm đến thơ. Nhưng theo chị thì thơ đã giúp gì cho đời sống? Hay nói cách khác, đời sống có cần thơ hay không?

NTKM: Những cái chết thể chất người ta có thể nhận biết, thống kê. Nhưng cái chết, cái đói tinh thần thì phải chờ cả một, hai ba thế hệ, một thời gian rất dài, dài lắm, mới biết tác hại kinh khủng của nó trên nền văn minh, trình độ văn hóa, chất lượng sống của một dân tộc, hay nhân loại nói chung. Văn chương, trong đó có Thơ, là một trong những nguồn sống tinh thần đó. Nó bóc trần cái tột cùng xấu, cũng như ca ngợi cái đẹp của xã hội con người, dù bằng cách thế nào thì mục đích của nó vẫn là kiến tạo một Cõi Đẹp. Thơ đảm nhiệm việc ấy vì tự thân Thơ là như thế. Tôi thực sự không thể hình dung một thế giới ngày nay mà xưa kia không có (nói riêng về Thơ) một nền thi ca Đường Thi Trung Hoa, không có Homer, Tagore, Haiku, Lục bát, và những lời thơ dân gian của mọi dân tộc… thì nền văn minh nhân loại đang đứng ở cột mốc nào trên con đường tiến hóa? Văn chương thế giới ngày nay có được diện mạo như vầy không phải ngẫu nhiên tình cờ mà là di sản chập chùng bao đời cha ông để lại, di sản của những giấc mơ, di sản của cảm xúc, đã thử thách trên ngần ấy thời gian kết thành sức mạnh để cầm chân cái ác. Thơ nuôi nấng tâm hồn con người, biết cảm xúc, mối tương quan giữa con người sẽ tốt đẹp hơn, cách cư xử với thiên nhiên sẽ bớt ích kỷ hơn. Có thể người ta không quan tâm đến Thơ, nhưng họ không biết rằng, vô hình trung, sống cùng trong một thế giới họ ít nhiều cũng nhận được những tác động tốt đẹp của Thi Ca lên nếp sống, văn hóa. Tôi có niềm tin quyết liệt vào sức mạnh của văn chương. Thơ tồn tại với loài người bao nhiêu lâu rồi, thưa anh? Tôi tin sẽ còn mãi khi còn con người.

VB: Phải chăng thơ phản ánh tâm hồn người làm thơ? Nghĩa là, thơ và tâm hồn người làm thơ là một, chị có đồng ý với quan điểm này không?

NTKM: Có câu "Văn là người." Tôi tin như vậy. Nếu khác đi thì điều đó có vẻ như "nhị trùng nhân cách." Nếu viết điều gì đó không phản ánh đúng điều mình đang cảm thấy, đang suy nghĩ, thì văn chương đó không có lực đánh động được cảm xúc người đọc. Cho dù người sáng tạo thể hiện bằng bất cứ bút pháp nào, ngôn ngữ nào, trường phái nào. Mấu chốt của sáng tạo phải khởi đi từ cảm xúc thật của chính mình, không vay mượn, giả tạo. Nhất là Thơ, khi đọc một câu thơ không viết từ cảm xúc thật, người đọc sẽ trực cảm được ngay, và hầu hết trực cảm ấy là đúng.

VB: Để làm thơ hay, cần những yếu tố gì, theo chị?

NTKM: Gom lại những điều tôi đã nói ở trên thì, Nhà Thơ là một loại người đại diện cho mơ mộng và lạc quan. Mơ mộng nên mới viết. Lạc quan vì, họ rất tin vào điều mình viết. Còn mơ mộng lạc quan thì tràn đầy hy vọng. Và để bảo vệ cho mơ mộng lạc quan hy vọng của mình, phải có sức mạnh của sự cô độc. Theo tôi, để làm thơ cần những đặc tính ấy. Anh hỏi để làm thơ hay ư? Theo anh, thế nào là thơ hay? Rất mong đọc được bài của anh về đề tài này.

VB: Giải Văn chương Toàn quốc của nước Mỹ năm 2019, bộ môn Thơ, về tay thi sĩ Arthur Sze với tập thơ Sight Lines. Theo nhận định của ban xét giải, sở dĩ ông được trao giải là vì "Chữ nghĩa ông đã đi xuyên thấu không-thời-gian để đem lại ý nghĩa sáng tỏ cho những điều cá biệt trong cuộc sống. Qua trí tưởng tượng phong phú, thơ ông là lời cảnh báo thiết thực nhất về mối hiểm họa đang xảy ra trên quả đất chúng ta đang sinh sống." Theo chị thì các thi sĩ của Việt Nam chúng ta có được tầm vóc như vậy không?

NTKM: Dường như bất cứ thể loại sáng tác nào, văn chương, thi ca, âm nhạc, hội họa, các tác giả đều dùng chữ nghĩa, âm thanh, mầu sắc *đi xuyên thấu không-thời-gian* để biểu lộ điều họ muốn truyền đạt. Nhất là Thơ, đó như là một bút pháp tự nhiên của cảm xúc thơ. Bút pháp hữu hiệu nhất dùng huyễn ảo phi thực để bật ra cái trơ trụi thực tế. Thì cũng là khởi đi từ Mơ! Như Athur Sze, cũng qua lăng kính tưởng tượng ông kiến tạo những hình ảnh cảnh báo về sự hủy diệt. Từ cảm xúc rất thơ mộng về những ngọn tulip xanh đang mọc lên, Sze vẽ ra một *Black Center*, với tất cả hình ảnh chụp bắt tức thì xô đẩy nhau trong lời thơ tạo nên một bức tranh siêu thực, để nói rằng mớ hỗn độn ấy đang và tiếp tục xảy ra nếu lúc này không chấn chỉnh lại sự phát triển lệch lạc, phi nhân, ích kỷ. Ông kết một sợi dây mơ mộng ngây thơ của ngọn tulip đang vươn lên (*Black Center*), hoa mận nở, mùi của ánh sáng (*Spring Snow*) với hiểm họa khủng bố và hủy diệt sinh thái, khiến thơ ông là một lời cáo buộc mạnh mẽ, mà không đánh mất nét diễm lệ của thơ.

Đó cũng là cách mà tôi thấy các nhà thơ Việt Nam thể hiện, chỉ khác nhau ở sự liên tưởng, những hình ảnh đối chọi khắc nghiệt đến thế nào để bóc trần được những khác biệt tốt-xấu, an bình-đe dọa, nguy hiểm. Như trong tập thơ *Phế Tích Của Ảo Ảnh* của Trịnh Y Thư, tôi cũng gặp bút pháp *đi qua không-thời-gian* này. Đan xen hình ảnh giữa một di sản bi thương, những người bị lãng quên nằm chen chúc dưới đám ruộng, bên cạnh cái nên thơ của hoa lúa, quả ổi xanh và nhịp chày ba, xô lên ký ức thời điêu linh trong hoa lúa, lúa ấy mọc lên từ những thân vùi bị bỏ quên kia. Hình ảnh tương phản ấy có hiệu ứng của một lời kết tội chiến tranh ẩn dưới cái đẹp não nùng của thi ca. Tôi không nói đến tầm vóc, tôi muốn nói một điểm chung của các Nhà Thơ này, họ đều dùng Thơ để kiến tạo Cõi Đẹp.

VB: Chị suy nghĩ gì về hiện tình đất nước Việt Nam nói riêng và thế giới nói chung?

NTKM: Suy nghĩ về hiện tình đất nước tôi có nói trong bài thơ *Chữ S Cong Cong* trong tập thơ *Đêm*, tôi sắp in nay mai. Còn về tình hình thế giới, tôi đã mất sự mơ mộng lạc quan để tin vào Chính Trị. Một trong hai điều tôi sợ hãi là vấn đề sinh thái, như nhà thơ Athur Sze vậy.

VB: Xin cảm ơn nhà thơ Nguyễn Thị Khánh Minh đã cho độc giả Việt Báo nghe những quan điểm lý thú của chị về Thơ.

NTKM: Cảm ơn Việt Báo đã chọn tôi trong mục nói chuyện kỳ này

03/01/2020

Những tác phẩm đã xuất bản của thi-văn sĩ Nguyễn Thị Khánh Minh

www.ingramcontent.com/pod-product-compliance
Lightning Source LLC
LaVergne TN
LVHW020819061026
849530LV00003B/30
9798348176082